ராமாயணம்

வால்மீகி ராமாயணத்தையும் பாரம்பரியமாகச் செவிவழியாக வந்த கதைகளையும் அடிப்படையாகக் கொண்ட ராமபிரானின் கதை

ஆங்கில மூலம்:

தேவி வனமாலி

தமிழில்:

நாகலட்சுமி சண்முகம்

MANJUL

மஞ்சுள் பப்ளிஷிங் ஹவுஸ்

First published in India by

MANJUL

Manjul Publishing House

Corporate and Editorial Office

• 2nd Floor, Usha Preet Complex, 42 Malviya Nagar, Bhopal 462 003 - India

Sales and Marketing Office

• 7/32, Ground Floor, Ansari Road, Daryaganj, New Delhi 110 002

Website: www.manjulindia.com

Distribution Centres

Ahmedabad, Bengaluru, Bhopal, Kolkata, Chennai,
Hyderabad, Mumbai, New Delhi, Pune

In association with

Aryan Books International

Tamil translation of *Devi Vanamali's Sri Rama Lila*

This edition first published in 2016

ISBN 978-81-8322-705-6

Translation by Nagalakshmi Shanmugam
Editing and Layout by PSV Kumarasamy

Printed and bound in India by Replika Press Pvt. Ltd.

ராமபிரானின் பண்புருவமாக
இவ்வுலகில் வாழ்ந்திருந்த
வணக்கத்திற்குரிய என் தந்தை
திரு ராமன் அவர்களுக்கு
இப்புத்தகம் சமர்ப்பணம்

உள்ளடக்கம்

யுத்த காண்டம்

அணிந்துரை

தவத்திரு ஸ்ரீ சுவாமி சச்சிதானந்தா
ஆனந்தாசிரமம், காஞ்சன்காடு

தேவி வனமாலி இந்நூலுக்கு முன்பாக எழுதிய, கிருஷ்ண பகவானின் முழுமையான வாழ்க்கைக் கதையை முதன்முதலாகப் படித்து முடித்தப் பிறகு, அதை நான் மீண்டும் மீண்டும் பல முறை படித்தேன். ஏனெனில், ஒவ்வொரு முறையும நான் அதைப் படிக்கப் படிக்க, அது அதிக பிரமிப்பூட்டுவதாகவும் அதிக உத்வேகமூட்டுவதாகவும் இருந்தது. அதோடு, ஒவ்வொரு முறையும் கூடுதல் இன்பத்தையும் கொண்டு வந்தது. எனவே, ராமனின் முழு வாழ்க்கைக் கதையைத் தான் பிரசுரிக்கவிருந்ததாகக் கூறி, தன்னுடைய அந்நூலுக்கு நான் அணிந்துரை எழுதித் தர வேண்டும் என்று இந்நூலாசிரியர் என்னைக் கேட்டுக் கொண்டபோது நான் பேருவகையும் பெருமகிழ்ச்சியும் அடைந்தேன்.

தேவி வனமாலி இந்நூலை எழுத ஊக்குவிக்கப்பட்டது குறித்து நான் மட்டற்ற மகிழ்ச்சி கொள்கிறேன். கிருஷ்ண பகவானின் வாழ்க்கையைப் பற்றி அவர் எழுதிய நூலிலிருந்து இந்நூல் ஒரு முக்கிய விதத்தில் வேறுபட்டுள்ளது. இந்த அற்புதமான நூலைப் படித்து முடிக்கும் எவரொருவராலும் மனம் நெகிழ்ந்து கண்கள் கலங்காமல் இருக்க முடியாது. என்ன விலை கொடுக்க வேண்டியிருந்தாலும் தயங்காமல் அதைக் கொடுத்து தர்மத்தைத் தூக்கிப் பிடித்த ஒரு கச்சிதமான மனிதனின் பாத்திரத்தை வகித்த ஓர் அவதாரப் புருஷனின் வாழ்க்கையை இந்நூல் கையாள்கிறது என்றாலும், தன்னுடைய குழந்தைப்பருவம் மற்றும் மணவாழ்க்கையின் ஒருசில வருடங்களைத் தவிர, இப்புவியில் தன் பயணத்தின்போது ராமன் கடந்து செல்ல வேண்டியிருந்த சோதனைகளும் இன்னல்களும் கடுமையானவையாகவும் இதயத்தைச் சுக்குநூறாக நொறுங்கச் செய்பவையாகவும் இருந்தன.

இந்நூலாசிரியர் குறிப்பிடுவதைப்போல, ராமாயணம் அன்பைப் பற்றிய ஒரு கதை. ஸ்ரீ ராமன் தன் மனைவி சீதையின்மீது

அளப்பரிய அன்பு கொண்டிருந்தான். அவன் தன் தந்தையின்மீதும், அன்னையர்மீதும், சகோதரர்கள்மீதும், தன் நாட்டு மக்களின்மீதும் பேரன்பு கொண்டிருந்தான். ஆனாலும், தர்மத்தின்மீது அவன் கொண்டிருந்த அன்பு எல்லாவற்றையும் மிஞ்சி நின்றது. தர்மத்தை நிலைநிறுத்துவதற்காக அவன் தன் மனைவி, தந்தை, சகோதரன் ஆகியோர் உட்பட எல்லோரையும் எல்லாவற்றையும் தியாகம் செய்தான். ராமாயணத்தில் பரவலாக இடம்பெற்றுள்ள இத்தகைய நிகழ்வுகள், இக்கதையில் சம்பந்தப்பட்டக் கதாபாத்திரங்கள் நம் மனங்களில் ஆழமான சுவடுகளை விட்டுச் செல்லும்படியும், நம் உணர்ச்சிகளைத் தீவிரமாகக் கிளர்ந்தெழச் செய்யும் விதத்திலும் சித்தரிக்கப்பட்டுள்ளன. இத்தகைய சித்தரிப்பு, அந்த ஒட்டுமொத்தக் காட்சியும் நம் கண்முன்னே அரங்கேற்றப்பட்டுக் கொண்டிருப்பதைப் போன்ற உணர்வை நமக்கு ஏற்படுத்துகிறது. அயோத்தியில் தொடங்கி எல்லா இடங்களுக்கும் நாமும் ராமனோடு கூடவே சென்று கொண்டிருப்பது போன்ற உணர்வு நமக்குள் எழுவதை மறுப்பதற்கில்லை.

தான் பெரிதும் நேசித்தத் தன் மனைவி சீதையை ராமன் ஏன் கைவிட்டான் என்பது போன்ற சர்ச்சைக்குரிய விவகாரங்களை எதிர்கொள்ளும்போது பல வாசகர்கள் குழப்பமடைகின்றனர். அயோத்தியைவிட்டுப் புறப்பட்டுக் காட்டிற்குச் செல்வதற்கு முன்பாக, மனம் கொந்தளித்து நின்று கொண்டிருந்த தன் மனைவியைத் தன் கைகளால் வாரி அணைத்துக் கொண்ட ராமன், அவளுடைய கண்ணீரைத் துடைத்தபடி, "சீதா, நீ என்னுடன் காட்டிற்கு வரக்கூடாது என்று நான் உன்னைத் தடுத்தது நான் உன்னைத் தனியாக விட்டுவிட்டுச் செல்ல விரும்பியதால் அல்ல. மாறாக, வன வாழ்க்கையில் உள்ளடங்கியிருக்கும் ஆபத்துக்களை உனக்குச் சுட்டிக்காட்டுவது என் கடமை என்பதால்தான் நான் அப்படிச் செய்தேன். என் காதல் இளவரசியே, நான் உன் மனத்தை வேதனைப்படுத்தி, அதனால் நீ துன்புறுவதை என்னால் காண முடியாது. என் அன்புக்குரியவளே, மனத்தைக் கொள்ளை கொள்கின்ற வசீகரம் கொண்ட நீ என் அருகில் இல்லாமல் சொர்க்கம்கூட எனக்கு மகிழ்ச்சியளிக்காது. காட்டுப் பாதைகளிலும், காடுகளுக்குள்ளும், மலை உச்சிகளிலும் உன்னோடு கை கோர்த்துத் திரிவதில் எனக்கும் விருப்பம்தான். எனவே, உன்னுடைய எல்லா நகைகளையும் விலையுயர்ந்த ஆடைகளையும் இங்கு விட்டுவிட்டு, காட்டில் என்னுடன் வசிப்பதற்கு உன்னைத் தயார்படுத்திக் கொள், " என்று கூறினான்.

இதே ராமன்தான், பின்னாளில் பல தியாகங்களைச் செய்கிறான். எதற்காக? தர்மத்தைத் தாங்கிப் பிடித்து நிலைநிறுத்த வேண்டும் என்ற ஒரே நோக்கத்திற்காகத்தான்! ராமாயணத்தை ஒரு கதையாக

மட்டுமே பார்க்கின்றவர்களுக்கு சீதையின் தீக்குளிப்பும், வாலி வதம் போன்ற பிற நிகழ்வுகளும் சர்ச்சைக்குரிய விஷயங்களாகவே தோன்றும். ஆனால் ஓர் அவதாரப் புருஷனாக ராமனின்மீது அன்பு கொண்டிருக்கும் அவனது பக்தர்கள், பகவான் ராமன் செய்துள்ள அனைத்தும் சரியே என்று ஏற்றுக் கொள்ள முயற்சிப்பர். ஆனால் இந்நூலாசிரியர், சர்ச்சைக்குரிய இப்படிப்பட்ட விவகாரங்களை அழகாக விளக்குவதற்குத் தன்னை வருத்திக் கொண்டு பெரிதும் முயற்சித்திருக்கிறார். ராமன் செய்த அனைத்தும் தர்மத்தை நிலைநிறுத்துவதற்காகச் செய்யப்பட்டவையே. எனவே மனிதகுலத்தின் நன்மைக்காகச் செய்யப்பட்ட விஷயங்கள் அவை என்று அவர் விளக்கமளித்துள்ளார்.

ராமன்மீது அளவு கடந்த அன்பும் அர்ப்பணிப்பும் கொண்ட ஒருவரால் இந்நூல் எழுதப்பட்டிருப்பது இதன் சிறப்பு. அவருடைய எழுத்து வாசகர்களின் மனங்களில் பெரும் உற்சாகத்தையும் பேருவகையையும் தூண்டிவிடும் என்பது உறுதி. நாம் இந்நூலை எவ்வளவு அதிகமாகப் படிக்கிறோமோ, அவ்வளவு அதிக அர்ப்பணிப்பு நமக்குள் உருவாகும்.

இந்நூல் ஒவ்வொரு வீட்டையும் சென்றடையட்டும்! அனைவரும் அதைப் படிப்பதன் மூலமும், கேட்பதன் மூலமும், ராமனின் பெருமைமிகு பெயரை உச்சரிப்பதன் மூலமும், தூய அன்பும் அர்ப்பணிப்பும் அவர்கள் அனைவரின் இதயங்களிலிருந்தும் பெருக்கெடுத்து ஓடி, அவர்களுடைய வீட்டுச் சூழலை ராமனின் நிரந்தர இருத்தலின் நறுமணத்தால் நிரப்பி, எல்லோரும் நன்னெறியுடன்கூடிய ஒரு வாழ்க்கையை வாழும்படி செய்யட்டும்!

வாழ்த்துரை

தவத்திரு சுவாமி கிருஷ்ணானந்தா
'த டிவைன் லைஃப் சொஸைட்டி,' ரிஷிகேஷ்

வால்மீகி முனிவரின் ராமாயணம் சமஸ்கிருத மொழியில் எழுதப்பட்ட ஒரு மகத்தான இலக்கியப் படைப்பு. அதில் அழகும் ஒயிலும் வார்த்தைச் செழுமையும் மேலோங்கி நிற்கின்றன. ஆன்மீகத் தேடலில் ஈடுபட்டுள்ளவர்கள், வாழ்வின் அனைத்துப் பிரச்சனைகளிலிருந்தும் தங்களைப் பாதுகாத்துக் கொள்வதற்காக இதைப் படிக்கின்றனர். இது ஒரு பாதுகாப்புக் கேடயமாக இருந்து தங்களைக் காக்கும் என்ற நம்பிக்கையில் அவர்கள் அவ்வாறு செய்கின்றனர். அனுமானின் வலிமையையும் சக்தியையும் சுவீகரித்துக் கொள்வதற்காக ராமாயணத்தின் ஐந்தாவது காண்டமான சுந்தரகாண்டத்தை தினமும் படிப்பதை சிலர் வழக்கமாக்கிக் கொண்டுள்ளனர். வால்மீகியின் ராமாயணத்தில் பொதிந்துள்ள ஆழமான அர்த்தங்களை யாராலும் முழுமையாகப் புரிந்து கொள்ள முடியாது.

பட்டத்து இளவரசனாக ராமனுக்கு முடிசூட்டப்பட இருந்தபோது பரதன் அயோத்தியில் 'எதேச்சையாக' இல்லாமல் போனது, சீதையின் தீக்குளிப்பு, ராமன் ஒரு மரத்திற்குப் பின்னால் மறைந்திருந்து வாலியைத் தாக்கியது போன்றவை உட்பட, சர்ச்சைக்குரிய பல விஷயங்கள் ராமாயணத்தில் இருக்கின்றன. வால்மீகியின் ராமாயணத்தில், கடவுளின் பலத்தையும் மனிதனின் பலவீனத்தையும் உள்ளடக்கிய ஒரு நபராக ராமன் படைக்கப்பட்டிருக்கிறான். மனித இயல்பின் புரிந்து கொள்ளப்பட முடியாத ஓர் அம்சத்தை ராமனில் அவர் உருவாக்கியிருக்கிறார். இந்தக் கச்சிதமான மனித அம்சத்தை ராம பக்தர்கள் ஒட்டுமொத்தமாகப் புறக்கணித்துவிடுகின்றனர். மறுபுறம், பக்தர்கள் அல்லாதோர் ராமனின் செயல்களைக் கடுமையாக விமர்சிக்கின்றனர். எப்படிப் பார்த்தாலும், மனிதனையும் கடவுளையும் ஒரு தனிநபருக்குள் ஒன்றிணைப்பதற்காக மனம் மேற்கொள்கின்ற முயற்சியில் அம்மனத்தை ஒழுங்குபடுத்துவதில் ராமாயணம் ஒரு மாபெரும் பயிற்சியாகத் திகழ்கிறது.

ராமாயணம் எல்லோராலும் அர்ப்பணிப்போடு படிக்கப்பட வேண்டிய ஒன்று. அப்படைப்பில் இடம்பெற்றுள்ள வார்த்தைகளின் கண்ணியத்திற்காகவும், அது தெரிவிக்கின்ற செய்தியின் ஆழத்திற்காகவும் மக்கள் அதை நிச்சயமாகப் படிக்க வேண்டும். கடவுள் செயல்படும் விதத்தையும் மனிதர்கள் மேற்கொள்ளும் அனைத்துத் தீர்மானங்களின் நிலையற்றத் தன்மையையும் எடுத்துரைக்கின்ற ராமாயணம், அதன் மூலமாகக் கடவுளை பூமிக்குக் கொண்டுவருகிறது, பூமியை சொர்க்கத்திற்கு உயர்த்துகிறது. இத்தகைய ஒரு கலவை மனித மனத்தால் புரிந்து கொள்ளப்பட முடியாத ஒன்றாக இருப்பதால், பண்டிதர்களும், கதை கூறுபவர்களும், அறிஞர்களும் ராமாயணத்திற்குத் தொடர்ந்து பல்வேறு அர்த்தங்களைக் கொடுத்துக் கொண்டே இருக்கின்றனர்.

ராமாயணத்தைத் தீவிரமாகப் படிப்பது வாசகர்களின் மனத்தை அசாதாரணமான வலிமையாலும் அளப்பரிய ஆசீர்வாதங்களாலும் நிரப்பும் என்பது உறுதி. சூரியனும் சந்திரனும் இருக்கும்வரை ராமாயணத்தின் புகழ் என்றென்றும் நீடித்து நிலைத்திருக்கும் என்று வால்மீகி கூறியுள்ளார். ராமனின் ஆட்சியையும் அவனுடைய நிர்வாகத் திறமையையும் பற்றிய அற்புதமான விவரிப்புகள் சொர்க்க வாழ்க்கையின் சூழ்நிலைகளை உண்மையிலேயே பிரதிபலிக்கக்கூடும். ராமாயணம் ஒரு மாபெரும் இதிகாசம்.

ராமாயண உரையின் சிக்கலான அர்த்தங்களை ஆய்வு செய்து, நவீன மனங்களைக் கவரும் வகையில் அழகாக அவற்றை எடுத்துரைப்பதில் தேவி வனமாலி ஒரு தனித்துவமான சேவை புரிந்துள்ளார்.

முன்னுரை

பகவான் விஷ்ணு இப்புவியில் ராமனாக அவதரித்தது பற்றிய கதை இது. சூரியவம்சத்தின் வாரிசாகவும் கச்சிதமான மனிதப் பிறப்பின் சிகரமாகவும் திகழ்ந்த ராமன், விஷ்ணுவின் ஏழாவது அவதாரம். இந்தியாவில் தோன்றியது என்ற காரணத்திற்காக இந்தியர்களை மட்டுமன்றி, உலகம் நெடுகிலும் இக்கதையைப் படித்துள்ள அனைவருடைய மனங்களையும் கொள்ளை கொண்டுள்ள ஒரு கதை இது. திபெத், துருக்கி, மியன்மார் போன்ற நாடுகளிலும், இந்தோனேசியா, மலேசியா, தாய்லாந்து உட்பட, பல தென்கிழக்கு ஆசிய நாடுகளிலும் ராமனின் கதை பரவியுள்ளது. இந்தியாவைப்போலவே பாலியிலும் தாய்லாந்திலும் ராமன் கடவுளின் அவதாரமாக வழிபடப்படுகிறான்.

ராமாயணம் இந்தியாவிற்கு வெளியே நாற்திசைகளிலும் பரவியுள்ளது. திபெத்திய மொழியிலும் துருக்கி மொழியிலும் ராமாயணத்தின் கையெழுத்துப் பிரதிகள் இடம்பெற்றுள்ளது இதற்கான சாட்சியங்களாகத் திகழ்கின்றன. ஜோக்ஜகார்தா நகரிலும் கிழக்கு ஜாவாவில் பந்தரன் நகரிலும் அமைந்துள்ள, பதினான்காம் நூற்றாண்டைச் சேர்ந்த பண்டைய சிவன் கோவில்களில் உள்ள கற்சிலைகளில் ராமாயணத்திலிருந்து பல காட்சிகள் சித்தரிக்கப்பட்டுள்ளன. பின்னாளில் இந்தோனேசியாவிலும் மலேசியாவிலும் ராமாயணத்தின் கதைக்கருவைத் தழுவிப் பல விரிவான இலக்கியங்கள் இயற்றப்பட்டன. அடுத்து, தாய்லாந்து, இந்தோசீனா, மியன்மார் ஆகிய பகுதிகளில் வால்மீகியின் ராமாயணம் மிகவும் பிரபலமாக இருந்ததாக ஏழாம் நூற்றாண்டைச் சேர்ந்த கல்வெட்டுக்கள் தெரிவிக்கின்றன. தாய்லாந்தில் பரவலாகப் படிக்கப்படுகின்ற ராமனின் கதை ‘ராமா கியின்’ என்று அழைக்கப்படுகிறது. இந்நூலைத் தழுவி மியன்மாரில் உருவாக்கப்பட்டக் கதை ‘ராமா யகன்’ என்று அழைக்கப்படுகிறது. மியன்மாரின் மிக முக்கியமான கவிதைப் படைப்புகளில் ஒன்றாக இது கருதப்படுகிறது. பதினைந்தாம் நூற்றாண்டிலிருந்து இந்தியாவுக்கு வந்து சென்ற மேற்கத்தியப் பயணியர் மற்றும் சமயப் பரப்பாளர்களின் எழுத்துப்

படைப்புகளிலும் ராமனின் கதை பரவலாக இடம்பெற்றுள்ளது. இந்த எழுத்துப் படைப்புகள் ஆங்கிலம், பிரெஞ்சு, ஸ்பானிஷ், டச் ஆகிய மொழிகள் உட்பட ஏராளமான ஐரோப்பிய மொழிகளில் காணப்படுகின்றன.

உள்ளூர் நிகழ்வுகளை அடிப்படையாகக் கொண்ட இக்கதை உலகம் நெடுகிலுமுள்ள மக்களைக் கவர்ந்து, காலங்காலமாக மக்களின் மனத்தை வசப்படுத்தி வந்திருப்பது குறித்து ஒருவரால் ஆச்சரியம் கொள்ளாமல் இருக்க முடியாது. இக்கதையில் வெளிப்படும் மதிப்பீடுகள் உலக அளவில் மதிக்கப்படுகின்றன, கொண்டாடப்படுகின்றன என்பதால், ராமன் கதாபாத்திரம், மொழி, இனம், மதம், நாடு ஆகிய வரம்புகளைக் கடந்து மேலெழுந்து நிற்கிறது. மனித மனத்தையும் இதயத்தையும் நெகிழ வைக்கும் திறன் இக்கதைக்கு இருக்கிறது.

ராமாயணம் ஒரு பண்டைய கதையாக இருக்கக்கூடும், ஆனால் நவீன காலகட்டங்களிலும்கூட அது ஆழ்ந்த பொருள் கொண்டதாக இருக்கிறது. மனித இருத்தலுக்கான அர்த்தத்தைப் பற்றி அறியாத, கடவுளின் இருத்தலை சந்தேகிக்கின்ற ஒரு காலகட்டத்தில் நாம் வாழ்ந்து கொண்டிருக்கிறோம். இந்த ஒட்டுமொத்த உலகமும் பைத்தியம் பிடித்தாற்போல அலைந்து கொண்டிருக்கின்றது; அன்பு மற்றும் உண்மையின் அர்த்தத்தை நம்மால் கண்டுபிடிக்க முடியாத ஒரு நிலை உள்ளது; பகைமையும் சுயநலனும் மட்டுமே கீழ்மட்டத்திலிருந்து மேல்மட்டம்வரை கோலோச்சிக் கொண்டிருக்கின்றன; இப்படிப்பட்ட ஒரு சூழலில், நம்மால் எப்படி நெறிமுறைப்படி நடக்க முடியும் என்று நமக்குக் குழப்பமாக இருக்கிறது. நம்மைத் தடுமாறச் செய்கின்ற இத்தகைய கேள்விகளுக்கான விடைகள் ராமாயணத்தில் இடம்பெற்றுள்ளன. ஏனெனில், இத்தனை ஆண்டுகள் ஆகியும் மனித இயல்பு இன்னும் அவ்வளவாக மாறியிருக்கவில்லை. சூழ்நிலைகள் மாறக்கூடும், அவதாரங்கள் வந்து போகக்கூடும், ஆனால் மனித இயல்பு மட்டும் என்றென்றும் ஒரே மாதிரியாகத்தான் இருக்கிறது. ஆனாலும், ஒரு சமுதாயம் முன்னேற வேண்டும் என்றால் தனிநபர்கள் மாறித்தான் ஆக வேண்டும். ராமனும் சீதையும் தங்கள் வாழ்வில் சந்தித்த இன்னல்களையும் சோதனைகளையும் துணிச்சலாக எதிர்கொண்ட விதத்தைப் பற்றி நாம் படிக்கும்போது நம்முடைய வாழ்க்கையில் ஒரு மிகப் பெரிய மாறுதல் ஏற்படக்கூடும். இங்குதான் ராமனின் மகத்துவம் அடங்கியுள்ளது. கிருஷ்ணனின் வாழ்க்கையைப் பற்றி நாம் படிக்கும்போது, அது ஒரு கடவுளின் கதை என்பதை நாம் காண்கிறோம். ஒவ்வொரு சூழ்நிலையையும் வெற்றி கொண்ட, ஒருபோதும் பலிகடா ஆகாத ஒரு தெய்வீகப் பிறவி கிருஷ்ணன். அதனால்தான் அவன் பூர்ணாவதாரம் என்று அழைக்கப்படுகிறான். ஆனால் ராமனின் விஷயத்தில் ஒரு வேறுபாடு

இருக்கிறது. ராமாவதாரத்தில், தர்மத்தை அடிப்படையாகக் கொண்ட ஒரு வாழ்க்கை குறித்த நம்முடைய விருப்பங்களை நிறைவேற்றுவது எப்படி என்பதை நமக்குக் காட்டுவதற்காக மனிதனின் குறைபாடுகளுடன்கூடிய ஒரு மனித வடிவில் கடவுள் அவதரித்தார். நம்முடைய அகங்காரத்தை முற்றிலுமாகக் களைந்து, உலக நன்மைக்காக மட்டுமே வாழ்ந்து, சமுதாயத்தில் நாம் வகிக்கின்ற குறிப்பிட்ட நிலைகளுக்குரிய கடமைகளுக்கு இசைவாகச் செயல்பட நாம் தயாராக இருந்தால், நம்முடைய குறைபாடுகளைக் கடந்து எவ்வாறு நம்மால் தெய்வீகத்தை அடைய முடியும் என்பதை ராமனிடத்தில் நாம் பார்க்கிறோம். இறப்பு எனும் அம்சத்தை உதறித் தள்ளிவிட்டு, உண்மை மற்றும் கௌரவத்தை உறுதியாகக் கடைபிடித்து வாழ்ந்ததன் மூலம் தெய்வீகமானவனாக ஆன ஒரு மனிதனைப் பற்றிய சித்தரிப்புதான் வால்மீகியின் ராமாயணம். கிருஷ்ணனைப்போல ராமனும் மனித உணர்ச்சிகள் அனைத்தையும் கடந்தவனாக இருந்திருந்தால், இந்தியர்களின் மனங்களில் அவனால் இத்தகைய ஒரு வலிமையான தாக்கத்தை ஏற்படுத்தியிருக்க முடியாது. ஆனால் வால்மீகியின் ராமன், பற்று, விருப்பம், கோபம், அன்பு, புரிந்துணர்வு, அமைதி ஆகியவை உட்பட, ஒரு சராசரி மனிதனின் பண்புநலன்கள் அனைத்தையும் கொண்டவனாக இருக்கிறான். அவன் தன்னுடைய பண்புநலன்களில் இருந்த குறைகளிலிருந்து மீண்டு, தன்னைக் கச்சிதப்படுத்திக் கொண்டு, தன்னுடைய ஆசைகளைவிடத் தன்னுடைய கடமைகளுக்கு முன்னுரிமை கொடுத்த ஓர் அசாதாரணமான மனிதனாக உருவானான் என்ற உண்மையில்தான் ராமனின் பண்பின் மகத்துவம் அடங்கியுள்ளது. நாம் எவ்வளவு பலவீனமானவர்களாக இருந்தாலும் சரி, இந்த வகையான கச்சிதம் நம் ஒவ்வொருவராலும் அடையப்படக்கூடியதுதான். அதனால்தான் ராமாயணம் உலகப் புகழ்பெற்ற ஒரு கதையாக இருக்கிறது. அனைத்துப் பெண்களுக்கும் சீதை எப்படி ஓர் எடுத்துக்காட்டாகத் திகழ்கிறாளோ, அதேபோல அனைத்து ஆண்களுக்கும் ராமன் ஓர் எடுத்துக்காட்டாகத் திகழ்கிறான். அவர்கள் இருவருடைய கதையைப் படிக்கும்போது நம் ஒவ்வொருவராலும் நம்மை அவர்களில் அடையாளம் காண முடியும், அவர்கள் எவ்வாறு தங்களுடைய பண்புநலன்களைக் கச்சிதப்படுததிக் கொண்டனரோ அதேபோல நம்மாலும் நம்முடைய பண்புநலன்களைக் கச்சிதப்படுத்திக் கொள்ள முடியும்.

ராமாயணத்தில் நம் மனத்தைக் கவரும் இன்னோர் அம்சம் உள்ளது எல்லாவற்றையும்விட மேலாக, ராமாயணம் அன்பைப் பற்றிய ஒரு கதை என்பதுதான் அது. இந்த அம்சம், ராமாயணத்தைப் படித்துள்ளவர்களைப் பல நூற்றாண்டுகளாகக் கவர்ந்திழுத்துள்ளது. கல் போன்ற இறுக்கமான இதயத்தைக் கொண்டவர்களைக்கூட அன்பு ஒருபோதும் தொடத் தவறியதில்லை. ஆனால் ராமாயணத்தில்

ஒரு வித்தியாசம் இருக்கிறது. ஏனெனில், இது மனித அன்பின் அனைத்துப் பரிமாணங்களையும் கையாள்கிறது. தன் மகனைக் குறித்து ஒரு தந்தை கொண்டிருக்கும் அன்பு; ஒரு மகன் தன் பெற்றோர்மீது அல்லது தன் சகோதரன்மீது கொண்டிருக்கும் அன்பு; ஒரு கணவன் தன் மனைவியின்மீது அல்லது ஒரு மனைவி தன் கணவனின்மீது கொண்டிருக்கும் அன்பு; ஒரு நண்பன் காட்டும் அன்பு. இவை அனைத்துமே ராமாயணத்தில் மிக உயர்வாகவும், மிகவும் போற்றப்படுகின்ற விதத்திலும் சித்தரிக்கப்பட்டுள்ளன.

ராமாயணத்தை எழுதிய மாமுனிவரான வால்மீகி, கவிஞர்கள் அனைவரிலும் முதலாவதாகக் கருதப்படுகிறார். அவர் ஆதிகவி என்று அழைக்கப்படுகிறார். ராமாயணம் ஆதிகாவியம் என்று அழைக்கப்படுகிறது. முதன்முதலாக இயற்றப்பட்டக் கவிதை இதுதான். இந்திய இதிகாசங்களில் முதலாவதும் இதுதான். இரண்டாவது நிலையில் இருப்பது வியாச முனிவர் எழுதிய மகாபாரதம்.

ஓர் இதிகாசம் என்பது, பொதுவாக, பலப்பல ஆண்டுகளுக்கு முன்னால் வாழ்ந்த மாபெரும் அரசர்கள் மற்றும் வீரர்களின் வாழ்வில் நடந்த உத்வேகமூட்டும் நிகழ்வுகளின் வர்ணனையாகத்தான் இருக்கும். இக்கதைகளைப் படிக்கும் வாசகர்கள், இவற்றைச் செவி வழியாகக் கேட்கும் மக்கள் ஆகியோர்மீது ஒரு நேர்மறையான தாக்கம் ஏற்படுத்தும் விதத்தில் இவற்றின் கதைக்கருக்கள் அமைந்திருக்கும். அதிசயச் செயல்கள் அனைத்தும் ஓர் இதிகாசத்தில் அன்றாட நிகழ்வுகளாக இருக்கும். நியாயம் வெற்றி பெறுவதற்காகவும் உண்மை நிலைப்படுத்தப்படுவதற்காகவும் கடவுள்கள் மனித வடிங்களில் அவதரித்து மக்களுடன் உறவாடுவர். இலியட், ஒடிசி ஆகிய கிரேக்க இதிகாசங்கள் இத்தகைய பண்புநலன்களைச் சித்தரிப்பவையாக இருக்கின்றன. ஆனால் கிரேக்க இதிகாசங்களுக்கும் இந்திய இதிகாசங்களுக்கும் இடையே ஒரு வேறுபாடு இருக்கிறது. கிரேக்க இதிகாசங்களில் கூறப்பட்டுள்ள நிகழ்வுகள், அந்நிகழ்வுகள் நடைபெற்றப் பிறகு பல காலம் கழித்தே நினைவுகூரப்பட்டுள்ளன. ஆனால் இந்திய இதிகாசங்களின் நூலாசிரியர்கள், அவற்றின் முக்கியக் கதாபாத்திரங்கள் வாழ்ந்த காலகட்டங்களில் வாழ்ந்தவர்கள். அவர்கள் எந்த நிகழ்வுகளை விவரிக்க முற்பட்டனரோ, அவற்றில் அவர்களும் முக்கியப் பாத்திரங்களை வகித்தனர்.

வால்மீகி தன் ராமாயணத்தை இயற்றியபோது, இந்தியா கலாச்சாரரீதியாகவும் நன்னெறிரீதியாகவும் சிகரத்தில் இருந்தது. தர்மம் மற்றும் உயர்ந்த அறநெறிக் கோட்பாடுகளின்படி வாழ்வதன் முக்கியத்துவத்தைப் பற்றிய விழிப்புணர்வு மக்களிடையே ஆழமாக வேரூன்றியிருந்தது. எனவே, தர்மத்திற்காக எல்லாவற்றையும் தியாகம் செய்யத் தயாராக இருந்த, ராமனைப் போன்ற ஓர் உன்னதமான கதாபாத்திரத்தின் அனைத்துப் பண்புநலன்களையும் அவர்களால் மெச்ச முடிந்தது.

கிருஷ்ணனின் வாழ்க்கை ஏகப்பட்ட முரண்பாடுகள் நிறைந்ததாக இருந்தாலும்கூட, அது நம்முள் ஆனந்தத்தை மட்டுமே தோற்றுவிக்கிறது. ஆனால் நாம் ராமனின் கதையைப் படிக்கும்போது, நம் மனம் துயரத்தால் நிரம்புகிறது. இந்தத் துயரத்தின் ஆழங்களிலிருந்து ஒரு கவித்துவமான படைப்பு வெளிவருகிறது. ஒரு துயரத்தால் மட்டுமே தூண்டப்படக்கூடிய ஒரு படைப்பு இது. எல்லாக் கலாச்சாரங்களிலும் எல்லாக் காலகட்டங்களிலும் உருவாக்கப்பட்டுள்ள பெரும்பான்மையான கவிதைகளுக்கு இது பொருந்தும். கிரேக்க நாடகங்கள் அனைத்தும் துக்ககரமானவை. ஏனெனில், மனிதனின் பரிணாம வளர்ச்சிக்கு உதவக்கூடிய விதத்தில் மனித இயல்பில் உள்ள அசுத்தங்களை அகற்றி அதை முழுமையாகத் தூய்மைப்படுத்த மனித வாழ்வின் துயரமான நிகழ்வுகளால் மட்டுமே முடியும் என்று கிரேக்கர்கள் நம்பினர்.

“சோகத்திலிருந்துதான் சுலோகம் பிறக்கிறது,” என்று வால்மீகி கூறினார். துயரத்திலிருந்துதான் கவிதை முளைவிடுகிறது. வேதனையும் துக்கமும் ஒவ்வொரு மனிதனின் இதயத்திலும் ஓர் ஆழமான பாதிப்பை ஏற்படுத்துகின்றன. மகிழ்ச்சியாலும் ஆனந்தத்தாலும் இத்தகைய ஒரு தாக்கத்தை ஏற்படுத்த முடியாது. விரலால் எட்டப்பட முடியாத ஆழங்களை ஒரு கத்தியால் ஊடுருவிச் செல்ல முடியும். ஒரு குழந்தை இவ்வுலகிற்குள் நுழையும்போது, ஒரு தாயின் வேதனைக் கூக்குரலுடன்தான் பிறக்கிறது. வயதானவர்கள் இப்புவியைவிட்டுச் செல்லும்போது, மற்றவர்களின் விசும்பல் ஒலிதான் அவர்களை வழியனுப்பி வைக்கின்றது. வேதனைகரமான இவ்விரு நிகழ்வுகளுக்கும் இடைப்பட்டக் காலத்தில், நாம் ஒரு கண்ணீர்ப் பெருங்கடலில் வாழ்கிறோம், அதில் மூழ்கிவிடாமல் இருக்கக் கடுமையாகப் போராடுகிறோம். ஒரு மாயையான பௌதீக உலகில் நம்மையொட்டிக் கடந்து செல்கின்ற பொய்யான மகிழ்ச்சியைப் பிடிமானமாகக் கொண்டு நாம் மிதக்க முயற்சிக்கிறோம், நாம் மகிழ்ச்சியாக இருப்பதுபோலப் பாசாங்கு செய்கிறோம். ஆனால் பெரும்பாலான சமயங்களில் நாம் ஏதோ ஒரு துன்பத்தின் பிடியில் சிக்கிக் கிடக்கிறோம். அதனால்தான், உலகின் அற்புதமான கவிதைகளில் பல, துயரத்திலிருந்து பெருக்கெடுத்து வந்துள்ளன. ராமாயணமும் இதற்கு விதிவிலக்கல்ல. மனிதாபிமானத்தின் இதிகாசம் அது. ராமாயணத்தைப்போல நம் இதயத்தைக் கசக்கிப் பிழிகின்ற நூல்கள் வெகுசிலவே இருக்கின்றன.

நாம் ராமாயணக் கதைக்குள் நுழைவதற்கு முன்பு, இந்நூலில் இடம்பெற்றுள்ள பல்வேறு சூழ்நிலைகள் குறித்து வாசகர்களின் மனங்களில் எழக்கூடிய சில சந்தேகங்களைத் தெளிவுபடுத்துவது ஒரு நல்ல யோசனையாக இருக்கும் என்று நான் கருதுகிறேன். இந்தியில் துளசிதாசர் எடுத்துரைத்துள்ள ராம கதையில் எந்தவிதமான

சர்ச்சைக்குரிய விஷயங்களும் இடம்பெறவில்லை. ஏனெனில், பக்தியை மட்டுமே அடிப்படையாகக் கொண்டு அது எழுதப்பட்டுள்ளது. ராமன் என்ற ஒரு தனிப்பட்டக் கடவுள் குறித்த அர்ப்பணிப்பின் அடிப்படையில் அமைந்தது அது. ஆனால் வால்மீகியின் ராமாயணத்தில் சர்ச்சைக்குரிய விஷயங்கள் சூறாவளியாய்ச் சுழன்றடிக்கின்றன. ஏனெனில், ஒரு கச்சிதமான மனிதன் எப்படிப்பட்டவனாக இருக்க வேண்டும் என்று நாம் நம் மனத்தில் ஒரு பிம்பத்தை உருவாக்கி வைத்துள்ளோமோ, அதற்குச் சற்றும் பொருந்தாத பல செயல்களில் ராமன் இதில் ஈடுபடுகிறான்.

சர்ச்சைக்குரிய இந்த விவகாரங்களுக்குள் நாம் மூழ்குவதற்கு முன்பாக, ஒரு விஷயத்தை நாம் உணர்ந்து கொள்ள வேண்டும். வால்மீகி ஒரு முட்டாள் அல்ல. தான் சித்தரிக்கும் சில காட்சிகள், எந்தக் கதாபாத்திரத்தை ஒரு கச்சிதமான பாத்திரமாகத் தான் சித்தரிக்க விரும்பினோமோ அந்தக் கதாபாத்திரத்திற்குக் களங்கம் ஏற்படுத்தும் என்பதை அவர் நிச்சயமாக உணர்ந்திருப்பார். அப்படியென்றால், “அவர் ஏன் அதைச் செய்தார்?” என்ற கேள்வி முளைக்கும். குழப்பமான, தெளிவற்றச் சூழ்நிலைகளைக் குறிப்பிடுவதைத் துளசிதாசரைப்போல இவரும் தவிர்த்திருக்கலாம். தன்னுடைய கதாநாயகனை ஓர் உன்னதமான பாத்திரமாகச் சித்தரித்த நிகழ்வுகளை மட்டும் அவர் எடுத்துரைத்திருக்கலாம். ஆனால் வால்மீகி அவ்வாறு செய்யவில்லை என்பதால், சர்ச்சைக்குரிய அந்த விவகாரங்களை அவர் தன் இதிகாசத்தில் தக்க வைத்துக் கொண்டதற்கு அவரிடம் நிச்சயமாக ஒரு வலிமையான காரணம் இருந்திருக்க வேண்டும் என்ற முடிவுக்கு நாம் வர வேண்டியுள்ளது. உண்மையில், குறிப்பிட்ட இந்தச் சூழ்நிலைகளின் புதிர்களை முடிச்சவிழ்ப்பது ராமனின் பண்பையும் ராமாயணத்தையும் உண்மையாகப் புரிந்து கொள்வதற்கான திறவுகோலாக அமையும்.

முக்கியக் கதையைத் துவக்குவதற்கு முன்பாக இந்நூலில் உள்ள சர்ச்சைக்குரிய சூழ்நிலைகளை இப்போது நாம் ஆய்வு செய்யலாம். இதைச் செய்வதற்கு, ராமனின் முக்கியப் பண்புநலனாக வால்மீகி எதைக் கருதினார் என்பதைத் தீர்மானிப்பதற்காக அவருடைய மனத்தை நாம் ஆய்வு செய்ய முயற்சிக்க வேண்டும். இதைச் செய்தால் மட்டுமே, எல்லா இடங்களிலிருந்தும் சரமாரியாக விமர்சனங்களைத் தூண்டியுள்ள ராமனின் விநோதமான நடவடிக்கைக்கான காரணத்தை நம்மால் புரிந்து கொள்ள முடியும். ராமனின் இந்த நடத்தைக்கு அவனுடைய தீவிரமான ஆதரவாளர்கள்கூட விளக்கமளிக்க மிகவும் சிரமப்படுகின்றனர்.

தர்மத்தை முழுமையாகவும் தெளிவாகவும் கடைபிடித்து வாழ்ந்தவன் ராமன். இதுதான் அவனுடைய பண்பின் வலிமையான, உறுதியான அடித்தளமாக இருந்தது. ராமனின் பண்பை மையமாக

வைத்தே வால்மீகி தன் கதையை உருவாக்கியுள்ளார். தர்மத்தின்மீது ராமன் கொண்டிருந்த கண்மூடித்தனமான ஆழ்விருப்பத்திற்கு முன்னால் அவனுடைய வாழ்க்கையின் மற்ற நேசங்கள் அனைத்தும் முக்கியமற்றவையாக ஆகிவிட்டன. சில சமயங்களில், அது வெறித்தனமானதாகக்கூட மற்றவர்களுக்குத் தோன்றியது. ராமனுடைய பண்பின் இந்த அடிப்படை அம்சத்தை நாம் புரிந்து கொண்டால்தான், ஓர் உன்னதமான மனிதன் எப்படி இருக்க வேண்டும் என்று நாம் வரையறுத்து வைத்திருக்கிறோமோ, அந்த வரையறைக்கு முரணானவையாகத் தோன்றுகின்ற ராமனின் பல நடவடிக்கைகளை நம்மால் மெச்சத் துவங்க முடியும். ராமன் தன் சகோதரன் பரதனிடம், "நான் தர்மத்தின் பாதையைப் பின்தொடர்ந்து செல்வேன், நம் தந்தையின் விருப்பத்திற்குக் கட்டுப்பட்டு நடப்பேன். தர்மத்தைக் கடைபிடித்து வாழ்கின்ற ஒருவன் தன் குருவிற்குக் கீழ்ப்படிய வேண்டும். அவன் தனக்குத் தானே உண்மையானவனாக இருக்க வேண்டும், தான் கொடுத்த வார்த்தையைக் காப்பாற்ற வேண்டும்," என்று கூறினான்.

தன் வாழ்க்கையை தர்மத்தின் அடிப்படையில் வாழ்கின்ற ஒருவன் தனக்குத் தானே உண்மையானவனாக இருப்பான், பிரபஞ்ச விதிகளுக்கும் உண்மையானவனாக நடந்து கொள்வான். எனவே, இப்படிப்பட்ட ஒருவனை ஒரு கச்சிதமான மனிதன் என்று அழைக்கலாம். ராமன் அப்படிப்பட்ட ஒரு நபரின் ஒட்டுமொத்த உருவமாகத் திகழ்கிறான். தர்மத்தின் அவதாரம் அவன்.

கடவுள்கூட ஒரு மனித வடிவெடுக்கும்போது, மாயையின் பிடியில் லேசாகவாவது சிக்கிக் கொள்வதுபோலத் தெரிகிறது. அதனால்தான் ராமன்கூட மனித உணர்ச்சிகளின் பலவீனங்களுக்கு அடிக்கடி இரையாவதை நாம் காண்கிறோம். எடுத்துக்காட்டாக, சீதையின் இழப்பு அவனை முற்றிலுமாகத் தடுமாறச் செய்கிறது. தன்னுடைய காதல் மனைவியைப் பிரிந்து வாடுகின்ற எந்தவோர் ஆசைக் கணவனையும்போலவே அவனும் வேதனையில் கரைகிறான்.

ஓர் அரசன் முதலில் தன் நாட்டிற்கும் தன் நாட்டு மக்களுக்கும்தான் விசுவாசமாக இருக்க வேண்டும், தன்னுடைய தனிப்பட்ட விருப்பங்களோடு ஒப்பிடுகையில் பொதுமக்களுக்கு ஆற்றப்பட வேண்டிய கடமைகளுக்குத்தான் அவன் எப்போதும் முன்னுரிமை கொடுக்க வேண்டும் என்பதை ராமன் வெளிப்படுத்துகிறான். ஓர் அரசாங்கப் பதவியில் இருக்கும் எவரொருவருக்கும் இது பொருந்தும். எல்லா அரசியல்வாதிகளும் இந்த விதியைப் பின்பற்றினால், ஒவ்வொரு நாட்டிலும் ராமராஜ்யம்தான் நிலவும்.

எந்த விலை கொடுத்தாவது தர்மத்தை நிலைநாட்டுவதற்கு ஒரு மனிதன் முயற்சிக்கும்போது, தன் அன்புக்குரியவர்களைக்கூடத் தியாகம் செய்ய அவன் தயாராக இருக்க வேண்டும் என்பதை ராமனின்

வாழ்க்கை நமக்குக் காட்டுகிறது. ஒழுக்கத்தை அமல்படுத்துவதில் தர்மம் கண்டிப்பானது. தன்னுடைய கண்டிப்பான பாதையிலிருந்து ஒருவன் தடம்புரள்வதை அது ஒருபோதும் பொறுத்துக் கொள்ளாது. தர்மத்தின் பாதையைப் பின்பற்றி வாழ்வதில் ஒருவன் வெறித்தனமாக இருக்கும்போது, ராமனைப்போல, தன்னுடைய நம்பிக்கைகளுக்காக இவ்வுலகில் தான் கொண்டுள்ள மிக வலிமையான பற்றுக்களைக்கூடத் தான் தியாகம் செய்ய வேண்டியிருக்கும் என்பதை அவன் கண்டறிகிறான். ராமாயணம் ஒரு சுவாரசியமான கதை. ஏனெனில், தன் பேரன்புக்குரியவர்களை தர்மத்தின் காலடியில் தியாகம் செய்ய வேண்டிய நேரம் வந்தபோது கடும் மனவேதனையையும் துயரத்தையும் அனுபவித்த ஒரு சாமானியனாக ராமன் இருந்ததை நாம் அதில் பார்க்கிறோம். மறுபுறம், தான் இத்தகைய கடுந்துயரத்தை அனுபவிக்க வேண்டியிருந்தும்கூட, தனக்கென்று அவன் வைத்திருந்த கொள்கையிலிருந்து அவன் துளிகூட விலகவில்லை என்பதையும் நாம் காண்கிறோம். மரணம் நிச்சயமாக இருக்கின்ற ஓர் உலகில் நாம் வாழ்கிறோம். இங்கு சுயநலத்திற்காகக் கொள்கைகள் சுலபமாகக் காவு கொடுக்கப்படுகின்றன, பேராசையும் சுயநலமும்தான் தரங்களாக நிர்ணயிக்கப்பட்டுள்ளன. இத்தகைய உலகில் வாழும் மக்கள் ராமனை ஒரு முட்டாளாகக் கருதக்கூடும். ஆனால் பண்டைய இந்தியச் சமுதாயத்தை பொருத்தவரை, அவன் ஒரு கடவுள். ஏனெனில், சுயநலத்தின் சாயல் துளிகூட இல்லாமல் தன்னுடைய விவகாரங்களைக் கையாள்வதற்குக் கடவுளைத் தவிர வேறு யாராலும் முடியாது. வேத காலங்களிலிருந்து இந்தியர்களின் மனங்களில் பதியப்பட்டு வந்துள்ள அறநெறிகள், நம்மால் தெய்வீகத்தை அடைய முடியாவிட்டாலும், குறைந்தபட்சம் அதை நாம் மெச்சுவதற்கு நமக்கு உதவுகின்றன. துரதிர்ஷ்டவசமாக, வால்மீகி ஏன் இப்படிப்பட்ட ஒரு கதாபாத்திரத்தைச் சித்தரித்துள்ளார் என்பதைப் புரிந்து கொள்ள இளைய தலைமுறையினர் முயற்சிக்கவே இல்லை. ராமன் செய்த சில காரியங்களுக்குப் பின்னால் உள்ள மாபெரும் அறநெறி நோக்கத்தைப் புரிந்து கொள்ளாமலேயே அவர்கள் அவனுடைய அச்செயல்களைப் பழித்துரைக்கின்றனர். ஒரு கச்சிதமான மகன், சகோதரன், நண்பன், கணவன் ஆகியோர் எப்படி இருக்க வேண்டும் என்பதற்கு ராமன் ஒரு முன்மாதிரியாக நிலை நிறுத்தப்பட்டுள்ளான். அவன் அந்த ஒவ்வொரு கதாபாத்திரத்தையும் கச்சிதமாக நிறைவேற்றினான் என்பதில் சந்தேகமில்லை. அவன் எந்தப் பாத்திரத்தை வகித்தாலும், பின்வரும் ஒரே ஒரு விதிமுறையை மட்டுமே அவன் பின்பற்றினான்: 'நான் தர்மத்தின்படி செயல்பட்டுக் கொண்டிருக்கிறேனா?' இந்த நெருப்புப் பாதையைப் பின்பற்றியதன் மூலம் அவன் தன்னை மீண்டும் மீண்டும் சுட்டெரித்துக் கொண்டான். ஆனால் ராமன் தன் இறுதி மூச்சுவரை தன் தர்மத்திலிருந்து சற்றும் பிறழவில்லை.

அயோத்தியா காண்டத்தில், ராமனின் சிற்றன்னையான கைகேயி, தன் மகன் பரதன் பட்டத்து இளவசரனாக ஆக்கப்பட வேண்டும், ராமன் பதினான்கு வருடங்கள் காட்டிற்கு அனுப்பி வைக்கப்பட வேண்டும் ஆகிய இரண்டு வரங்களைத் தன் கணவனிடமிருந்து வெற்றிகரமாகப் பெற்றுக் கொள்வதை நாம் காண்கிறோம். பட்டத்து இளவரசனாக ராமனுக்கு முடிசூட்டப்பட வேண்டியதற்கு முதல் நாளன்று மாலையில் அவனுடைய சிற்றன்னையின் இந்தக் கடுமையான உத்தரவு அவனிடம் தெரிவிக்கப்பட்டபோது, அவன் சிறிதும் மனம் கலங்கவில்லை. பெரும் சோகத்தில் மூழ்கித் தத்தளித்துக் கொண்டிருந்த தசரதனால் எதுவும் பேச முடியவில்லை. ஆனால் ராமன் இந்த உத்தரவை மகிழ்ச்சியாக ஏற்றுக் கொண்டான். கைகேயிக்குத் தன் தந்தை கொடுத்த வாக்கைக் காப்பாற்றுவதற்காக அயோத்தியின் அரியணையைத் துறக்க அவன் தயாராக இருந்தான். புகழ்மிக்க அரச வாழ்க்கையை விட்டுத்தள்ளவும், புதிதாகத் திருமணம் செய்திருந்த தன் அன்பு மனைவியையும் தன் சகோதரர்கள் மற்றும் பெற்றோர்களையும்விட்டுப் பிரியவும், தர்மத்தின் காவலன் என்ற முறையில் காட்டில் பதினான்கு வருடங்கள் தனியாகச் சுற்றித் திரியவும் அவன் முற்றிலும் தயாராக இருந்தான். ஆனால் அவனுடைய தந்தையால் இந்த இழப்பைத் தாங்கிக் கொள்ள முடியவில்லை. எனவே, நொறுங்கிப் போன ஓர் இதயத்துடன் தசரதன் உயிர் துறந்தான்.

ராமன் தாடகையைக் கொன்றது, சூர்ப்பனகையின் மூக்கை அறுத்து அவளுடைய உருவத்தைச் சீர்குலைத்தது ஆகிய விவகாரங்களும் சர்ச்சைக்குரியவையாக இருக்கின்றன. பெண்களுக்கு இக்கொடுமைகளை அவனால் எப்படிச் செய்ய முடிந்தது? இதைப் புரிந்து கொள்வதற்கு, தர்மத்தை நிலை நாட்டுபவனாக அவன் ஏற்றுக் கொண்டுள்ள பாத்திரத்தை மட்டுமே ஒருவர் மீண்டும் கருத்தில் கொள்ள வேண்டும். முனிவர்கள் தங்களுடைய ஆன்மீக நடவடிக்கைகளில் ஈடுபட்டிருக்கும்போது அவர்களுக்கு எந்தத் தீங்கும் நேராமல் பார்த்துக் கொள்ள வேண்டியது ஓர் அரசனின் கடமைகளில் ஒன்று. இது அவனுடைய மிக முக்கியமான கடமை. ஏனெனில், நாட்டின் செழிப்பும் நலனும் அதனைச் சார்ந்துள்ளன. தீய ஆற்றல்களுக்கு எதிராகத் தங்களுடைய எல்லைகளைப் பாதுகாத்துக் கொள்வதற்கான சக்தி முனிவர்களுக்கு இருந்தது என்பதில் சந்தேகமில்லை. ஆனால் அவர்கள் யாரையேனும் கொன்றால், அகிம்சை குறித்துத் தாங்கள் மேற்கொண்டுள்ள சபதங்களை அவர்கள் மீற வேண்டியிருக்கும். இது அவர்கள் தங்களுடைய தவங்களால் பெற்றிருந்த மன சக்திகளைக் குறைத்துவிடும். எனவே, பாதுகாப்பு வேண்டி அவர்கள் தங்கள் அரசர்களின் உதவியை எப்போதும் நாடினர். ஏனெனில், தர்மத்திற்குப் பாதுகாப்புக் கொடுக்க வேண்டியது அரசர்களின் தர்மம். எனவே, விசுவாமித்திரர் ராமனின் ஆதரவைக் கேட்டார். யாகத்திற்கு ஊறு

விளைவித்துக் கொண்டிருந்தது ஓர் ஆணா அல்லது ஒரு பெண்ணா என்பது இங்கு ராமனுக்கு ஒரு பொருட்டாக இருக்கவில்லை.

சூர்ப்பனகையின் விஷயம் முற்றிலும் வேறுபட்ட ஒரு கதை. அவள் ராமனின்மீது தீராத மோகம் கொண்டாள். எனவே, அவனை எப்படியும் அடைந்தே தீருவது என்று அவள் உறுதி பூண்டாள். சீதைதான் தன் வழியில் தனக்கு இருந்த ஒரே தடை என்று நினைத்த அவள், சீதையின்மீது சீறிப் பாய்ந்தாள். ராமன் மட்டும் குறுக்கிட்டிருக்காவிட்டால், கணப்பொழுதில் அவள் சீதையை விழுங்கியிருப்பாள். தன்னுடைய அப்பாவி மனைவியைப் பாதுகாப்பது ராமனின் இயல்பான கடமையாக இருந்தது. ஆனால், சூர்ப்பனகை ஒரு பெண்ணாக இருந்த காரணத்தாலும், தன்மீது விருப்பம் கொண்டதுதான் அவளுடைய ஒரே குற்றம் என்பதாலும், அவளைக் கொல்வதில் ராமனுக்கு அவ்வளவாக விருப்பம் இருக்கவில்லை. ஆனால் அதே சமயத்தில் அவளைத் தண்டிக்காமல் விடவும் அவன் தயாராக இல்லை. ஏனெனில், அவள் இன்னும் அதிகப்படியான கோரிக்கைகளோடு மீண்டும் திரும்பி வருவாள் என்பதையும், தான் இல்லாத நேரத்தில் சீதையைக் கொல்வதற்கு அவள் சமயம் பார்த்துக் காத்திருப்பாள் என்பதையும் ராமன் அறிந்திருந்தான். எனவே, அவளுடைய உருவத்தைச் சீர்குலைத்து, ஒரு தக்கப் படிப்பினையை அவளுக்குக் கற்றுக் கொடுக்குமாறு லட்சுமணனிடம் அவன் கூறினான்.

அடுத்து, ஒரு மரத்திற்குப் பின்னால் ஒளிந்திருந்து வாலியை ராமன் கொன்றது சர்ச்சைக்குரிய இன்னொரு பெரிய நிகழ்வு. இதை ஒருவர் புரிந்து கொள்வதற்கு, சுக்ரீவனுக்கு ராமன் ஏற்கனவே கொடுத்திருந்த வாக்குறுதியை அவர் நினைவுகூர வேண்டும். சீதையை ராவணன் சிறையெடுத்துச் சென்றபோது, ராமன் இழப்புக்கு ஆளானான். எப்பாடுபட்டாவது தன் மனைவியை மீட்டெடுப்பதுதான் அக்கணத்தில் அவனுடைய முதன்மையான தர்மமாக இருந்தது. ராமன் இம்முயற்சியில் வெற்றி பெற அவனுக்கு உதவுவதற்கு, பதவி நீக்கம் செய்யப்பட்ட முன்னாள் வானர அரசனான சுக்ரீவனுடன் ஒரு நட்புறவை உருவாக்கிக் கொள்ளுமாறு அனுமான் ராமனிடம் கேட்டுக் கொண்டான். ஏனெனில், நட்பின் பேரில் ராமனுக்கு உதவுவதற்கு சுக்ரீவன் கடமைப்பட்டவனாவான். அவர்கள் இருவருக்கும் இடையேயான இந்த நட்பு நெருப்பை சாட்சியாக வைத்து உருவாக்கப்பட்டது. வாலியைத் தோற்கடித்து அரசாட்சியை மீட்டுக் கொடுக்க சுக்ரீவனுக்கு உதவுவதாக ராமன் சத்தியம் செய்தான். அதேபோல, சீதையை மீட்கத் தான் உதவுவதாக சுக்ரீவன் சத்தியம் செய்தான். பண்டைய தர்ம விதிகளின்படி, தன் சொந்த மகள், மருமகள், தன் தம்பியின் மனைவி ஆகியோருடன் தகாத முறையில் நடந்து கொண்ட ஒருவனுக்கு மரணம்தான் தண்டனையாக விதிக்கப்பட்டது. சீதையை ராவணன் அபகரித்திருந்ததைப்போலவே, சுக்ரீவனின்

மூத்த சகோதரனான வாலி, சுக்ரீவனின் அன்பு மனைவியான ருமாவை அபகரித்திருந்தான். எனவே, தர்மத்தை நிலை நாட்டுவதற்கு ராமன் இப்போது வாலியைக் கொல்ல வேண்டியிருந்தது. வாலியைத் தோற்கடித்து, சுக்ரீவனைக் கிஷ்கிந்தையின் அரியணையில் அமர்த்தி, அவனுடைய மனைவி ருமாவை அவனிடம் மீட்டுக் கொடுப்பதாகத் தன் நண்பனான சுக்ரீவனுக்குக் கொடுத்திருந்த வாக்கையும் ராமன் காப்பாற்ற வேண்டியிருந்தது.

வாலியை ஏன் ராமன் நேருக்கு நேர் எதிர்கொண்டு சண்டையிடவில்லை என்று ஒருவர் கேட்கக்கூடும். வாலி ஒரு பக்தன். நேரடிச் சண்டையில் ராமனால் அவனை ஒருபோதும் கொன்றிருக்க முடியாது. ஏனெனில், வாலி ராமனின் பாதங்களில் விழுந்து தன்மீது இரக்கம் காட்டுமாறு ராமனிடம் வேண்டியிருப்பான். ராமன் அப்போது ஓர் இக்கட்டான சூழ்நிலையில் மாட்டியிருப்பான். தன் இளைய சகோதரனின் மனைவியை அபகரித்திருந்த குற்றத்திற்காக வாலி கொல்லப்பட வேண்டியவனாக இருந்தும், ராமனால் அவனைக் கொன்றிருக்க முடியாது. தன் நண்பன் சுக்ரீவனுக்குத் தான் கொடுத்திருந்த வாக்கையும் ராமனால் நிறைவேற்றியிருக்க முடியாது. இவற்றையெல்லாம் கருத்தில் கொண்டு, ஒரு மரத்திற்குப் பின்னால் இருந்து சண்டையிடுவதுதான் வாலியைக் கொல்வதற்கான ஒரே வழி என்று ராமன் தீர்மானித்தான். இவ்வழியில், ஓர் அரசன் என்ற முறையில் தர்மத்தை அவனால் நிலை நாட்ட முடிந்தது. தான் கொடுத்த வாக்கைக் காப்பாற்றியதன் வாயிலாகத் தன் நண்பனின் விஷயத்திலும் ராமனால் தன் தர்மத்தை நிலை நிறுத்த முடிந்தது.

இறுதியாக, எல்லாத் திசைகளிலிருந்தும் கடுமையாக விமர்சிக்கப்படுகின்ற முக்கிய நிகழ்வுகளில் ஒன்று சீதை தொடர்பானது. ராமன் ஏன் சீதையைத் தீக்குளிக்கச் செய்தான்? ராமன் தன் மனைவியின்மீது தீராக் காதல் கொண்டிருந்தான் என்பதை சந்தேகத்திற்கு இடமின்றி நிரூபிக்கும் விதமாக, சீதையின் தீக்குளிப்புப் படலத்திற்கு முன்பாக எண்ணற்ற நிகழ்வுகளை வால்மீகி நமக்குக் கொடுத்திருக்கிறார். சீதையைத் தவிர ராமன் வேறொரு பெண்ணை ஒருபோதும் ஏறெடுத்துப் பார்க்கவில்லை. உண்மையில், தன் மனைவியை இழந்ததில் ஏற்பட்ட சோகத்தை ராமன் மிகத் தீவிரமாக வெளிப்படுத்திய காட்சிகள் ராமாயணத்தில் ஏராளமாக இருக்கின்றன. ராமன் இவ்வாறு நடந்து கொள்வது அவனுக்கு அழகல்ல என்று லட்சுமணன்கூடப் பல முறை அவனுக்கு மென்மையாகச் சுட்டிக்காட்டினான். ராமன் சீதையின்மீது எவ்வளவு அதிக அன்பு கொண்டிருந்தான் என்பதை நமக்குக் காட்டுவதற்காகவே வால்மீகி இக்காட்சிகளைச் சித்தரித்திருந்தார். சீதை நேசிக்கப்பட்ட அளவுக்கு வேறு எந்தவொரு பெண்ணும் நேசிக்கப்பட்டதில்லை. ராவணனின் நகரில் சீதை ஒரு வருடம் வாழ்ந்தாள் என்றாலும்கூட, அவளுடைய

கற்பின்மீது ராமனுக்கு எந்தவிதமான சந்தேகமும் இருக்கவில்லை. ஆனால் அவள் தூய்மையானவள் என்பதைப் பொதுமக்களுக்கு முன்னால் நிரூபித்துக் காட்டுவது ஓர் அரசன் என்ற முறையில் அவனுடைய தர்மமாக இருந்தது. அவனுடைய மனைவியும் சட்டத்திற்கு உட்படுத்தப்பட வேண்டும் என்று ஓர் அரசன் என்ற முறையில் அவனுடைய தர்மம் எதிர்பார்த்தது. அவன் அவ்வாறு நடந்து கொள்ளாவிட்டால், தன் சொந்தக் குடிமக்களுக்கு அவன் ஒரு மோசமான எடுத்துக்காட்டாக விளங்கக்கூடும். தன் மனைவியின் கற்பை யாரும் சந்தேகிக்கக்கூடாது என்பதற்காக ராமன் தன் அன்பு மனைவி சீதையைத் தீக்குளிக்கச் செய்தான். அவள் நெருப்புக்கு பலியாகிவிடுவாள் என்று அவன் ஒரு கணம் கவலைப்பட்டிருந்தால், அவளை இந்த சோதனைக்கு ஆளாக்குவது அவனுக்கு இயலாததாக இருந்திருக்கும். இதை அறிந்திருந்த சீதையும் தீக்குள் இறங்க ஒப்புக் கொண்டாள்.

பொதுநலனுக்காகத் தனிப்பட்ட மகிழ்ச்சியைத் தியாகம் செய்யத் தயாராக இருக்கின்ற ஒரு தனிநபர், நம்முடைய நவீனக் கலாச்சாரத்திற்கு ஒரு வேற்றுக் கிரகவாசியாகத் தோன்றுகிறார். ஏனெனில், தங்கள் சொந்த நலனுக்காகத் தங்களுடைய அதிகாரப்பூர்வமான பதவியைப் பயன்படுத்துகின்ற அரசியல்வாதிகளுக்கு நாம் பழக்கப்பட்டுவிட்டோம். ராமனைப் போன்ற ஒரு நபரின் தெய்வீகமான உன்னதத்தைக் கண்டுகொள்ள முடியாத அளவுக்கு இந்தப் பண்டைய அறநெறிக் கோட்பாட்டிலிருந்து நாம் வெகுதூரம் விலகி வந்துவிட்டிருக்கிறோம்.

கடுமையான தர்ம விதியைக் கடைபிடித்து வாழ்வதைத் தன் வாழ்வின் அடித்தளமாகக் கொண்டு வாழ்ந்த ஓர் அசாதாரணமான மனிதனின் சித்தரிப்பை ராமனில் நாம் காண்கிறோம். தர்ம விதி ஒரு கண்மூடித்தனமான விதி. இயற்கையின் மற்ற அனைத்து விதிகளைப்போலவே அது மனிதாபிமானமற்றது, தனக்குக் கீழ்ப்படிந்து நடக்காதவர்களை அது பொறுத்துக் கொள்வதில்லை. தீயின் ஆபத்தை உணர்ந்திருக்கும் பெரியவர்களை அத்தீ எவ்வாறு சுடுகிறதோ, அதேபோல, அந்த ஆபத்தை அறியாத பச்சிளங்குழந்தைகளையும் அது பாகுபாடின்றிச் சுடத்தான் செய்கிறது. இயற்கை நெடுகிலும், அறியாமையின் அடிப்படையில் இரக்கம் காட்டுவது பற்றிய கேள்விக்கு எந்தவோர் இடமும் இல்லை. ஆனால் மனிதர்கள் தங்கள் பேராசையால் இயக்கப்படுகின்றனர். ராமன் ஒரு விதிவிலக்கு. ஒரு கண்மூடித்தனமான விதியிடத்தில் தான் கொண்டிருந்த பரிபூரணமான விசுவாசத்திற்காக அவன் மிகக் கடுமையான அபராதத்தைக் கொடுத்தான். கச்சிதமான மனிதப் பிறவிக்கான ஒரு மாபெரும் எடுத்துக்காட்டாக ராமனை இந்நாடு கொண்டாடுவதில் ஆச்சரியம் ஏதுமில்லை.

ராமாயணத்தைப் படிப்பது நம்முடைய மனங்களிலிருக்கும் எதிர்மறை உணர்ச்சிகளைக் களைந்து, ராமாயணக் காவியத்தில் வரும் ராமன், சீதை, லட்சுமணன், பரதன், அனுமான் போன்ற மாபெரும் கதாபாத்திரங்கள் அறநெறியின்மீது கொண்டிருந்த ஆர்வத்தையும் அவர்களுடைய நளினத்தையும் நாம் சுவீகரிக்கும்படி செய்கின்ற விளைவை ஏற்படுத்த வல்லதாக இருக்கிறது.

காலத்தால் அழியாத இந்தக் காவியப் படைப்பை எடுத்துரைப்பதில் நான் வால்மீகியின் வர்ணனையைப் பெருமளவு சார்ந்திருக்கிறேன். அதோடு, காலங்காலமாக வாய்வழியாகச் சொல்லப்பட்டு வருகின்ற பல கதைகளும் இந்நூலில் சேர்க்கப்பட்டுள்ளன. இந்நூலின் படைப்பில் கிருஷ்ண பகவான் என்னை வழிநடத்தியுள்ளார். எனவே, எல்லாப் புகழும் அந்த பகவானுக்கு உரியதே. எல்லா நேரங்களிலும் நாம் நியாயமாகவும் மதிப்பாகவும் நடந்து கொள்வதற்கு ராமனின் கதை நம்மை வழிநடத்தட்டும், நமக்கு உத்வேகமூட்டட்டும்.

பால காண்டம்

வால்மீகி

ராமாயணக் கதைக்குள் நுழைவதற்கு முன்பு, அதன் படைப்பாளியான வால்மீகி முனிவரின் கதையின்மீது நாம் கவனம் செலுத்தலாம். அவர் பிராமணப் பெற்றோருக்கு மகனாகப் பிறந்தவர் என்றும், பிறந்தவுடனேயே அவர் தன் பெற்றோரால் காட்டில் கைவிடப்பட்டார் என்றும் கூறப்படுகிறது. ஒரு வேடுவன் அக்குழந்தையைக் கண்டெடுத்து வளர்த்தான். எனவே அக்குழந்தை பெரியவனாகி ஒரு வேடுவனாக ஆனான். வழிப்பறி அவனுடைய தொழிலாக ஆனது. ரத்னாகரன் என்று பெயரிடப்பட்ட அவன், கலாச்சாரத்தைப் பற்றியோ அல்லது நாகரீகத்தைப் பற்றியோ எதுவும் அறியாதவனாகவும் ஒரு காட்டுமிராண்டியாகவும் இருந்தான். அவன் ஈவு இரக்கமற்றவனாக இருந்ததால், காட்டுக்குள் சென்ற அனைவருமே தங்கள் உயிரைக் கையில் பிடித்தபடி பயத்தோடுதான் சென்றனர். அவன் தன் மனைவியோடும் குழந்தைகளோடும் காட்டிற்குள்ளே வெகுதூரத்தில் வாழ்ந்தான். அவன் எந்தவொரு நகரத்தையும் எட்டிப் பார்த்ததுகூடக் கிடையாது. ஒருநாள், ஒரு நபர் தன்னை நோக்கி வந்து கொண்டிருந்ததை அவன் கவனித்தான். அந்நபரைக் கொன்று அவரிடமிருந்தவற்றைப் பறிப்பதற்காக ஒரு காட்டு விலங்கின் மூர்க்கத்தனத்துடன் அவன் அவர்மீது சீறிப் பாய்ந்தான். ஆனால் அந்நபர் எள்ளளவுகூட பயமின்றி ஆடாமல் அசையாமல் நிலையாக நின்றதைக் கண்டு அவன் ஆச்சரியமடைந்தான். ரத்னாகரன் தன வாழ்வில் இதற்கு முன்பு இரண்டு வகையான விலங்குகளை மட்டுமே பார்த்திருந்தான். அவனைக் கண்டவுடன் தம் கால்களுக்கு இடையே தம் வால்களை இடுக்கிக் கொண்டு திரும்பி ஓட்டமெடுத்த விலங்குகள் ஒரு வகை. ஆக்ரோஷத்தோடு அவன்மீது சீறிப் பாய்ந்தவை இரண்டாவது வகை. ஆனால் எந்த விதமான பயமும் இன்றி, மனிதாபிமானம் பொங்கி வழிந்த கண்களுடன் தன்னை நேருக்கு நேர் பார்த்த ஓர் உயிரினத்தை அவன் அன்றுதான முதன்முறையாகப் பார்த்திருந்தான். அன்பு, மனிதாபிமானம் ஆகிய உணர்ச்சிகள் அவனுக்குத் துளிகூடப் பரிச்சயமானவை அல்ல.

எனவே, தன்னுடைய ஒரு கையில் ஒரு கொடுங்கத்தியை உயர்த்திப் பிடித்தபடி நின்ற அவன், ஒரு கணம் தன் நிலை தடுமாறினான்.

கத்தியைப் பிடித்திருந்த தன் கையை அவன் மெதுவாகத் தாழ்த்தினான். பிறகு அந்நபரிடம், "பயத்தின் அறிகுறி எதையும் வெளிப்படுத்தாத நீ யார்? எனக்குத் தெரிந்த அனைவரும் என்னைப் பார்த்த மறுகணமே ஓட்டமெடுப்பர். ஆனால் நான் அவர்களை சுலபமாகப் பிடித்துவிடுவேன். நீ ஏன் ஓடவில்லை?" என்று கேட்டான்.

"என் பெயர் நாரதர். சொர்க்கத்திலுள்ள ஒரு முனிவர் நான். எனக்கு உன்மீது பயமில்லை என்பதால் நான் ஓடவில்லை."

"உனக்கு ஏன் என்மீது பயமில்லை? என்னால் உன்னைக் கொல்ல முடியும் என்று உனக்குத் தெரியாதா?" என்று ரத்னாகரன் கேட்டான்.

"அப்படியென்றால் நீ ஏன் என்னைக் கொல்லவில்லை?" என்று நாரதர் கேட்டார்.

"ஏனென்றால், நான் உன் கண்களில் ஏதோ ஒன்றைப் பார்த்தேன். அது என்னைத் தொந்தரவு செய்து கொண்டிருக்கிறது."

"நீ என் கண்களில் எதைப் பார்த்தாய்?"

"எனக்குத் தெரியவில்லை. இதற்கு முன்பு வேறு எந்தக் கண்களிலும் நான் ஒருபோதும் பார்த்திராத ஒன்று அது. ஆனால் அது இனிமையானதாகத் தெரிகிறது."

"நீ என்ன பார்த்தாய் என்று நான் கூறுகிறேன். நீ என் கண்களில் பார்த்தது அன்பும் மனிதாபிமானமும்தான்."

தன் மனைவியின் கண்களில்கூட அப்படிப்பட்ட ஒன்றை அதற்கு முன்பு தான் ஒருபோதும் பார்த்திராததால் ஆச்சரியமடைந்த ரத்னாகரன், "நீ ஏன் என்மீது அன்பு கொள்ள வேண்டும்?" என்று கேட்டான்.

"ஏனெனில், நான் எல்லோரையும் நேசிக்கிறேன், எல்லாவற்றையும் நேசிக்கிறேன்."

"நீ ஏன் அவ்வாறு செய்கிறாய்?" என்று ரத்னாகரன் கேட்டான்.

"ஏனெனில், எல்லா மனிதர்களும் பிற எல்லாமும் நான் வழிபடுகின்ற அந்தக் கடவுளின் வடிவில் இருக்கின்றன. இப்போது நான் உன்னிடம் ஒன்றைக் கேட்க விரும்புகிறேன். இந்த அனைத்து விலங்குகளையும் மனிதர்களையும் கொலை செய்வதன் மூலம் நீ மாபெரும் பாவத்தைச் செய்து கொண்டிருப்பது உனக்குத் தெரியுமா தெரியாதா?" என்று நாரதர் கேட்டார்.

"எனக்குத் தெரியும் என்று நினைக்கிறேன்," என்று ரத்னாகரன் சிறிது சந்தேகத்தோடு பதிலளித்தான்.

"அப்படியென்றால் நீ ஏன் அதைச் செய்கிறாய்?"

"ஏனெனில், நான் என் குடும்பத்தைக் காப்பாற்றியாக வேண்டும்."

"இச்செயல்கள் மூலம் நீ சேகரிக்கின்ற பாவங்களில் சிறிதளவாவது அவர்கள் பகிர்ந்து கொள்வார்களா?" என்று நாரதர் கேட்டார்.

“அவர்கள் என்னுடைய பாவத்தைப் பகிர்ந்து கொள்வார்கள் என்று நான் உறுதியாக நம்புகிறேன்.”

“நீ அவர்களிடம் சென்று இக்கேள்வியைக் கேட்டுப் பார்த்தால் என்ன? நீ திரும்பி வரும்வரை நான் காத்திருக்கிறேன்,” என்று நாரதர் கூறினார்.

தன் வீட்டை நோக்கி வேகமாக ஓடிச் சென்ற ரத்னாகரன், தன் மனைவியையும் குழந்தைகளையும் அழைத்து, தன்னுடைய தீய செயல்கள் மூலம் தான் கொண்டு வந்து கொண்டிருந்தவற்றை அவர்களும் கணிசமாக அனுபவித்துக் கொண்டிருந்தனர் என்பதால் தன்னுடைய பாவங்களை அவர்கள் பகிர்ந்து கொள்வார்களா என்று அவர்களிடம் கேட்டான். இக்கேள்வி அவர்களை ஆச்சரியப்படுத்தியது. இக்கேள்விக்கு என்ன பொருள் என்று அவர்கள் அவனிடம் கேட்டனர். அவர்களுடைய நலனுக்காகத் தான் இவ்வளவு குற்றங்களைச் செய்து கொண்டிருந்ததால், தன்னுடைய பாவங்களை அவர்களும் தன்னோடு பகிர்ந்து கொள்வதுதான் நியாயம் என்று அவன் விளக்கினான்.

அவனுடைய இந்தக் கோரிக்கை அவர்களைத் திடுக்கிடச் செய்தது. தன் மனைவியை கவனித்துக் கொள்வது ஒரு கணவனின் கடமை என்று ரத்னாகரனின் மனைவி கூறினாள். தன் குழந்தைகளைப் பார்த்துக் கொள்வது ஒரு தந்தையின் கடமை என்று அவனுடைய குழந்தைகள் கூறினர். அவனுடைய பாவங்கள் அவனுடைய சொந்தச் செயல்களின் விளைவாக ஏற்பட்டவை என்பதால், அவன்தான் அவற்றின் பின்விளைவுகளை ஏற்றுக் கொள்ள வேண்டும் என்று அவர்கள் கூறினர். இதற்கு மேல் அவன் எதுவும் கேட்க விரும்பவில்லை. அவன் மீண்டும் அந்த முனிவரிடம் ஓடிச் சென்றான். அவன் நிச்சயமாகத் திரும்பி வருவான் என்று நம்பிக்கையோடு, தன் உதடுகளில் ஒரு புன்முறுவலுடன் காத்துக் கொண்டிருந்த நாரதர், அவனைக் கண்டதும், “அவர்கள் என்ன கூறினார்கள்? நீ அவர்களுக்காகக் கொண்டு சென்ற பொருட்களை அவர்கள் பகிர்ந்து கொண்டதைப்போல, உன்னுடைய பாவங்களைப் பகிர்ந்து கொள்ள அவர்கள் ஆர்வமாக இருந்தார்களா?” என்று கேட்டார்.

ரத்னாகரன் தலைகுனிந்து நின்றான். அவர்களில் யாரும் தன்னுடைய பாவச் சுமைகளைப் பகிர்ந்து கொள்ளத் தயாராக இருக்கவில்லை என்பதை அவன் ஒப்புக் கொண்டான். பிறகு, கர்ம விதியைப் பற்றி நாரதர் அவனுக்கு ஒரு நீண்ட சொற்பொழிவாற்றிவிட்டு, தன்னுடைய செய்கைகளுக்கான பின்விளைவுகளை அவன் மட்டுமே ஏற்றுக் கொள்ள வேண்டும் என்றும், இன்னொருவருக்காகப் பாவச் செயல்களைச் செய்வது முட்டாள்தனமானது என்றும் அவனிடம் கூறினார்.

இதைக் கேட்டு ரத்னாகரன் குழப்பமும் வருத்தமும் அடைந்தான். “இப்போது நான் என்ன செய்ய வேண்டும்?” என்று அவன் அந்த முனிவரைப் பார்த்துக் கேட்டார்.

“கடவுளை நினைத்து தியானத்தில் ஈடுபடு. அப்போதுதான் உன்னால் விமோசனம் பெற முடியும்,” என்று அறிவுறுத்திய நாரதர், “கடவுள் மட்டும்தான் உன்னுடைய ஒரே உறவு. அவர்தான் உன் நண்பர். நீ தவம் செய்வதற்கு உனக்கு உதவக்கூடிய ஒரு மந்திரத்தை நான் உனக்குச் சொல்லிக் கொடுக்கிறேன்,” என்று கூறினார்.

“நான் உங்கள் சேவகன். தயவு செய்து எனக்கு வழிகாட்டுங்கள்,” என்று கூறிய அந்த வேடுவன், நாரதரின் முன்னால் மண்டியிட்டான்.

‘ராமா’ என்ற புகழ்மிக்க மந்திரத்தை நாரதர் அவனுடைய வலது காதுக்குள் ஓதினார். எனவே, அந்த வேடுவன் ‘ராமா’ என்ற வார்த்தையைத் தொடர்ந்து உச்சரிக்கத் தொடங்கினான். அவன் பலப்பல ஆண்டுகள் ஆழ்ந்த தியானத்தில் மூழ்கினான். அவனைச் சுற்றி ஒரு சிறிய கரையான் புற்று உருவாகி, இறுதியில் அது அவனை முழுவதுமாக மூடியது.

பல ஆண்டுகளுக்குப் பிறகு நாரதர் மீண்டும் அங்கு வந்தபோது, முன்பு அந்த வேடுவனைத் தான் எந்த இடத்தில் சந்தித்திருந்தாரோ, துல்லியமாக அதே இடத்தில் உருவாகியிருந்த அந்தப் புற்றை அவர் கண்டார். அவர் அந்த வால்மீகத்தை (கரையான் புற்று) உடைத்து, அதற்குள் அமர்ந்திருந்த நபருக்கு விழிப்பூட்டினார்.

“முனிவனே, எழுந்திரு!” என்று கூறிய நாரதர், “நீ யார் என்று உனக்கு நினைவிருக்கிறதா?” என்று அவனிடம் கேட்டார்.

“நன்றாக நினைவிருக்கிறது. நீங்கள் இரக்கம் காட்டிய ஏழை வேடுவன் நான். ‘ராமா’ என்ற புகழ்மிக்க மந்திரத்தை மீண்டும் மீண்டும் உச்சரிக்குமாறு நீங்கள் எனக்கு அறிவுறுத்தினீர்கள்,” என்று அவன் பதிலளித்தான்.

“இனி நீ ஒரு வேடுவன் அல்ல. நீ ஒரு முனிவர். நீ இந்தக் கரையான் புற்றிலிருந்து வெளிவந்துள்ளதால் இன்றிலிருந்து நீ வால்மீகி என்று அழைக்கப்படுவாய்.”

“தெய்வீக முனிவரே, நீங்கள் ஏன் எனக்கு விழிப்பூட்டினீர்கள்? இன்னும் ஒருசில ஆண்டுகள் தவம் செய்ய நான் விரும்புகிறேன்,” என்று வால்மீகி கூறினார்.

“தியானத்திற்கான உன் நேரம் முடிந்துவிட்டது. இப்போது செயலில் இறங்குவதற்கான வேளை வந்துவிட்டது. உன் வாழ்வில் நீ ஏராளமான விஷயங்களை சாதிக்க வேண்டியுள்ளது. தமசா நதி கங்கை நதியை சந்திக்கும் இடத்திற்குச் சென்று அதன் கரையில் உன்னுடைய ஆசிரமத்தை அமைத்துக் கொள்.”

“புனிதத் துறவியே, இவ்வுலகம் இழிவான மக்கள் நிரம்பி வழியும் ஒரு தீய இடம். ஓர் உன்னதமான ஆன்மாவின் குணநலன்களைப் பெற்றுள்ள ஒரே ஒரு மனிதனையாவது என்னால் கண்டுபிடிக்க முடிந்தால், நான் இவ்வுலகத்திற்குத் திரும்பி வர விரும்புவேன். இல்லையென்றால், என்னுடைய கரையான் புற்றுக்குள் பாதுகாப்பாக

இருப்பதையே நான் விரும்புவேன். அப்படிப்பட்ட உன்னதமான மனிதன் யாரையாவது உங்களுக்குத் தெரியுமா?" என்று வால்மீகி கேட்டார்.

எந்தெந்தப் பண்புநலன்களை அவர் எதிர்பார்த்தார் என்று நாரதர் வால்மீகியிடம் கேட்டார். அதற்கு வால்மீகி இவ்வாறு பதிலளித்தார்: "நாணயம், வீரம், நெறிசார்ந்த நன்னடத்தை, நன்றியுணர்வு, நேர்மை, கொள்கைகள் குறித்த அர்ப்பணிப்பு, அனைத்து உயிர்கள் குறித்த அக்கறை, கல்வியறிவு, திறமை, அழகு, கோபத்தைக் கட்டுப்படுத்துவதற்கான திறன், பொறாமையின்மை, துணிச்சல் ஆகிய பண்புநலன்களைத்தான் நான் எதிர்பார்க்கிறேன். முனிவரே, என் எதிர்பார்ப்பு மிக அதிகமோ? ஒரு நபரிடம் இத்தனைப் பண்புநலன்களும் குடிகொண்டிருக்க முடியுமா?"

நாரதர் இக்கேள்விக்கு பதிலளிப்பதில் பெருமகிழ்ச்சி கொண்டார். "அப்படிப்பட்ட ஒரு மனிதனை எனக்குத் தெரியும். அவன் சூரியவம்சத்தில் பிறந்திருக்கிறான். அவன் பெயர் ராமன்."

பிறகு, ஒரு கச்சிதமான மனிதனுக்குரிய அனைத்துப் பண்புநலன்களையும் கொண்ட ராமனின் கதையைச் சுருக்கமாக வால்மீகிக்கு அவர் எடுத்துரைத்தார். இறுதியில், "இந்த ராமன் இப்போது அயோத்தியில் வாழ்ந்து கொண்டு, அறநெறிப்படி தன் நாட்டை ஆண்டு கொண்டிருக்கிறான். இப்புவியில் தர்மத்தை நிலைநாட்டுவதற்காகப் பிறந்துள்ளவன் அவன்," என்று கூறிய நாரதர் அக்கதையை நிறைவு செய்துவிட்டு அங்கிருந்து புறப்பட்டுச் சென்றார்.

அவர் அங்கிருந்து சென்றவுடன், வால்மீகி, தமசா நதிக்கு அருகே இருந்த இடத்திற்குச் சென்று அங்கு தன் ஆசிரமத்தை அமைத்துக் கொண்டார். விரைவில் அவருக்குப் பல சீடர்கள் உருவானார்கள். ஒரு குளிர்காலக் காலைப் பொழுதின்போது நீராடுவதற்காக அவர் அந்நதிக்கரைக்குச் சென்றார். வழியில், இரண்டு நாரைகள் கூடலில் ஈடுபட்டுக் கொண்டிருந்ததை அவர் கண்டார். அவ்விரு பறவைகளும் ஒன்றுக்கொன்று பரஸ்பர அன்பை வெளிப்படுத்திக் கொண்டிருந்ததை மகிழ்ச்சியோடு அவர் பார்த்துக் கொண்டிருந்தபோது, தர்மத்தின் விதிகளுக்கு முற்றிலும் புறம்பாக, எங்கிருந்தோ வந்த ஓர் அம்பு அந்த ஆண் பறவையைத் தாக்கியது. கூடலின் நடுவே, அந்தக் கொடூரமான அம்பால் தாக்கப்பட்ட அப்பறவை, இதயத்தைத் துளைத்தெடுத்த ஓர் அலறலுடன் கீழே விழுந்தது. தன் காதலனை இழந்த பெண் பறவை, தன் சிறகுகளால் தன் மார்பின்மீது படபடவென அடித்துக் கொண்டு மிகவும் பரிதாபமாகக் கீச்சிட்டது. அது பயந்து போய், பரிதவிப்புடனும் பதற்றத்துடனும் அங்குமிங்கும் பறந்தது. அப்பறவையின் பரிதாபகரமான அலறல்கள் வால்மீகியின் இதயத்தில் மனிதாபிமானம் பெருக்கெடுக்கும்படி செய்தன. அந்த அம்பை எய்த வேடுவனை அவர் சபித்தார். அந்தச் சாபம் அவருடைய உதடுகளிலிருந்து

வெளியேறிய உடனேயே, அவர் தன் செயல் குறித்துப் பின்வருத்தம் கொண்டார். ஒரு பறவையின்மீது தனக்கு ஏற்பட்ட மனிதாபிமானம், அந்த வேடுவனைச் சபித்ததன் மூலமாக, வன்முறையின்மை குறித்தத் தன் சபதத்தைத் தான் மீறும்படி செய்துவிட்டிருந்ததைக் கண்டு அவர் அதிர்ச்சியடைந்தார். நெடுங்காலத்திற்கு முன்பு தான் எப்படித் தன் சொந்தக் கர்மவினைக்கு பலியாகியிருந்தோமோ, அதுபோலத்தான் அந்த வேடுவனும் இப்போது தன் சொந்தக் கர்மவினைக்குப் பலியாகியிருந்தான் என்பதை அவர் உணர்ந்தார். இந்த ஒட்டுமொத்த நிகழ்வும் அவரைப் பெரும் வருத்தத்திற்கு உள்ளாக்கியது. ஆனால், தன் உதடுகளிலிருந்து வெளியேறிய சாபம், ஒரு வரிக்கு எட்டுச் சொற்கள் என்ற கணக்கில் நான்கு வரிகள் கொண்ட ஒரு பாடலாக அமைந்திருந்ததை அவர் உணர்ந்தார். அப்பாடலின் அழகு அவரைக் கவர்ந்தது. அந்தப் பாடலை மனப்பாடம் செய்து கொள்ளுமாறு தன் சீடனான பரத்வாஜனிடம் அவர் கூறினார். பிறகு அவர் நீராடிவிட்டுத் தன் ஆசிரமத்திற்குத் திரும்பினார்.

பிறகு அவர் தியானம் செய்ய உட்கார்ந்தபோது, அந்த இரண்டு நாரைகளைப் பற்றிய சம்பவத்தையும், தன்னையும் அறியாமல் தன் வாயிலிருந்து வெளிவந்த சாபத்தையும் நினைத்து அவர் பெரிதும் வருந்தினார். படைப்புக் கடவுளான பிரம்மா அவர்முன் தோன்றி, இந்த நிகழ்வைப் பற்றி அவர் கவலைப்படத் தேவையில்லை என்று கூறினார். ஏனெனில், ராமன், சீதை, லட்சுமணன் ஆகியோரின் கதையை எடுத்துரைப்பதற்கான உத்வேகம் இந்நிகழ்விலிருந்து எழும் என்று அவர் அதற்குக் காரணம் கற்பித்தார்.

பிரம்மா பின்வருமாறு பேசினார்: “முனிவரே, ராமனின் வீரதீரச் செயல்களையும் சாதனைகளையும் பற்றிய மிக அற்புதமான கவிதையை இயற்றுவதற்கான உத்வேகத்தை நீங்கள் பெறுவீர்கள். ராமனின் ஒட்டுமொத்த வாழ்க்கையும் உங்களுக்கு வெளிப்படுத்தப்படும். ஆதிக் கவிஞர் என்ற முறையில் நீங்கள் பெரும் புகழ் அடைவீர்கள். இந்த மலைகளும் நதிகளும் இப்புவியில் நீடிக்கும்வரை ராமனின் கதையும் நீடித்து நிலைத்திருக்கும். உங்கள் புகழ் இந்த மண்ணுலகிலும் அந்த விண்ணுலகிலும் எதிரொலிக்கும்.”

வால்மீகியை இவ்வாறு ஆசீர்வதித்துவிட்டு, பிரம்மா அங்கிருந்து மறைந்தார். பிறகு வால்மீகி ஓரிடத்தில் அமர்ந்து, பகவானை நினைத்து தியானம் செய்யத் தொடங்கினார். அப்போது அவருடைய வாயிலிருந்து பெருக்கெடுத்தக் கவிதைதான், காலத்தால் அழியாத காவியமான ராமாயணம். ராமாயணம் என்பதற்கு ராமனின் வழி என்று பொருள்.

ராமாயணம் இப்படித்தான் எழுதப்பட்டது. காதலில் திளைத்திருந்த இரண்டு பறவைகள் கொடூரமாகப் பிரிக்கப்பட்டதைக் கண்ட வால்மீகி, அவற்றின் தலைவிதி குறித்துக் கொண்ட வருத்தத்தின்

ஆழத்திலிருந்து எழுதப்பட்டது அது. இப்பறவைகளின் கதைக்கும், ஒருவர்மீது ஒருவர் தீவிரக் காதல் கொண்டிருந்தும் பல முறை பரஸ்பரம் ஒருவரிடமிருந்து ஒருவர் பிரிக்கப்பட்ட ராமன், சீதை ஆகிய இரண்டு காதலர்களின் தலைவிதிக்கும் இடையே இருக்கும் ஒற்றுமையைப் பார்ப்பதற்கு அதிகக் கற்பனை வளம் தேவையில்லை.

இருபத்து நான்காயிரம் பாடல்களைக் கொண்ட ராமாயணத்தை எழுதி முடிப்பதற்கு அவருக்குப் பன்னிரண்டு ஆண்டுகள் ஆயின. அந்த ராமாயணக் கதையைத்தான் நாம் இப்போது பார்க்கப் போகிறோம்.

அவதாரம்

நெடுங்காலத்திற்கு முன்பு, சரயு நதிக்கரையில் அமைந்த அழகிய கோசல நாட்டில், அயோத்தி எனும் பிரம்மாண்டமான நகரம் அமைந்திருந்தது. அறிவும் நியாய உணர்வும் கொண்ட தசரதன் என்ற மன்னன் அந்நாட்டை ஆண்டு வந்தான். அவன் சூரியவம்சத்தைச் சேர்ந்த அரசன். தசரதனுக்கு ஒரு மிகப் பெரிய வருத்தம் இருந்தது. அவனுக்கு ஆண் வாரிசு யாரும் இருக்கவில்லை. அவன் இது பற்றிக் கவலைப்பட்டுக் கொண்டிருந்ததால், ஓர் ஆண் வாரிசைப் பெறுவதற்காக அசுவமேத யாகம் ஒன்றையும் புத்திரகாமேஷ்டி யாகம் ஒன்றையும் மேற்கொள்ளுமாறு அவனுடைய குருவான வசிஷ்ட முனிவர் அவனுக்கு அறிவுறுத்தினார். ரிஷ்யசிருங்கர் எனும் பிரபல முனிவரை அணுகி, இந்த யாகங்களுக்குத் தலைமையேற்று அவற்றை நடத்திக் கொடுக்குமாறு அவரிடம் வேண்டும்படி வசிஷ்ட முனிவர் தசரதனிடம் கூறினார்.

இந்த நேரத்தில்தான் தேவர்கள் அனைவரும் படைப்புக் கடவுளான பிரம்மாவை அணுகி, தங்களுக்குக் கடுமையான தொல்லைகளைக் கொடுத்துக் கொண்டிருந்த அரக்க அரசனான ராவணனைக் கொல்வதற்கு விஷ்ணு பகவானிடம் தங்கள் சார்பில் பேசுமாறு அவரிடம் மன்றாடினர். பிரம்மா இச்செய்தியை விஷ்ணு பகவானிடம் தெரிவித்தார். தசரதனின் மகன்களாக நான்கு வடிவங்கள் எடுத்து பூமியில் அவதரிக்க விஷ்ணு பகவான் ஒப்புக் கொண்டார். துல்லியமாக அக்கணத்தில்தான் தசரத மன்னன் தன் அசுவமேத யாகத்தை வெற்றிகரமாக நடத்தி முடித்துவிட்டு, தன்னுடைய புத்திரகாமேஷ்டி யாகத்தைத் துவக்கியிருந்தான்.

உலகின் பாதுகாவலனான விஷ்ணு பகவானை வரவழைப்பதற்காக ரிஷ்யசிருங்கர் தன் கையிலிருந்த கரண்டியை உயர்த்திப் பிடித்தபடி, கொழுந்துவிட்டு எரிந்து கொண்டிருந்த நெருப்பிற்குள் நெய்யை அப்போதுதான் ஊற்றியிருந்தார். அப்போது, அமுதம் அடங்கிய ஒரு பொன் கலயத்தைக் கையில் ஏந்தியபடி அந்நெருப்பிற்குள் இருந்து ஒரு தெய்வீக உருவம் வெளிவந்தது.

விண்ணுலகவாசியான அந்த உருவம் தன் கையிலிருந்த கலயத்தை அரசனிடம் கொடுத்துவிட்டு, அவனுடைய அரசியர் மூவருக்கும் அதைக் கொடுக்குமாறு அவனிடம் கூறியது. தசரதன் அதில் பாதியைத் தன் மூத்த மனைவியான கோசலைக்குக் கொடுத்தான். மீதிப் பாதியை இரண்டு பகுதிகளாகப் பிரித்து, ஒரு பகுதியைத் தன் இரண்டாவது மனைவியான சுமித்திரைக்குக் கொடுத்தான். மீதமிருந்த கால் பகுதியை இரண்டாகப் பிரித்து, அதில் ஒரு பகுதியைத் தன் மூன்றாவது மனைவியான கைகேயிக்குக் கொடுத்துவிட்டு, மீதியை மீண்டும் சுமித்திரைக்குக் கொடுத்தான். அரசியர் மூவரும் அந்த அமுதத்தை உட்கொண்டவுடன், பகவான் நாராயணனின் ஆன்மா அவர்களுடைய வயிற்றில் கருவாக மலர்ந்தது. உரிய காலத்தில் அவர்கள் மூவரும் நான்கு மகன்களைப் பெற்றெடுத்தனர். அந்த தெய்வீக அமுதத்தை அரசியர் எந்த அளவில் உட்கொண்டிருந்தனரோ, அதற்கு ஏற்ற விகிதத்தில் அவர்களுடைய மகன்கள் ஒவ்வொருவரும் பகவானின் சக்தியைப் பெற்றனர். கோசலையின் மகன் ராமன்தான் முதலில் பிறந்தான். பகவானின் பாதி சக்தி அவனுள் இருந்தது. சித்திரை மாதத்தில் புனர்பூச நட்சத்திரம் உச்சத்தில் இருந்த நேரத்தில் அவன் பிறந்தான். ஐந்து கோள்கள் மிக உயர்ந்த நிலையில் இருந்த ஒரு மங்கலமான நேரம் அது. அடுத்து, கைகேயி பரதனை ஈன்றெடுத்தாள். இறுதியாக, சுமித்திரை இரட்டைக் குழந்தைகளான லட்சுமணனையும் சத்ருக்கனனையும் பெற்றாள். தசரத மன்னன் எல்லையில்லா மகிழ்ச்சி கொண்டான். ஒரே ஒரு மகன் வேண்டிப் பிரார்த்தனை செய்திருந்த அவனுக்கு நான்கு மகன்கள் கொடுக்கப்பட்டிருந்தனர். இதைக் கொண்டாடுவதற்காக எல்லோருக்கும் அபரிமிதமான அளவில் பரிசுகள் வினியோகிக்கப்பட்டன. அயோத்தி நகரம் தலைகால் புரியாத அளவுக்கு மகிழ்ச்சி வெள்ளத்தில் நீந்தியது. அந்தக் கொண்டாட்டங்கள் ஒரு மாதகாலம் நீடித்தன.

அக்குழந்தைகள் அனைவரும் வளர்ந்து வந்த காலத்தில், இளவரசர்களுக்குத் தேவையான அனைத்துப் பயிற்சிகளும் அவர்களுக்குக் கொடுக்கப்பட்டன. வசிஷ்ட முனிவர்தான் அவர்களுடைய குருவாக இருந்தார். ஒரு சிறுவனாக இருந்தபோதே, ராமன், அசாதாரணமான புத்திக்கூர்மையையும் உன்னதமான பண்புநலன்களையும் வெளிப்படுத்தினான். அவனுடைய சகோதரர்கள் அனைவரும் அவனிடம் அர்ப்பணிப்புடன் நடந்து கொண்டபோதிலும், சுமித்திரையின் மகனான லட்சுமணன் அவனை ஒரு நிழல்போலத் தொடர்ந்தான். ஒரு நிமிடம்கூட ராமனைவிட்டுப் பிரிந்திருக்க அவனால் முடியவில்லை. ஆனால் அவனுடன் பிறந்த சத்ருக்கனன், பரதனுக்கு மிக நெருக்கமானவனாக இருந்தான்.

அவர்கள் நால்வரும் தங்களுடைய குருவின் ஆசிரமத்திலிருந்து தங்கள் அரண்மனைக்குத் திரும்பி வந்த பிறகு, நாடு நெடுகிலும் ஒரு

புனித யாத்திரை மேற்கொள்ள ராமன் பேரார்வம் கொண்டான். தசரதன் மகிழ்ச்சியாக இக்கோரிக்கைக்கு இணங்கினான். எனவே, நான்கு சகோதரர்களும் தங்கள் பரிவாரங்கள் புடைசூழத் தங்கள் பயணத்தைத் துவக்கினர். புனித யாத்திரை முடிந்து அவர்கள் திரும்பி வந்தபோது, தசரதனும் ராமனின் மற்ற சகோதரர்களும் ராமனிடம் ஒரு மிகப் பெரிய மாற்றத்தைக் கண்டனர். ராமன் எப்போதும் ஆழ்ந்த சிந்தனையில் ஈடுபட்டான். தன் சகோதரர்களுடைய எந்தவொரு விளையாட்டிலும் எந்தவொரு பொழுதுபோக்கிலும் அவன் ஆர்வம் காட்டவில்லை. சமூகத் தொடர்புகள் எல்லாவற்றையும் அவன் வெறுத்து ஒதுக்கினான். சாப்பிடக்கூட அவன் மறுத்தான். அவனுடைய அன்னையரில் யாரேனும் ஒருவர் அவனிடம் கெஞ்சிக் கூத்தாடி, சாப்பிடுவதற்கு அவனை ஒப்புக் கொள்ள வைக்க வேண்டியிருந்தது. சரியாக உணவு உட்கொள்ளாததால் அவன் மிகவும் இளைத்துப் போனான். இதனால் கவலைப்பட்ட தசரதன் இது பற்றி அவனிடம் கேள்வி கேட்டபோதெல்லாம், அவன் அதைப் பணிவோடு தவிர்த்தான்.

இந்த நேரத்தில், விசுவாமித்திர முனிவர் ஒரு கோரிக்கையோடு தசரதனின் அரசவைக்கு வந்தார். அவரது வேண்டுகோள் நிச்சயமாக நிறைவேற்றப்படும் என்று தசரதன் அவருக்கு உறுதியளித்தான். பிறகு, பதுங்கியிருந்து தன்னுடைய ஆசிரமத்தைத் தாக்கிக் கொண்டும், யாகங்களைச் செய்யவிடாமல் தன்னைத் தடுத்துக் கொண்டும் இருந்த மாரீசன், சுபாகு ஆகிய இரண்டு அரக்கர்களைக் கொல்வதற்கு தசரதன் தன் மகன் ராமனைத் தன்னுடன் அனுப்பி வைக்க வேண்டும் என்று விசுவாமித்திரர் கேட்டார். இந்தக் கோரிக்கையைக் கேட்ட தசரதன் அதிர்ச்சியடைந்தான். தன் மகனின் பாதுகாப்புக் குறித்து அவன் பயந்தான். ஏனெனில், ராமனுக்கு அப்போது வெறும் பதினாறு வயதுதான் ஆகியிருந்தது. முனிவரின் பிரச்சனையைத் தீர்ப்பதற்குத் தன்னுடைய ஒட்டுமொத்தப் படையையும் அனுப்பி வைப்பதாக தசரதன் அவரிடம் கூறினான். தேவைப்பட்டால், தானே அவரோடு வருவதாகவும் அவன் கூறினான். அந்த அரக்கர்களைக் கொல்வதற்கான சக்தி ராமனுக்கு மட்டுமே இருந்ததாகக் கூறிய விசுவாமித்திரர், தசரதனின் இந்த உதவிகளையெல்லாம் மறுத்துவிட்டார். கடைசியில், தன் குருவான வசிஷ்டரின் வற்புறுத்தலுக்கு இணங்கிய தசரதன், மிகுந்த தயக்கத்தோடு தன் சம்மதத்தைக் கொடுத்துவிட்டு, ராமனை அழைத்து வரும்படி ஒரு சேவகனைப் பணித்தான். புனித யாத்திரை சென்றுவிட்டு வந்ததிலிருந்து ராமன் எதிலும் ஈடுபடாமல், எதிலும் ஆர்வம் காட்டாமல், முற்றிலும் நம்பிக்கை இழந்தவனாகவும் எதன்மீதும் பற்று இல்லாதவனாகவும் ஒரு விநோதமான முறையில் நடந்து கொண்டிருந்ததாக அச்சேவகன் செய்தி கொண்டு வந்தான்.

இதைக் கேட்ட விசுவாமித்திரர், "அவனுடைய நிலைமை மாயையால் ஏற்பட்டது அல்ல. மாறாக, ஞானம் மற்றும் பற்றின்மையின் விளைவுதான் அது. ஞானோதயத்திற்கு இட்டுச் செல்கின்றவை இவை. அவனை இச்சபைக்கு அழைத்து வாருங்கள்," என்று கூறினார்.

ராமன் அரசவைக்கு வந்து தன் தந்தையையும் மற்ற முனிவர்களையும் பணிந்து வணங்கினான். அவனுடைய தந்தை தசரதன், கரிசனத்தோடு, "என் அன்பு மகனே, வாழ்க்கையில் உனக்கு எல்லாமே இருக்கும்போது நீ ஏன் இவ்வளவு வருத்தமாகவும் விரக்தியாகவும் இருக்கிறாய்? உனக்கு யாரேனும் தீங்கிழைத்தார்களா? உனக்கு என்ன ஆயிற்று?" என்று அவனிடம் கேட்டான்.

அதற்கு ராமன், "நம்முடைய இந்தப் புனித பூமி நெடுகிலும் சமீபத்தில் நான் மேற்கொண்ட பயணத்தின்போது, இதற்கு முன்பு நான் ஒருபோதும் பார்த்திராத பல காட்சிகளை நான் பார்த்தேன். வேதனை, துன்பம், ஏழ்மை, நோய், மரணம் ஆகியவற்றை நான் கண்டேன். ஒரு புதிய வகையான சிந்தனை என்னை ஆட்கொண்டுள்ளது. தொடர்ந்து மாறிக் கொண்டிருக்கின்ற இவ்வுலகிலிருந்து நம்மால் எத்தகைய மகிழ்ச்சியைப் பெற முடியும்? மரணமடைவதற்காகவே ஒவ்வோர் உயிரும் பிறப்பெடுக்கின்றன. மீண்டும் பிறப்பதற்காகவே அவை மடிகின்றன. துன்பத்திலும் அறியாமையிலும் வேரூன்றியுள்ள இச்சுழற்சியில் எந்த அர்த்தமும் இருப்பதாக எனக்குத் தெரியவில்லை. இவ்வுலகிலுள்ள எல்லாமே நம்முடைய மனப்போக்கைச் சார்ந்துள்ளன. ஆனால், நாம் மனத்தால் வசியப்படுத்தபட்டுள்ளபோதிலும், மனமே ஒரு மாயை என்பதுபோலத் தோன்றுகிறது. நாம் கொத்தடிமைகள் அல்ல, ஆனாலும் நமக்கு சுதந்திரம் இல்லை. உலகைப் பற்றிய அறியாமையுடன், பலப்பலப் பிறவிகளாக இந்த சம்சாரக் காட்டில் நாம் எந்த இலக்குமின்றித் திரிந்து கொண்டிருக்கிறோம். இத்துன்பத்தை எப்படி முடிவுக்குக் கொண்டுவருவது? இவ்விஷயங்களைப் பற்றி நினைக்கும்போது என் இதயத்தில் ரத்தம் கசிகிறது. எனக்குச் சாப்பிடவும் பிடிக்கவில்லை, தூங்கவும் பிடிக்கவில்லை. இக்கேள்விகளுக்கு எனக்கு விடை தெரிந்தாலொழிய, வேறு விஷயங்களில் என்னை ஈடுபடுத்திக் கொள்வது வீணானது என்று நான் நினைக்கிறேன்," என்று பதிலளித்தான்.

ராமன் இந்த ரீதியில் தொடர்ந்து சிறிது நேரம் பேசினான். இந்தப் பருவ வயதுச் சிறுவனின் சிந்தனைகளில் இருந்த ஆழத்தையும் கண்ணோட்டங்களையும் கண்டு அந்த ஒட்டுமொத்த அவையும் ஆச்சரியத்தில் வாயடைத்துப் போனது. இறுதியாக அவன், "ஒரு படையை எதிர்த்துச் சண்டையிடக்கூடிய திறன் கொண்டவனை நான் ஒரு வீரனாகக் கருதவில்லை. என்னைப் பொருத்தவரை, தன் மனத்தை வெற்றி கொள்ளக்கூடிய திறன் கொண்ட ஒருவனே ஓர்

உண்மையான வீரன். பரிதாபகரமான சம்சாரக் கடலில் மாட்டிக் கொண்டு தவிக்கின்ற உயிர்களைப் பற்றி நினைத்துப் பார்க்கும்போது என் மனம் துயரத்தால் நிரம்புகிறது. என் மனம் குழப்பமடைந்துள்ளது. நான் எல்லாவற்றையும் விட்டொழித்துவிட்டேன், ஆனால் நான் இன்னும் ஞானம் பெறவில்லை. எனவே, பாதி வெட்டப்பட்டுள்ள, ஆனால் முழுவதுமாக வேரறுக்கப்பட்டிராத ஒரு மரத்தைப்போல நான் சிறிதளவு சிக்கிக் கொண்டும் சிறிதளவு சுதந்திரமாகவும் இருப்பதுபோல உணர்கிறேன். மேன்மையான அந்தப் பேரானந்த நிலையை எப்படி அடைவது என்று தயவு செய்து எனக்குக் கூறுங்கள்," என்று கூறினான்.

அங்கு கூடியிருந்த முனிவர்களும் பொதுமக்களும் ராமனின் உரையைக் கேட்டுப் பரவசப்பட்டனர். இதற்கு விசுவாமித்திரரும் வசிஷ்டரும் அளிக்கவிருந்த பதில்களைக் கேட்க அவர்கள் ஆவலோடு காத்திருந்தனர்.

முதலில் விசுவாமித்திரர் பேசினார். "ராமா, ஞானியரில் முதன்மையானவன் நீ. இதற்கு மேல் நீ தெரிந்து கொள்ள வேண்டியது எதுவுமில்லை. ஆனாலும், உன்னுடைய அறிவு உறுதி செய்யபபட வேண்டும். வசிஷ்ட முனிவர் உனக்குச் சில விஷயங்களை இங்கு அறிவுறுத்த வேண்டும் என்று நான் பணிவன்போடு அவரைக் கேட்டுக் கொள்கிறேன். அவருடைய பேச்சால் இச்சபையில் கூடியிருக்கும் நாங்கள் அனைவரும் உத்வேகம் பெறக்கூடும். வசிஷ்டர் உண்மையிலேயே ஒரு சுதந்திரமான முனிவர். லௌகீக இன்பங்கள் தன்னைத் தடுமாறச் செய்ய ஒருபோதும் அனுமதிக்காதவர் அவர். புகழ் மற்றும் பிற வெகுமதிகள் எதையும் எதிர்பார்க்காமல் செயல்படுபவர் அவர்."

விசுவாமித்திரரின் கோரிக்கையைச் செவிமடுத்த பிரம்மரிஷி வசிஷ்டர், ஆத்ம ஞானம், பிரம்மப் பேரானந்தம் ஆகியவற்றைப் பற்றி ராமனுக்கு எடுத்துரைத்தார். அவருடைய இச்சொற்பொழிவு 'யோக வசிஷ்டம்' என்று அழைக்கப்படலானது. இச்சொற்பொழிவைப் பலர் கேட்டிருந்தாலும், உயர்ந்த அறிவு கைவரப் பெற்ற ராமனால் மட்டுமே வசிஷ்டரின் போதனைகளின் முக்கியக் கருத்தை முழுமையாகப் புரிந்து கொள்ள முடிந்தது.

தன் பதினாறாவது வயதில் ராமன் உண்மையிலேயே ஒரு சுதந்திர மனிதனாகவும், தர்மத்தின் தேடலில் உறுதி கொண்டவனாகவும், தனிப்பட்ட மகிழ்ச்சியை நோக்கிச் செல்வதைப் பற்றி அக்கறை கொள்ளாமல் அறநெறிகளைப் பின்பற்றிச் செல்வதை லட்சியமாகக் கொண்டவனாகவும் ஆனது இப்படித்தான். ஏனெனில், தர்மத்தில் மட்டுமே நிரந்தரமான மகிழ்ச்சியை ஒருவனால் கண்டுகொள்ள முடியும் என்பதை அவன் உணர்ந்தான்.

வசிஷ்டரின் இச்சொற்பொழிவின் முடிவில், விசுவாமித்திரருடன் செல்வதற்கு ராமனுக்கு தசரதன் அனுமதியளித்தான். விசுவாமித்திரரின் மனத்தில் என்ன இருந்ததோ அதை நிறைவேற்றிக் கொடுக்குமாறு அவன் ராமனிடம் கூறினான். லட்சுமணன் ராமனைப் பின்தொடர்ந்தான். அவர்கள் அங்கிருந்து புறப்பட்டுச் சென்றதைக் கவலை தோய்ந்த கண்களுடன் தசரதன் பார்த்தான். ஆனால் விசுவாமித்திரரின் கோபத்திற்கு ஆளாக விரும்பாத காரணத்தால், அவன் எதுவும் கூறாமல் இருந்துவிட்டான்.

ராமனும் லட்சுமணனும் விசுவாமித்திரரும் ஆற்றங்கரையைச் சென்றடைந்தபோது, இரண்டு மந்திரங்களை விசுவாமித்திரர் அவர்கள் இருவருக்கும் கொடுத்தார். அவர்களை யாராலும் வெல்லப்பட முடியாதவர்களாக ஆக்கக்கூடிய, களைப்பு மற்றும் பசியிலிருந்து பாதுகாக்கக்கூடிய மந்திரங்கள் அவை. அவர்கள் அனைவரும் அங்கிருந்து இன்னும் சிறிது தூரம் நடந்து ஒரு காட்டைச் சென்றடைந்தனர். அந்தக் காட்டில்தான் தாடகை எனும் அரக்கியைப் பற்றிய பயத்துடன் பல முனிவர்கள் வாழ்ந்து வந்தனர். விசுவாமித்திரர் அவளைப் பற்றி அவ்விரு இளவரசர்களுக்கும் எடுத்துரைத்தார். அவள் ஒரு பெண்ணாகப் பிறந்திருந்தாலும், ஆயிரம் யானைகளின் பலம் அவளுக்கு இருந்தது. அவளும் அவளுடைய மகன்களான மாரீசனும் சுபாகுவும் அக்காட்டில் சுற்றித் திரிந்து, அங்கு நுழைந்த அனைவரையும் கொன்றனர். அக்காட்டில் வாழ்ந்த முனிவர்களை அவர்கள் துன்புறுத்தினர், யாகங்களைச் செய்வதிலிருந்து அவர்களைத் தடுத்தனர். யாக நெருப்பிற்குள் நெய்யூற்றுவதற்காக அம்முனிவர்கள் தங்கள் கரண்டிகளை உயர்த்திப் பிடித்த ஒவ்வொரு முறையும், ரத்தம், எலும்புகள், மனிதக் கழிவுகள் ஆகியவை அந்நெருப்பிற்குள் எறியப்பட்டு யாக நெருப்பு அணைந்து போயிருந்ததை அம்முனிவர்கள் கண்டனர். தாடகையைக் கொன்று அக்காட்டில் வசித்தவர்களைக் காப்பாற்றுமாறு விசுவாமித்திரர் ராமனிடம் கூறினார்.

தாடகை ஒரு பெண்ணாக இருந்ததால் அவளைக் கொல்வதற்குத் தயங்கிய ராமன், முனிவர்களுக்கு அவளால் இனியும் தொல்லை கொடுக்க முடியாதபடி அவளை ஊனமாக்குவதென்று தீர்மானித்தான். அவன் தன் வில்லை உயர்த்தி, அதன் நாணைச் சுண்டியிழுத்து ஓர் உரத்தச் சத்தத்தை எழுப்பினான். இது தாடகைக்குக் கடுஞ்சினத்தை ஏற்படுத்தியது. சத்தம் வந்த இடத்தை நோக்கி அவள் விரைந்தாள். அங்கு இளவரசர்களைக் கண்ட அவள், அவர்கள்மீது பாறைகளைத் தூக்கி எறிந்தாள், மரங்களை வேரறுத்து அவர்கள்மீது சாய்த்தாள், அவர்களைக் குழப்புவதற்காக வானில் பல்வேறு இடங்களில் அவள் தோன்றி மறைந்தாள். என்ன செய்வதென்று தெரியாமல் ராமன் குழம்பினான். அவள் இன்னும் அதிகமான பேரழிவுகளை ஏற்படுத்துவதற்கு முன்பாக அவளை உடனடியாகக் கொன்றுவிடுமாறு

விசுவாமித்திரர் அவனிடம் கூறினார். அவள் ஒரு பலவீனமான பெண் அல்ல, பரிதாபம் காட்டப்படுவதற்கு அவள் தகுதியானவள் அல்ல என்று அவர் கூறினார். விசுவாமித்திரரின் ஆணைக்குக் கட்டுப்பட்ட ராமன், அதற்கு மேல் தயக்கம் காட்டவில்லை. ஏனெனில், தாடகையைக் கொல்ல வேண்டும் என்ற ஒரே நோக்கத்திற்காகத்தான் அவர் தன்னை இக்காட்டிற்கு அழைத்து வந்திருந்தார் என்பதால், அவளைக் கொல்ல வேண்டியது தன் கடமை என்பதை ராமன் உணர்ந்தான். அவனையும் லட்சுமணனையும் கொல்வதற்காக அவள் அவர்களை நோக்கி வேகமாக வந்தபோது, ராமன் ஒரு பயங்கரமான அம்பை அவள்மீது எய்தான். அவள் அந்த இடத்திலேயே மாண்டு நிலத்தில் சரிந்தாள். தாடகையை வதம் செய்ததன் மூலமாக ராமன் அனைத்து முனிவர்கள் மற்றும் அக்காட்டில் வாழ்ந்த பிறரின் நன்றிக்குரியவனாக ஆனான். தன் குடிமக்களைக் காப்பாற்றுவது ஓர் அரசனின் தர்மம். எனவே, தாடகை ஒரு பெண்ணாக இருந்தும்கூட, அவளைக் கொல்லும் கட்டாயத்திற்கு ராமன் ஆளானான்.

அன்றிரவு, தாடகை தங்களைத் துன்புறுத்த வருவாளோ என்ற பயமின்றி அக்காட்டில் இருந்த எல்லோரும் அமைதியாகத் தூங்கினர். மறுநாள் காலையில், எதிரிகள் அனைவரையும் தோற்கடிக்கக்கூடிய சக்திவாய்ந்த பல அஸ்திரங்களை விசுவாமித்திரர் ராமனுக்குக் கொடுத்தார். அவற்றை எவ்வாறு நினைவுகூர்ந்து அழைக்க வேண்டும் என்பதைப் பற்றிய அறிவையும் அவர் அவனுக்குக் கொடுத்தார். பிறகு அவர் அந்த இளவரசர்களைத் தன் ஆசிரமத்திற்குக் கூட்டிச் சென்றார். அங்கிருந்த முனிவர்கள் அவர்களைக் கண்டு பேருவகை கொண்டனர். மறுநாள், விசுவாமித்திரர் தன் யாகத்தைத் துவக்கினார். அடுத்த ஆறு நாட்களும் கண்காணிப்புடன் செயல்பட்டு அந்த யாகம் தடையின்றி நடைபெறுவதை உறுதி செய்யுமாறு முன்னதாகவே அவர் அவ்விரு இளவரசர்களுக்கும் முறையான அறிவுறுத்தல்களைக் கொடுத்திருந்தார். யாகம் தொடங்கிய சிறிது நேரத்திற்குள்ளாகவே வானில் ஒரு பயங்கரமான சத்தம் கேட்டது. மாரீசனும் சுபாகுவும் வேகமாகப் பறந்து வந்து அந்த யாக நெருப்பிற்குள் ரத்தத்தையும் எலும்புகளையும் அள்ளி வீசினர். ராமன் வெளியே ஓடிச் சென்று மாரீசன்மீது ஓர் அம்பை எய்தான். அது மாரீசனைத் தூக்கியடித்து எண்ணூறு மைல்களுக்கு அப்பால் இருந்த பெருங்கடலுக்குள் தள்ளியது. அடுத்து, ராமன் எந்தச் சிரமமுமின்றி சுபாகுவைக் கொன்றான். இவ்விதமாக, தான் வாக்குக் கொடுத்திருந்தபடியே அவன் அந்த யாகத்தைக் காத்தான்.

மறுநாள், மாபெரும் மன்னனான ஜனகன் மிதிலை நகரில் 'வில் திருவிழா' நடத்தத் திட்டமிட்டிருந்தது பற்றி ஆசிரமத்தில் இருந்த முனிவர்கள் ராமனிடம் தெரிவித்தனர். எல்லோரும்

மிதிலையை நோக்கிப் பயணித்தனர். வழியில், விசுவாமித்திரரின் பிறப்பு மற்றும் வரலாற்றைப் பற்றிய சுவாரசியமான கதைகளால் ராமனையும் லட்சுமணனையும் அவர்கள் குதூகலப்படுத்தினர். மேலும், கங்கையைப் பற்றிய கதையையும், தேவர்களும் அசுரர்களும் பாற்கடலைக் கடைந்தது பற்றிய கதையையும் அவர்கள் கூறினர்.

மிதிலைக்குச் செல்லும் வழியில், கௌதம முனிவருக்குச் சொந்தமான ஓர் ஆசிரமத்தை அவர்கள் கடக்க நேரிட்டது. அந்த ஆசிரமத்தில் யாரும் இருக்கவில்லை. கௌதம முனிவர் தன் அழகிய மனைவி அகலிகைக்குச் சாபமிட்டு, அவளை ஒரு கல்லாக மாற்றியிருந்தார். அறியாமல் அவள் தனக்கு நம்பிக்கைத் துரோகம் இழைத்திருந்ததற்காக அவர் அவ்வாறு செய்தார். ராமன் அந்த ஆசிரமத்திற்குள் நுழைந்து அக்கல்லின்மீது தன் பாதத்தை வைத்தபோது, அகலிகை உடனடியாகத் தன் சாபம் நீங்கப் பெற்று மீண்டும் ஓர் அழகான பெண்ணாக உயிர்த்தெழுந்தாள். கௌதமரும் திரும்பி வந்தார். அவரும் அவருடைய மனைவியும் மீண்டும் ஒன்றுசேர்ந்தனர். அவர்கள் ராமனுக்குத் தங்கள் மரியாதைகளைச் செலுத்தினர்.

மலர்களால் அலங்கரிக்கப்பட்டிருந்த மிதிலை நகருக்குள் ராமனும் லட்சுமணனும் மற்ற முனிவர்களுடன் நுழைந்தபோது, அந்த வில்லைப் பற்றிய கதையை விசுவாமித்திரர் அவர்களுக்குக் கூறினார். அந்த வில் ஒரு காலத்தில் சிவபெருமானுக்குச் சொந்தமாக இருந்தது, யாராலும் தூக்க முடியாத அளவுக்கு அது மிகவும் கனமாக இருந்தது. ஆனால், ஜனகனின் மகளான சீதை ஒரு சிறுமியாக இருந்தபோது, அவள் வைத்து விளையாடிக் கொண்டிருந்த பந்து ஒன்று அந்த வில்லுக்கு அடியில் உருண்டோடிவிட்டது. ஆனால் சீதை அந்த வில்லை அனாயாசமாகத் தூக்கி அந்தப் பந்தை வெளியே எடுத்ததைக் கண்ட ஜனகன் பெருவியப்பு அடைந்தான். அந்த வில்லைத் தூக்கி வளைத்து நாணேற்றுகின்ற ஒருவனுக்குத்தான் தன் மகளை மணமுடித்துக் கொடுக்கப் போவதாக அவன் அக்கணமே தீர்மானித்தான். பல இளவரசர்கள் வந்து முயற்சித்துப் பார்த்துவிட்டு ஏமாற்றத்துடன் திரும்பிச் சென்றனர். ராமன்தான் சீதையை மணமுடிக்கவிருந்தான் என்பதை விசுவாமித்திரர் அறிந்திருந்தார். எனவேதான் அவர் அவனை மிதிலைக்கு அழைத்து வந்தார். அவர்கள் அரண்மனை வாசலுக்குள் நுழைந்தபோது, அங்கிருந்த ஒரு திறந்த சன்னலின் பக்கமாக ராமனின் பார்வை சென்றது. அதன் வழியாக ஓர் அழகான பருவ வயதுப் பெண்ணின் தலையை அவனால் பார்க்க முடிந்தது. துல்லியமாக அக்கணத்தில் அப்பெண்ணும் தன் தலையைத் திருப்பி அவனுடைய கண்களை நேருக்கு நேர் பார்த்தாள். ராமன் தன் உடலில் ஓர் அதிர்ச்சியலை பாய்ந்ததைப்போல உணரும் அளவுக்கு அவளுடைய பார்வை மிகத் தீவிரமானதாக இருந்தது. அவனுடைய

இதயம் அவனைவிட்டுப் பிரிந்து அந்த அழகான கண்களுக்குள் போய் ஐக்கியமாகிக் கொண்டது. அவன்தான் தன்னுடைய வாழ்க்கைத் துணைவன் என்பதை அவளும் கண்டுகொண்டாள். ராமனும் லட்சுமணனும் அங்கிருந்து நடந்தனர். அவன் அந்த வில்லை வளைத்து அதற்கு நாணேற்றித் தன்னை மணமுடிப்பான் என்று அவள் தன் மனத்திற்குள் தீவிரமாக நம்பினாள். ஏனெனில், அவள் ஜனக மன்னனின் மகள் சீதையே அன்றி வேறு யாருமல்ல.

சில வருடங்களுக்கு முன்பு, ஒரு யாகம் நடத்துவதற்காக ஜனகன் தன் நிலத்தை உழுது கொண்டிருந்தபோது, ஒரு மழலைக் குரல் அவனுக்குக் கேட்டது. அவன் உழுவதை நிறுத்திவிட்டு நிலத்தை உற்றுப் பார்த்தான். அங்கு அவன் ஓர் அழகான பெண் குழந்தையைக் கண்டான். அவன் அக்குழந்தையை மென்மையாகத் தூக்கினான். அவளைத் தன் மகளாக சுவீகரித்துக் கொள்வதென்று அவன் அக்கணமே தீர்மானித்தான். அக்குழந்தை மிகவும் வசீகரமாக இருந்தாள். அவளுக்கு அவன் சீதையென்று பெயர் சூட்டினான். அவள் இப்போது ஓர் அழகான பருவ வயதுப் பெண்ணாக வளர்ந்திருந்தாள்.

ஜனக மன்னன் விசுவாமித்திரரையும் இளவரசர்களையும் மகிழ்ச்சியோடு வரவேற்றான். அந்த வில்லின் கதையையும் தன் மகள் சீதையின் கதையையும் அவன் அவர்களுக்குக் கூறினான். தசரதனின் மகனான ராமன் அந்த வில்லை சுலபமாக வளைத்துவிடுவான் என்று விசுவாமித்திரர் ஜனகனுக்கு உத்தரவாதம் கொடுத்தார். அந்த வில்லுடன்கூடிய பெட்டியை அரசவைக்குள் தூக்கி வருவதற்கு நல்ல திடகாத்திரமான உடலைக் கொண்ட அனேகர் தேவைப்பட்டனர். அப்பெட்டியின் மூடி திறக்கப்பட்டது. எல்லோரும் அந்த வில்லைக் கண்டனர். விசுவாமித்திரரின் தூண்டுதலின் பேரில் ராமன் அந்த மாபெரும் வில்லைத் தூக்கி, அதில் நாணேற்றுவதற்காக அதை வளைத்தான். அப்போது அந்த வில் உடைந்தது. அந்த வில் முறிந்தபோது, ஒரு மலையே இரண்டாகப் பிளவுபட்டதைப் போன்ற ஒரு பயங்கரச் சத்தம் ஏற்பட்டது. அந்த அதிர்வால் ஒட்டுமொத்த பூமியும் குலுங்கி நடுங்கியது. ராமன், லட்சுமணன், விசுவாமித்திரர், ஜனகன் ஆகியோரைத் தவிர மற்ற எல்லோரும நிலை தடுமாறிக் கீழே விழுந்தனர். எல்லோரும் ராமனை ஆச்சரியத்தோடு பார்த்தனர். ஜனகன் பேரானந்தம் அடைந்தான். ஏனெனில், பலசாலி அரசர்கள் அனைவரும் அந்த வில்லைத் தூக்க முயற்சித்துத் தோல்வியைத் தழுவியிருந்தனர். தன் மகளுக்கு ஒரு கணவனைக் கண்டுபிடிக்கும் முயற்சியில் தான் தோற்றுவிடுவோமோ என்று ஜனகன் பயந்திருந்தான். அவன் உடனடியாக அயோத்திக்குத் தன் தூதுவர்களை அனுப்பி வைத்து, ராமனின் திருமணத்திற்கு வருவதற்கு தசரதனுக்கு அழைப்பு விடுத்தான்.

பரதன் மற்றும் சத்ருக்கனனுடனும் ஏராளமான பரிசுப் பொருட்களுடனும் தசரத மன்னன் மிதிலைக்கு வந்து சேர்ந்தபோது, ஜனக மன்னன் தகுந்த மரியாதைகளோடு அவனை வரவேற்றான். அவன் தன் இளைய மகள் ஊர்மிளையை லட்சுமணனுக்குத் திருமணம் செய்து கொடுக்க முன்வந்தான். மேலும், தன்னுடைய சகோதரனின் மகள்களான மாண்டவியும் சுருதிகீர்த்தியும் பரதனுக்கும் சத்ருக்கனனுக்கும் பொருத்தமான மனைவியராக இருப்பர் என்றும் அவன் பரிந்துரைத்தான். இப்படிப்பட்ட அழகான பெண்களைத் தன் மகன்களுக்கு மனைவியராக ஆக்குவதற்கு தசரதன் மகிழ்ச்சியோடு ஒப்புக் கொண்டான்.

ஒரு சுபமுகூர்த்த வேளையில் திருமணம் தொடர்பான காரியங்கள் நடந்தேறின. திருமண அரங்கின் நடுவே வசிஷ்டர் ஒரு யாக மேடையை உருவாக்கினார். சந்தனம், பொன் தட்டுக்கள், மலர்க்கொத்துக்கள் அடங்கிய ஜாடிகள், நறுமணப் பொருட்கள், சங்குகள், காணிக்கைப் பொருட்கள் அடங்கிய கிண்ணங்கள், மஞ் சள் தடவப்பட்ட அரிசி அடங்கிய பொன் கலயங்கள் ஆகியவற்றால் அவர் அந்த யாக மேடையை அலங்கரித்தார். தர்பைப் புல்லை அதன்மீது பரப்பிய வசிஷ்டர் திருமண மந்திரங்களைக் கூறத் தொடங்கினார். இவ்வாறு திருமண விழா தொடங்கியது. நகைகளால் அலங்கரிக்கப்பட்டிருந்த தன் மகள் சீதையை ஜனகன் அந்தத் திருமண அரங்கிற்குள் அழைத்து வந்தான். அவன் அவளுடைய கையை எடுத்து ராமனின் கையில் உறுதியாக வைத்தான். சீதை நாணத்துடன் தன் கணவனை ஏறிட்டுப் பார்த்தாள். அவர்கள் இருவருடைய கண்களும் சந்தித்துக் கொண்டபோது, சில நாட்களுக்கு முன்பு ராமன் மிதிலை நகருக்குள் அடியெடுத்து வைத்திருந்தபோது தாங்கள் இருவரும் ஏற்கனவே ஒருவரையொருவர் பார்த்திருந்தோம், ஒருவரையொருவர் தேர்ந்தெடுத்திருந்தோம் என்பதை அவர்கள் இருவரும் உணர்ந்தனர். அவர்களால் தங்கள் பார்வையை அகற்றிக் கொள்ள முடியவில்லை. ஜனகன் தன் மகள் ஊர்மிளையை லட்சுமணனின் கையில் ஒப்படைத்துக் கொண்டிருந்ததையும், மாண்டவியையும் சுருதகீர்த்தியையும் பரதன் மற்றும் சத்ருக்கனனின் கைகளில் ஒப்படைத்துக் கொண்டிருந்ததையும் அவர்கள் கவனிக்கவில்லை.

ராமன் தன் மனைவியின் கையை உறுதியாகப் பிடித்துக் கொண்டு புனித நெருப்பை மூன்று முறை வலம் வந்து உறுதிமொழி எடுத்துக் கொண்டான். அவனுடைய சகோதரர்களும் அவனைப் பின்பற்றி அதேபோலச் செய்தனர். இளவரசர்கள் நால்வரின் திருமணங்களும் மிகவும் கோலாகலமாகவும் சீரும் சிறப்புமாகவும் நடந்தேறின.

மறுநாள் எல்லோரும் அயோத்திக்குப் புறப்பட்டனர். வழியில் அவர்கள் பரசுராமனை எதிர்கொண்டனர். பிறப்பால் அவன் ஒரு பிராமணனாக இருந்தாலும், வீரத்திலும் வலிமையிலும் அவன் ஒரு

சத்திரியனாக இருந்தான். சத்திரியர்களில் ஒருவன் அவனுடைய தந்தையைக் கொன்றிருந்த காரணத்தால், ஒட்டுமொத்தச் சத்திரிய இனத்தையும் வேரோடு அறுத்தெறிவதென்று அவன் தனக்குத் தானே உறுதி பூண்டிருந்தான். வசிஷ்டரும் மற்ற முனிவர்களும் அவனை சமாதானப்படுத்த முயன்றனர். ஆனால் விஷ்ணு பகவானின் இன்னோர் அவதாரமாகக் கருதப்பட்ட அவன், அவர்கள் எல்லோரையும் உதாசீனப்படுத்திவிட்டு, நேராக ராமனைப் பார்த்துப் பேசினான்: "சக்திவாய்ந்த சிவதனுசை முறித்து நீ உன்னுடைய வீரத்தை வெளிப்படுத்தியதை நான் கேள்விப்பட்டேன். என்னிடம் இருப்பது அதைவிட அதிக சக்திவாய்ந்த வில். விஷ்ணு பகவானின் வில் இது. நீ ஓர் உண்மையான சத்திரியன் என்றால், உண்மையிலேயே வீரம் கொண்ட ஓர் ஆண்மகன் என்றால், இந்த வில்லை எடுத்து நாணேற்றிக் காட்டு. பிறகு என்னுடன் நேருக்கு நேர் சண்டையிடு." இந்த சவாலைக் கேட்டதும் தசரதன் முற்றிலும் மனம் தளர்ந்து போனான். ராமனை விட்டுவிடுமாறு பரசுராமனிடம் அவன் மன்றாடினான். ஆனால் பரசுராமன் அவனை உதாசீனப்படுத்திவிட்டு, மீண்டும் ராமனுக்கு சவால் விடுத்தான். பரசுராமனின் தோற்றத்தைக் கண்டு சற்றும் மனம் கலங்காத ராமன், அந்த வில்லை எடுத்து மிகச் சுலபமாக அதற்கு நாணேற்றினான். பிறகு பரசுராமனை நோக்கித் திரும்பி, ஓர் அதிகாரக் குரலில், "இந்த அம்பை நான் யார்மீது தொடுக்க வேண்டும் என்று கூறுங்கள்!" என்று கூறினான்.

தன் கடவுளை உணர்ந்து கொண்ட பரசுராமன், தன் ஆக்ரோஷத்தைக் கைவிட்டுவிட்டு, பெட்டிப் பாம்பாக அடங்கி, "ராமா, நீ சாட்சாத் அந்த மகாவிஷ்ணுதான் என்பதை நான் உணர்ந்து கொண்டேன். ஏனெனில், அவனைத் தவிர வேறு யாராலும் இந்த வில்லிற்கு நாணேற்ற முடியாது. நான் என்னுடைய அனைத்து சக்திகளையும் உன்னிடம் சமர்ப்பிக்கிறேன். நான் இப்போதே மகேந்திர மலைக்குச் சென்று என்னுடைய தவத்தைத் தொடரப் போகிறேன்," என்று கூறினான்.

பரசுராமன் அங்கிருந்து புறப்பட்டுச் சென்றவுடன், விஷ்ணுவின் வில்லை நீர்நிலைகளின் அதிபதியான வருணனிடம் ராமன் கொடுத்தான். பிறகு எந்த இடையூறும் இன்றி அனைவரும் அயோத்தியை நோக்கிச் சென்றனர். தங்கள் இளவரசர்களையும் அவர்களுடைய மனைவியரையும் வரவேற்க அயோத்தி விழாக்கோலம் பூண்டிருந்தது.

அடுத்தப் பன்னிரண்டு ஆண்டுகளுக்கு ராமனும் சீதையும் ஒருவரோடு ஒருவர் களிப்போடு வாழ்ந்தனர். சீதை எவ்வளவு அழகானவளாக இருந்தாளோ, அதே அளவு நல்லவளாகவும் இருந்தாள். சீதையின் அழகும் வசீகரமும் தவிர, அவளுடைய உன்னதமான பண்பிற்காகவும் ராமன் அவளை அதிகமாக

நேசிக்கலானான். சீதை தன்னுடைய வசீகரமான கணவனிடம் தன் மனத்தை முற்றிலுமாகப் பறி கொடுத்திருந்தாள். இப்படிப்பட்ட ஒரு மேன்மையான கணவனைத் தனக்குக் கொடுத்ததற்காகக் கடவுளுக்கு அவள் நன்றி கூறினாள். நாட்கள் செல்லச் செல்ல அவர்கள் பரஸ்பரம் ஒருவர்மீது ஒருவர் கொண்டிருந்த காதலும் வளர்ந்தது. ஒரு கணம்கூட அவர்களால் பிரிந்திருக்க முடியவில்லை. ஒளிமயமான அத்தம்பதியருக்கு நாட்களும் மாதங்களும் நிமிடங்களாகக் கரைந்தன.

அயோத்தியா காண்டம்

பட்டத்து இளவரசனாக முடிசூட்டும் விழா

அயோத்தி மக்கள் அனைவரும் நான்கு இளம் இளவரசர்களையும் மிகவும் நேசித்தனர். ஆனால் தசரதனைப்போலவே, மூத்தவனான ராமனின்மீது அவர்கள் பிரத்யேக அன்பும் பெருமிதமும் கொண்டிருந்தனர். இயற்கை ராமனுக்குத் தன் பரிசுகளை வாரி வழங்கியிருந்தது. அவன் தன் உருவத்திலும் உள்ளத்திலும் அழகானவனாக இருந்தான். கூழாங்கல் கூட்டத்தின் நடுவே தனியாக ஒளிவீசி நிற்கின்ற ஒரு வைரத்தைப்போல, மற்றவர்களிலிருந்து அவன் தனித்துத் திகழ்ந்தான். அவன் கூரிய அறிவு கொண்டவனாகவும், தேவைப்பட்ட சமயங்களில் கனிவும் பரிவும் கொண்டவனாகவும் விளங்கினான். அவன் மென்மையானவனாகவும் ஏழைகளிடமும் பலவீனமானவர்களிடமும் அன்பாக நடந்து கொள்பவனாகவும் இருந்தபோதிலும், தவறு செய்தவர்களிடத்தில் அவன் மிகக் கடுமையாகவும் கண்டிப்புடனும் நடந்து கொண்டான். எப்போதும் சுயகட்டுப்பாட்டுடனும் ஆழ்ந்த சிந்தனையிலும் இருந்த அவன், தன் உணர்ச்சிகளையும் கட்டுப்பாட்டில் வைத்திருந்தான். அவன் ஒருபோதும் கோபத்தில் வெடித்ததில்லை. அதே சமயம், பொருத்தமற்ற உல்லாசங்களுக்கும் அவன் இடம் கொடுக்கவில்லை. சுருக்கமாகக் கூறினால், அனைத்து நற்பண்புகளின் மொத்த உருவமாக அவன் திகழ்ந்தான். அவன் ஒருபோதும் தற்பெருமையோ அல்லது அகங்காரமோ கொள்ளவில்லை. தனக்குக் கிடைத்திருந்தவை எல்லாம் கடவுளின் பரிசு என்று அவன் ஏற்றுக் கொண்டான்.

திருமணம் முடிந்து பன்னிரண்டு ஆண்டுகள்வரை அவன் தன் மனைவியுடன் ஒரு கவலையற்ற வாழ்க்கையை வாழ்ந்தான். நாட்டின் பலதரப்பட்ட விவகாரங்களைக் கையாள்வது எப்படி என்பதையும் அவன் கற்றுக் கொண்டான். இந்த நேரத்தில்தான் பரதனையும் சத்ருக்கனனையும் கைகேயியின் சகோதரன் தன் வீட்டிற்கு ஒரு விடுமுறைக்காக அழைத்துச் சென்றான்.

தன் மகன் ராமன் உன்னதமான பண்புநலன்களைக் கொண்டவனாக இருந்ததைக் கண்ட அரசன் தசரதன், தனக்கு

வயதாகிக் கொண்டே போனதாலும், தான் பலவீனமடைந்து கொண்டிருந்ததாலும், எவ்வளவு விரைவாக முடியுமோ அவ்வளவு விரைவாக ராமனைப் பட்டத்து இளவரசனாக அறிவிக்க வேண்டியது தன் கடமை என்று நினைத்தான். அவன் இத்தீர்மானத்திற்கு வந்தவுடன், அதை நிறைவேற்றி முடிப்பதில் அவசரம் காட்டினான். அவன் தன் அமைச்சர்களுடன் ஆலோசித்துவிட்டு, ராமனின் முடிசூட்டு விழாவிற்கு நாள் குறித்தான். எல்லா அரசர்களுக்கும் அழைப்பிதழ்கள் அனுப்பி வைக்கப்பட்டன. ஆனால் தலைவிதியோ என்னவோ, தன்னுடைய நெருங்கிய உறவினர்கள் இருவருக்கு அவன் அழைப்பிதழ்களை அனுப்ப மறந்துவிட்டான். அவர்களில் ஒருவர் கேகய மன்னர். தசரதனின் மாமனார் அவர். இன்னொருவர், ஜனக மன்னன், தன் மகனின் மாமனார். கேகய மன்னனுக்கு அழைப்பிதழ் அனுப்பப்பட்டிருந்தால் பரதனும் சத்ருக்கனனும் அவரோடு சேர்ந்து அவ்விழாவிற்கு வந்திருப்பார்கள். அப்போது இக்கதையின் ஒட்டுமொத்தப் போக்கும் வேறு மாதிரியாக இருந்திருக்கும். ஆனால், கேகய மன்னனுக்கும் ஜனகனுக்கும் அழைப்பிதழ்கள் அனுப்பப்பட்டிருக்கவில்லை என்பதை தசரதன் உணர்ந்தபோது மிகவும் தாமதமாகியிருந்தது. ஆனால், ராமனின் முடிசூட்டு விழா பற்றிய மகிழ்ச்சியான செய்தியை அவர்கள் விரைவில் கேள்விப்படுவார்கள் என்று தசரதன் தன்னைத் தானே சமாதானப்படுத்திக் கொண்டான்.

தசரத மன்னனின் அரசவையில் அனைத்து அரசர்களும் அயோத்தியின் முக்கியப் பிரமுகர்களும் கூடியிருந்தனர். தன் மகனான ராமனைப் பட்டத்து இளவரசனாக நியமிக்கும் விழாவை மறுநாள் நடத்தத் தான் திட்டமிட்டிருந்ததாக தசரதன் அறிவித்தான். முடிசூட்டு விழாவிற்கு ஒரு சுபமுகூர்த்த வேளை குறிக்கப்பட்டது. தசரதனின் தீர்மானம் அறிவார்ந்த ஒன்று என்று அங்கு கூடியிருந்த அனைத்து அரசர்களும் மகிழ்ச்சி ஆரவாரம் செய்தனர்.

பிறகு தசரதன் தன் குருவான வசிஷ்டரிடம் திரும்பி, மறுநாள் காலையில் முடிசூட்டு விழா நடைபெறுவதற்குத் தேவையான அனைத்து ஏற்பாடுகளையும் செய்யும்படி அவரிடம் கேட்டுக் கொண்டான். அவ்விழா அதிகாலையிலேயே துவக்கப்பட வேண்டும் என்று அவன் கூறினான். ராமனை அரசவைக்கு அழைத்து வரும்படி தன் அமைச்சர்களில் ஒருவனான சுமந்திரனிடம் தசரதன் கூறினான். ராமன் கம்பீரமாக அந்த அவைக்குள் நுழைந்தபோது, அனைவருடைய பார்வையும் அவன்மீதுதான் பதிந்திருந்தது. அவன் தன் தந்தையின் முன்னால் நெடுஞ்சாண்கிடையாக விழுந்து பணிந்தான். தசரதன் அவனைத் தூக்கித் தன் மார்போடு அணைத்துக் கொண்டு, அவனுக்காக ஒதுக்கப்பட்டிருந்த ஒரு சிறப்பு இருக்கைக்குச் சென்று அமரும்படி அவனுக்குச் சைகை காட்டினான். பிறகு, மறுநாள் காலையில் அவனுக்குக் கொடுக்கப்படவிருந்த கௌரவத்தைப் பற்றி

தசரதன் அவனிடம் தெரிவித்தான். இந்த அறிவிப்பைக் கேட்டு ராமன் மகிழ்ச்சியடையவும் இல்லை, வருத்தப்படவும் இல்லை. தன் இயல்புக்கு ஏற்றாற்போல, அவன் அச்செய்தியை அமைதியாக உள்வாங்கிக் கொண்டான். ராமன் பட்டத்து இளவரசனாக முடிசூட்டப்பட இருந்த செய்தியைக் கேள்விப்பட்ட மக்கள், ராமனின் அரண்மனைப் பகுதியின் வாசலருகே பெருந்திரளாகக் கூடினர். ராமன் அங்கு திரும்பி வந்தபோது, அவர்கள் அவனை உற்சாகமாக வரவேற்றனர்.

இதற்கிடையே, அரசவை கலைந்தது. தசரதன் தன் மாளிகைக்குச் சென்றான். ராமனைத் தன்னிடம் அழைத்து வரும்படி தன் அமைச்சர் சுமந்திரனிடம் அவன் கூறினான். தசரதன் ஒரு சோதனையான காலகட்டத்தை அனுபவித்துக் கொண்டிருந்ததாகவும், அது அவனுடைய மரணத்தில்கூட முடியக்கூடும் என்றும் சோதிடர்கள் கணித்திருந்ததால், அவன் மிகவும் பதற்றமாக இருந்தான். எனவே, ராமனின் முடிசூட்டு விழாவை எந்தத் தாமதமும் இன்றி உடனடியாக நடத்தி முடித்துவிட வேண்டும் என்ற பரிதவிப்பு அவனிடம் நிலவியது. மேலும், கைகேயியைத் தான் திருமணம் செய்து கொண்ட நேரத்தில், தனக்குப் பிறகு அவளுடைய மகன்தான் அரசாள்வான் என்று தன் மாமனாருக்குத் தான் கொடுத்திருந்த வாக்குறுதியும் அவனுடைய நினைவுக்கு வந்தது. ராமனுக்கு முடிசூட்டு விழா நடைபெற்ற நேரத்தில் பரதன் இங்கு இருந்தால், அவன் தன் உரிமைகளைக் கேட்டுப் போராடக்கூடும் என்று தசரதன் பயந்தான்.

ராமன் தசரதனின் அறைக்கு வந்தபோது, அவனும் சீதையும் அன்றிரவு முழுவதும் உண்ணாவிரதம் இருக்க வேண்டும் என்றும், இரவு முழுதும் கண்விழித்திருக்க வேண்டும் என்றும் தசரதன் அவனிடம் கூறினான். ராமன் இதை ஏற்றுக் கொண்டு, சீதையிடம் இதைத் தெரிவிப்பதற்காக விரைவாகத் தன் அரண்மனைக்குத் திரும்பினான். ஆனால் அவள் அங்கு இருக்கவில்லை. எனவே ராமன் தன் தாயின் அரண்மனைப் பகுதிக்குச் சென்றான். அங்கு சீதையும் லட்சுமணனின் தாய் சுமித்திரையும் தன் அன்னையுடன் அமர்ந்திருந்ததை அவன் கண்டான். தன் மகனின் முடிசூட்டு விழா பற்றிச் செய்தியைக் கோசலை கேள்விப்பட்டிருந்தாள். எனவே அவள் தன் மகனின் நலனுக்காகப் பிரார்த்தனை செய்து கொண்டிருந்தாள். கோசலையும் சுமித்திரையும் ராமனை ஆசீர்வதித்தனர். பிறகு, அவன் சீதையுடன் தன் அரண்மனைப் பகுதிக்குத் திரும்பிச் சென்றான்.

மறுநாள் நடைபெறவிருந்த முடிசூட்டு விழாவைப் பற்றிய செய்தி காட்டுத்தீயைப்போலப் பரவியது. அப்பகுதி நெடுகிலுமிருந்தும் மக்கள் உற்சாகமாக அயோத்தியை நோக்கி வந்தனர். ராமனை எல்லோரும் மிகவும் நேசித்ததால், அவனுக்குரிய இவ்விழாவை அவர்கள் பெருமகிழ்ச்சியோடு எதிர்பார்த்தனர். அயோத்தி நகரின் அலங்காரங்கள் கோலாகலமாகத் துவக்கப்பட்டன.

கைகேயியின் சதித்திட்டம்

கைகேயி தசரதனின் மூன்றாவது மனைவி. அவள்தான் அவனுக்கு மிகவும் பிடித்தமானவளும்கூட. அவள் அயோத்திக்கு வந்தபோது, அவளுடைய பணிப்பெண்ணும் அவளுடன் வந்தாள். கூன் விழுந்த முதுகைக் கொண்ட அப்பணிப்பெண்ணின் பெயர் மந்தரை. கைகேயின் தேவைகளை கவனித்துக் கொள்வதற்காக அவள் அயோத்திக்கு அனுப்பி வைக்கப்பட்டிருந்தாள். கோட்டை மதிற்சுவரின் பக்கமாகச் சென்ற மந்தரை கீழே எட்டிப் பார்த்தபோது, நகரம் விழாக்கோலம் பூண்டிருந்ததைக் கண்டாள். ஒரு பெரிய விழாவிற்குச் செய்யப்படுவதைப் போன்ற அலங்காரங்கள் அயோத்தி நகரில் அமைக்கப்பட்டுக் கொண்டிருந்ததைக் கண்ட அவள் ஆச்சரியமடைந்தாள்.

ராமனின் பழைய செவிலி தன் அருகே நின்று கொண்டிருந்ததைக் கண்ட மந்தரை, “இரவோடு இரவாக அயோத்தி நகரம் ஏன் இப்படித் தலைகால் புரியாமல் மகிழ்ச்சியாக இருக்கிறது? அப்படியென்ன என்ன விசேஷம்?” என்று அவளிடம் கேட்டாள்.

மறுநாள் ராமனுக்கு முடிசூட்டப்படவிருந்தது பற்றிய செய்தியை அச்செவிலி மந்தரையிடம் தெரிவித்தாள். இதைக் கேட்ட மந்தரை அதிர்ச்சியடைந்தாள். பிறகு, தன் படுக்கையில் ஆசுவாசமாக ஓய்வெடுத்துக் கொண்டிருந்த கைகேயியை நோக்கி அவள் விரைந்தாள்.

“அரசி! நீங்கள் மோசம் போய்விட்டீர்கள்!” என்று கத்திக் கொண்டே மந்தரை ஓடி வந்தாள். “உங்கள் மீது அதீதக் காதல் கொண்டிருப்பதாக உங்களிடம் கூறும் உங்கள் கணவர் உங்களை ஏமாற்றிவிட்டார். உங்கள் மகனை உங்கள் பெற்றோரின் வீட்டிற்கு அனுப்பி வைத்துவிட்டு, நாளைய தினம் கோசலையின் மகன் ராமனுக்குப் பட்டத்து இளவரசனாக முடிசூட்டுவதற்கான ஏற்பாடுகளை அவர் இப்போது செய்து கொண்டிருக்கிறார். உங்களிடம் தேனொழுகப் பேசி உங்களை வஞ்சித்துவிட்ட உங்கள் கணவர் ஒரு கொடிய பாம்பைப்போல நடந்து கொண்டுள்ளார்.”

ராமனுக்கு முடிசூட்டப்பட இருந்ததைப் பற்றிக் கேள்விப்பட்டவுடன் கைகேயி மகிழ்ச்சியோடு தன் படுக்கையைவிட்டு எழுந்தாள். இந்த நல்ல செய்தியைத் தன்னிடம் முதலில் கொண்டு வந்ததற்காக அவள் மந்தரைக்கு ஓர் அழகான அணிகலனைப் பரிசாகக் கொடுத்துவிட்டு, "இந்த அற்புதமான செய்தியை எனக்குக் கொடுத்ததற்கு மிக்க நன்றி. என் பார்வையில் ராமனும் பரதனும் ஒன்றுதான். அரசரின் தீர்மானத்தில் நான் மிக்க மகிழ்ச்சி அடைகிறேன்," என்று கூறினாள்.

கைகேயி இவ்வாறு நடந்து கொண்டதைக் கண்ட மந்தரை அதிர்ச்சியடைந்தாள். கைகேயி தனக்குக் கொடுத்த அணிகலனை அவள் தூக்கி எறிந்துவிட்டு, "உங்களுக்கு ஏற்பட்டுள்ள துரதிர்ஷ்டத்தைக் காண முடியாத ஒருவராக நீங்கள் இருப்பீர்கள் என்பதை என்னால் நம்ப முடியவில்லை. ராமன் அரசனாகிவிட்டால், கோசலைக்கு நீங்கள் ஒரு பணிப்பெண்ணாக மட்டுமே இருப்பீர்கள். உங்கள் மகன் பரதன் ராமனின் ஒரு சேவகன் என்ற கீழ்மட்ட நிலைக்குத் தள்ளப்படுவான்," என்று கூறினாள்.

எதிர்காலத்தில் தன் அரசிக்கு ஏகப்பட்டச் சீரழிவுகள் ஏற்படவிருந்ததைத் தன்னால் பார்க்க முடிந்ததாக ஆவேசமாகப் புலம்பிய மந்தரை, ராமனைப் பற்றிக் கைகேயி புகழ்ந்து பேசியதைக் கேட்க மறுத்தாள். கைகேயிக்கு எந்தச் சீரழிவுகள் ஏற்படவிருந்ததாக மந்தரை தொடர்ந்து வலியுறுத்திக் கொண்டிருந்தாளோ, அவற்றில் எதுவும் நிகழ்வதற்கான சாத்தியக்கூறைக் கைகேயியால் பார்க்க முடியவில்லை. ஆனால் மந்தரையின் இந்த ஆவேசப் பேச்சைத் தொடர்ந்து ஒரு மணிநேரம் கேட்டதற்குப் பிறகு, அவள் சொன்ன அனைத்தும் உண்மைதான் என்றும், தன் மகனின் உரிமையை அவனிடமிருந்து தட்டிப்பறிப்பதற்கு அரசர் சதித்திட்டம் தீட்டியிருந்தார் என்றும் கைகேயி நம்பத் தொடங்கினாள். உன்னதமான மக்கள் உங்களைச் சூழ்ந்திருக்க வேண்டியது எவ்வளவு முக்கியம் என்பதை இந்நிகழ்வு தெளிவாகக் காட்டுகிறது. தெய்வீகமான மனிதர்களுடன் சகவாசம் கொண்டிருப்பதன் மதிப்பு நம்முடைய ஆகம நூல்களில் ஏன் அவ்வளவு தூரம் வலியுறுத்தப்படுகிறது என்பதற்கு இது ஒரு சிறந்த எடுத்துக்காட்டு. கெடுநோக்குக் கொண்ட மக்களுடன் நாம் பழகத் தொடங்கும்போது, மிக உன்னதமான மனப்போக்கைக் கொண்ட ஒருவர்கூட இந்த விஷத்தனமான எண்ணங்களுக்கு மெல்ல மெல்ல பலியாகிவிடுவார்.

கடைசியில், மனம் கலங்கிப் போன கைகேயி, தன் மகனை இந்தப் பேரழிவிலிருந்து காப்பதற்குத் தனக்கு ஒரு வழியைக் கூறுமாறு மந்தரையிடம் கேட்டாள். நெடுங்காலத்திற்கு முன்பு, இரண்டு வரங்களைக் கொடுப்பதாக தசரதன் கைகேயிக்கு அளித்திருந்த

வாக்கை மந்தரை அவளுக்கு நினைவுபடுத்தினாள். ஒரு சமயம், தசரதன் தன் மனைவி கைகேயியைத் தன்னுடன் ஒரு போருக்கு அழைத்துச் சென்றிருந்தான். அப்போரில் அவன் கடுமையாகக் காயப்பட்டான். அவன் சுயநினைவற்ற நிலையில் இருந்தபோது, கைகேயி மிகத் திறமையாகத் தேரோட்டி, அவனை ஒரு பாதுகாப்பான இடத்திற்குக் கொண்டு சென்றாள். தசரனுக்கு நினைவு திரும்பியபோது, தன் உயிரைக் காப்பாற்றியதற்காக அவன் கைகேயி குறித்து நன்றியுணர்வு கொண்டான். தான் அவளுக்கு இரண்டு வரங்களைக் கொடுக்க விரும்பியதாக அவன் அவளிடம் கூறினான். ஆனால் அவள் அந்த வரங்களைக் கேட்பதைத் தள்ளிப்போட்டுக் கொண்டே வந்திருந்தாள். அவற்றைப் பற்றி அவள் கிட்டத்தட்ட மறந்துவிட்டிருந்தாள். மந்தரை அந்த வரங்களை அவளுக்கு இப்போது நினைவூட்டிவிட்டு, தசரதனிடம் அவற்றை இப்போது கேட்டுப் பெறுமாறு கைகேயியை வற்புறுத்தினாள். பரதனுக்குப் பட்டத்து இளவரசனாக முடிசூட்டப்பட வேண்டும் என்பது முதல் வரமாகவும், ராமன் பதினான்கு ஆண்டுகளுக்குக் காட்டுக்கு அனுப்பி வைக்கப்பட வேண்டும் என்பது இரண்டாவது வரமாகவும் இருக்க வேண்டும் என்றும் அவள் கூறினாள். ஏனெனில், அந்தப் பதினான்கு வருடங்கள், பரதன் தன் நாட்டில் தன் பதவியை உறுதியாக நிலைநிறுத்திக் கொள்ளப் போதிய நேரத்தைக் கொடுக்கும் என்று மந்தரை அதற்குக் காரணம் கற்பித்தாள். பிணக்கம் கொள்கின்ற மனைவியருக்கென்று பிரத்யேகமாக ஒதுக்கப்பட்டுள்ள ஊடல் அறைக்குச் சென்று, தான் மகிழ்ச்சியற்ற மனநிலையில் இருந்ததைத் தன் கணவனுக்கு உணர்த்தும் விதமாக, கிழிந்த ஆடைகளுடன் தலைவிரி கோலமாகப் படுத்துக் கிடக்குமாறு மந்தரை தன் அரசிக்கு அறிவுறுத்தினாள். மந்தரையால் தூண்டப்பட்டக் கைகேயி, தன் புத்தியைக் காவு கொடுத்துவிட்டு, மந்தரையின் அறிவுரையின்படி அந்த ஊடல் அறையை நோக்கிச் சென்றாள்.

இரவு வந்தபோது, ராமனின் முடிசூட்டு விழா பற்றிய செய்தியைக் கைகேயியிடம் கூறுவதற்காக தசரத மன்னன் உற்சாகமாக அவளுடைய அறைக்குள் நுழைந்தான். அவள் வழக்கமாகத் தனக்குக் காத்திருந்ததைப்போல அன்று அவள் காத்திருக்காததைக் கண்டு அவன் சற்று ஏமாற்றமடைந்தான். அவள் ஊடல் அறையில் இருந்தாள் என்ற செய்தியைக் கேட்டு அவன் மேலும் ஏமாற்றமடைந்தான். பிறகு அவன் அந்த அறையை நோக்கி விரைந்தான். தரை முழுக்கத் தன் நகைகளைச் சிதறடித்து, கோபத்தால் முகம் இருளடைந்து, தலைவிரிகோலமாகத் தன் அழகான மனைவி அங்கு சுருண்டு கிடந்ததைக் கண்ட தசரதன் அதிர்ச்சியடைந்தான்.

அவன் மனவேதனையுடன், "அன்பே, என்ன நடந்தது? "யார் உன்னை இந்த நிலைக்கு ஆளாக்கினார்கள்? உனக்கு என்ன குறை? உன் விருப்பம் எதுவாக இருந்தாலும், தயங்காமல் என்னிடம் கேள்.

நீ கேட்கும் எதையும் நான் மகிழ்ச்சியாகக் கொடுப்பேன் என்று உனக்குத் தெரியாதா?" என்று கேட்டான்

அப்போது கைகேயி, "யாரும் என்னை ஏளனம் செய்யவுமில்லை, என்னை மரியாதைக் குறைவாக நடத்தவும் இல்லை. உங்களால் மட்டுமே கொடுக்க முடிகின்ற ஒன்றை நான் விரும்புகிறேன். என் விருப்பத்தை நிறைவேற்றுவீர்கள் என்று எனக்கு வாக்குக் கொடுங்கள். அப்போதுதான் நான் எழுந்திருப்பேன்," என்று கூறினாள்.

கைகேயிமீது கண்மூடித்தனமாகக் காதல் கொண்டிருந்த அரசன், தன் கைகளால் அவளுடைய தலைமுடியை வருடிக் கொடுத்துவிட்டு, அவளுடைய தலையைத் தன் மடிமீது வைத்து, அவளுடைய விருப்பம் எதுவானாலும் அதைத் தான் நிறைவேற்றிக் கொடுப்பதாக அவளுக்கு உறுதியளித்தான்.

தான் பேசவிருந்த வார்த்தைகள் தசரதன்மீது எத்தகைய விளைவை ஏற்படுத்தும் என்பதை நன்றாக அறிந்திருந்த கைகேயி, மந்தரையின் தூண்டுதலின்படி பின்வரும் வார்த்தைகளைக் கொடூரமாகப் பேசினாள்:

"அரசே! நெடுங்காலத்திற்கு முன்பு நடந்த ஒரு போரில் நான் உங்கள் உயிரைக் காப்பாற்றி, உங்களுக்கு சுயநினைவு வரும்வரை உங்களுக்குத் துணையாக இருந்தது உங்களுக்கு நினைவிருக்கிறதா? அந்த நேரத்தில் நீங்கள் எனக்கு இரண்டு வரங்களைக் கொடுப்பதாக எனக்கு வாக்குக் கொடுத்தீர்கள். உங்கள் வாக்கைக் காப்பாற்றுவதற்கான வேளை இப்போது வந்திருக்கிறது. என் மகன் பரதனுக்குப் பட்டத்து இளவரசனாக முடிசூட்டப்பட வேண்டும். ராமன் பதினான்கு வருடங்களுக்குக் காட்டிற்கு அனுப்பி வைக்கப்பட வேண்டும். இவைதான் என் இரண்டு விருப்பங்கள். இந்த விருப்பங்களை நீங்கள் நிறைவேற்றாவிட்டால், நீங்கள் பிறந்துள்ள இந்த உன்னதமான பரம்பரைக்கு நீங்கள் ஒரு நம்பிக்கைத் துரோகி என்று நீங்கள் நிரூபிப்பீர்கள். கொடுத்த வாக்கைக் காப்பாற்றத் தவறிய குற்றத்திற்கும் நீங்கள் ஆளாவீர்கள்."

தன் அன்புக்குரியவளின் வாயிலிருந்து இப்படிப்பட்டக் கொடூரமான வார்த்தைகள் வெளிவந்து கொண்டிருந்ததைத் தான் கேட்டுக் கொண்டிருந்தோம் என்பதை அரசனால் நம்ப முடியவில்லை. அவளுடைய வார்த்தைகள் தனக்கு ஏற்படுத்தியிருந்த மனவேதனையைப் பொறுத்துக் கொள்ள முடியாத தசரதன் மூர்ச்சையானான்.

மயக்கம் தெளிந்து கண்விழித்த தசரதன், "தீயவளே! இப்படிப்பட்டக் கொடுமையான வரங்களைக் கேட்கும் அளவுக்கு உன்னை எந்த அரக்கி ஆட்டுவித்துக் கொண்டிருக்கிறாள்? அப்பாவியான ராமன் உனக்கு என்ன தீங்கிழைத்தான்? ராமனின் உயர்ந்த பண்புநலன்களைப் பற்றி இந்த ஒட்டுமொத்த நாடும் புகழ்ந்து பேசிக் கொண்டிருக்கும்போது, நீ

மட்டும் ஏன் அவனையும் இந்த உன்னதமான குலத்தையும் அழிக்க வேண்டும் என்று கங்கணம் கட்டிக் கொண்டிருக்கிறாய்? ராமனைப் பார்க்காமல் ஒரு நாள்கூட என்னால் உயிர்வாழ முடியாது என்று உனக்குத் தெரியுமல்லவா? உன் கணவனைக் கொல்வதற்கும் நீ துணிந்துவிட்டாயா? இத்தனை ஆண்டுகளாக என் மார்பில் நான் ஒரு பாம்பை வளர்த்து வந்துள்ளேனா? நான் உன் பாதங்களில் விழுந்து கெஞ்சத் தயாராக இருக்கிறேன். ஆனால், என் வாக்கிற்கு எதிராக நான் செல்வதிலிருந்து என்னைக் காப்பாற்று. உன்னுடைய இந்தக் கொடுமையான கோரிக்கைக்கு என்னால் உடன்பட முடியாது," என்று கூறிவிட்டுக் கைகேயியின் காலடியில் விழுந்தான்.

ஆனால் மந்தரையின் தீய வார்த்தைகளால் சுயபுத்தியை முற்றிலுமாக இழந்திருந்த கைகேயி, மிகக் கடுமையாக பதிலடி கொடுத்தாள். "சூரியவம்சத்தின் வாரிசு என்று கூறிக் கொள்ளும் நீங்கள், எனக்குக் கொடுத்த வாக்கை ஒருமுறை அல்லாமல் இரண்டு முறை மீறுவதற்கு எவ்வாறு துணிந்தீர்கள்? உங்கள் உயிரைக் காப்பாற்றிய நேரத்திலும் நீங்கள் எனக்கு வாக்குக் கொடுத்தீர்கள், சற்று முன்னும் எனக்கு வாக்குக் கொடுத்திருக்கிறீர்கள். உங்கள் குலத்திற்கு நீங்கள் பொய்யாக நடந்து கொள்வது குறித்து நீங்கள் வெட்கித் தலைகுனிய வேண்டும். ஓர் அரசன் என்ற உங்களுடைய அந்தஸ்தில் உங்களுக்கு எந்தப் பெருமிதமும் இல்லாதது குறித்து நீங்கள் வெட்கப்பட வேண்டும். வக்கிர குணம் படைத்த அரசரே! ராமன் பட்டத்து இளவரசனாக ஆக்கப்பட்டால், நான் இக்கணமே உங்கள் கண்முன்னால் விஷம் குடித்து என் உயிரை மாய்த்துக் கொள்வேன்," என்று கூறிவிட்டு, வேறு எதுவும் பேசாமல் மௌனமாகக் கிடந்தாள்.

பித்துப் பிடித்தவன்போல ஆகிவிட்ட தசரதன், ராமன் பட்டத்து இளவரசனாக நியமிக்கப்பட வேண்டும் என்ற தன்னுடைய சொந்த உத்தரவைத் தானே ரத்து செய்து, அவனுக்கு பதிலாக பரதனைப் பட்டத்து இளவரசனாக்கி, ஈடு இணையற்ற ராமனைக் காட்டுக்கு அனுப்பிவிட்டச் செய்தியை மற்ற அரசர்கள் அனைவரும் கேள்விப்படும்போது அவர்கள் தன்னை எவ்வாறெல்லாம் இகழ்ந்து பேசுவார்கள் என்று புலம்பித் தள்ளினான். சீதையிடம் தான் என்ன கூறுவது, கோசலைக்குத் தான் என்ன விளக்கமளிப்பது என்றெல்லாம் கேட்டு அவன் பிதற்றினான்.

"கொடியவளே! உன் கணவனைக் கொன்றுவிட்டு உன் மகனோடு சேர்ந்து மகிழ்ச்சியாக இந்த ராஜ்யத்தை அனுபவிக்கப் போகிறாயா? மென்மையான உள்ளம் கொண்ட என் கண்மணி ராமன் காட்டில் எப்படி உயிர்வாழ்வான்? சீதை எபபடித் தன் அன்புக் கணவனின் பிரிவைத் தாங்கிக் கொள்வாள்?" என்று கேட்ட தசரத மன்னன், ஈவு இரக்கமற்றத் தன் மனைவிக்குப் பக்கத்தில் தரையில் படுத்துக் கொண்டு வேதனயில் நெளிந்தான்.

இரவு கடந்து, முடிசூட்டு விழாவிற்கான நாள் விடிந்திருந்தது. வசிஷ்ட முனிவர் தன் சீடர்களுடன் நகருக்குள் நுழைந்து, தன் வரவை அரசனிடம் அறிவிக்குமாறு அமைச்சர் சுமந்திரனிடம் கேட்டுக் கொண்டார். அரசன் தரையில் கிடந்ததையும், அவனுக்குப் பக்கத்தில் தலைவிரி கோலமாகக் கைகேயி கிடந்ததையும் கண்டு சுமந்திரன் ஆச்சரியமடைந்தான். ராமனைத் தன்னிடம் அழைத்து வருமாறு கைகேயி சுமந்திரனுக்கு ஆணையிட்டாள். சுமந்திரன் உடனடியாக அங்கிருந்து சென்று ராமனை அரசனின் அறைக்கு அழைத்து வந்தான். ராமனையும் லட்சுமணனையும் தாங்கிய தேர் அயோத்தியின் தெருக்கள் வழியாக வந்து கொண்டிருந்தபோது, எல்லா இடங்களிலும் அலையெனத் திரண்டிருந்த மக்கள் ராமனைப் புகழ்ந்தனர், அவன்மீது மலர்மாரிப் பொழிந்தனர். அரசனின் அறைக்குள் நுழைந்த ராமன், மனமொடிந்து போயிருந்த தன் தந்தையையும் கைகேயியையும் சிரம் தாழ்த்தி வணங்கினான். வழக்கமாக மகிழ்ச்சியாக இருந்த தன் தந்தை இப்போது நிலம் பார்த்து அமர்ந்திருந்ததைக் கண்டு ராமன் வியப்படைந்தான்.

"தந்தையே, நான் உங்களுக்கு ஏதேனும் வருத்தத்தை ஏற்படுத்திவிட்டேனா? நான் எந்த விதத்திலாவது உங்கள் மனத்தை நோகடித்துவிட்டேனா?" என்று ராமன் கேட்டான்.

அரசனால் எதுவும் பேச முடியவில்லை. அவனால் தன் தலையை நிமிர்த்தி ராமனை நேருக்கு நேர் பார்க்கக்கூட முடியவில்லை. அப்போது கைகேயி, "உன் தந்தைக்கு உன்மீது கோபமும் இல்லை வருத்தமும் இல்லை. நெடுநாட்களுக்கு முன்பு அவர் எனக்குக் கொடுத்திருந்த வாக்குறுதியை அவர் இப்போது நிறைவேற்ற விரும்பவில்லை. அதனால் அவர் மகிழ்ச்சியற்று இருக்கிறார். உன் தந்தை தன் வாக்கிலிருந்து பிறழாமல் இருப்பதை உறுதி செய்ய வேண்டியது கீழ்ப்படிதலும் அன்பும் கொண்ட ஒரு மகன் என்ற முறையில் உன்னுடைய கடமை. கொடுத்த வாக்கை மீறுபவன் நரகத்திற்குச் செல்வான்," என்று கூறினாள்.

இதைக் கேட்டு ஆச்சரியமடைந்த ராமன், "தன்னுடைய கட்டளைக்கு நான் கீழ்ப்படிய மாட்டேன் என்று என் தந்தை எப்படி என்னை சந்தேகித்தார்? அவர் ஆணையிட்டால் நெருப்பில்கூட நான் குதித்துவிடுவேன்," என்று கூறினான்.

இப்போது கைகேயி மீண்டும் பேசினாள். "ராமா, நான் உன் தந்தையிடம் கேட்ட இரண்டு வரங்கள் இவைதான்: முதலாவது, உனக்கு பதிலாக என் மகன் பரதனுக்குப் பட்டத்து இளவரசனாக முடிசூட்டப்பட வேண்டும். இரண்டாவது, பதினான்கு வருடங்களுக்கு நீ காட்டிற்கு அனுப்பி வைக்கப்பட வேண்டும். என்னுடைய இந்த விருப்பங்களை உன் தந்தையால் நிறைவேற்ற முடியவில்லை. அதனால்தான் அவர் வருத்தத்தோடு இருக்கிறார், உன்னை ஏறெடுத்துப் பார்க்கவும் மறுக்கிறார்."

இச்செய்தி ராமனுக்குப் பெரும் அதிர்ச்சியளித்தது அவனுடைய முகத்தில் அப்பட்டமாகத் தெரிந்தது. தன் தந்தையும் கைகேயியும் தன்னைக் கொண்டாடுவர் என்ற எதிர்பார்ப்புடன் அவன் அங்கு வந்திருந்தான். ஆனால், ஒரு கொடிய விஷப் பாம்பு தன்னைத் தீண்டியிருந்ததுபோல அவன் உணர்ந்தான். ஆனாலும் அவனுடைய முகத்தில் கோபமோ அல்லது வெறுப்போ துளிகூடத் தென்படவில்லை.

அவன் ஒரு நிதானமான குரலில், "அன்னையே, என் தந்தையின் இந்த ஆணையை அவருடைய வாய்வழியாக நான் கேட்டிருக்காவிட்டால்கூட, நான் அவருடைய விருப்பங்களுக்குக் கீழ்ப்படிந்து நடக்க மாட்டேன் என்று நீங்கள் எப்படி நினைத்தீர்கள்? உங்கள் விருப்பம்தான் எனக்குக் கொடுக்கப்பட்டிருக்கும் ஆணை. என் தாயார் கோசலையிடமும் என் மனைவி சீதையிடமும் விடைபெற்றுக் கொள்வதற்கு மட்டும் எனக்குச் சிறிது அவகாசம் கொடுங்கள். உங்கள் விருப்பப்படி இன்றே நான் காட்டிற்குச் சென்றுவிடுகிறேன்," என்று கூறினான்.

பிறகு ராமன் தன் தந்தையையும் கைகேயியையும் மூன்று முறை சுற்றி வந்து வணங்கிவிட்டு அந்த அறையைவிட்டு வெளியேறினான். மனவேதனையில் உழன்று கொண்டிருந்த தசரதனுக்குத் துயரத்தில் தொண்டை அடைத்தது. அவனால் ஒரு வார்த்தைகூடப் பேச முடியவில்லை. ஆனால் ஒருமுறைகூடத் திரும்பிப் பார்க்காமல் ராமன் அந்த அரண்மனையைவிட்டு வெளியே நடந்தான். அவனுக்காகக் காத்துக் கொண்டிருந்த அவனுடைய நண்பர்களுக்கும் குடிமக்களுக்கும் அவனுக்குக் கிடைத்திருந்த அதிர்ச்சிகரமான செய்தியைப் பற்றிய லேசான அறிகுறிகூட அவனுடைய முகபாவத்திலோ அல்லது நடத்தையிலோ தென்படவில்லை. வெண்கொற்றக் குடையையும் சாமரத்தையும் ஏந்திக் கொண்டிருந்தவர்களிடம் ஒதுங்கிக் கொள்ளுமாறு சைகை காட்டியபடி, அவன் தன்னையும் தன்னுடைய உணர்ச்சிகளையும் முழுமையாகக் கட்டுப்படுத்திக் கொண்டு, தன் தாயின் அரண்மனைப் பகுதிக்குள் வேகமாக நுழைந்தான். எல்லாவற்றையும் அடக்கி ஆண்ட ஒரு பக்குவமான யோகியைப்போல அவன் நடந்து கொண்டான். ஆனால் அவனுக்குப் பின்னால் நடந்து வந்த லட்சுமணனின் கண்களில் கோபக்கனல் தெறித்தது. அவனுடைய முகம் முழுவதும் ஆத்திரம் பரவியிருந்தது. அவனுடைய கை அவனுடைய இடைவாளை இறுகப் பற்றுவதும் விடுவிப்பதுமாக இருந்தது. ராமன் விரும்பினால் அந்த வாளைக் கொண்டு தன்னுடைய தந்தையைக்கூடக் கொல்ல அவன் தயாராக இருந்ததுபோல அவன் தோற்றமளித்தான்.

லட்சுமணனுடன் ராமன் தன் தாயின் அறைக்குள் நுழைந்தான். அங்கு தன் தாயார் பூஜை செய்வதற்காக உட்கார்ந்திருந்ததை அவன் கண்டான். அவள் ஓடோடி வந்து ராமனை வரவேற்று,

அவனை அரவணைத்துக் கொண்டாள். பிறகு, விலையுயர்ந்த கற்கள் பதிக்கப்பட்டிருந்த ஓர் இருக்கையை அவனுக்குக் காட்டி, அதில் அமரும்படி அவனிடம் கூறினாள். ராமன் வெறுமனே அந்த இருக்கையைத் தொட்டான். தன் தாயின் மனத்தை நோகடிக்க வேண்டியிருந்ததை நினைத்து அவன் வருந்தினான். ஆனாலும், இத்தகைய அதிர்ச்சிகரமான செய்தியை மென்மையாக அவளிடம் தெரிவிப்பதற்கு அவனுக்கு வேறு எந்த வழியும் இருக்கவில்லை.

"அம்மா, என்னை மன்னித்துவிடுங்கள். நான் உங்களுக்கு ஒரு மோசமான செய்தி கொண்டு வந்திருக்கிறேன். பொன் அரியணையோ அல்லது வெண்கொற்றக் குடையோ எனக்கானவை அல்ல. ஏனெனில், என் தந்தையின் ஆணைப்படி நான் நேராக தண்டக வனத்திற்குச் சென்றாக வேண்டும். அடுத்தப் பதினான்கு ஆண்டுகளையும் நான் அக்காட்டில் கழித்தாக வேண்டும். எனக்கு பதிலாக பரதன் இந்த நாட்டை ஆள்வான்," என்று ராமன் கூறினான்.

இந்த அதிர்ச்சிகரமான செய்தியைக் கேட்டவுடன் கோசலை மயங்கிக் கீழே சரிந்தாள். அவள் மீண்டும் கண்விழித்தபோது, "என் அன்பு மகனே! நீ கூறுவது உண்மைதானா? இப்படிப்பட்ட ஒரு வெட்கக்கேடான ஆணையை அரசனால் எப்படிக் கொடுக்க முடிந்தது? நீ இல்லாமல் என்னால் எப்படி உயிர்வாழ முடியும்? உன் தந்தை கைகேயியை மணமுடித்தப் பிறகு பல அண்டுகளாக என்னை அவ்வளவு மரியாதையாக நடத்தவில்லை. நீ பிறந்த பிறகுதான் எனக்கு ஓரளவு மரியாதை கிடைத்தது. இப்போது நீ இங்கிருந்து போய்விட்டால், நான் நிச்சயமாக இகழப்படுவேன், கைகேயியின் பணிப்பெண்ணைப்போல நான் நடத்தப்படுவேன். நான் இனி இங்கு இருக்க மாட்டேன். ஒரு தாய்ப்பசு தன் கன்றைப் பின்தொடர்ந்து செல்வதைப்போல நான் உன்னைப் பின்தொடர்வேன்," என்று அரற்றினாள்.

கோசலையின் புலம்பலைக் கேட்டப் பிறகு, ஏற்கனவே கடுங்கோபத்தில் இருந்த லட்சுமணன் இவ்வாறு கூறினான். "அண்ணா, முதுமையின் விளைவாக மனம் தடுமாறி உளறிக் கொண்டிருக்கின்ற ஒருவரின் உத்தரவுகளை எதற்காகப் பின்பற்ற வேண்டும்? உங்களைப் போன்ற ஒரு தெய்வீகமான மகனை உதாசீனப்படுத்திவிட்டு, தன் மூன்றாம் மனைவியின் வஞ்சகமான வேண்டுகோள்களுக்குச் செவிசாய்க்கின்றவன் ஒரு முட்டாளாகத்தானே இருக்க முடியும்? இந்த வெட்கக்கேடான காரியம் யாருக்கும் தெரிய வருவதற்கு முன்பாக, இந்த அரசாங்கத்தின் நிர்வாகத்தை நீங்கள் உங்கள் கைகளில் எடுத்துக் கொண்டு, உங்களை நீங்களே பட்டத்து இளவரசனாக நியமித்துக் கொள்ளுங்கள். புரோகிதர்களும் மக்களும் உங்களை ஆதரிப்பார்கள். நான் இந்நகர வாயிலில் காவல் நிற்கிறேன். உங்கள் விஷயத்தில் குறுக்கிடும் எவரொருவரையும் கொல்ல நான் தயாராக இருப்பேன்,

அது நம் அரசராக இருந்தாலும் சரி, அல்லது பரதனாக இருந்தாலும் சரி. கைகேயியின் மகனுக்கு ஆட்சிப் பொறுப்பைக் கொடுப்பதற்கான துணிச்சல் அரசருக்கு எங்கிருந்து வந்தது? யார் அவருக்கு அந்த அதிகாரத்தைக் கொடுத்தார்கள்? நான் அவரைக் கொன்று, ஆட்சிப் பொறுப்பை இக்கணமே உங்களிடம் ஒப்படைக்கிறேன்!"

கோசலையும், "லட்சுமணன் கூறுவது சரிதான். காட்டிற்குப் போக நான் உனக்கு அனுமதி கொடுக்க மாட்டேன். அப்படி நீ போனால், சாகும்வரை நான் உண்ணாவிரதம் இருப்பேன்," என்று கூறினாள்.

தன் தாயின் மனவேதனையை ராமனால் உணர முடிந்தது. ஆனாலும் அவனால் அவளுக்கு உதவ முடியவில்லை. "தாயே, என் தந்தையின் ஆணை உங்களுக்கும் எனக்கும் துயரத்தைக் கொண்டுவந்தாலும், அவருடைய உத்தரவை என்னால் மீற முடியாது என்பதை தயவு செய்து புரிந்து கொள்ள முயற்சி செய்யுங்கள். தங்கள் தந்தையரின் எந்தவோர் ஆணையையும் செவ்வனே நிறைவேற்றத் தயாராக இருந்த மாபெரும் மனிதர்களைப் பற்றிய கதைகளால் நம் பூமி நிரம்பியுள்ளது. ஒரு மகன் என்ற முறையில் இதைச் செய்ய வேண்டியது என் கடமை. மேலும், அன்னை கைகேயிக்கு நான் வாக்குக் கொடுத்துவிட்டேன். கொடுத்த வாக்கை நான் ஒருபோதும் மீற மாட்டேன். என்னை ஆசீர்வதித்து, நான் என் கடமையை நிறைவேற்றுவதற்கு எனக்கு விடைகொடுக்க வேண்டியது உங்கள் கடமை."

பிறகு அவன் தன் சகோதரனிடம் திரும்பி, "லட்சுமணா, நீ என்மீது கொண்டிருக்கும் அளப்பரிய அன்பையும் உன்னுடைய வீரத்தையும் பற்றி நான் நன்றாக அறிவேன். ஆனால், நம் தந்தையின் ஆணையை நிறைவேற்றப் போவதாக நான் வாக்குக் கொடுத்துள்ளேன் என்பதை நினைவில் கொள். அவ்வாறு செய்ததன் மூலம், அவர் கைகேயிக்குக் கொடுத்த வாக்கையும் நான் உயிர்ப்பித்திருக்கிறேன். அறநெறிப் பாதையில் செல்வதை நான் தேர்ந்தெடுத்திருக்கிறேன். அரச உத்தரவை நான் நிறைவேற்றுவதற்கு எனக்கு உதவ வேண்டியது உன் கடமை. அன்புச் சகோதரனே, வன்முறைக்கான நேரம் இதுவல்ல. அறநெறி தவறி நடப்பது உனக்கு அழகல்ல," என்று கூறினான்.

ராமன் மீண்டும் தன் தாயின் பக்கம் திரும்பி, "அன்னையே, என் தந்தையின் விருப்பத்தை நிறைவேற்ற எனக்கு விடைகொடுங்கள். காட்டில் பதினான்கு ஆண்டுகளைக் கழித்துவிட்டு நான் நிச்சயமாகத் திரும்பி வருவேன். என் தந்தையின் ஆணைகளுக்குக் கட்டுப்பட்டு நடப்பது உங்கள் கடமையும் சீதையின் கடமையும்கூட. என்றென்றும் நிலைத்திருக்கின்ற தர்ம விதி அப்படிப்பட்டது," என்று கூறினான்.

ராமன் இவ்வாறு கூறிய பிறகும் கோசலை அழுதாள், காட்டிற்குச் செல்ல வேண்டாம் என்று அவனிடம் கெஞ்சினாள். ஆனால் நேரம் கரைந்து கொண்டிருந்தது. ராமனின் பொறுமையும் கரைந்து

கொண்டிருந்தது. வேறு யாரும் தடுத்து நிறுத்துவதற்கு முன்பாகத் தான் புறப்பட்டுவிட வேண்டும் என்பதில் அவன் மும்முரமாக இருந்தான்.

அவன் மீண்டும் லட்சுமணனிடம் திரும்பி, “நீ என்னிடம் கொண்டிருக்கும் அர்ப்பணிப்பை நான் அறிவேன். ஆனால் நீயும் என் தாயும் என்னை முழுமையாகப் புரிந்து கொள்ளத் தவறிவிட்டீர்கள். மிகவும் வேதனையூட்டும் விதத்தில் நீங்கள் இருவரும் என்னை ஓர் இக்கட்டான நிலைக்குத் தள்ளுகிறீர்கள். ஒருவன் அறநெறிப் பாதையைப் பின்பற்றி நடப்பதுதான் அவனை மோட்சத்திற்கு இட்டுச் செல்லும். அறநெறிப் பாதையில் நடக்கும் ஒருவன், தன் வயதான தந்தை கொடுத்துள்ள ஓர் உத்தரவை, ஒரு புனிதமான கோரிக்கையை நிறைவேற்றத் தவறுவானா? என் தாய் அவருடைய மனைவி. எனவே அரசர் உயிரோடு இருக்கும்வரை ஒரு கைம்பெண்ணைப்போல அவரால் என்னைப் பின்தொடர்ந்து என்னுடன் காட்டிற்கு வர முடியாது. இங்கேயே இருந்து, நான் வெற்றிகரமாகத் திரும்பி வருவதற்காகப் பிரார்த்தனை செய்வதுதான் அவருடைய கடமை. எனவே, நான் காட்டிற்குச் செல்ல எனக்கு விடைகொடுத்து அனுப்புமாறு நான் உன்னைத் தாழ்மையுடன் கேட்டுக் கொள்கிறேன். வாழ்நாள் மிகக் குறைவானது. அரசுரிமையை அடைவதற்கு நான் அறநெறி தவறி நடந்து கொள்ள வேண்டும் என்றால், அப்படிப்பட்ட அரசுரிமையை நான் நிச்சயமாக ஏற்றுக் கொள்ள மாட்டேன்,” என்று கூறினான்.

பிறகு அவன் தன் தாயைச் சுற்றி வந்து வணங்கிவிட்டு, தன் சகோதரனிடம், “நம் தந்தையின்மீதும் கைகேயியின்மீது நீ கொண்டுள்ள கோபத்தைக் கட்டுப்படுத்திக் கொள். தான் கொடுத்த வாக்கை நிறைவேற்றுவதற்கு நீ நம் தந்தைக்கு உதவியுள்ளது குறித்து மகிழ்ச்சி கொள். என்னுடைய முடிசூட்டு விழாவிற்கு வரவழைக்கப்பட்டுள்ள பொருட்கள் அனைத்தும் திருப்பி அனுப்பப்படுவதை உறுதி செய்வதுதான் நீ எனக்குச் செய்யக்கூடிய ஒரே உதவி. நேரத்தை மேலும் வீணாக்காமல், நான் காட்டிற்குச் செல்வதற்கு எல்லாம் தயாராக இருக்கிறதா என்று பார். நான் என் வாக்கிலிருந்து பின்வாங்கிவிடுவேனோ என்ற பயம் கைகேயியின் மனத்தில் லேசாகக்கூட முளைவிடாதபடி பார்த்துக் கொள். எனக்கு அவர்மீது எந்தக் காழ்ப்புணர்ச்சியும் இல்லை. நான் காட்டிற்குச் செல்ல வேண்டும் என்பதும், கடைசிக் கணத்தில் அரசுரிமை என்னிடமிருந்து பறிக்கப்பட வேண்டும் என்பதும் என் தலைவிதி. கைகேயி அதற்கான கருவி மட்டுமே. இல்லையென்றால், மென்மையான இதயம் படைத்த என் அன்னை கைகேயியின் மனத்தில் எப்படி இப்படிப்பட்ட ஓர் எண்ணம் முளைவிட்டிருக்கும்? என் அறிவுக்கு எட்டியவரை, நான் எந்த நேரத்திலும் அவருடைய மனத்தை நோகடித்ததில்லை. என்னுடைய மூன்று அன்னையரையும்

நான் ஒருபோதும் வேறுபடுத்திப் பார்த்ததில்லை. தலைவிதியை யாராலும் ஒதுக்கித் தள்ள முடியாது. மகிழ்ச்சியும் வருத்தமும், பயமும் கோபமும், லாபமும் இழப்பும், பிறப்பும் இறப்பும் அந்தந்த நேரப்படி நிச்சயமாக வரத்தான் செய்யும். இவற்றால் ஏற்படக்கூடிய வலியையும் இன்பத்தையும் எவனொருவனால் தாங்கிக் கொண்டு அவற்றிலிருந்து மீள முடிகிறதோ, உலகம் அவனைத்தான் ஞானி என்று அழைக்கிறது. இன்று அதிகாலையில் எனக்குக் கிடைத்தது ஒரு பேரதிர்ச்சி என்பதில் சந்தேகமில்லை. ஆனால் அது எனக்கு வேதனையையோ அல்லது கோபத்தையோ ஏற்படுத்தவில்லை. எனவே, லட்சுமணா, என்னுடைய அறிவுரையை ஏற்றுக் கொள். எனக்கு ஏற்பட்டுள்ள இழப்புக் குறித்துக் கழிவிரக்கம் கொள்ளாதே. எனக்கு அரசுரிமை கிடைத்தாலும் சரி, அல்லது வனவாசம் கிடைத்தாலும் சரி, என்னைப் பொருத்தவரை அது எந்த வித்தியாசத்தையும் ஏற்படுத்தப் போவதில்லை. உண்மையில், வனவாசத்தைத்தான் நான் தேர்ந்தெடுப்பேன். ஏனென்றால், நம் தந்தையின் வாக்கைக் காப்பாற்றுவதற்கான ஒரு வாய்ப்பை அது எனக்குக் கொடுக்கிறது," என்று கூறினான்.

இந்த வார்த்தைகள் எதுவும் லட்சுமணனை சமாதானப்படுத்தப் போதுமானவையாக இருக்கவில்லை. ஏனெனில், அவன் ஓர் ஆக்ரோஷமான மனநிலையில் இருந்தான். ஆனால் ராமன் தன் தீர்மானத்தில் உறுதியாக இருந்ததை உணர்ந்து கொண்ட கோசலை, "நீ உன் தீர்மானத்திலிருந்து பின்வாங்கப் போவதில்லை என்பதை என்னால் பார்க்க முடிகிறது. எனவே, நான் உனக்கு என் ஆசீர்வாதங்களைக் கொடுக்கிறேன். என் அன்பு மகனே, எப்போதும் உனக்கு நல்லதே நிகழட்டும். தலைவிதி மிகவும் சக்திவாய்ந்தது. அதை யாராலும் தடுக்க முடியாது. ஆனால் நீ பத்திரமாகவும் ஆரோக்கியமாகவும் திரும்பி வருவதைப் பார்க்கும்வரை எனக்கு மனஅமைதி இருக்காது. நீ பாறைகள்மீதும் கற்களின்மீதும் தூங்கிக் கொண்டிருக்கும்போது என்னால் எப்படி இந்தப் பட்டுப் படுக்கையின்மீது தூங்க முடியும்? நீ கிழங்குகளையும் பழங்களையும் உட்கொண்டு உயிர்வாழும்போது என்னால் எப்படி இங்கு அறுசுவை உணவை உண்ண முடியும்? நீ மரவுரி அணிந்திருக்கும்போது என்னால் எப்படிப் பட்டாடை அணிய முடியும்? நீ திரும்பி வந்து மீண்டும் என் கைகளில் தஞ்சம் புகும்போதுதான் என்னால் நிம்மதியாகத் தூங்க முடியும். நீ சிரத்தையாகப் பின்பற்றும் தர்மம் உன்னைப் பாதுகாக்கட்டும். உன் பாதை சுமூகமானதாக இருக்கட்டும். நீ மேற்கொள்ளும் அனைத்து முயற்சிகளும் வெற்றி பெறட்டும். என் கண்ணே, மகிழ்ச்சியாகப் புறப்பட்டுச் சென்று பத்திரமாகத் திரும்பி வா என்னுடைய பிரார்த்தனைகள் ஒரு கவசமாக உன்னை எப்போதும் சூழ்ந்து பாதுகாத்துக் கொண்டிருக்கும்," என்று கூறினாள். பிறகு அவள் தன்னுடைய துக்கத்தை அடக்கிக் கொண்டு, தன் காலடியில் நெடுஞ்

சாண்கிடையாக விழுந்து கிடந்த ராமனை ஆசீர்வதித்தாள். பிறகு, ராமன் தான் காட்டுக்குச் செல்ல வேண்டியிருந்த இனிமையற்றச் செய்தியை சீதையிடம் தெரிவிப்பதற்காக நேராகத் தன்னுடைய அரண்மனைப் பகுதிக்குச் சென்றான்.

மேளதாளங்களுடனும் கோலாகலமான கொண்டாட்டங்களுடனும் தன் கணவன் வருவான் என்று ராமனின் வரவுக்காக சீதை மகிழ்ச்சியாகக் காத்துக் கொண்டிருந்தாள். ஆனால் தன் அன்பு மனைவியிடம் இவ்விஷயத்தை எப்படிச் சொல்வதென்று தெரியாததால் வெளிறிப் போன முகத்துடன் அவன் தன்னந்தனியாக நடந்து வந்து கொண்டிருந்ததைக் கண்டு அவள் திடுக்கிட்டாள்.

"என்னவாயிற்று? நீங்கள் ஏன் தனியாக வருகிறீர்கள்? உங்கள் பரிவாரங்கள் எங்கே? சுபமுகூர்த்த வேளை வந்துவிட்டது, ஆனால் நீங்கள் இன்னும் அரங்கிற்குச் செல்லவில்லையே. விழாவிற்கான திட்டங்கள் மாற்றப்பட்டுள்ளனவா?" என்று சீதை கேட்டாள்.

கைகேயிக்குத் தன் தந்தை கொடுத்திருந்த வாக்குறுதியையும், தன் மகன் பரதன் பட்டத்து இளவரசனாக நியமிக்கப்பட வேண்டும் என்ற அவளுடைய கோரிக்கையையும், காட்டிற்குப் போகும்படி தனக்கு உத்தரவு இடப்பட்டிருந்ததையும் பற்றிய கதையை ராமன் சீதையிடம் சுருக்கமாக எடுத்துரைத்தான்.

"சீதா! நீ என்னுடைய வயோதிகத் தாயுடன் தங்கியிருந்து அவரையும் என் தந்தையையும் கவனித்துக் கொண்டு, நான் திரும்பி வரும்வரை பிரார்த்தனையிலும் தவத்திலும் உன் நேரத்தைக் கழித்துக் கொண்டிருக்க வேண்டியது உன் கடமை. பரதனுக்கு எந்த விதத்திலும் வருத்தத்தை ஏற்படுத்திவிடாதே. எதிர்காலத்தில் அவன் அரசனாக ஆகவிருக்கிறான். என்னுடைய மூன்று அன்னையரையும் ஒரே மாதிரி நடத்து."

சீதை பணிவன்பும் அடக்கமும் கொண்ட ஒரு மனைவியாக இருந்தபோதிலும், ராமனின் இவ்வார்த்தைகளை அவள் செவிமடுத்தபோது, தன் அன்புக் கணவனைப் பிரிந்திருப்பது பற்றிய எண்ணத்தைக்கூட அவளால் தாங்கிக் கொள்ள முடியவில்லை. எனவே அவள் வேறு வழியின்றித் தன் ஆதங்கத்தை வெளிப்படுத்தினாள்.

"சூரியவம்சத்தின் வாரிசான நீங்கள் இப்போது கூறியுள்ள வார்த்தைகள் உங்களுக்கு அழகல்ல. தந்தையரும் அன்னையரும் தங்கள் சொந்தத் தலைவிதியின் பின்விளைவுகளை அனுபவிக்கின்றனர். ஆனால் ஒரு மனைவி மட்டும்தான் தன் கணவனின் இன்பதுன்பங்களை உண்மையில் பகிர்ந்து கொள்கிறாள். ஏனெனில், ஒரு மனைவிக்குத் தன் கணவன்தான் புகலிடம். எனவே, என் அன்புக் கணவரே, நீங்கள் எங்கு சென்றாலும் நானும் உங்களுடன் வருவேன். நான் உங்களுக்கு முன்னால் சென்று உங்கள் வழியிலுள்ள முட்களை அகற்றுவேன். நான் இந்த அரண்மனையில் இருப்பது எனக்கு எவ்வளவு

பாதுகாப்பானதோ, காட்டில் உங்களுடன் இருப்பதும் அதேபோலப் பாதுகாப்பானதுதான். நீங்கள் இல்லாமல் இந்த அரண்மனை எனக்கு ஒரு வனாந்திரமாகத்தான் இருக்கும். நானும் மலைகளையும் ஏரிகளையும் காட்டு மலர்களையும் பார்க்க ஆவலாக இருக்கிறேன். எந்த வருத்தமுமின்றி உங்களோடு இந்த விதத்தில் நூற்றுக்கணக்கான வருடங்களை என்னால் செலவிட முடியும். நீங்கள் இல்லாமல் சொர்க்கம்கூட எனக்கு ரசிக்காது. நான் உங்களுக்கு எந்த விதத்திலும் ஒரு சுமையாக இருக்க மாட்டேன் என்று நான் உங்களுக்கு உறுதியளிக்கிறேன். நான் இங்கு உங்களுக்கு எப்படி சேவை செய்து வந்துள்ளேனோ, காட்டிலும் அதேபோல நான் என் சேவையைத் தொடர்வேன். நாம் இருவரும் ஒருவரோடு ஒருவர் ஆனந்தமாக நேரத்தைச் செலவிடலாம், இயற்கையின் அழகை ரசித்து மகிழலாம்."

தன் மனைவியின் இவ்வார்த்தைகளைக் கேட்ட ராமன், "என் உயிரினும் மேலானவளே, வனவாசத்தைப் பற்றி ஒரு மாயையான காட்சியை நீ தீட்டியிருக்கிறாய். ஆனால் யதார்த்தம் இதற்கு நேரெதிரானது. நீ மென்மையானவள், பலவீனமானவள். காட்டு விலங்குகளும், அரக்கர்களும், பிற விஷ ஜந்துக்களும் நிரம்பி வழிகின்ற கடுமையான காட்டில் வாழ்வதற்கு நீ முற்றிலும் பொருத்தமில்லாதவள். உனக்குப் பிடித்தமான சுவையான உணவு எதுவும் அங்கு இருக்காது. உனக்கு சேவகம் செய்வதற்குப் பணிப்பெண்கள் யாரும் அங்கு இருக்க மாட்டார்கள். அப்படிப்பட்ட ஒரு வாழ்க்கையை உன்னால் கற்பனை செய்துகூடப் பார்க்க முடியாது. அதனால்தான் நீ இப்படிப் பேசிக் கொண்டிருக்கிறாய். ஆனால் தயவு செய்து என் வார்த்தைகளைக் கருத்தில் கொண்டு உன்னுடைய இந்த யோசனையை ஒதுக்கித் தள்ளிவிடு. நான் இதை உன் நன்மைக்காகத்தான் சொல்கின்றேனே தவிர, நீ எனக்கு ஒரு சுமையாக இருப்பாய் என்று நான் நினைப்பதால் அல்ல," என்று கூறினான்.

ஆனால் இவை எதுவும் சீதையின் மனஉறுதியைக் குலைக்கப் போதுமானவையாகஇருக்கவில்லை."என் அன்புக்குரியவரே,காட்டிற்கு என்னை அழைத்து செல்லுமாறு நான் எத்தனை முறை உங்களிடம் கெஞ்சியிருக்கிறேன். இப்போது அதற்கான வாய்ப்பு வந்திருக்கிறது. அதை ஏன் நீங்கள் எனக்கு மறுக்கிறீர்கள்? நான் என்றேனும் ஒருநாள் காட்டிற்குப் போயாக வேண்டும என்பது என் தலைவிதி என்று சோதிடர்கள் என்னிடம் கூறியுள்ளனர். அவர்களுடைய கணிப்பு மெய்யாவதற்கான வேளை இப்போது வந்திருக்கிறது. உண்மையில், உங்களுடன் சேர்ந்து காட்டில் ஒரு நீண்ட பயணம் மேற்கொள்வது குறித்த எண்ணமே எனக்குப் பெரும் மகிழ்ச்சியூட்டுவதாக இருக்கிறது. நீங்கள் இல்லாமல் ஒரு நிமிடம்கூட என்னால் உயிர்வாழ முடியாது. நீங்கள் என்னை உங்களுடன் அழைத்துச் செல்ல மறுத்தால், நான் விஷமருந்தி இங்கேயே, இப்போதே உங்கள் கண்களுக்கு முன்னால்

உயிர் துறப்பேன். உங்களைப் பின்தொடர்ந்து வருவதென்று நான் எடுத்துள்ள தீர்மானத்திலிருந்து யாராலும் என்னைத் தடுத்து நிறுத்த முடியாது. எனவே, காட்டு வாழ்க்கையில் உள்ள இன்னல்களைப் பற்றி என்னிடம் எடுத்துக்கூறி என்னை இங்கேயே விட்டுவிட்டுச் செல்ல முயற்சிப்பதில் நேரத்தை வீணாக்காதீர்கள்," என்று சீதை கூறினாள்.

அவளுடைய வார்த்தைகளைக் கேட்டு ராமனின் உண்மையில் களிப்படைந்தான். அவளைவிட்டுப் பிரிந்து செல்வது பற்றிய எண்ணம் அவனை வாட்டிக் கொண்டிருந்தது. தன் மனைவியைக் காப்பது ஒரு கணவனின் கடமை என்ற காரணத்தால் மட்டுமே அவள் தன்னுடன் வருவதிலிருந்து அவன் அவளைத் தடுத்திருந்தான். ஆனால் தன்னுடன் வந்தே தீருவது என்று அவள் பிடிவாதமாக இருந்ததால், அவன் மகிழ்ச்சியாக அதற்கு ஒப்புக் கொண்டான்.

மனம் கலங்கிப் போயிருந்த தன் மனைவியைத் தன் மார்போடு அணைத்துக் கொண்ட ராமன், அவளுடைய கண்ணீரைத் துடைத்துவிட்டு, "சீதா, நீ என்னுடன் காட்டிற்கு வரக்கூடாது என்று நான் உன்னைத் தடுத்தது நான் உன்னைத் தனியாக விட்டுவிட்டுச் செல்ல விரும்பியதால் அல்ல. மாறாக, வன வாழ்க்கையில் உள்ளடங்கியிருக்கும் ஆபத்துக்களை உனக்குச் சுட்டிக்காட்டுவது என் கடமை என்பதால்தான் நான் அப்படிச் செய்தேன். என் காதல் இளவரசியே, நான் உன் மனத்தை வேதனைப்படுத்தி, அதனால் நீ துன்புறுவதை என்னால் காண முடியாது. என் அன்புக்குரியவளே, மனத்தைக் கொள்ளை கொள்கின்ற வசீகரம் கொண்ட நீ என் அருகில் இல்லாமல் சொர்க்கம்கூட எனக்கு மகிழ்ச்சியளிக்காது. காட்டுப் பாதைகளிலும், காடுகளுக்குள்ளும், மலை உச்சிகளிலும் உன்னோடு கை கோர்த்துத் திரிவதில் எனக்கும் விருப்பம்தான். எனவே, உன்னுடைய எல்லா நகைகளையும் விலையுயர்ந்த ஆடைகளையும் இங்கு விட்டுவிட்டு, காட்டில் என்னுடன் வசிப்பதற்கு உன்னைத் தயார்படுத்திக் கொள்," என்று கூறினான்.

தன் கணவனின் இவ்வார்த்தைகளைக் கேட்டு மனம் குளிர்ந்த சீதை, அவனோடு பயணிப்பதற்குத் தேவையானவற்றைச் செய்ய விரைந்தாள்.

ராமனுக்கும் சீதைக்கும் இடையே நடைபெற்ற இந்த உரையாடலை கவனித்துக் கொண்டிருந்த லட்சுமணனால் ராமனைப் பிரிந்திருப்பது பற்றிய எண்ணத்தைத் தாங்கிக் கொள்ள முடியவில்லை. அவன் தன் சகோதரனிடம், "அண்ணா, நீங்கள் இல்லாமல் அயோத்தியில் என்னால் இருக்க முடியாது. நானும் உங்களோடு வருகிறேன். காட்டின் அழகை நீங்கள் ஆனந்தமாக ரசித்து மகிழும் விதமாக நான் உங்கள் இருவருக்கும் முன்னால் சென்று உங்கள் பாதையை நான் சரி செய்கிறேன்," என்று கூறினான்.

“லட்சுமணா, நீயும் எங்களோடு வந்துவிட்டால், வயதான நம்முடைய அன்னையரையும் நம் தந்தையையும் யார் கவனித்துக் கொள்வார்கள்? நீ என்மீது கொண்டிருக்கும் பேரன்பை நான் அறிவேன். ஆனால் நீ இங்கேயே இருந்து நம்முடைய வயோதிகப் பெற்றோருக்கு ஆதரவாக இருக்க வேண்டியது உன் கடமை,” என்று கூறி ராமன் அவனைத் தடுத்து நிறுத்த முயன்றான்.

“அண்ணா, பரதன் நம் அன்னையர் இருவருரையும் தன் சொந்த அன்னையைப்போலப் பார்த்துக் கொள்ள மாட்டான் என்று நீங்கள் எப்படி சந்தேகிக்கலாம்? அவனுக்கு உதவுவதற்கு சத்ருக்கனன் இங்கு இருப்பான். எனவே இவ்விஷயம் குறித்து உங்களுக்கு எந்த பயமும் வேண்டாம். நான் என்னுடைய வாளையும், மண்வெட்டியையும், வில் மற்றும் அம்புகளையும் என்னுடன் எடுத்து வருகிறேன். உங்கள் வழியில் குறுக்கிடும் புதர்களையும் மரங்களையும் நான் வெட்டிச் சாய்ப்பேன். நீங்களும் சீதையும் எந்த இடையூறும் இன்றி வனத்தில் மகிழ்ச்சியாக உலவித் திரிவதற்கு ஏதுவாக இரவுபகலாக நான் உங்கள் இருவருக்கும் காவல் நிற்பேன். என் அன்புச் சகோதரனே, தயவு செய்து என்னைத் தடுத்துவிடாதீர்கள். ஏனெனில், என் மனம் இவ்விஷயத்தில் மிகவும் தெளிவாக இருக்கிறது.”

லட்சுமணனுடன் விவாதிப்பதில் பயனில்லை என்பதை அறிந்த ராமன், அவனையும் தன்னோடு அழைத்துச் செல்வதற்கு ஒப்புக் கொண்டான். பிறகு, அங்கிருந்து உடனடியாகச் சென்று, தன் அன்புக்குரியவர்களிடம் விடைபெற்றுக் கொண்டு, தன்னுடைய இரண்டு வில்களையும், வற்றாத அம்புகளைக் கொண்ட அம்பறாத்தூணியையும், யாராலும் எதிர்த்து நிற்க முடியாத இரண்டு வாள்களையும் எடுத்துக் கொண்டு விரைவாகத் திரும்பி வருமாறு ராமன் லட்சுமணனிடம் கூறினான். லட்சுமணன் அந்த ஆயுதங்களுடன் திரும்பி வந்தவுடன், காட்டுக்குப் புறப்பட்டுச் செல்வதற்கு முன்பாகத் தன் குலகுரு வசிஷ்டரின் மகனான சுயக்ஞனுக்குத் தன்னுடைய செல்வங்கள் அனைத்தையும் கொடுத்துவிட்டு, அவனை வணங்கி அவனுடைய ஆசீர்வாதங்களைப் பெறுவதற்காக அவனை அழைத்து வரும்படி ராமன் லட்சுமணனிடம் கூறினான்.

வனவாசம்

ராமனும் சீதையும் லட்சுமணனும் தங்களுடைய விலையுயர்ந்த பொருட்களையெல்லாம் தங்கள் சேவகர்களுக்கும் ஆதரவற்றவர்களுக்கும் ஏழைகளுக்கும் கைவிடப்பட்டோருக்கும் தானமாகக் கொடுத்தனர். பிறகு அவர்கள் தசரதனிடமிருந்து விடைபெற்றுக் கொள்வதற்காக அவனுடைய அரண்மனையை நோக்கிச் சென்றனர். அவர்கள் மூவரும் ஒரு தேரோ அல்லது பணியாட்களோ இல்லாமல் அயோத்தியின் தெருக்கள் வழியாக நடந்து சென்றபோது, மக்கள் அவர்களுக்குத் தங்கள் அனுதாபங்களைத் தெரிவித்தனர்.

“நம்முடைய உன்னதமான இளவரசர் பாதுகாவலர்கள் யாருமின்றி இத்தெருக்கள் வழியாக நடந்து செல்ல வேண்டியிருப்பது மிகப் பெரிய துரதிர்ஷ்டம். சீதையின் முகத்தை நாம் இதுவரை ஒருபோதும் பார்த்ததில்லை. ஆனால் அவள் இப்போது ஒரு சாதாரணப் பெண்ணைப்போல நடந்து செல்வதைப் பார். எல்லோரும் போற்றிப் புகழ்கின்ற பண்புநலன்களைக் கொண்ட இப்படிப்பட்ட ஒரு மகனை நம் அரசரால் எப்படி நாடு கடத்த முடிந்தது? தலைவிதியின் விளையாட்டு வினோதமாகத்தான் இருக்கிறது,” என்றெல்லாம் பேசிய அயோத்தி மக்கள், தங்கள் அன்புக்குரிய இளவரசனின் நிலைமையைக் கண்டு கடுந்துயரம் கொண்டனர். “நாமும் நம் இளவரசனைப் பின்தொடர்ந்து காட்டுக்குச் செல்லலாம். கைகேயியும் அவளுடைய மகனும் ஆள் நடமாட்டமில்லாத இந்த நாட்டை ஆளட்டும். சேமிப்புக் கிடங்குகளில் சேகரித்து வைக்கப்பட்டிருக்கும் தானியங்களையும் உணவுப் பொருட்களையும் எலிகளும் பெருச்சாளிகளும் நாசமாக்கட்டும். நாம் எல்லோரும் ராமனோடு சேர்ந்து அக்காட்டை ஒரு நகரமாக மாற்றலாம். அயோத்தி ஒரு காடாக மாறட்டும்,” என்று அவர்கள் பேசிக் கொண்டனர்.

தன் குடிமக்களின் புலம்பல்கள் ராமனின் காதுகளில் விழுந்தபோதிலும், தன் திட்டத்தில் எந்த மாற்றமும் இன்றி, தன் தந்தையை சந்திப்பதற்காகக் கைகேயியின் இருப்பிடத்தை நோக்கி

அவன் தன் நடையைத் தொடர்ந்தான். இதற்கிடையே, தசரதன் தன்னுடைய மற்ற இரண்டு மனைவியரையும் அழைத்து வரும்படி தன் அமைச்சருக்குக் கட்டளையிட்டான். கோசலையும் சுமித்திரையும் தங்கள் பணிப்பெண்களுடன் அங்கு வந்து சேர்ந்தனர். ராமன் உள்ளே நுழைந்தபோது, அவனை வரவேற்பதற்காக தசரத மன்னன் எழுந்து அவனை நோக்கி முன்னே நடந்தான். ஆனால் தசரதன் மிகவும் பலவீனமாக இருந்ததால் பாதி வழியிலேயே நிலை குலைந்து கீழே சரிந்தான். ராமனும் லட்சுமணனும் முன்னால் ஓடிச் சென்று அவனைத் தூக்கி அவனுடைய படுக்கையின்மீது கிடத்தினர்.

ராமன் தன் கைகளைக் குவித்தபடி, "அரசே, நான் காட்டுக்குச் செல்வதற்கு அன்போடு எனக்கு அனுமதி கொடுங்கள். சீதையும் லட்சுமணனும் என்னுடன் வருவதற்கும் தயவு செய்து அனுமதியுங்கள். என்னுடன் வருவதிலிருந்து அவர்களைத் தடுத்து நிறுத்த நான் எவ்வளவோ முயற்சித்தும்கூட அவர்கள் என்னைவிட்டுப் பிரிந்திருக்க மறுக்கின்றனர்," என்று கூறினான்.

மகிழ்ச்சியை முற்றிலுமாகத் தொலைத்துவிட்டு சோகமயமாய்க் காட்சியளித்த தசரதன், "ராமா, கைகேயிக்கு நான் கொடுத்த வாக்கின் காரணமாக, இவ்வாறு புத்தியற்ற விதத்தில் நடந்து கொள்ளும் கட்டாயத்திற்கு நான் ஆளாக்கப்பட்டிருக்கிறேன். இக்கணமே என்னைக் கைது செய்து சிறையில் அடைத்துவிட்டு நீ அரியணை ஏற வேண்டும் என்று நான் உன்னிடம் கெஞ்சிக் கேட்டுக் கொள்கிறேன்," என்று கூறினான்.

ராமன் புன்னகைத்துவிட்டு, "தந்தையே, அரசுரிமையின்மீது எனக்கு எந்த விருப்பமும் இல்லை. நான் காட்டிற்குச் சென்று, அதன் மூலம் உங்கள் வாக்கை நிறைவேற்றவே விரும்புகிறேன். நான் திரும்பி வந்தவுடன் நேராக உங்கள் பாதங்களில் சரணடைவேன்," என்று கூறினான்.

தசரதன் தன் கண்ணீருக்கு இடையே, தட்டுத்தடுமாறியபடி, "என் அன்பு மகனே, நீ காட்டிற்குச் செல்ல நான் உனக்கு விடைகொடுக்கிறேன். ஆனால், கையேயி என்னை ஏமாற்றித் தந்திரமாக என்னிடமிருந்து இந்த வரங்களைப் பெற்றிருக்கிறாள் என்பதை நினைவில் கொள். நீ போவதைப் பார்ப்பதற்கான வலிமை என் மனத்திற்கு இல்லை. இன்றிரவு மட்டுமாவது நீ என்னோடும் உன் தாயாரோடும் தங்கியிருந்தால் நன்றாக இருக்கும். நீ இங்கிருந்து புறப்பட்டுச் செல்வதற்கு முன்பாக உன்னுடன் கூடுதலாக ஒருசில மணிநேரத்தைச் செலவிடுவது எங்கள் மனத்திற்கு இதமளிப்பதாக இருக்கும்," என்று கூறினான்.

தன் தந்தையின் இக்கோரிக்கையை வேதனையோடு கேட்ட ராமன், "தந்தையே, தயவு செய்து என் நோக்கத்திலிருந்து என்னைத் திசைதிருப்ப முயற்சிக்காதீர்கள். உங்களுடைய விருப்பங்களை நிறைவேற்றி,

அதன் மூலமாக உங்களுடைய வாக்கைக் காப்பாற்றுவதிலிருந்து கிடைக்கும் பேரானந்தத்தை இந்த அரசுரிமையாலோ அல்லது சௌகரியங்களாலோ எனக்கு ஒருபோதும் கொடுக்க முடியாது. நீங்கள் எங்களைப் பற்றிக் கவலைப்படாதீர்கள். காட்டில் நாங்கள் மான்களோடு விளையாடிக் களித்திருப்போம், முனிவர்களோடும் துறவிகளோடும் எங்களைத் தொடர்புபடுத்திக் கொள்வோம். நான் இன்றே இங்கிருந்து புறப்பட்டுச் செல்வதாகக் கைகேயிக்கு வாக்குக் கொடுத்திருக்கிறேன். நான் என் வார்த்தையைக் காப்பாற்றியாக வேண்டும். நீங்கள் துயரம் கொள்ளாதீர்கள். இந்த நாட்டை பரதனுக்குக் கொடுங்கள். அவன்மீது எனக்கு எந்த வருத்தமும் இல்லை. என்னை நினைத்து வருத்தப்படாதீர்கள். நான் இந்நகரில் எப்படி மகிழ்ச்சியாக வாழ்ந்தேனோ, காட்டிலும் அதேபோல நான் மகிழ்ச்சியாக வாழ்வேன்," என்று கூறினான்.

பெரும் இழப்புக்கு ஆளாகியிருந்த அரசன், கலங்கிய கண்களுடன், தன் அன்பு மகனைத் தன் மார்போடு அணைத்து அவனை ஆசீர்வதித்தான். சீதையும் லட்சுமணனும் பின்தொடர அந்த அறையைவிட்டு ராமன் வெளியேறிக் கொண்டிருந்தபோது, தசரதன் தன் அமைச்சரான சுமந்திரனை அழைத்து, விலையுயர்ந்த பொருட்கள் அனைத்தையும் எடுத்துக் கொண்டு ஒரு பெரிய படையுடன் அவர்கள் மூவரையும் காட்டிற்குக் கூட்டிச் செல்லும்படி அவனிடம் கூறினான். அரசனின் இந்தக் கட்டளையைக் கேட்டக் கைகேயி, இது நியாயமற்றது என்றும், கருவூலத்தில் இருந்த விலையுயர்ந்த பொருட்கள் அனைத்தையும் ராமனுடன் காட்டுக்கு அனுப்பிவிட்டால் பரதன் ஒரு தரிசு நிலத்தைத்தான் சுவீகரிப்பான் என்றும் கூறி தசரதனின் கட்டளைக்கு அவள் மறுப்புத் தெரிவித்தாள். அவளுடைய வார்த்தைகளால் தசரதனின் மனம் புண்பட்டது. ஆனால் ராமன் குறுக்கிட்டு, தனக்கே உரிய மென்மையான பாணியில், "தந்தையே, நான் ஏற்கனவே என் செல்வங்களையெல்லாம் துறந்துவிட்டேன். இப்போது நீங்கள் ஏன் இன்னும் எனக்கு அதிகமான செல்வங்களைக் கொடுத்து எனக்குச் சுமையூட்டுகிறீர்கள்? காட்டில் வசிக்கும் ஒருவனுக்கு எந்தச் செல்வமும் தேவையில்லை, எந்தப் படையும் தேவையில்லை. ஓர் அரசனுக்குத்தான் பாதுகாப்பு தேவை. எனவே பரதன் இந்த ஆடம்பரங்களையெல்லாம் அனுபவிக்கட்டும். எனக்கு அவை எதுவும் தேவையில்லை," என்று கூறினான்.

மரவுரிகளைக் கொண்டுவரும்படி கைகேயி தன பணிப்பெண்ணைப் பணித்தாள். பிறகு, ராமனுக்கும் சீதைக்கும் லட்சுமணனுக்கும் ஆளுக்கொரு மரவுரியை அவள் கொடுத்தாள். ராமன் உடனடியாகத் தன் பட்டாடையைக் களைந்துவிட்டு, அந்த மரவுரியை அணிந்து கொண்டான். அந்த உடையிலும் அவன் கம்பீரமாகத் தோற்றமளித்தான். ராமனைப் பின்தொடர்ந்து

லட்சுமணனும் தன் பட்டாடைகளைக் களைந்துவிட்டுத் தன் மரவுரியை அணிந்து கொண்டான். ஆனால் சீதை தன் கைகளிலிருந்த ஆடையைக் குழப்பத்தோடு பார்த்தாள். அதைக் கொண்டு என்ன செய்ய வேண்டும் என்று அவளுக்குத் தெரியவில்லை. அவள் தன் கணவனை ஏறிட்டுப் பார்த்தாள். ராமன் அவளிடமிருந்து அந்த ஆடையை வாங்கி, அவள் ஏற்கனவே அணிந்திருந்த ஆடைகளுக்கு மேலே அதை மென்மையாக அணிவித்தான். இதைக் கண்டு அங்கிருந்த அனைவரும் கண்ணீர் வடித்தனர். சீதையைக் காட்டுக்கு அழைத்துச் செல்ல வேண்டாம் என்று அங்கிருந்த பெண்கள் ராமனிடம் கெஞ்சினர்.

"சீதையைக் காட்டுக்கு அனுப்பும்படி கைகேயியால் வற்புறுத்த முடியாது. இளவரசே, எங்களால் உங்களைப் பார்க்க முடியாவிட்டாலும்கூட, சீதையைப் பார்த்தாவது நாங்கள் மகிழ்ச்சியாக இருப்போம். சீதை உங்களுடன் வந்தால், பிறகு நாங்களும் உங்களுடன் வந்துவிடுவோம்," என்று கூறிய அவர்கள், கைகேயியிடம் திரும்பி, "ஒட்டுமொத்தக் கோசலமும் ராமனுடன் காட்டுக்குச் செல்லும். ஆள் அரவமற்ற ஒரு வெற்று நாட்டை நீங்கள் ஆளலாம். நீங்கள் எந்த மகனுக்காக இதையெல்லாம் செய்து கொண்டிருக்கிறீர்களோ, அவனே உங்களைத் தூற்றுவான். ஏனெனில், அவன் ராமனிடம் அர்ப்பணிப்புக் கொண்டுள்ளான். அரசியே, சீதைக்கு நீங்கள் அணிகலன்களைக் கொடுக்க வேண்டுமேயன்றி மரவுரியை அல்ல. உங்கள் மோசமான செயல் குறித்து உங்களுக்கு அவமானமாக இல்லையா? நீங்கள் தொடர்ந்து இவ்வாறு கெடுநோக்கோடு நடந்து கொண்டால், விரைவில் நீங்கள் உங்கள் புகழையெல்லாம் இழந்துவிடுவீர்கள், அவப்பெயரைச் சம்பாதிப்பீர்கள்," என்று கூறினர்.

இவற்றையெல்லாம் கேட்டுக் கொண்டிருந்த சீதை சிறிதும் மனம் தளரவில்லை. ஏனெனில், தன் கணவனோடு காட்டுக்குச் செல்வது குறித்து உண்மையில் அவள் உற்சாகம் அடைந்திருந்தாள். ஆனால் சீதை ஒரு துறவிக்குரிய ஆடையை அணிய வேண்டும் என்று அவளை வற்புறுத்தக்கூடாது என்று தசரதனும் கைகேயியிடம் கூறினான்.

"பாதகியே! சீதையை இப்படிப்பட்ட ஆடைகளை அணியச் செய்வதன் மூலம் உனக்கு என்ன லாபம் கிடைக்கப் போகிறது? அவள் தன் கணவனோடு காட்டுக்குப் போவதில் உறுதியாக இருந்தால், அவளைப் போகவிடு. ஆனால் ஓர் இளவரசிக்குரிய ஆடை அணிகலன்களோடு அவள் இருக்க அவளுக்கு அனுமதி கொடு," என்று அரசன் கோபத்தோடு பேசினான்.

பிறகு, கருவூலத்திலிருந்து விலையுயர்ந்த அணிகலன்களைக் கொண்டுவரச் செய்து, தசரதன் தானே தன் மருமகளுக்கு அவற்றை அணிவித்தான். பிறகு, ராமனைக் காட்டில் விட்டுவிட்டு வரும்படி அமைச்சர் சுமந்திரனுக்கு அவன் கட்டளையிட்டான். இப்போது

அங்கிருந்த பெண்கள் அனைவரும் ஒப்பாரி வைக்கத் துவங்கினர். கோசலை தன் மருமகளைத் தன் மார்போடு அணைத்துக் கொண்டு, அவளுக்கு ஒருசில அறிவுரைகளைக் கொடுத்தாள். தன் தாயால் தன் பிரிவைத் தாங்கிக் கொள்ள முடியாது என்று பயந்த ராமன், தன் தாயைப் பிரத்யேகமாக கவனித்துக் கொள்ளுமாறு தன் தந்தையிடம் கோரிக்கை விடுத்தான். பிறகு அவனும் சீதையும் லட்சுமணனும் தசரதனை மூன்று முறை சுற்றி வந்து வணங்கினர்.

சுமித்திரைதான் எல்லோரைவிடவும் மிகவும் துணிச்சலாக இருந்தாள். அவள் தன் மகன் லட்சுமணனை அன்போடு தழுவிக் கொண்டு, "மகனே, உன் சகோதரனுடன் காட்டுக்குச் செல்ல நான் உன்னை அனுமதிக்கிறேன். உனக்கு எல்லாம் நல்லதாகவே நடக்கட்டும். ராமனை உன் தந்தை தசரதனாக நினைத்துக் கொள். சீதையை உன் தாயாகிய என்னைப்போல நடத்து. நீ போகவிருக்கும் காடு உன் அயோத்தியாக இருக்கட்டும். லட்சுமணா, மகிழ்ச்சியாகப் புறப்பட்டுச் செல். என் பிரார்த்தனைகள் எப்போதும் உன்னுடன் இருக்கும்," என்று கூறினாள்.

அதிர்ஷ்டவசமாக, லட்சுமணன் காட்டுக்குச செல்வதை அவனுடைய மனைவி ஊர்மிளை தடுக்கவில்லை. தானும் அவனோடு வரப் போவதாக அவள் முரண்டு பிடிக்கவில்லை. பதினான்கு ஆண்டுகள் ஒரு காட்டில் வாழ்வது பற்றிய எண்ணம், செல்லமாக வளர்க்கப்பட்டிருந்த அவளுக்குத் திகிலூட்டுவதாகத்தான் இருந்திருக்கும் என்பதில் சந்தேகமில்லை. ஆனால் சீதை ஓர் அசாதாரணமான பெண். ஏனெனில், அரண்மனை வாழ்க்கையின் சௌகரியங்களையெல்லாம் ஒதுக்கித் தள்ளிவிட்டு, கடுமையான ஒழுங்கு தேவைப்பட்ட ஒரு காட்டு வாழ்க்கைக்குள் அடியெடுத்து வைக்கும் துணிச்சல் ஒரு சாதாரணப் பெண்ணுக்கு ஒருபோதும் இருக்காது. எனவே, சீதையின் இந்தத் துணிகரமான முடிவைக் கண்ட முனிவர்கள் அனைவரும், அவள் தன் கணவன்மீது கொண்டிருந்த பேரன்பைப் போற்றிப் புகழ்ந்தனர். இந்தப் பேரன்புதான் தன் கணவனுக்காக எதையும் செய்வதற்கான துணிச்சலை அவளுக்குக் கொடுத்திருந்ததாக அவர்கள் கருதினர். லட்சுமணன், பரதனைப்போலவே ராமனிடம் பெரும் அர்ப்பணிப்பைக் கொண்டிருந்தான். ராமனுககு சேவை செய்ததன் மூலம் அச்சகோதரர்களுக்குக் கிடைத்த இன்பம் வேறு எதிலிருந்தும் அவர்களுக்கு கிடைக்கவில்லைபோலத் தோன்றியது. ராமனின் குணத்தை நாம் ஆய்வு செய்யும்போது நாம் கருத்தில் கொள்ள வேண்டிய இன்னொரு முக்கியமான விஷயம் அது. அவனுடைய வசீகரம் அப்படிப்பட்டதாக இருந்தது. அவனுடைய ஆளுமையின் சக்தியும் அன்பின் சக்தியும் எல்லோரையும் அவனை நோக்கிக் கவர்ந்திழுத்தன.

சுமந்திரன் கேட்டுக் கொண்டபடி அவர்கள் மூவரும் தங்க ரதத்தில் ஏறினர். அவர்களுடைய ஆயுதங்களும், தசரதன் தன் மருமகள் சீதைக்குக் கொடுத்திருந்த ஆடை அணிகலன்களும் அந்த ரதத்தில் ஏற்கனவே ஏற்றப்பட்டிருந்தன. ரதம் நகரத் தொடங்கியபோது, அயோத்தியின் குடிமக்கள் அதன் இருபுறங்களிலும் கூடி, ராமனைப் புகழ்ந்தனர், அவர்கள் மூவரைக் குறித்தும் அரற்றிப் புலம்பினர். ரதத்தை வேகமாக ஓட்டிச் செல்லும்படி ராமன் சுமந்திரனுக்குக் கட்டளையிட்டான். அவன் பின்னால் திரும்பிப் பார்த்தபோது, தன்னுடைய வயதான தந்தையும் தாயும்கூட அந்தப் புழுதியான சாலை வழியாக ரதத்தைப் பின்தொடர்ந்து வந்து கொண்டிருந்ததைக் கண்டு ராமன் மனம் கலங்கினான். ஆனாலும் அவர்களுக்கு ஆறுதல் கூறுவதற்காகத் தான் திரும்பிச் சென்றால், அது மிக மோசமானதாக அமையும் என்பதை அவன் அறிந்திருந்தான். முற்றிலும் நம்பிக்கையிழந்த நிலையில் அழுது கொண்டே தன் ரதத்திற்குப் பின்னால் ஓடி வந்து கொண்டிருந்த தன் தாயைக் கண்டபோது ராமனின் வலிமையான மனம்கூடத் தடுமாறியது. கடுமையாகப் போராடித் தன் உணர்ச்சிகளைக் கட்டுப்படுத்திக் கொண்ட ராமன், இந்த வேதனைகரமான காட்சியிலிருந்து விரைவில் விடுபடுவதற்காக ரதத்தை இன்னும் வேகமாகச் செலுத்தும்படி சுமந்திரனுக்கு உத்தரவிட்டான்.

ராமன் போன பிறகு அயோத்தியில் வாழ்க்கை ஸ்தம்பித்துவிட்டது. யாருடைய வீட்டிலும் அடுப்புப் பற்ற வைக்கப்பட்டிருக்கவில்லை. ஏனெனில், யாரும் அதைப் பற்றிக் கவலைப்படவில்லை. அயோத்தியில் அன்று யார் வீட்டிலும் உணவு சமைக்கப்படவில்லை. ஏனெனில், யாருக்கும் ஒரு பருக்கைச் சோறுகூட உள்ளிறங்கவில்லை. பசுக்கள் பரிதாபகரமாகக் கத்தின. அவை தம் கன்றுகளுக்குப் பால் கொடுக்க மறுத்தன. அனைத்துக் கடைகளும் மூடப்பட்டன. உணவைப் பற்றியோ அல்லது குதூகலத்தைப் பற்றியோ நினைத்துப் பார்க்கும் மனநிலையில் யாரும் இருக்கவில்லை. சூரியன்கூட மேகங்களால் மறைக்கப்பட்டிருந்தான். ராமன் புறப்பட்டுச் சென்றவுடன் அயோத்தி நகரம் முற்றிலுமாக இருளடைந்தது. அன்று காலையில் திருவிழாக்கோலம் பூண்டிருந்த அயோத்தி நகரம் இப்போது ஆழ்ந்த துக்கத்தில் இருந்ததுபோலத் தோன்றியது. அலங்காரத் தோரணங்கள் அலங்கோலமாகத் தொங்கிக் கொண்டிருந்தன. மலர்மாலைகள் அறுந்து கிடந்தன, மலர்கள் சிதறிக் கிடந்தன. தெருக்களில் புழுதி மேகங்கள் எழுந்தன. குடிமக்கள் வருத்தமான முகங்களுடன் அங்குமிங்கும் திரிந்து கொண்டிருந்தனர். தங்கள் அன்புக்குரிய இளவரசனைக் கடைசி நிமிடத்தில் கைவிட்ட அதிர்ஷ்டத்தை நினைத்து அவர்கள் புலம்பினர். அவர்கள் கைகேயியைத் தூற்றினர். ஏனெனில், இப்பிரச்சனைகள் அனைத்திற்கும் மூலகாரணம் அவள்தான் என்று அவர்கள் கருதினர்.

ராமனைச் சுமந்து சென்ற ரதம் தன் பார்வையிலிருந்து மறைந்து அங்கு வெறும் புழுதி மண்டலம் மட்டுமே தெரியும்வரை தசரதனின் பார்வை அத்திசையிலேயே நிலை கொண்டிருந்தது. பிறகு அவன் தன் அரண்மனையை நோக்கித் திரும்பி நடந்தான். தனக்கு உதவ வந்த கைகேயியை ஒதுக்கித் தள்ளிவிட்டு, கோசலையின் தோள்மீது சாய்ந்தபடி அவன் நடந்து சென்றான். அன்றிரவு முழுவதும் அவனும் கோசலையும் தங்கள் மகனையும் மருமகளையும் லட்சுமணனையும் நினைத்து அழுது புலம்பினர். இறுதியில் சுமித்திரை அவர்களை சமாதானப்படுத்தி அவர்களுக்கு அறிவுரை வழங்கினாள். தர்மத்தின் மொத்த உருவமான ராமனைப் போன்ற ஒரு மகனைப் பெற்றெடுத்ததற்காக அவர்கள் பெருமைப்பட வேண்டும் என்று அவள் அவர்களிடம் கூறினாள். தன் தந்தையின் வாக்கைக் காப்பாற்றுவதற்காகத் தன் சாம்ராஜ்யத்தையே விட்டுக்கொடுக்கத் தயாராக இருந்த, அறநெறிப் பாதையிலிருந்து சற்றும் பிறழாத ஒருவனை மகனாகப் பெற அவர்கள் பெரும் பாக்கியம் செய்திருக்க வேண்டும் என்று அவள் கூறினாள்.

மறுநாள் மாலையில் சுமந்திரன் அயோத்திக்குத் திரும்பி வந்தான். ராமனைப் பற்றிய செய்திக்காக தசரதன் கவலையோடு காத்துக் கொண்டிருந்தான். ஆனால், ராமனும் மற்றவர்களும் அன்றிரவு தமசா நதியைக் கடந்துவிட்டிருந்தனர் என்றும், அயோத்திக்குத் திரும்பி செல்லுமாறு ராமன் தன்னைக் கேட்டுக் கொண்டிருந்தான் என்றும் மட்டுமே சுமந்திரன் செய்தி கொண்டு வந்தான். ராமன் சித்திரக்கூடக் காட்டை நோக்கிச் சென்றிருக்க வேண்டும் என்று தான் நம்பியதாக சுமந்திரன் கூறினான். பிறகு, ராமன் தசரனுக்குக் கொடுக்குமாறு தன்னிடம் கூறியிருந்த ஒரு செய்தியையும் அவன் தசரதனிடம் தெரிவித்தான்.

இச்செய்தியைக் கேட்டுக் கோசலையும் தசரதனும் மனம் கலங்கினர். தசரதன் தன் இளமைப்பருவத்தில் நடந்த ஒரு சம்பவத்தை அப்போது கோசலையிடமும் சுமித்திரையிடமும் நினைவுகூர்ந்தான். அவன் ஒரு முறை காட்டிற்குச் சென்றிருந்தபோது, அங்கிருந்த ஓர் ஆற்றில் ஓர் இளம் துறவி தன்னுடைய கலயத்தில் நீரை நிரப்பிக் கொண்டிருந்தபோது, தசரதன தவறுதலாக அவனைக் கொன்றுவிட்டான். கலயத்தில் நீர் நிரப்பப்பட்டுக் கொண்டிருந்தபோது எழுந்த சத்தத்தை யானையின் சத்தம் என்று தவறாக நினைத்த தசரதன், அந்த இளைஞனைத் தன் அம்பால் கொன்றுவிட்டான். அந்த இளைஞனின் பெற்றோர் பார்வையற்றவர்கள். அவர்களுக்கு உதவுவதற்கு யாரும் இருக்கவில்லை. தங்கள் மகனுக்கு நேர்ந்த கொடுமையை அவர்கள் கேள்விப்பட்டபோது, அவனைக் கொன்ற அரசனும் தன் மகனைப் பிரிந்த துயரத்தில் இறந்து போவான் என்று தசரதனுக்குச் சாபமிட்டுவிட்டு உயிர் துறந்தனர்.

இந்த ஒட்டுமொத்த நிகழ்வையும் நினைவுகூர்ந்த அரசன் மூர்ச்சையாகிச் சரிந்தான். அதிலிருந்து அவன் மீண்டும் கண்விழிக்கவே இல்லை. மறுநாள் காலையில் அவனை எழுப்ப வந்த அவனுடைய பணியாட்கள், அவன் இறந்து கிடந்ததைக் கண்டனர். தசரதனின் மனைவியர் தங்கள் இழப்புக் குறித்து ஒப்பாரி வைக்கத் தொடங்கினர். ஒட்டுமொத்த அயோத்தி நகரமும் துயரத்தால் செயலற்றுப் போனது. ஆட்களை அனுப்பி வைத்து பரதனையும் சத்ருக்கனனையும் உடனடியாக அயோத்திக்கு அழைத்து வந்து, பரதனை உடனடியாக அரசனாக நியமிக்க வேண்டும் என்று சாதுக்கள் வசிஷ்டரிடம் வற்புறுத்தினர். அரசன் யாரும் இல்லாத ஒரு நாடு மிகச் சுலபமாகப் பகைவர்களின் தாக்குதலுக்கு ஆளாகும் என்று அவர்கள் கருதினர். இளவரசர்களை மீண்டும் அயோத்திக்கு வரவழைப்பதற்காகக் கேகய நாட்டிற்குத் தூதுவர்கள் அனுப்பி வைக்கப்பட்டனர்.

பரதனின் சபதம்

இதற்கிடையே, ராமனின் ரதத்தைப் பின்தொடர்ந்து செல்ல முடிந்த அனைவரும் அவனுக்குப் பின்னால் ஓடிச் சென்றிருந்தனர். திரும்பிச் செல்லுமாறு ராமன் அவர்களை எவ்வளவு வற்புறுத்தியும் அவர்கள் அதற்கு ஒப்புக் கொள்ளவில்லை. எனவே, நாடு கடத்தப்பட்ட மூவரும் ரதத்திலிருந்து இறங்கி, தமசா நதிக்கரையை அடையும்வரை அம்மக்களோடு சேர்ந்து நடந்தனர். அன்றிரவை அங்கு அவர்கள் அனைவருமாகச் சேர்ந்து கழித்தனர். ராமனுக்கும் சீதைக்கும் இலைகளைக் கொண்டு ஒரு படுக்கை அமைக்கப்பட்டது. லட்சுமணனும் சுமந்திரனும் இரவு முழுவதும் கண்விழித்து அவர்களுக்குக் காவல் இருந்தனர். பொழுது விடிவதற்கு முன்பே கண்விழித்துவிட்டிருந்த ராமன், களைத்துப் போயிருந்த தன் குடிமக்கள் அனைவரும் அயர்ந்து தூங்கிக் கொண்டிருந்ததைக் கண்டான். அயோத்திக்குத் திரும்பி வருமாறு அவர்கள் தொடர்ந்து தன்னை வற்புறுத்தக்கூடும் என்று அஞ்சிய அவன், மற்றவர்கள் கண்விழிப்பதற்கு முன்பாகத் தங்கள் மூவரையும் காட்டில் கொண்டு விட்டுவிடுமாறு சுமந்திரனிடம் கூறினான். பொழுது விடிந்தவுடன் விழித்தெழுந்த குடிமக்கள், ராமன் அங்கிருந்து போய்விட்டிருந்ததைக் கண்டு மனமொடிந்து போயினர். தங்களுக்கிடையே புலம்பியபடி வருத்தத்துடன் அவர்கள் அயோத்திக்குத் திரும்பிச் செல்லத் தொடங்கினர்.

இதற்கிடையே, சுமந்திரனின் தேர் விரைவாகக் கோசல நாட்டு எல்லையைத் தாண்டிச் சென்று கங்கைக் கரையை வந்தடைந்தது. இங்கு அரச குடும்பத்தினர் மூவரையும் நிஷாத குலத்தின் தலைவனான குகன எதிர்கொண்டு அவர்களை மகிழ்ச்சியோடு வரவேற்றான். பழங்குடி இனத் தலைவனான குகன் அவர்களைத் தன்னால் இயன்ற அளவு மிகவும் சிறப்பாக உபசரித்தான். அன்றிரவை அவர்கள் அனைவரும் கங்கை நதிக்கரையில் கழித்தனர். பொழுது புலர்ந்தபோது, ராமன் விழித்தெழுந்து, மறுகரைகுத தங்களை அழைத்துச் செல்லுமாறு குகனிடம் கேட்டுக் கொண்டான். இனி தான் நடந்து செல்ல

விரும்பியதாக சுமந்திரனிடம் தெரிவித்த ராமன், அயோத்திக்குத் திரும்பிச் செல்லும்படி அவனிடம் கூறினான். இதைக் கேட்டு சுமந்திரன் மனம் வருந்தினான். தன்னோடு திரும்பி வந்துவிடுமாறு அவன் ராமனிடம் கெஞ்சினான். ஏனெனில், ராமனை மீண்டும் அயோத்திக்குக் கூட்டி வருவதாக, தசரதனின் கட்டாயத்தின் பேரில் அவன் தசரதனுக்கு வாக்குக் கொடுத்திருந்தான். ஆனால் ராமனின் பேச்சிற்குக் கீழ்ப்படிந்து நடப்பதைத் தவிர இப்போது அவனுக்கு வேறு வழி இருக்கவில்லை.

"சுமந்திரரே, என் தந்தையைப் பார்த்துக் கொள்ள வேண்டியது உங்கள் கடமை. உங்களைப்போல எங்கள் குடும்பத்தினரிடம் அர்ப்பணிப்புடன் நடந்து கொள்பவர்கள் வேறு யாரும் இல்லை. தயவு செய்து பரதனை உடனடியாக அயோத்திக்கு அழைத்து வாருங்கள். அப்போதுதான் என் தந்தை சிறிதளவாவது நிம்மதி அடைவார். அயோத்தியைவிட்டு வெளியேறி இக்காட்டில் வாழ்வதில் எனக்கு எந்த வருத்தமும் இல்லை என்று அரசரிடம் கூறுங்கள். சீதைக்கும் லட்சுமணனுக்கும்கூட வருத்தமில்லை. பதினான்கு ஆண்டுகளுக்குப் பிறகு நான் திரும்பி வந்து என் தந்தையின் பாதங்களைத் தொழுவேன். என் அன்னையருக்கு என் மரியாதையைத் தெரிவியுங்கள். பரதனுக்கும் சத்ருக்கனனுக்கும் என் அன்பைத் தெரிவியுங்கள். சுமந்திரரே, அயோத்திக்குத் திரும்பிச் சென்று, வயதான என் பெற்றோரை உங்களால் முடிந்த அளவு சமாதானப்படுத்துவது உங்கள் கடமை. தயவு செய்து நீங்கள் எங்களைப் பற்றிக் கவலைப்படாதீர்கள்," என்று ராமன் கூறினான். தன் கண்களிலிருந்து கண்ணீர் வழிய, தயக்கத்தோடு சுமந்திரன் அயோத்தி நோக்கிப் பயணிக்கலானான்.

இதற்கிடையே, குகன் ஒரு படகிற்கு ஏற்பாடு செய்திருந்தான். விரைவில், மூவரையும் குகன் தன் படகில் ஏற்றிக் கொண்டு மறுகரையைச் சென்றடைந்தான். அங்கிருந்து அவர்கள் மூவரும் நடக்கத் துவங்கினர். சீதை மட்டற்ற மகிழ்ச்சி அடைந்தாள். மறுநாள், பரத்வாஜ முனிவரின் ஆசிரமத்தை அவர்கள் வந்தடைந்தனர். கங்கை நதியும் யமுனை நதியும் சங்கமித்த இடத்தில் அமைந்த, இயற்கை எழில் கொஞ்சிய ஒரு புனித பூமியான பிரயாகை எனும் இடத்தில் அந்த ஆசிரமம் அமைந்திருந்தது. அந்த ஆசிரமத்தில் ஓரிரவைச் செலவிட்டப் பிறகு, பரத்வாஜ முனிவரின் வழிகாட்டுதலின்படி, சித்திரக்கூட மலையை நோக்கி அவர்கள் நடக்கத் துவங்கினர். தன்னோடு இருப்பதற்காகக் காட்டின் ஆபத்துக்களைத் துணிச்சலாக எதிர்கொள்ளத் தயாராக இருந்த சீதைக்கு எல்லா விதத்திலும் தான்தான் பொறுப்பு என்பதை அறிந்திருந்த ராமன், கடினமான பாதைகளைக் கடப்பதற்கு அவளுக்கு உதவினான், முடிந்தபோதெல்லாம் அவளை உற்சாகப்படுத்தினான். ஆனால் சீதையோ, காட்டில் இருந்த அழகான தாவரங்களையும் அற்புதமான மலர்களையும் கண்டுகளித்தபடி, அங்கு தென்பட்டப்

பல புதிய விஷயங்களை ராமனுக்குச் சுட்டிக்காட்டி, அவற்றைப் பற்றி அவனிடம் கேட்டாள். அப்போது ராமன், "லட்சுமணா, சீதைக்கு முன்னால் நடந்து சென்று, அவளுடைய பாதையில் உள்ள கூரிய கற்களையும் முட்களையும் அகற்று. அவளுடைய மென்மையான பாதங்கள் அவற்றால் காயப்பட்டுவிடக்கூடாது. நான் அவளுக்குப் பின்னால் அவளுக்குக் காவலாக வருகிறேன். ஏதேனும் அழகான மலர்களையோ அல்லது பழங்களையோ நீ கண்டால், அவற்றை அவளுக்குப் பறித்துக் கொடு," என்று கூறினான்.

லட்சுமணன் இவ்விதத்தில் சேவை செய்வதில் பெருமகிழ்ச்சி கொண்டான். விரைவில் சீதையிடம் ஏகப்பட்ட மலர்களும் பழங்களும் குவிந்தன. சீதை ஒரு வனதேவதைபோலக் காட்சியளித்தாள். அவர்கள் மூவரும் சித்திரக்கூடப் பகுதியை நெருங்கியபோது, அங்கு தென்பட்டப் பல சுவாரசியமான விஷயங்களை ராமன் சீதைக்குச் சுட்டிக்காட்டினான்.

"அன்பே, பழங்களையும் கொட்டைகளையும் தாங்கி நிற்கும் இம்மரங்களையும், தேன் நிரம்பி வழியும் இந்தப் பெரிய தேன்கூட்டையும், அந்தச் சுவையான கிழங்குகளையும் பார். நாம் ஒருபோதும் பட்டினி கிடக்கப் போவதில்லை. அரண்மனையின் அறுசுவை உணவு உனக்கு இங்கு கிடைக்காமல் போகக்கூடும், ஆனால் இயற்கையின் அபரிமிதத்தில் நீ ஆனந்தமாகப் பசியாறலாம். நறுமணமிக்கப் புல்லாலும் மலர்களாலும் ஆன படுக்கைகளில் நீ தூங்கலாம். பறவைகள் உனக்காகத் தாலாட்டுப் பாடும். காட்டுப் புறாக்களின் சத்தம் காலையில் உனக்கு விழிப்பூட்டும். அயோத்தியின் பாடகர்களின் பாடல்களைவிட இவை அதிக இனிமையானவையாக இருக்குமல்லவா?" என்று ராமன் கேட்டான்.

இவ்வாறு பல சுவாரசியமான விஷயங்களை சீதைக்குக் கூறியபடியே, ராமன் தன் மனைவியோடும் சகோதரனோடும் விரைவில் சித்திரக்கூட மலையை வந்தடைந்தான். தாங்கள் வசிப்பதற்கு அதுதான் சரியான இடம் என்பதை உணர்ந்த ராமன், அங்கு ஒரு குடிலை அமைக்குமாறு லட்சுமணனுக்குக் கட்டளையிட்டான். லட்சுமணன் ஓர் அழகான ஆசிரமத்தை உருவாக்கினான். இயற்கை எழில் பூத்துக் குலுங்கிய அந்த இடத்தில் அவர்கள் மூவரும் சுமார் மூன்று மாதங்கள் மகிழ்ச்சியாகவும் சௌகரியமாகவும் வாழ்ந்தனர். சீதையும் ராமனும் ஒருவரோடு ஒருவர் கைகோர்த்தபடி சித்திரக்கூட மலையைச் சுற்றி வந்தனர். லட்சுமணன் அவர்களுக்குக் காவல் இருந்தான். சின்னஞ்சிறிய காட்டு மலர்கள் அந்த மலைப்பகுதியில் கம்பளங்களாக மலர்ந்திருந்தன. பாறைகளின் ஊடாக வெள்ளி நீரோடைகள் ஓடின. ஒருநாள், ராமனும் சீதையும் மந்தாகினி நதியில் நீராடினர். நெடுந்தூரம் நடந்து வந்திருந்ததாலும் நதியில் நீண்டநேரம் நீந்தியதாலும் ஏற்பட்டக் களைப்பின் காரணமாக, இருவரும் அந்நதிக்கரையில் ஆசுவாசமாக ஓய்வெடுத்துக் கொண்டிருந்தனர்.

சீதை ஒரு மரத்தின்மீது சாய்ந்திருந்தாள். ராமன் அவளுடைய மடிமீது தலை வைத்துப் படுத்திருந்தான். அப்போது ஒரு விபரீதமான சம்பவம் நிகழ்ந்தது. நெடுங்காலத்திற்குப் பிறகு சீதை இச்சம்பவத்தை அனுமானிடம் கூறுவாள். ராமன் நன்றாக அயர்ந்து தூங்கிக் கொண்டிருந்தபோது, அருகே பறந்து கொண்டிருந்த ஒரு காகம் கீழ்நோக்கிப் பறந்து வந்து சீதையைக் கொத்தியது. சீதை அலறியபடி அக்காகத்தை விரட்டினாள். மீண்டும் மீண்டும் அக்காகம் அவளைக் கொத்திக் கொண்டே இருந்தது. அவள் மீண்டும் மீண்டும் அலறிக் கொண்டே அதை விரட்டினாள். அவளுடைய அலறல்களைக் கேட்டு ராமன் கண்விழித்தான். ஆனால் அவளுக்கு ஏற்பட்டிருந்த காயத்தின் தீவிரத்தை அவன் உணரவில்லை. அதிகமாகத் தன்னை வருத்திக் கொள்ள வேண்டாம் என்று சீதையிடம் கூறிவிட்டு, அவன் மீண்டும் தூங்கிவிட்டான். மீண்டும் அந்தக் காக்கை அவளை நோக்கி வேகமாகப் பறந்து வந்து, இம்முறை அதிகக் கடுமையாக அவளைக் கொத்தியது. ராமனின் முகத்தின்மீது சூடான ரத்தத் துளிகள் விழுந்தபோது அவன் கண்விழித்தான். இது ஒரு சாதாரணக் காக்கை அல்ல, மாறாக, இந்திரனின் மகன் ஜயத்ரதன்தான் காக்கை வடிவில் வந்திருந்தான் என்பதை ராமன் உணர்ந்து கொண்டான். கண்ணீர் வழிந்து கொண்டிருந்த சீதையின் முகத்தைப் பார்த்ததும், ராமன் தன் பக்கத்திலிருந்த கோரைப் புல்லைப் பிடுங்கி, பிரம்ம மந்திரத்தைத் தீவிரமாக முணுமுணுத்துவிட்டு, அதை அந்தக் காக்கையை நோக்கி வீசினான். இதைக் கண்டு அக்காக்கை பயத்தில் பறந்தோடிவிட்டது. ஆனால் மந்திர சக்தி ஏற்றப்பட்டிருந்த அந்தப் புல் அதைத் துரத்திச் சென்றது. கடும்பீதி அடைந்திருந்த அக்காக்கை ராமனிடம் திரும்பி வந்து, அவனிடம் மன்னிப்புக் கேட்டு மன்றாடியது. வழக்கம்போல, துயரத்தில் இருக்கும் எவரொருவரையும் ஒருபோதும் காணப் பொறுக்காத ராமன், அக்காக்கைக்கு உயிர்ப்பிச்சை அளிக்க ஒப்புக் கொண்டான். ஆனால் மந்திர சக்தி ஏற்றப்பட்டு, ஓர் இலக்கைக் குறி பார்த்து ஏவப்பட்டிருந்த அந்தக் கோரைப்புல் தன் இலக்கைத் தாக்கியே ஆக வேண்டியிருந்தது. எனவே, அக்காகத்தைக் கொல்வதற்கு பதிலாக, அதன் வலது கண்ணை அது குருடாக்கியது. பிறகு, வலியாலும் கோபத்தாலும் தேம்பிக் கொண்டிருந்த சீதையை ராமன் சமாதானப்படுத்தினான். அவள் பெரும் பீதி அடைந்திருந்தாள்.

ஒரு புறம் ராமனும் சீதையும் லட்சுமணனும் காட்டில் பல சுவாரசியமான அனுபவங்களைப் பெற்றுக் கொண்டிருந்தபோது, வசிஷ்டர் அனுப்பிய தூதுவர்கள் பரதனையும் சத்ருக்கனனையும் அயோத்திக்குத் திரும்ப அழைத்து வந்தனர். அவ்விரு இளவரசர்களும் அயோத்திக்குள் நுழைந்தபோது, தங்கள் குடிமக்களின் முகங்கள் இருளடைந்து போயிருந்ததைக் கண்டு ஆச்சரியமடைந்தனர். முதலில் அவர்கள் தங்கள் தந்தையின் அரண்மனைப் பகுதிக்குச்

சென்றனர். ஆனால் அவர் அங்கு இல்லாததால், பரதன் தன் தாயின் வசிப்பிடத்திற்குச் சென்றான். தன் வசீகரமான மகனைக் கண்ட கைகேயி பெரிதும் மனமகிழ்ந்தாள். அயோத்தி நகர மக்கள் அனைவரின் முகங்களும் வாடிப் போயிருந்தது குறித்தும், தன் தந்தையின் அறை காலியாக இருந்தது குறித்தும் பரதன் அவளிடம் கேட்டபோது, நடந்த ஒட்டுமொத்தக் கதையையும் அவள் அவனிடம் கூறினாள். தன் சகோதரனுக்கு பதிலாக விரைவில் தான் அரசனாக ஆகவிருந்ததைக் கேட்டு பரதன் பூரிப்படைவான் என்று எதிர்பார்த்தக் கைகேயிக்கு ஏமாற்றம்தான் மிஞ்சியது. பரதனால் தன் காதுகளை நம்ப முடியவில்லை. தன் தாய் தன்னைப் பற்றி எவ்வளவு குறைவாக அறிந்து வைத்திருந்தாள் என்பதைக் கண்டு அவன் வியந்தான். “என்னுடைய மூத்த சகோதரன் ராமன்தான் அரசனாக இருக்க வேண்டுமே தவிர, நான் அல்ல,” என்று அவன் உறுதியாகக் கூறினான்.

அப்போது, அரசன் தனக்குக் கொடுத்திருந்த வாக்குறுதியைப் பற்றியும், ராமனின் வனவாசம் பற்றியும் கைகேயி விரிவாக பரதனுக்கு எடுத்துரைத்தாள். தன்னுடைய சாமர்த்தியத்தைக் கண்டு பரதன் தன்னைப் பாராட்டுவான் என்று கைகேயி எதிர்பார்த்தாள். ஆனால் பரதனின் வார்த்தைகள் அவளை அதிர்ச்சிக்கு உள்ளாக்கின. தன்னை ஒரு குளவி கொட்டியதுபோலத் துடித்துப் போன பரதன், கடுமையான கோபத்துடன், “நீங்கள் கூறிய செய்தியைக் கேட்டு நான் உண்மையிலேயே களிப்படைய வேண்டும் என்று நீங்கள் எதிர்பார்க்கிறீர்களா? என் தந்தையும் என் சகோதரனும்தான் என் வாழ்வில் நான் பெரிதும் மதிக்கும் இரண்டு உயிர்கள். அவர்கள் இருவரையும் என்னிடமிருந்து பிரித்துவிட்ட நீங்கள், நான் அரியணையைக் கைப்பற்றி என்னுடைய நல்லதிர்ஷ்டத்தைக் கண்டு பேருவகை கொள்வேன் என்று கற்பனை செய்கிறீர்களா? இனியும் உங்களை என்னால் ‘அம்மா’ என்று அழைக்க முடியாது. உங்கள் வயிற்றில் பிறந்தது என்னுடைய துரதிர்ஷ்டம். நம் குலத்தை வேரோடு பிடுங்கி எறிவதென்று நீங்கள் தீர்மானித்துவிட்டீர்களா? இப்படிப் பைத்தியக்காரத்தனமாக நடந்து கொள்ளும் அளவுக்கு உங்களை எந்தப் பேய் ஆட்டிப்படைத்தது?” என்று கைகேயியிடம் பொருமித் தள்ளினான். தன் தாயின் முகத்தைப் பார்க்கப் பொறுக்காத அவன், நேராகக் கோசலையின் வசிப்பிடத்தை நோக்கி விரைந்தான்.

பரதன் தன்னை நோக்கி வந்து கொண்டிருந்ததைக் கண்ட கோசலை தன் முகத்தைத் திருப்பிக் கொண்டாள். அவள் தன்னிடம் இவ்வாறு நடந்து கொண்டது குறித்து வேதனையடைந்த பரதன், இச்சூழ்ச்சியில் தனக்கு எந்தப் பங்கும் இல்லை என்றும், தான் ஓர் அப்பாவி என்றும் மீண்டும் மீண்டும் கூறியபடி, கோசலையின் பாதங்களில் விழுந்தான். இறுதியில், கைகேயின் சதித் திட்டம் பற்றி அவனுக்கு உண்மையிலேயே எதுவும் தெரியாது என்பதை உணர்ந்து

கொண்ட கோசலை, அவனை சமாதானப்படுத்தினாள். தன்னுடைய துக்கத்தைக் கட்டுப்படுத்திக் கொண்ட பரதன், தன் சகோதரன் சத்ருக்கனனோடு சேர்ந்து தன் தந்தையின் இறுதிச் சடங்குகளை மேற்கொள்வதற்கான ஏற்பாடுகளைச் செய்யப் புறப்பட்டான்.

மறுநாள், வசிஷ்டர் அவனை அரசவைக்கு வரவழைத்து, உடனடியாக ஆட்சிப் பொறுப்பை ஏற்றுக் கொள்ளுமாறு அவனை வற்புறுத்தினார். ஆனால் பரதன் அதை விடாப்பிடியாக மறுத்தான். தான் அக்கணமே காட்டிற்குப் புறப்பட்டுச் சென்று தன் சகோதரனை எப்படியாவது தன்னோடு அழைத்து வைத்து, உரிமைப்படி அவனை ஆட்சிப் பொறுப்பேற்கச் செய்யத் தான் தீர்மானித்திருந்ததாக பரதன் வசிஷ்டரிடம் கூறினான். இச்செய்தி எல்லா இடங்களுக்கும் பரவியபோது, ஒட்டுமொத்த நகரமும் அவனுக்குத் துணையாகச் செல்வதென்று தீர்மானித்தது. யானைகள், குதிரைகள், தேர்கள் ஆகியவை அடங்கிய ஒரு மிகப் பெரிய படை, ராமனை எப்படியாவது சம்மதிக்க வைத்துக் காட்டிலிருந்து அவனை அழைத்து வரப் புறப்பட்டது. அரசியர் மூவரும்கூட அவர்களுடன் சென்றனர். அவர்கள் அனைவரும் கங்கை நதிக்கரையைச் சென்றடைந்தபோது, அவர்கள் அந்த ஆற்றைக் கடந்து செல்வதைத் தடுத்து நிறுத்துமாறு குகன் தன் மக்களுக்குக் கட்டளையிட்டான். ஏனெனில், பரதன் ஏதோ சதித் திட்டம் தீட்டியிருந்ததாக அவன் சந்தேகித்தான். ஆனால் பரதனின் நோக்கம் முற்றிலும் உன்னதமாக இருந்ததை அவன் உணர்ந்து கொண்டபோது, ஆற்றைக் கடந்து செல்ல அவன் அவர்களுக்கு வழிவிட்டான். மறுகரையைச் சென்றடைந்த அயோத்திவாசிகள், நேராக பரத்வாஜ முனிவரின் ஆசிரமத்திற்குச் சென்றனர். ராமனின் வசிப்பிடம் பற்றி அவர் அவர்களிடம் தெரிவித்தார். அசாதாரணமான சக்திகளைப் பெற்றிருந்த அம்முனிவர், எல்லோரும் வியக்கும் விதத்தில், அந்த ஒட்டுமொத்தப் படைக்கும் மிக ஆடம்பரமாக விருந்தளித்து உபசரித்தார்.

மறுநாள் காலையில், அனைவரும் சித்திரக்கூட மலையை நோக்கிப் பயணித்தனர். காட்டு வாழ்க்கையைப் பற்றி சீதைக்கு விலாவாரியாக விவரித்தபடி ராமன் அவளோடு தன் குடிலுக்கு வெளியே அமர்ந்திருந்தான். அப்போது அந்த ஒட்டுமொத்தக் காடு நெடுகிலும் பெருங்கூச்சலும் அமளியும் எழுந்ததை அவன் கவனித்தான். பறவைகள் அலறிக் கொண்டிருந்தன, விலங்குகள் தறிகெட்டு ஓடிக் கொண்டிருந்தன. தூரத்தில் ஒரு பெரும் புழுதி மண்டலம் எழுந்து கொண்டிருந்ததை ராமனால் பார்க்க முடிந்தது. ஒரு மரத்தின்மீது ஏறி இந்தக் குழப்பத்திற்கு என்ன காரணம் என்பதைக் கண்டறியுமாறு அவன் லட்சுமணனிடம் கூறினான். பரதனின் தலைமையில் ஒரு பெரிய படை தங்களை நெருங்கிக் கொண்டிருந்ததைக் கண்ட லட்சுமணன் பீதியடைந்தான். அரசுரிமைக்காகத் தன்னோடு போட்டியிடுவதற்கு

யாரும் இல்லாதிருப்பதை உறுதி செய்வதற்காக பரதன் ராமனைக் கொல்லும் நோக்கத்துடன் தங்களைப் பின்தொடர்ந்து வந்திருந்ததாக அவன் நினைத்தான். பரதன் தங்களை நெருங்குவதற்கு முன்பாகத் தான் அவனைக் கொல்லப் போவதாக லட்சுமணன் கோபத்துடன் முழங்கினான். எளிதில் உணர்ச்சிவசப்படக்கூடிய தன்மை கொண்ட தன் சகோதரனை ராமன் சமாதானப்படுத்தினான். லட்சுமணன் சிறிதளவு சந்தேகத்துடனும், ராமன் முழுமையான நம்பிக்கையுடனும் பரதனின் வரவை எதிர்பார்த்துக் காத்திருந்தனர்.

ஜடாமுடியுடனும் மரவுரியுடனும் தன் சகோதரன் காட்டில் அமர்ந்திருந்ததைக் கண்டபோது பரதனின் கண்கள் குளமாயின. ராமன் மட்டும் முன்னால் ஓடி வந்து அவனைத் தாங்கிப் பிடித்து ஆரத் தழுவியிருக்காவிட்டால், பரதன் தன் நிலை தடுமாறிக் கீழே விழுந்திருப்பான். பரதனை மென்மையாகத் தன் அருகில் உட்கார வைத்துக் கொண்ட ராமன், தன் தந்தையைப் பற்றியும் மற்றவர்களைப் பற்றியும் அவனிடம் நலம் விசாரித்தான். தன் தந்தையின் மரணச் செய்தியைக் கேள்விப்பட்டு அவன் பெரிதும் வேதனையடைந்தான். அரசாள்வதற்கான தகுதி தனக்கு இல்லை என்று கூறிய பரதன், தன்னுடன் அயோத்திக்குத் திரும்பி வந்து அரசாங்கப் பொறுப்பை ஏற்றுக் கொள்ளுமாறு ராமனிடம் கெஞ்சினான். ஆனால் தான் தன் கடமையைச் செய்திருந்ததைப்போல, பரதனும் அயோத்திக்குத் திரும்பிச் சென்று, காட்டிலிருந்து தான் திரும்பி வரும்வரை பதினான்கு ஆண்டுகள் அரசாள வேண்டும் என்று ராமன் அவனுக்கு அறிவுறுத்தினான். ராமனின் மனத்தை மாற்றுவதற்கு பரதன் பல்வேறு வழிமுறைகளைக் கையாண்டு பார்த்தான். ராமன் அயோத்திக்குத் திரும்பவில்லை என்றால், சாகும்வரை தான் உண்ணாவிரதம் இருக்கப் போவதாகவும் அவன் கூறிப் பார்த்தான். ஆனால், துக்கத்தால் வாடிக் கொண்டிருந்த பரதனை ராமன் வழக்கம்போல சமாதானப்படுத்தினான். ராமனுக்கு பதிலாகத் தான் காட்டில் இருக்கத் தன்னை அனுமதிக்குமாறு அவன் ராமனிடம் வேண்டினான். ஆனால் ராமன் இதற்கும் மறுப்புத் தெரிவித்துவிட்டு, 'ஒருவனுக்கு மாற்றாக இன்னொருவன்' என்பது இவ்விஷயத்தில் செல்லுபடியாகாது என்று கூறினான். பரதனைப் போன்ற மேன்மையான ஓர் ஆன்மாவைக் கண்டுபிடிப்பது மிக மிக அரிது. குறிப்பாக, ஆட்சி பீடத்தில் அமர்வதற்காக இளைய சகோதரர்கள் தங்களுடைய மூத்த சகோதரர்களைக் கொல்வது சர்வசாதாரணமாக நடைபெற்ற அந்தக் காலகட்டத்தில் பரதன் இவ்வாறு நடந்து கொண்டிருந்தது உண்மையிலேயே அவனுடைய மேன்மைத்துவத்தைப் பிரதிபலிப்பதாக இருக்கிறது. ராமன் தர்மத்தின் ஒட்டுமொத்த உருவம் என்றால், பரதன் எந்த விதத்திலும் அவனைவிடத் தாழ்ந்தவன் அல்ல. மதிப்பின் ஒட்டுமொத்த உருவமாக

பரதன் திகழ்ந்தான். மற்றவர்களுக்காகத் தன் சொந்த நலனைத் தியாகம் செய்வதில் போட்டிப் போடுகின்ற கதாபாத்திரங்களைக் கொண்ட ஓர் உத்வேகமூட்டும் கதை ராமாயணம் என்பதில் எந்த சந்தேகமும் இல்லை.

இதற்கிடையே, தசரதனின் மனைவியர் மூவரும் ராமனின் முன்னால் அழைத்து வரப்பட்டனர். ராமன் தன் தாயைக் கட்டியணைத்துக் கொண்டு, தன் தந்தையின் இழப்புக் குறித்து வருந்திப் புலம்பினான். தான் பட்டத்து இளவரசனாக முடிசூட்டிக் கொள்வதுதான் தன் அன்புக்குரிய சகோதரன் ராமனுக்கு சேவை செய்வதற்கான ஒரே வழி என்பதுபோலத் தோன்றியதால், பரதன் இறுதியில் அப்பொறுப்பை ஏற்றுக் கொள்ளத் தன்னைத் தயார்படுத்திக் கொண்டான். ராமனுக்காகத் தான் கொண்டு வந்திருந்த பல அழகான பொருட்களிலிருந்து, தங்கத்தால் அலங்கரிக்கப்பட்டிருந்த, மரத்தால் ஆன ஒரு ஜோடிப் பாதுகைகளை பரதன் வெளியே எடுத்தான். அவற்றை ராமனுக்கு முன்னால் தரையில் வைத்துவிட்டு, அவற்றின்மீது தன் பாதங்களை வைக்கும்படி ராமனிடம் பணிவோடு அவன் கேட்டுக் கொண்டான். உரிமைப்படி ராமனுக்குச் சொந்தமாகிவிட்டிருந்த தன் தந்தையின் அரியணையின்மீது தன்னால் ஒருபோதும் அமர முடியாது என்று சபதமிட்ட பரதன், ராமனின் பாதங்கள் தொட்டப் பாதுகைகளை அந்த அரியணையின்மீது வைத்து, ராமனின் உத்தரவுகளை நிறைவேற்றுகின்ற ஒரு சேவகனாக மட்டுமே தான் இருக்கப் போவதாகக் கூறினான். தன் சகோதரன் எவ்வளவு காலம்வரை காட்டில் வாழ்ந்தானோ, அக்காலகட்டம் முழுவதும் தானும் நகருக்கு வெளியே தங்கியிருந்து, மரவுரி அணிந்து, ஜடாமுடி தரித்து, தன் சகோதரர்களைப்போலவே கனிகளையும் கிழங்குகளையும் உட்கொண்டு வாழப் போவதாகவும் அவன் உறுதியெடுத்துக் கொண்டான். பதினான்கு ஆண்டுகள்வரை தான் இப்படிச் செய்யவிருந்ததாகவும், அதன் பிறகு ராமன் அயோத்திக்குத் திரும்பி வராவிட்டால், தன்னைத் தானே தீயில் அழித்துக் கொண்டு தன் உயிரை விட்டுவிடத் தான் தீர்மானித்திருந்ததாகவும் அவன் கூறினான்.

ராமன் தன்னுடைய மேன்மையான சகோதரனை ஆரத் தழுவிக் கொண்டு, தன் தோளின்மீது தலை சாய்த்து நின்ற அவனுடைய தலையை மென்மையாக வருடிக் கொடுத்தான். பிறகு பரதனை அவன் ஆசீர்வதித்துவிட்டு, பதினான்கு ஆண்டுகள் முடிந்தவுடன் மறுகணமே தான் அயோத்திக்குத் திரும்பி வந்து ஆட்சிப் பொறுப்பை நிச்சயமாக ஏற்றுக் கொள்வதாக அவனிடம் கூறினான். பிறகு தன் புனிதப் பாதங்களை அந்த மரப் பாதுகைகளின்மீது வைத்துவிட்டு, ஒருசில நிமிடங்கள் ஏதோ யோசித்தபடி நின்றான். பிறகு அவற்றைக் கழற்றி பரதனிடம் கொடுத்தான். பரதன் அப்பாதுகைகளைத் தன்

தலைமீது வைத்துக் கொண்டு ராமனை மூன்று முறை சுற்றி வந்தான். பிறகு அங்கிருந்து அமைதியாக நடக்கத் தொடங்கினான். ராமன் தன் அன்னையர் மூவருக்கும் விடைகொடுத்தான். தன் அன்னையர் அழுது கொண்டிருந்ததைப் பார்க்க அவனால் முடியவில்லை. வயதில் மூத்தவர்களுக்கும் தன் குருவிற்கும் தன் மரியாதையைத் தெரிவித்துக் கொண்ட ராமன், தன் அன்புக்குரியவர்கள் அங்கிருந்து புறப்பட்டுச் சென்றதைத் தாங்கிக் கொள்ள முடியாதவனாக, கண்கள் நிறையக் கண்ணீருடன் தன் குடிலுக்குள் நுழைந்தான்.

அரச குலத்தோர் அனைவரும், முற்றிலும் பொலிவிழந்து அவலமாகத் தோன்றிய அயோத்திக்குத் திரும்பினர். ராமனைத் தங்களோடு அழைத்து வந்துவிடுவது குறித்தத் தங்கள் முயற்சியில் தோல்வியைத் தழுவியிருந்த அயோத்தி மக்களின் முகங்கள் இருளடைந்து போயிருந்தன. தன் அன்னையரை பத்திரமாக அரண்மனைக்குக் கூட்டி வந்த பரதன், அயோத்தியிலிருந்து ஒருசில மைல்கள் தள்ளி அமைந்திருந்த நந்திகிராமம் என்ற ஒரு கிராமத்தைத் தன் வசிப்பிடமாக ஆக்கிக் கொண்டான். அரசரின் பொன் அரியணையை நந்திகிராமத்திற்குக் கொண்டுவரச் செய்து, ராமனின் பாதங்கள் தொட்டப் பாதுகைகளை அதன்மீது வைத்து, பரதன் அவற்றுக்கு முன்னால் பணிந்து வணங்கினான்.

பிறகு அவன் தன் அமைச்சர்களிடம், “என் சகோதரன் திரும்பி வரும்வரை பெயரளவுக்கு நான் இந்த ராஜ்யத்தை ஆள்வேன். வெண்கொற்றக் குடை இந்தப் பாதுகைகளுக்குக் குடையாக நிற்கட்டும். ஏனெனில், உண்மையில் இவைதான் ஆட்சி செய்யப் போகின்றனவே அன்றி, நான் அல்ல. என் சகோதரனின் பாதங்கள் மீண்டும் இந்தப் பாதுகைகள்மீது படும்வரை நான் ஒரு துறவியின் வாழ்க்கையை வாழ்வேன்,” என்று கூறினான்.

அங்கு கூடியிருந்தோர் அனைவரும் பரதனின் இந்த உன்னதமான சிந்தனையைப் போற்றினர். அடுத்தப் பதினான்கு ஆண்டுகளாக பரதன் ஒரு துறவியைப்போல வாழ்ந்தான். அமைச்சர்கள் தினமும் அயோத்தியிலிருந்து வந்தனர். அரசரின் முன்னால் பணிந்து வணங்குவதைப்போலவே அவர்கள் அந்த அரியணையின்மீது இருந்த பாதுகைகளைப்பணிந்து வணங்கினர். நாட்டு விவகாரங்கள் அனைத்தும் அவற்றின் முன்னிலையில்தான் விவாதிக்கப்பட்டன. பதினான்கு ஆண்டுகளுக்கு அயோத்தியில் எந்த இசையும் ஒலிக்கவில்லை, எந்தக் கொண்டாட்டமும் நடைபெறவில்லை. ரதங்கள் அனைத்தும் அப்புறப்படுத்தப்பட்டன. ராமன் நடந்து செல்ல வேண்டியிருந்ததால், மக்கள் அனைவரும் எங்கு சென்றாலும் நடந்தே சென்றனர். வெறிச்சோடி இருந்த அரண்மனையைச் சுற்றி இருந்த தோட்டங்கள் மட்டுமே ராமனின் வரவை எதிர்பார்த்து நீர்ப்பாய்ச்சப்பட்டு உயிர்த்துடிப்போடு வைக்கப்பட்டிருந்தன. இதற்கிடையே ராமனும்

சீதையும் லட்சுமணனும் காட்டு வாழ்க்கையின் எளிய இன்பங்களை மகிழ்ச்சியாக அனுபவித்துக் கொண்டிருந்தனர்.

ராமன் திரும்பி வரும்வரை பரதனின் பெயரை வால்மீகி குறிப்பிடவே இல்லை. ஆனால் வாழ்வின் எளிய இன்பங்களைக்கூடத் துறந்துவிட்டு எப்பேற்பட்ட ஒரு கண்டிப்பான வாழ்க்கையை அவன் வாழ்ந்தான் என்பதை நம்மால் கற்பனை செய்து பார்க்க முடியும். ஜடாமுடியும் மரவுரியும் தரித்திருந்த பரதன், நல்ல உணவு வகைகளை உட்கொள்ளக்கூட மறுத்துவிட்டான். அவன் தினமும் ராமனின் பாதுகைகளோடு உரையாடினான், நாட்டு விவகாரங்கள் எல்லாவற்றைப் பற்றியும் அவற்றிடம் தெரிவித்தான். அவற்றோடு கலந்து ஆலோசிக்காமல் அவன் எதுவும் செய்யவில்லை. அப்படிப்பட்ட ஒரு கதாபாத்திரத்தைக் கற்பனை செய்வதுகூட நமக்குச் சாத்தியமில்லை. இப்படிப்பட்டத் தியாகமும் சுயமறுப்பும் முனிவர்களிடத்தில்கூடக் காணப்படுவதில்லை. பண்புநலன்களின் ஒப்பற்ற வடிவமாக பரதன் போற்றப்படுவதில் ஆச்சரியம் எதுவும் இல்லை.

ராமனின் ஆசிரமத்தைவிட்டு பரதன் புறப்பட்டுச் சென்ற பிறகு, அங்கு ஒருவிதமான இருள் கவ்வியது. பரதனின் கண்ணீர் தோய்ந்த கண்கள் ராமனை வதைத்தன. பரதன் வந்துவிட்டுச் சென்றது தொடர்பான வேதனைகரமான சம்பவங்கள் எதையும் அந்த மூவராலும் மறக்க முடியவில்லை. முன்பு மகிழ்ச்சியின் ஊற்றாகத் திகழ்ந்த அந்த ஆசிரமம் இப்போது துயரத்தால் நிரம்பி வழிந்தது. அதே சமயம், பக்கத்து ஆசிரமங்களில் வாழ்ந்த முனிவர்கள் ஏதோ அசௌகரியத்திற்கு ஆளாகியிருந்ததுபோலத் தோன்றியதை ராமன் கவனித்தான். விஷயம் என்னவென்று அவன் விசாரித்தபோது, தண்டக வனத்தில் ஜனஸ்தானம் என்ற பகுதியில் வாழ்ந்து கொண்டிருந்த அரக்கர்கள் தங்களைத் துன்புறுத்தத் துவங்கியிருந்ததாக அவர்கள் தெரிவித்தனர். கரண் என்ற அரக்கன்தான் அவர்களுடைய தலைவன் என்றும், அவன் ராவணனின் உறவினன் என்றும் அவர்கள் கூறினர். இந்த அரக்கர்களுடைய தொல்லையைப் பொறுத்துக் கொள்ள முடியாத முனிவர்கள், சித்திரக்கூடத்தை விட்டுவிட்டு வேறு இடத்திற்குக் குடிபெயரத் தீர்மானித்தனர்.

இதைக் கேள்விப்பட்டவுடன் சீதையும் ராம லட்சுமணர்களும்கூட அங்கிருந்து புறப்பட்டுச் செல்வதென்று தீர்மானித்தனர். அத்ரி முனிவரும் அவருடைய மனைவி அனுசுயாவும் வாழ்ந்த ஆசிரமத்திற்கு அவர்கள் சென்றனர். வயதான அத்ரி முனிவரும் அவரது மனைவியும் இம்மூவரையும் மிகுந்த அன்போடு வரவேற்றனர். அனுசுயா சீதையைத் தங்கள் குடிலுக்குள் அழைத்துச் சென்று, தன் கணவன்மீது அவள் கொண்டிருந்த பேரன்பு குறித்தும், அரண்மனை வாழ்க்கையின் சௌகரியங்களைத் துறந்துவிட்டுக் கடினமான காட்டு வாழ்க்கையைத் துணிச்சலாக அவள் சுவீகரித்துக் கொண்டிருந்தது குறித்தும் அவளைப் போற்றினாள்.

அதற்கு சீதை, “அம்மா, என் கணவரின் அற்புதமான பண்புநலன்களைப் பற்றி உங்களுக்குத் தெரிந்திருந்தால் ஆடம்பரமான அரண்மனை வாழ்க்கையை ஒதுக்கித் தள்ளிவிட்டு நான் அவரோடு காட்டிற்கு வருவதைத் தேர்ந்தெடுத்தது குறித்து நீங்கள் இவ்வளவு ஆச்சரியப்பட்டிருக்க மாட்டீர்கள்,” என்று பதிலளித்தாள். இந்த பதிலைக் கேட்டு அனுசுயா பெரிதும் மகிழ்ந்தாள். கடுமையான பல தவங்களைச் செய்து வரங்களைக் கொடுப்பதற்கான சக்தியைப் பெற்றிருந்த அனுசுயா, சீதையைப் பாசத்தோடு வருடிக் கொடுத்துவிட்டு, தன்னிடம் ஏதேனும் வரம் கேட்குமாறு அவளிடம் கூறினாள். தவங்களைச் செய்ததன் மூலம் ஒரு பெண் துறவி இவ்வளவு சக்திகளைக் கைவசப்படுத்தியிருந்ததைக் கேள்விப்பட்ட சீதை ஆச்சரியமடைந்தாள்.

பிறகு அவள் புன்னகைத்தபடியே, “அம்மா, எனக்கு எதற்காக வரங்கள்? இப்புவியிலுள்ள பெண்களிலேயே மிகவும் அதிர்ஷ்டசாலிப் பெண் நானல்லவா? மிக உன்னதமான ஒரு மனிதர் எனக்குக் கணவராக வாய்த்திருப்பதே எனக்குக் கிடைத்திருக்கும் ஒரு மிகப் பெரிய வரமல்லவா?” என்று கேட்டாள்.

சீதையின் பதிலைக் கேட்டு அனுசுயா பிரமித்தாள். அவள் தன்னுடைய ஆடைகளையும் நகைகளையும் எடுத்து வந்து சீதையை ஒரு மணப்பெண்ணைப்போல அலங்கரித்தாள். தானே தயாரித்திருந்த நறுமணத் திரவியங்களையும் அவள் சீதைக்குக் கொடுத்து, அவற்றைப் பூசிக் கொள்ளும்படி அவளிடம் கூறினாள். சீதையின் சுயம்வர நிகழ்வுகளைப் பற்றி அவள் சீதையிடம் கேட்டாள். சீதை மகிழ்ச்சியோடு அவற்றை நினைவுகூர்ந்தாள். அப்போது இரவு நெருங்கிக் கொண்டிருந்தது. அந்த வயோதிகப் பெண் துறவி சீதையை ஆசீர்வதித்துவிட்டு, ராமனிடம் செல்லும்படி அவளிடம் கூறினாள். ஒரு மணப்பெண்ணைப்போல அலங்கரிக்கப்பட்டிருந்த தன் அன்பு மனைவியைக் கண்டு ராமனின் கண்கள் பிரமித்தன.

அவர்கள் அன்றிரவை அத்ரி முனிவரின் ஆசிரமத்தில் கழித்தனர். மறுநாள் காலையில், தண்டக வனத்திற்குச் செல்லுமாறு ராமனிடம் கூறிய அத்ரி முனிவர், அந்தக் காட்டில் அரக்கர்கள் நிறைந்திருந்ததாகவும், முனிவர்களுக்குத் தொல்லை கொடுத்து அவர்களைத் துன்பத்திற்கு ஆளாக்குவதில் அந்த அரக்கர்கள் பேரின்பம் கொண்டதாகவும் அம்மூவரையும் எச்சரிக்கவும் செய்தார். அந்த அரக்கர்களின் கொடுமைகளிலிருந்து முனிவர்களைக் காப்பாற்ற வேண்டும் என்றும், முனிவர்கள் தங்களுடைய எளிய துறவற வாழ்க்கையைத் தொடர்வதற்கு அவர்களுக்கு உதவ வேண்டும் என்றும் அவர் ராமனிடம் கேட்டுக் கொண்டார். ராமன் மனமுவந்து இந்தக் கோரிக்கையை ஏற்றுக் கொண்டான். பிறகு, அந்த இருண்ட தண்டக வனத்திற்குள் அம்மூவரும் அடியெடுத்து வைத்தனர்.

ஆரண்ய காண்டம்

வனவாழ்க்கை

தண்டகக் காடு வெளியிலிருந்து பார்ப்பதற்கு மிகவும் இருட்டாகவும் மந்தமானதாகவும் இருந்தது. ஆனால் அவர்கள் அக்காட்டிற்குள் நுழைந்தபோது, அங்கு ஆசிரமங்கள் நிரம்பி வழிந்ததையும் பல முனிவர்கள் அங்கு வாழ்ந்ததையும் அவர்கள் கவனித்தனர். யாக நெருப்புகளிலிருந்து சந்தனம் மற்றும் பத்தியின் இனிய நறுமணம் எழுந்து வந்து அவர்களுடைய நாசிகளைத் துளைத்தது. வனவிலங்குகள்கூட எந்த பயமும் இன்றி சுதந்திரமாகத் திரிந்து கொண்டிருந்தன. பயப்படுவதற்கு அந்த இடத்தில் எதுவும் இல்லை என்பதை உணர்ந்த ராமனும் லட்சுமணனும் தங்கள் வில்களிலிருந்து நாண்களை முடிச்சவிழ்த்தனர். அவ்விடத்தில் ஏராளமான ஏரிகளும் மலர்களும் இருந்தன. மரங்கள் ஏகப்பட்டக் கனிகளையும் கொட்டைகளையும் தாங்கி நின்றன. அந்த இடத்தை ஊடுருவிச் சென்ற ஆன்மீக ஆற்றலை அம்மூவராலும் எளிதாக உணர்ந்து கொள்ள முடிந்தது. ராமனின் புகழ் அவனுக்கு முன்னால் அவ்விடத்தைச் சென்றடைந்திருந்ததால் முனிவர்கள் அவனை அன்போடு வரவேற்று, அன்றைய இரவுப் பொழுதைத் தங்கள் ஆசிரமங்களில் ஏதேனும் ஒன்றில் கழிக்குமாறு அவனுக்கு அழைப்பு விடுத்தனர்.

மறுநாள் காலையில் அவர்கள் மூவரும் அங்கிருந்து புறப்பட்டு, காட்டிற்குள் வெகுதூரம் சென்றனர். அக்காட்டைக் கண்டு மக்கள் ஏன் அவ்வளவு அச்சம கொண்டனர் என்பது அவர்களுக்கு அபபோதுதான் புரிந்தது. காட்டின் நிலை கடுமையானதாகவும் வழித்தடம் ஏதும் இல்லாததாகவும இருந்தது. அங்கு ஆள் நடமாட்டமே இருக்கவில்லை. முறுக்கிக் கொண்டிருந்த மரங்களிலிருந்து தொங்கிக் கொண்டிருந்த கொடிகள் சற்று கவனக்குறைவாக இருக்கும் வழிப்போக்கர்களின் தொண்டைகளைப் பிடிக்கத் தயாராக நின்றன. பாம்புகள் நிரம்பி வழிந்த மூங்கில் புதர்கள், அந்த வறண்ட, வெப்பமான காற்றில் கிரீச்சிட்டன. புலிகள், ஓநாய்கள், கரடிகள் போன்ற வனவிலங்குகள் அங்கு அதிக அளவில் திரிந்தன. பறவைகள்

ஊமையாகிவிட்டதுபோலத் தோன்றியது. சித்திரக்கூட மலைப் பகுதிகளில் மகிழ்ச்சியாகக் கூவித் திரிந்து கொண்டிருந்ததைப்போல அவை இப்போது மகிழ்ச்சிக் கூச்சல் இடவில்லை. ஏரிகள்கூட ஆழமாகவும் இருட்டாகவும் தோன்றின. அவற்றில் தாமரை மலர்கள் எதுவும் மலர்ந்திருக்கவில்லை. நீரும் கருப்பாக இருந்தது. யாரும் ஏரிக்குள் இறங்கக்கூடாது என்று தடை விதிப்பது போன்று அது தோற்றமளித்தது. சீதை பயத்தோடு தன் கணவனுக்கு மிக அருகே சென்று அவனுடைய மரவுரியின் முனையைப் பிடித்தபடி நின்றாள். ராமன் அவளைத் திரும்பிப் பார்த்துவிட்டு, தன் பார்வையால் அவளுக்கு தைரியமூட்டினான். பிறகு அவளை நோக்கித் தன் கையை நீட்டினான். சீதை அவனுடைய வலிமையான கரத்தைப் பற்றிக் கொண்டு, புதர்களுக்கு இடையிலிருந்து வந்து கொண்டிருந்த இனம் புரியாத சத்தங்களைக் கேட்டு நடுங்கினாள். சீதை இப்படிப்பட்டக் காட்டை நிச்சயமாக ரசிக்க மாட்டாள் என்பதை அறிந்த ராமன், அவளுக்கு ஆறுதல் கூறும் விதமாக அவளைத் தன் அருகிலேயே வைத்துக் கொண்டான். சதுப்பு நிலங்களையும் விழுந்து கிடந்த மரங்களையும் அவர்கள் கடக்க வேண்டியிருந்தபோது, அவன் அவளைத் தன் கைகளில் தூக்கிக் கொண்டான். அரக்கர்கள் கொன்று குவித்திருந்த முனிவர்களின் எஞ்சிய எலும்புத் துண்டுகள் பல இடங்களில் குவிக்கப்பட்டுக் கிடந்ததை அவர்கள் கண்டனர். லட்சுமணன் எச்சரிக்கையாக முன்செல்ல, சீதை ராமனை இறுக்கமாகப் பிடித்தபடி அவனோடு ஒட்டிச் சென்றாள். தங்கள் பாதையை மறித்துக் கிடந்த விஷ வேர்களையும் கொடிகளையும் லட்சுமணன் அறுத்தெறிந்து அப்புறப்படுத்தியபடி நடந்தான்.

திடீரென்று, ஓர் ஆஜானுபாகுவான உருவம் அவர்கள் முன்னால் வந்து குதித்து அவர்களுடைய வழியை மறித்தது. அதன் கையில் ஒரு திரிசூலம் இருந்தது. அதில் ஒரு சிங்கம், ஒரு மான், ஒரு யானை ஆகியவற்றின் சடலங்கள் குத்தி நின்றன. அவற்றிலிருந்து ரத்தம் வழிந்து கொண்டிருந்தது. அடர்த்தியான முடியுடன்கூடிய ஒரு நீண்ட கரம் சீதையின் இடுப்பைச் சுற்றி வளைத்துப் பிடித்து, ஒரு மரத்தின் கிளைகளுக்கு மேலே அவளைத் தூக்கியது. சீதை அலறிக் கொண்டே தன்னை விடுவித்துக் கொள்ளப் போராடினாள். அப்போது அந்த உருவம் ராமனையும் லட்சுமணனையும் பார்த்து உறுமியது.

"யாருமே நுழைய பயப்படுகின்ற இந்தத் தண்டக வனத்திற்குள் முட்டாள்தனமாக நுழைந்துள்ள நீங்கள் யார்? நீங்கள் முனிவர்களைப்போல உடையணிந்திருக்கிறீர்கள், ஆனால் கையில் ஆயுதங்களுடனும் கூடவே ஒரு பெண்ணுடனும் திரிந்து கொண்டிருக்கிறீர்கள். என் பெயர் விரதன். முட்டாள்தனமாக இக்காட்டிற்குள் நுழைகின்ற முனிவர்களைச் சாப்பிட்டு உயிர் வாழ்பவன் நான். இன்று நீங்கள் இருவரும் எனக்கு விருந்தாகப்

போகிறீர்கள். இப்பெண்ணை நான் என் மனைவியாக்கிக் கொள்ளப் போகிறேன்," என்று அந்த அரக்கன் உறுமினான்.

தன் அன்பு மனைவி அந்தப் பொல்லாத அரக்கனின் கைகளில் ஓர் இலையைப்போல நடுங்கிக் கொண்டிருந்ததைக் கண்ட ராமன், ஒரு நிமிடம் தன் துணிச்சலை இழந்தான். சீதையை இங்கு கூட்டி வந்ததன் மூலமாகத் தான் அவளுக்கு இழைத்திருந்த அநீதியைப் பற்றி அவன் நினைத்துப் பார்த்தபோது, அவனுடைய கண்கள் குளமாயின. ஆனால் லட்சுமணன் சற்றும் கலங்காமல் நின்றான். உயர்த்திப் பிடித்த வாளுடன் அவன் அந்த அரக்கனை நோக்கிப் பாய்ந்தான். ஆனால் விரதன் அவனைப் பார்த்து ஏளனமானச் சிரித்துவிட்டு, "உன் முட்டாள்தனமான போக்கைக் கைவிடு. மூட மானிடனே! என்னை எந்த ஆயுதத்தாலும் கொல்ல முடியாது என்ற ஒரு வரத்தை நான் வாங்கியிருக்கிறேன். எனவே இப்பெண்ணை என்னிடம் விட்டுவிட்டால், நீங்கள் இருவரும் இங்கிருந்து உயிரோடு போக நான் அனுமதிப்பேன்," என்று கூறினான்.

இதைக் கேட்டவுடன் ராமன் கடுஞ்சினம் கொண்டு, அந்த அரக்கனை நோக்கி ஏழு அம்புக்கணைகளைத் தொடுத்தான். ஆனால் அவை அனைத்தும் அந்த அரக்கனின் மார்பின்மீது பட்டுத் தெறித்தன. பிறகு அந்த அரக்கன் சீதையைக் கீழே போட்டுவிட்டு, தன் திரிசூலத்தை உயர்த்திப் பிடித்தபடி ராமனை நோக்கி விரைந்தான். ஆனால் ராமன் அந்தத் திரிசூலத்தை இரண்டாக உடைத்தான். விரதன் சீதையை விட்டுவிட்டு, ராமனையும் லட்சுமணனையும் தன்னுடைய தோள்களின்மீது உயர்த்திப் பிடித்தபடி காட்டிற்குள் வேகமாக நடந்தான். சீதை செய்வதறியாமல் உரத்தக் குரலெடுத்து அழுதாள். தன் கணவனை விட்டுவிட்டுத் தன்னை எடுத்துச் செல்லுமாறு அவள் அந்த அரக்கனிடம் கெஞ்சினாள். இதற்கிடையே ராமனும் லட்சுமணனும் விரதனின் கைகளைத் துண்டித்தனர். விரதன் கீழே விழுந்தான், ஆனால் ராமனாலும் லட்சுமணனாலும் அவனைக் கொல்ல முடியவில்லை.

கடைசியில், "லட்சுமணா, நாம் இவனைக் கழுத்தை நெறித்துக் கொன்றுவிட்டு இங்கேயே புதைத்துவிடலாம். இவனைக் கொல்வதற்கான ஒரே வழி அதுதான்," என்று ராமன் கூறினான்.

இவ்வார்த்தைகளைக் கேட்டதுமே, விரதன், "நீங்கள் யாரென்று இப்போது எனக்குத் தெரிந்துவிட்டது. நீங்கள் ராமனதானே? நீங்கள்தான் என்னை இந்தச் சாபத்திலிருந்து விடுவிக்க வேண்டும் என்று எனக்கு விதிக்கப்பட்டுள்ளது. நான் உண்மையில் ஒரு கந்தர்வன். நான் குபேரனின் சாபத்திற்கு உள்ளாகியிருக்கிறேன். தயவு செய்து என்னை வேகமாகக் கொன்றுவிட்டுப் புதைத்துவிடுங்கள். அப்போதுதான் நான் இந்த பயங்கரமான உருவத்திலிருந்து விடுபட்டு என்னுடைய சொந்த வடிவத்தை மீண்டும் சுவீகரிக்க முடியும்.

நீங்கள் என்னைப் புதைத்தப் பிறகு, மாபெரும் துறவியான சரபங்க முனிவரின் ஆசிரமத்திற்குச் சென்று நீங்கள் அவருடைய ஆசிகளைப் பெற வேண்டும்," என்று கூறினான்.

இளவரசர்கள் இருவரும் அவன் கூறியபடியே செய்து அந்தக் கந்தர்வனை அவனுடைய சாபத்திலிருந்து விடுவித்தனர். அவன் சொர்க்கத்தில் தன் வசிப்பிடத்திற்குத் திரும்பினான். இதற்கிடையே, அக்காட்டில் இருள் சூழத் துவங்கியிருந்தது. சீதை மேலும் பயப்படாமல் இருப்பதற்காக ராமன் அவளுடைய கையை இறுக்கமாகப் பிடித்துக் கொண்டான். அவள் தன் களைப்பை மறந்தாள். பிறகு மூவருமாக சரபங்கரின் ஆசிரமத்தை நோக்கி வேகமாக நடந்தனர்.

அந்த ஆசிரமத்திற்கு வெளியே ஒரு தெய்வீகமான ரதம் நின்று கொண்டிருந்ததை அவர்கள் கவனித்தனர். அப்போது, தேவர்களின் அரசனான இந்திரன் அந்த ஆசிரமத்திலிருந்து வெளியே வந்து, அந்தத் தங்க ரதத்தில் ஏறி அங்கிருந்து புறப்பட்டுச் சென்றதை அவர்கள் கண்டனர். இவர்களின் வரவுக்காக ஆவலோடு காத்துக் கொண்டிருந்த சரபங்க முனிவரின் மனம் மூவரையும் பார்த்தவுடன் மகிழ்ச்சியால் நிரம்பி வழிந்தது. உண்மையில், பகவானை ராமனின் வடிவில் ஒருமுறையாவது பார்க்காமல் இவ்வுலகைவிட்டுப் போக விரும்பாத அவர், தன்னை சொர்க்கத்திற்கு அழைத்துச் செல்வதாக இந்திரன் விடுத்த அழைப்பைக்கூட ஏற்றுக் கொள்ள மறுத்துவிட்டார் என்று கூறப்படுகிறது. தன்னுடைய அன்புப் பார்வையால் தன்னை ஆசீர்வதிக்குமாறு அவர் ராமனிடம் கேட்டுக் கொண்டார். பிறகு, கொழுந்துவிட்டு எரிந்து கொண்டிருந்த நெருப்பிற்குள் நுழைந்து அவர் தன் பூத உடலைத் துறந்தார்.

மறுநாள், அக்கம்பக்கத்தில் வாழ்ந்து கொண்டிருந்த முனிவர்கள் அனைவரும் அங்கு ஒன்றுகூடி, ராமனிடம் ஒரு கோரிக்கையை முன்வைத்தனர். அரக்கர்களால் கொல்லப்பட்டு, அவர்களின் பசிக்கு இரையான முனிவர்களின் எஞ்சிய எலும்புகள் ஓரிடத்தில் குவிந்து கிடந்ததை ராமனுக்கு அவர்கள் காட்டினர். இந்த அரக்கர்களால் தங்களுக்குத் தொடர்ந்து நிலவிய அச்சுறுத்தலில் இருந்து தங்களைக் காப்பாற்றுமாறு அவர்கள் ராமனிடம் மன்றாடினர். முனிவர்கள் நிம்மதியாகத் தங்களுடைய எளிய வாழ்க்கையைத் தொடர்வதை உறுதி செய்யும் விதத்தில், அந்த அரக்கர்களைத் தான் கொல்லப் போவதாக ராமன் அவர்களுக்கு வாக்குக் கொடுத்தான்.

பிறகு ராமனும் சீதையும் லட்சுமணனும் சுதீட்சண முனிவரின் ஆசிரமத்தை நோக்கி நடக்கத் துவங்கினர். தன்னுடைய தீர்க்கதரிசன சக்தியின் மூலம் அவர்களுடைய வரவை அறிந்து கொண்டிருந்த அவர், அவர்களை எதிர்பார்த்துக் காத்துக் கொண்டிருந்தார். அவர்கள் விரும்பும்வரை அங்கேயே தங்கிக் கொள்ளலாம் என்று அவர் அம்மூவரிடமும் கூறினார். ஆனால் முனிவர்களுக்கு அவர்கள்

வாக்குக் கொடுத்திருந்தபடி, அக்காட்டின் பிற பகுதிகளைச் சோதனையிடுவதற்காக அவர்கள் அங்கிருந்து புறப்பட்டுச் செல்வதென்று தீர்மானித்தனர்.

அன்றிரவு சுதீட்சணரின் ஆசிரமத்தில் தங்கி நன்றாக ஓய்வெடுத்துக் கொண்ட பிறகு, அந்த இருண்ட காட்டினுள் இன்னும் வெகுதூரம் அவர்கள் நடக்கத் தொடங்கினர். அவர்கள் மூவரும் நடந்து சென்று கொண்டிருந்தபோது, சீதை தன் கணவனிடம் மென்மையாகப் பேசினாள்.

"தர்மம் என்ற வார்த்தைக்கான பொருள் குறித்து நெடுங்காலமாக நான் யோசித்து வந்துள்ளேன். ஒருவரின் தர்மம் எது என்பதைத் தெரிந்து கொள்வது எப்போதும் அவ்வளவு சுலபமானதாக இருப்பதில்லை. துளிகூடப் பற்றற்று இருக்கும் ஒருவரால்தான் தர்மத்திலிருந்து சற்றும் பிறழாதபடி நடந்து கொள்ள முடியும். அரக்கர்களிடமிருந்து முனிவர்களைக் காப்பாற்றுவதாக நீங்கள் அவர்களுக்குக் கொடுத்துள்ள வாக்கினால் ஏற்படக்கூடிய பின்விளைவுகளை நினைத்தால் எனக்கு பயமாக இருக்கிறது. அரக்கர்கள் உங்களுக்கு எந்தத் தீங்கும் இழைக்கவில்லை, ஆனாலும் நீங்கள் அவர்களைக் கொல்லத் தயாராக இருக்கிறீர்கள். இது தர்மத்திற்குப் புறம்பானது அல்லவா? நாம் தொடர்ந்து இக்காட்டிற்குள் போகக்கூடாது என்று நான் நினைக்கிறேன். நீங்கள் சில அரக்கர்களைக் கண்டால், உங்கள் வில்லை நாணேற்ற உங்கள் விரல்கள் துடிக்கும். ஏனெனில், அதுதான் ஒரு சத்திரியனின் கடமை. ஆனால் இப்போது நீங்கள் ஒரு துறவியின் ஆடையை சுவீகரித்திருக்கிறீர்கள். அப்படியானால் நீங்கள் ஒரு துறவியைப்போல வாழ வேண்டும் இல்லையா? தர்மத்தின் ஆன்மா நீங்கள் என்பதை நான் அறிவேன். எனவே நான் உங்களிடம் இவ்வாறு பேசுவதற்காக என்னை மன்னித்துவிடுங்கள். என்ன நேருமோ என்ற பயம்தான் என்னை இப்படிப் பேசத் தூண்டியுள்ளது." தான் பேசியது உண்மை என்பதையும், ராமன் அரக்கர்களைக் கொல்வதற்குத் தான் பலிகடாவாக ஆகவிருந்ததையும் அப்பாவியான சீதை அப்போது உணர்ந்திருக்கவில்லை.

கடமையுணர்வு கொண்ட தன் மனைவி தர்மத்தைப் பற்றி ஆற்றிய சொற்பொழிவைக் கேட்டு ராமன் மனமகிழ்ந்தான். அவன் அதற்குப் பின்வருமாறு அன்போடு பதிலளித்தான். "சீதா, மிகவும் அறிவார்ந்த அரசர்களில் ஒருவரான ஜனகனின் மகள் நீ. எனவே, தர்மத்தின் அனைத்து நுணுக்கங்களைப் பற்றியும் நீ தெரிந்து வைத்திருப்பதில் வியப்பேதும் இல்லை. ஆனால் இந்த முனிவர்கள் எதிர்கொண்டுள்ள இக்கட்டான நிலைமையை நினைத்துப் பார். தவம் செய்வதற்காக லௌகீக இன்பங்கள் அனைத்தையும் அவர்கள் துறந்துள்ளனர். அவர்களுடைய தவங்களின் மூலமாக நாடு தூய்மையாக்கப்படுகிறது, அனைத்து எதிர்மறைகளும் களையப்படுகின்றன. அரக்கர்களின்

அட்டூழியங்களால் இப்போது அவர்களால் தங்கள் தவங்களைச் செய்ய முடியவில்லை, துறவு வாழ்க்கையைத் தொடர முடியவில்லை. தங்களைக் காப்பாற்றும்படி அவர்கள் என்னிடம் மன்றாடியுள்ளனர். நான் ஒரு சத்திரியன் மட்டுமன்றி, அவர்களுடைய அரசனும்கூட. அவர்களைக் காப்பாற்றுவது என் கடமை அல்லவா? அவர்கள் என்னிடம் மன்றாடியிருக்காவிட்டால்கூட அவர்களைக் காப்பாற்றுவது என் கடமைதான். இப்போது நான் அவர்களுக்கு என் வாக்கையும் கொடுத்துவிட்டிருப்பதால், என்னால் அந்த வாக்கிலிருந்து பின்வாங்க முடியாது. ஒரு கணவன்மீது மனைவிக்கு இருக்கும் இயல்பான கரிசனத்தினால்தான் நீ அவ்வாறு பேசினாய் என்பதை நான் நன்றாகவே அறிவேன். அதற்காக நான் உனக்கு நன்றி கூறுகிறேன். ஆனால், அன்பே, இந்தப் பரிதாபகரமான துறவிகள் அந்த அரக்கர்களுக்கு இரையாவதை என்னால் வெறுமனே ஓர் ஓரமாக நின்று பார்த்துக் கொண்டிருக்க முடியாது. அது என் தலைக்கு ஆபத்தைக் கொண்டுவந்தால்கூட நான் ஏதேனும் செய்தாகத்தான் வேண்டும்.”

ராமன் இவ்வாறு கூறிவிட்டு எல்லோருக்கும் முன்னால் நடந்தான். சீதை அவனைப் பின்தொடர்ந்தாள். லட்சுமணன் அவர்கள் இருவருக்கும் பின்னால் நடந்தான்.

பஞ்சவடி

மாதங்களும் வருடங்களும் உருண்டோடின. சீதையும் ராமனும் லட்சுமணனும் தண்டக வனத்தில் மகிழ்ச்சியாக உலவித் திரிந்தனர். அவர்கள் ஒவ்வோர் ஆசிரமமாகச் சென்று வந்தனர். அவர்கள் சென்ற இடமெல்லாம் அவர்களுக்கு மகிழ்ச்சிகரமான வரவேற்பு வழங்கப்பட்டது. ஏனெனில், ராமனின் புகழ் நாட்டின் மூலை முடுக்களிலெல்லாம் பரவியிருந்தது. அவனைக் காணவும் அவனை உபசரிக்கவும் தங்களுக்கு ஒரு வாய்ப்புக் கிடைக்காதா என்று எல்லோரும் ஏங்கினர். அம்மூவரும் சில இடங்களில் ஒருசில நாட்கள் தங்கினர், வேறு இடங்களில் சுமார் ஆறு மாதகாலம் தங்கினர். சில சமயங்களில் ஓராண்டுகூட ஒரே இடத்தில் தங்கினர். அதிர்ஷ்டவசமாக, அரக்கர்கள் எவரையும் இவ்விடங்களில் அவர்கள் எதிர்கொள்ளவில்லை. சீதை தன் பயங்களை மறந்துவிட்டுத் தன் கணவனுக்குப் பின்னால் மகிழ்ச்சியாகச் சுற்றித் திரிந்தாள். மலைகள், ஏரிகள், பறவைகள், விலங்குகள் ஆகியவற்றின் அழகில் அவள் தன் மனத்தைப் பறி கொடுத்தாள். ராமனும் லட்சுமணனும் கவனிக்கத் தவறிய சிறுசிறு விஷயங்களையெல்லாம் அவள் அவர்களுக்குச் சுட்டிக்காட்டிப் பேரின்பம் கொண்டாள். எங்கேனும் அவள் ஓர் இலையைக் கண்டெடுப்பாள், அல்லது ஒரு சருகைக் கண்டெடுப்பாள், ஒரு மலரை எடுத்துத் தன் தலையில் அணிந்து கொள்வாள், ஒரு சிறு பறவையின் கூட்டை ஆர்வமாகப் பார்ப்பாள், மானின் பின்னால் ஓடுவாள். இயற்கையின் அழகுகள் அவளுக்கு எப்போதும் களிப்பூட்டின. காட்டு வாழ்க்கையின் இன்னல்களைப் பற்றி அவள் கவலைப்படவில்லை. நகர வாழ்க்கையின் சௌகரியங்கள் குறித்தும் அவள் ஏங்கவில்லை. அவள் அனுசுயாவிடம் கூறியிருந்ததுபோல, தன் அன்புக்குரிய கணவன் இல்லாமல் மிக ஆடம்பரமான வாழ்க்கைகூட அவளுக்கு ஒரு கொடிய தண்டனைபோல இருந்திருக்கும். தன் கணவனோடு கைகோர்த்துக் கொண்டு நடந்து திரிவது, மலையுச்சியில் இளவெயியில் அவனுக்குப் பக்கத்தில் வெறுமனே படுத்துக் கிடப்பது, தன் தலையில் ஒரு மலரை வைப்பதற்கு அவனை அனுமதிப்பது, அவனுக்குப் பக்கத்தில் அமர்ந்து கொண்டு அவனுடைய குரலைக்

கேட்பது போன்றவற்றிலிருந்து அவளுக்குக் கிடைத்த இன்பம் வேறு எதிலிருந்தும் அவளுக்குக் கிடைக்கவில்லைபோலத் தோன்றியது. லட்சுமணனுக்குத் தன் மனைவியைப் பற்றிய ஏக்கம் ஒருபோதும் வரவில்லை. ராமனுக்கும் சீதைக்கும் சேவை செய்வதிலிருந்து அவன் உச்சபட்ச மகிழ்ச்சியைப் பெற்றான்.

ஒருநாள் ராமன் வேட்டையாடுவதற்காகக் காட்டிற்குள் சென்றிருந்தபோது, விறகுகளைச் சேகரித்து வருவதற்காக லட்சுமணன் சென்றிருந்தான். அச்சமயத்தில் சீதை தனியாக இருந்தாள். அப்போது இருட்டத் தொடங்கியிருந்ததால் சீதை பயப்படத் துவங்கினாள். எனவே, ராமனைத் தேடிச் செல்வதென்று அவள் தீர்மானித்தாள். அந்த இருண்டக் காட்டிற்குள் தனியாக அவள் நுழைந்திருந்தது அதுதான் முதல் முறை. எனவே, வழியில் கிடந்த வேர்களில் அவள் தடுமாறி விழுந்தாள், முட்செடிகளில் சிக்கினாள்.

ஆனாலும், “ராமா! ராமா! நீங்கள் எங்கே இருக்கிறீர்கள்?” என்று கேட்டுக் கொண்டே தொடர்ந்து நடந்தாள். சிறிது நேரத்தில் அவளுடைய கன்னங்கள் வழியாகக் கண்ணீர் வழிந்து நிலத்தில் விழத் தொடங்கியது. ஆனால் அவள் அதைக் கண்டுகொள்ளாமல் தொடர்ந்து நடந்தாள். கடைசியில், தன் குரலைக் கேட்டு ராமன் பதிலளித்தது அவள் காதுகளில் விழுந்தது. அவன் ஒரு மரத்திற்குக் கீழே ஓய்வெடுத்துக் கொண்டிருந்ததைக் கண்ட அவள், ஓடிச் சென்று அவனை இறுக்கமாக அணைத்துக் கொண்டாள்.

அவன் அவளை அணைத்தபடி, “சீதா, நீ ஏன் இங்கே வந்தாய்?” என்று கேட்டான்.

அவள் அவனுடைய பரந்த மார்பில் முகம் புதைத்தபடி, “நேரமாகிக் கொண்டே இருந்தது. உங்களைக் காணாததால் நான் மிகவும் பயந்து போனேன்,” என்று மென்மையாகக் கிசுகிசுத்தாள்.

“லட்சுமணன் உனக்குத் துணையிருக்கவில்லையா? உன்னை ஒருபோதும் தனியாக விட்டுவிட்டுச் செல்லக்கூடாது என்று நான் அவனுக்குக் கூறியிருந்தேனே?” என்று ராமன் கேட்டான்.

“விறகு சேகரித்து வருவதற்காக அவன் சென்றிருந்தான். அதற்கு மேலும் தனியாக இருக்க என்னால் முடியவில்லை.”

சீதையைக் கடிந்து கொள்ள ராமனுக்கு மனம் வரவில்லை. அவர்கள் இருவரும் தங்கள் குடிலை நோக்கி நடக்கத் தொடங்கினர். ஆனால் அவர்கள் நீண்ட தூரம் நடக்க வேண்டியிருந்ததால் சீதை களைப்படைந்தாள். அவள் சிரமப்பட்டதைக் கண்ட ராமன், ஒரு குழந்தையைத் தூக்குவதைப்போல அவளைத் தன் கைகளில் தூக்கியபடி நடந்தான். அவள் அவனுடைய கழுத்தைச் சுற்றித் தன் கைகளைப் போட்டுக் கொண்டாள். அது ஒரு கடுமையான கோடைக்கால இரவு என்பதால், வியர்வைத் துளிகள் ராமனின் தொடைகள் வழியாக உருண்டோடி நிலத்தில் விழுந்தன. இறுதியில்

அவர்கள் தங்கள் ஆசிரமத்தை வந்தடைந்தனர். அவர்களின் வரவுக்காக லட்சுமணன் கவலையோடு காத்துக் கொண்டிருந்தான். சீதையைத் தனியாக விட்டுச் சென்றதற்காக ராமன் அவனை மென்மையாகக் கடிந்து கொண்டான்.

மறுவாரம், தாங்கள் நடந்து வந்திருந்த அதே பாதை வழியாக மீண்டும் நடந்து செல்ல சீதை விரும்பினாள். ஏனெனில், காட்டிற்குள் அவள் முதன்முதலாக அப்போதுதான் தனியாகச் சென்றிருந்தாள். ராமனும் சீதையும் கைகோர்த்தபடி இப்போது அப்பாதை வழியாக நடந்து சென்றபோது, சீதையின் கண்ணீர்த் துளிகள் விழுந்திருந்த இடங்களில் சில வினோதமான புதிய செடிகள் முளைவிட்டிருந்ததையும், ராமனின் வியர்வைத் துளிகள் விழுந்திருந்த இடங்களில் வேறு வகையான செடிகள் முளைவிட்டிருந்ததையும் அவர்கள் கவனித்தனர். ஒருசில மாதங்களுக்குள் அச்செடிகள் பெரிதாகவும் அடர்த்தியாகவும் வளர்ந்திருந்தன. அவற்றில் இரண்டு மரங்கள் வினோதமான பச்சைநிறக் கனிகளையும், வேறு இரண்டு மரங்கள் செந்நிறக் கனிகளையும் தாங்கி நின்று கொண்டிருந்ததைக் கண்ட சீதை மட்டற்ற மகிழ்ச்சியடைநதாள். இப்படிப்பட்டக் கனிகளை அவர்கள் ஒருபோதும் பார்த்திருக்கவில்லை. எனவே, ராமன் சிரித்துக் கொண்டே, “இந்தப் பச்சைநிறக் கனிகள் இனி சீத்தாப்பழம் என்று அழைக்கப்படும்,” என்று சீதையிடம் கூறினான். அதற்கு சீதை, “இந்தச் செந்நிறக் கனிகள் இனி ராமாப்பழம் என்று அழைக்கப்படும்,” என்று பதிலடி கொடுத்தாள். இன்று நம் நாட்டில் இப்பழங்கள் இதே பெயர்களில்தான் அழைக்கப்படுகின்றன.

நேரத்தைப் பற்றிய சுமை எதையும் உணராமலேயே அவர்கள் மூவரும் பத்தாண்டுகளை மகிழ்ச்சியாகக் கழித்தனர். ஆனால், நந்திகிராமத்தில் வாழ்ந்து கொண்டிருந்த பரதனுக்கு அந்தப் பத்து வருடங்களும் பத்து யுகங்கள்போல இருந்தன. அரசாட்சிப் பொறுப்பு அவனுக்கு ஒரு கடுமையான சுமையாக இருந்தது.

சுதீட்சண முனிவரின் ஆசிரமத்திற்குத் தான் மீண்டும் வருவதாகத் தான் அவருக்குக் கொடுத்திருந்த வாக்கு ராமனுக்கு இப்போது நினைவுக்கு வந்தது. எனவே அவர்கள் மூவரும் அந்த முனிவரின் ஆசிரமத்திற்குத் திரும்பிச் சென்றனர். அவர்களைக் கண்டு அம்முனிவர் மிகவும் மகிழ்ந்தார். புகழ்பெற்ற அகத்திய முனிவரின் ஆசிரமத்திற்கான வழியைத் தங்களுக்குக் காட்டுமாறு ராமன் அவரிடம் வேண்டினான். சுதீட்சண முனிவர் அவனுக்கு அது பற்றிய விபரங்களைக் கொடுத்தார். மறுநாள் காலையில் அவர்கள் மூவரும் அகத்திய முனிவரைக் காணப் புறப்பட்டனர். அது அவர்களுடைய வனவாசத்தின் பதினோராவது வருடம். அவர்கள் விந்திய மலையைக் கடந்து, தென்பகுதியில் இருந்த மலைச்சரிவுகள் வழியாக நடந்தனர். முதலில் அவர்கள் அகத்தியரின் சகோதரரின் ஆசிரமத்திற்கு வந்தனர்.

அகத்தியரின் அற்புதமான சாகசங்களைப் பற்றிய கதைகளை அவர் அவர்களுக்குக் கூறினார். அகத்திய முனிவர் உருவத்தில் மிகச் சிறியவர் என்றும், இமய மலையில் அவர் கடுமையான தவங்களைச் செய்திருந்தார் என்றும் அவர் விளக்கினார். ஒரு சமயத்தில், விந்திய மலை இமய மலையின்மீது பொறாமை கொண்டு, யாரும் தன்னைக் கடந்து செல்ல முடியாதவாறு உயரமாக வளரத் தொடங்கியது. மழை மேகங்கள் வடக்கு நோக்கிச் செல்வதற்கான வழிகளைக்கூட அது தடுத்து நிறுத்தியது. அகத்தியர் இமயத்திலிருந்து வந்து, தெற்கே செல்லத் தனக்கு வழிவிடுமாறு விந்திய மலையிடம் கோரினார். அம்மலை அவருக்குத் தலைவணங்கி வழிவிட்டது. அகத்தியர் அதன் பிறகு மீண்டும் வடக்கு நோக்கிச் செல்லவில்லை. ஆனால் விந்திய மலை அவர் திரும்பி வருவதற்காகக் குனிந்த தலையுடன் இன்னும் காத்துக் கொண்டிருக்கிறது. வாதாபி, இல்வலன் ஆகிய இரண்டு அரக்க சகோதரர்களையும் அகத்தியர் தனக்கு அடிபணியச் செய்திருந்ததாக அகத்தியரின் சகோதரர் கூறினார். அன்றிரவு அவரோடு தங்கிய அம்மூவரும், மறுநாள் தங்கள் இலக்கு நோக்கிப் பயணித்தனர்.

அகத்தியரைப்பற்றி ஏராளமான விஷயங்களைக்கேள்விப்பட்டிருந்த அவர்கள், அவரை சந்திப்பதற்கு மிகவும் உற்சாகமாக இருந்தனர். அவர்கள் அவருடைய ஆசிரமத்தை நெருங்கியபோது, மான்கள் அமைதியாக நின்று கொண்டிருந்ததையும், துறவிகளின் மரவுரிகள் வெயிலில் காய்ந்து கொண்டிருந்ததையும் அவர்கள் கவனித்தனர். யாக நெருப்புகளிலிருந்து எழுந்து கொண்டிருந்த நறுமணம் காற்றை நிரப்பியது.

அகத்தியரிடம் சென்று தங்கள் வரவை அறிவிக்குமாறு ராமன் லட்சுமணனிடம் கூறினான். லட்சுமணன் அவ்வாறே செய்தான். அவர்களை எதிர்பார்த்துக் கொண்டிருந்த அகத்தியர், அவர்களை உடனடியாகத் தன்னிடம் அழைத்து வருமாறு தன் சீடன் ஒருவனிடம் கூறினார். உருவத்தில் அவர் மிகச் சிறியவராக இருந்தாலும், தான் செய்திருந்த கடுமையான தவங்களினால் தகதகத்தார். அவர் அம்மூவரையும் இன்முகத்தோடு வரவேற்றார். யாகங்களை வளர்த்தெடுத்தப் பிறகு, அவர் அவர்களுக்கு உணவு வழங்கி உபசரித்தார். பிறகு, பகவான் நாராயணின் வில், இந்திரன் தனக்குக் கொடுத்திருந்த வற்றாத அம்பறாத்தூணி, அரக்கர்களை எதிர்த்துச் சண்டையிடுவதற்கு பகவான் நாராயணன் பயன்படுத்தியிருந்த வெள்ளி உறை கொண்ட ஒரு வாள் ஆகியவை உட்பட, தேவர்கள் தனக்குக் கொடுத்திருந்த பல தெய்வீகமான ஆயுதங்களை அவர் ராமனுக்குக் கொடுத்தார். ராமன் அப்பரிசுகளைப் பணிவோடு ஏற்றுக் கொண்டான். ஆனால் வனவாழ்க்கையில் அவை தனக்கு எவ்விதத்தில் பயன்படும் என்று அவனுக்குத் தெரியவில்லை. ஆனால் ராமனுக்கு அந்த ஆயுதங்கள் அனைத்தும் தேவைப்படக்கூடிய சமயம் வேகமாக நெருங்கிக் கொண்டிருந்ததை அகத்தியர் அறிந்திருந்தார்.

அவர் ராமனிடம், "ராமா, உன் வனவாசம் நிறைவுறுவதற்கான வேளை நெருங்கிக் கொண்டிருக்கிறது. வனவாசத்தின் சிரமங்கள் விரைவில் முடிவுக்கு வந்துவிடும். நீ பெரும் புகழோடு திரும்பிச் சென்று, மீண்டும் அரசாட்சிப் பொறுப்பை ஏற்றுக் கொள்வாயாக!" என்று கூறினார்.

"மாமுனிவரே, காட்டில் எங்களுடைய வாழ்க்கை உண்மையில் எங்களுக்கு மகிழ்ச்சிகரமாகத்தான் இருந்து வந்துள்ளது. உங்களைப் போன்ற மாபெரும் முனிவர்களுடனான தொடர்பு கிடைத்திருப்பது எங்களுக்குக் கிடைத்துள்ள மிகப் பெரிய ஆசீர்வாதம். இங்கு எங்களுக்குக் கிடைத்துள்ள சுதந்திரத்தை நாங்கள் வெகுவாக ரசிக்கிறோம். இங்கு எங்கள் விருப்பம்போல எங்களால் வாழ முடிகிறது. ஆசிரம வாழ்க்கையின் எளிமை எங்கள் மனங்களைக் கொள்ளை கொண்டுள்ளது. ஆனால் ஒரு விஷயத்தை நான் உங்களிடமிருந்து தெரிந்து கொள்ள விரும்புகிறேன்: எங்களுடைய எஞ்சிய வனவாசத்தை நிறைவு செய்யும்வரை நாங்கள் தங்குவதற்கு ஏற்ற ஓர் இடம் எங்கு இருக்கிறது என்று உங்களால் கூற முடியுமா? என் மனைவி மகிழ்ச்சியோடு வாழ்வதற்கு ஏற்றாற்போல, அந்த இடம ஒரு நதியுடனும், மலர்கள் பூத்துக் குலுங்குகின்ற செடிகொடிகளுடனும் அழகானதாக இருக்க வேண்டும், ஆனால் கூட்டம் இருக்கக்கூடாது," என்று ராமன் கூறினான்.

அதற்கு அகத்தியர், "ராமா, உன் மனைவியின் மகிழ்ச்சி எப்போதும் உன் நினைவில் இருப்பது சரிதான். ஏனெனில், தங்களுடைய சௌகரியங்களையும் ஆடம்பர வாழ்க்கையையும் விட்டுவிட்டுக் காட்டில் தங்கள் கணவன்மார்களுடன் வாழ்வதற்குத் தயாராக இருக்கும் பெண்கள் வெகுசிலரே உள்ளனர். சீதை உண்மையில் ஒரு முன்மாதிரியான மனைவி. நீ அவளை மிகுந்த அக்கறையோடு கவனித்துக் கொள்ள வேண்டும். அரக்கர்களை ஒழித்துக்கட்டுவதற்காக நீ இக்காட்டிற்குள் வரவழைக்கப்பட்டிருக்கிறாய். இங்கிருந்து சிறிது தூரத்தில் பஞ்சவடி என்ற ஓர் இடம் இருக்கிறது. கனிகளும் கிழங்குகளும் அபரிமிதமாக உள்ள ஓர் இடம் அது. அங்கு நீரும் ஏராளமாக இருக்கிறது. தாவரங்களைச் சுற்றி மான்கள் ஓடித் திரிவதை நீங்கள் அங்கு காணலாம். சீதைக்கு அந்த இடம மிகவும் பிடிக்கும் என்று நான் நினைக்கிறேன். நீ அங்கு ஓர் ஆசிரமத்தை அமைத்துக் கொண்டு, மீண்டும் அயோத்திக்குத் திரும்பும்வரை அங்கேயே மகிழ்ச்சியாக வாழலாம். உன் வனவாசம் முடியும்வரை நீ என்னுடனேயே தங்கிவிடுமாறு நான் உன்னிடம் கேட்டிருப்பேன். ஆனால் நீ செய்து முடிக்க வேண்டிய காரியங்கள் இன்னும் ஏராளமானவை இருப்பதை என்னால் காண முடிகிறது. அவற்றை நீ பஞ்சவடியில் தங்கி நிறைவேற்றலாம்," என்று கூறினார்.

அந்த மாமுனிவரிடமிருந்து விடைபெற்றுக் கொண்ட அம்மூவரும் அவருடைய அறிவுறுத்தல்களைப் பின்பற்றி விரைவில் பஞ்சவடிக்கு

வந்து சேர்ந்தனர். வழியில், அகத்திய முனிவர் தங்களுக்கு ஓர் அடையாளமாகக் குறிப்பிட்டிருந்த ஒரு மரத்தின்மீது ஒரு மிகப் பெரிய கழுகு உட்கார்ந்திருந்ததை அவர்கள் கவனித்தனர். அவர்களைக் கண்ட அப்பறவை பெரிதும் உற்சாகமடைந்தது. தன் பெயர் ஜடாயு என்று அப்பறவை தன்னை அவர்களிடம் அறிமுகப்படுத்திக் கொண்டது. தான் தசரதனின் நண்பனாக இருந்திருந்ததாகவும், சம்பாதி என்ற ஒரு சகோதரன் தனக்கு இருந்ததாகவும், ஆனால் அவனைப் பல வருடங்களாகத் தான் பார்த்திருக்கவில்லை என்றும் ஜடாயு கூறியது. தான் அவர்களுடனேயே தங்கி அவர்களுக்குக் காவலாக இருந்து, அரக்கர்களோ அல்லது விலங்குகளோ அவ்விடத்தை நெருங்கினால் அது குறித்துத் தான் எச்சரிக்கை எழுப்பப் போவதாக அக்கழுகு அவர்களுக்கு உறுதியளித்தது. ராமன் இதைக் கேட்டு மனமகிழ்ந்தான். பிறகு ஜடாயு அவர்களுக்கு வழி காட்டியது.

மலைகளால் சூழப்பட்டிருந்த பஞ்சவடியில் மலர்கள் அபரிமிதமாக இருந்தன. கனிகளைத் தாங்கி நின்ற மரங்கள் அந்த இடத்தை நிரப்பின. அருகே ஓடிக் கொண்டிருந்த கோதாவரி நதியின் சத்தமும், அருகிலிருந்த நீரோடை ஒன்றிலிருந்து வந்த ஒலியும் காதுகளுக்கு இனிமையூட்டின. அந்த நீரோடைக்குப் பக்கத்தில் இருந்த ஒரு சமதளமான இடத்தை ராமன் தேர்ந்தெடுத்தான். சம்பகம், பாரிஜாதம், அசோகம், கடம்பம், சந்தனம் ஆகிய ஐந்து வகை மரங்கள் அங்கு இருந்தன. அவற்றில் மலர்கள் பூத்துக் குலுங்கின. தங்களுக்கு அங்கு ஒரு சிறு குடிலை அமைக்குமாறு ராமன் லட்சுமணனிடம் கேட்டுக் கொண்டான்.

லட்சுமணன் முதலில் சில மலர்களைப் பறித்து, தங்களைப் பாதுகாக்குமாறு கடவுளிடம் பிரார்த்தித்து அம்மலர்களைக் கடவுளுக்கு அர்ப்பணம் செய்தான். அவ்விடத்தில் ஓர் ஆசிரமத்தை அமைப்பதற்குத் தனக்கு அனுமதி கொடுக்கும்படி அவன் வேண்டிக் கொண்டான். பிறகு, மூங்கில்களால் ஒரு சிறு குடிலைக் கட்டி, அதற்குக் கோரைப்புல் கூரை ஒன்றையும் அவன் வேய்ந்தான். பிறகு, உள்ளே நுழையுமாறு ராமனுக்கு சீதைக்கும் அவன் அழைப்பு விடுத்தான். ராமனும் சீதையும் அந்தக் குடிலைக் கண்டு மெய்மறந்தனர். சாப்பிடுவதற்கு ஓர் இடம், தூங்குவதற்கு ஓர் இடம், பூசை செய்வதற்கு ஓர் இடம் என்று அக்குடிலுக்குள் தனித்தனிப் பகுதிகளை லட்சுமணன் உருவாக்கியிருந்தான். எல்லாமே அழகாகவும் பயன்படுத்துவதற்கு ஏற்றவையாகவும் தோன்றின.

ராமன் சிரித்துக் கொண்டே, “லட்சுமணா, கட்டடக் கலையை நீ எங்கே கற்றுக் கொண்டாய்? குருகுலத்தில் நம்முடைய ஆசான்களிடமிருந்து இது போன்ற எதையும் கற்றதாக எனக்கு நினைவில்லையே?” என்று கேட்டான்.

“அண்ணா, இதயம் அன்பால் நிரம்பி வழியும்போது, எந்தவொரு வேலையும் கடினமானதோ அல்லது சுமையானதோ அல்ல. அன்பின்

மாயாஜாலம் எல்லாவிதமான சிரமங்களையும் தாண்டிவிடுகிறது. நமக்குத் தேவையான அனைத்து அறிவையும் அது நமக்குக் கொடுக்கிறது," என்று லட்சுமணன் பதிலளித்தான்.

இதைக் கேட்டுக் கண்கலங்கிய ராமன், லட்சுமணனை ஆரத் தழுவிக் கொண்டு, "என் அன்புக்குரிய சகோதரனே, இத்தனை ஆண்டுகளாக அன்போடு நீ எனக்குச் செய்து வந்துள்ள சேவைகளுக்கு நான் உனக்கு எப்படிக் கைமாறு செய்யப் போகிறேன்? உன்னுடைய தொடர்ச்சியான கவனிப்பும் காவலும் கண்காணிப்பும் இல்லாமல் போயிருந்தால், இந்த வனவாசம் மிகக் கடினமானதாக இருந்திருக்கும்," என்று கூறினான்.

அம்மூவரும் அந்த அழகான இடத்தில் தினமும் நெடுநேரம் செலவிட்டனர். சில சமயங்களில் ஜடாயுவும் அவர்களோடு சேர்ந்து கொண்டு, தசரதனைப் பற்றிய கதைகளைக் கூறியது. பதிலுக்கு, ஒரு கனவுபோலத் தோன்றிய தங்களுடைய கடந்தகால அரண்மனை வாழ்க்கையைப் பற்றி இளவரசர்கள் இருவரும் ஜடாயுவிடம் கூறினர். அரக்கர்கள் மற்றும் காட்டு விலங்குகளுக்கு எதிராக ஜடாயு அவர்கள் மூவருக்கும் எல்லா நேரத்திலும் காவல் இருந்தது. கொன்றுண்ணிகள் ஏதேனும் ஐம்பதடி தூரத்திற்குள் வந்துவிட்டால் அது காட்டுத்தனமாகக் கத்தியது.

ஒரு சமயம், ஓர் இலையுதிர்காலத்தில் மிகவும் பனிமூட்டமாக இருந்த ஒரு காலைப் பொழுதின்போது, ராமனும் லட்சுமணனும் கோதாவரி நதியில் நீராடிக் கொண்டிருந்தனர். அப்போது லட்சுமணன், "ஏனோ தெரியவில்லை, இன்று என் மனம் நம் அன்புச் சகோதரன் பரதனின் நினைவாகவே இருக்கிறது. நம்மைப் பற்றி நினைத்துக் கொண்டே அவனும் இப்போது சரயு நதியின் குளிர்ந்த நீரில் நீராடிக் கொண்டிருக்கக்கூடும். எப்பேற்பட்ட உன்னதமான ஆன்மா அவன்! அரண்மனை வாழ்க்கையின் ஆடம்பரங்களை அனுபவிப்பதற்கு பதிலாக, உங்கள்மீது தான் கொண்டிருக்கும் அன்பையும் மதிப்பையும் வெளிப்படுத்துவதற்காக நந்திகிராமத்தில் ஒரு துறவியைப்போல அவன் வாழ்ந்து கொண்டிருக்கிறான். பாவம் அவன், நான் அனுபவித்துக் கொண்டிருக்கின்ற மகிழ்ச்சியை அவன் அறிய மாட்டான் என்று நான் நினைக்கிறேன். ஏனெனில், உங்களுடன இருக்கும் பாக்கியம் அவனுக்குக் கிடைக்காமல் போய்விட்டது அல்லவா? இப்படிப்பட்ட ஓர் உன்னதமான ஆன்மா எப்படிக் கைகேயி போன்ற ஒரு கொடுமைக்காரியின் வயிற்றில் பிறந்தான்?" என்று கேட்டான்.

ராமனின் கண்கள் குளமாயின. அவன் லட்சுமணனைப் பார்த்து, "நம்முடைய பெருமைமிகு சகோதரன் பரதனைப் பற்றி எவ்வளவு வேண்டுமானாலும் பேசு. ஆனால் நம் அன்னை கைகேயியைப் பற்றி அவதூறாகப் பேசாதே. விதியின் கையில் அவர் ஒரு கருவி மட்டுமே. நான் தன்னோடு அயோத்திக்குத் திரும்ப வேண்டும் என்று

தன் கண்கள் நிறையக் கண்ணீருடன் பரதன் என்னிடம் கெஞ்சியது என் நினைவிலிருந்து ஒருபோதும் அகலாது. என் பாதுகைகளைத் தன் தலையின்மீது வைத்துக் கொண்டு, அழுது கொண்டே அவன் அயோத்திக்குத் திரும்பிச் சென்றதை என்னால் இப்போதுகூடப் பார்க்க முடிகிறது. அக்காட்சியை என்னால் எப்படி மறக்க முடியும்? பல சமயங்களில் இரவில் அது என்னை வாட்டி வதைக்கிறது. என்மீது அன்பு கொண்டுள்ளவர்களுக்குத் துன்பத்தையும் வருத்தத்தையும் கொண்டுவருவதுதான் என் தலைவிதியோ என்று எனக்கு பயமாக இருக்கிறது," என்று கூறினான். ராமன் பேசிய அவ்வார்த்தைகள் உண்மையில் தீர்க்கதரிசனமானவை.

இவ்வாறு அவர்கள் மூவரும் பஞ்சவடியில் பல மகிழ்ச்சியான நாட்களைக் கழித்தனர். தங்களுக்கென்று ஒதுக்கப்பட்டிருந்த வேலைகளைச் செய்வதிலும், தினமும் பிரார்த்தனை செய்வதிலும், இயற்கையின் அழகை ரசிப்பதிலும் அவர்கள் கணிசமான நேரத்தைச் செலவிட்டனர். சீதைக்கு அந்தக் காலகட்டம் அவளுடைய வாழ்வின் மகிழ்ச்சியான காலகட்டமாக அமைந்தது. அவள் ராமனுடன் கைகோர்த்தபடி அக்காட்டில் ஆனந்தமாகத் திரிந்தாள். அவன் அவளுக்காக மலர்களைப் பறித்து, அவளுடைய தலையில் அழகாகச் சூட்டிவிட்டான். பல இரவு வேளைகளில், மலையுச்சிகளின்மீது இருவரும் அருகருகே படுத்துக் கொண்டு விண்மீன்களைக் கண்டுகளித்தனர்.

ஒருநாள் அவர்கள் இருவரும் கைகோர்த்துக் கொண்டு நடந்து சென்று கொண்டிருந்தபோது, ஏதோ ஒன்றை அவளுக்குச் சுட்டிக்காட்டுவதற்காகத் தன் கையை உயர்த்திய ராமன், அவள் தன் நெற்றியில் அணிந்திருந்த சிந்தூரத்தைத் தவறுதலாக அழித்துவிட்டான். அதற்காக அவன் அவளிடம் மன்னிப்புக் கேட்டுவிட்டு, ஒரு செந்நிறக் கல்லைத் தேடிக் கண்டுபிடித்து, அதைத் தூளாக்கி, கவனமாக அவளுடைய நெற்றியின்மீது பூசினான். மீதிப் பொடியை விளையாட்டாக அவளுடைய கன்னங்கள் முழுவதிலும் பூசினான். சில சமயங்களில், ஆழமான நீரோடைகளை அவர்கள் கடக்க வேண்டியிருந்தால், அவன் அவளைத் தன் கைகளில் தூக்கிச் சென்றான். அவர்கள் மறுகரையை அடைந்தபோது சீதை கீழே இறங்க மறுத்தாள். அப்போது அவளை மேலே தூக்கி வீசப் போவதுபோல ராமன் பாசாங்கு செய்தான். அவள் அதைக் கண்டு சிரித்துவிட்டு, அவனோடு இன்னும் நெருக்கமாக ஒட்டிக் கொண்டாள். அவள் இக்காலம் முழுவதும் ஒரு மகிழ்ச்சியான கனவில் இருந்தாள். ராமனும் இயற்கையின் அழகிலும் தன் மனைவியின் வசீகரத்திலும் தன் சகோதரனின் துணையிலும் பெரும் மகிழ்ச்சியைக் கண்டான். ராமனின் அவதாரத்தின் நோக்கமும் அவனுடைய வனவாசத்திற்கான காரணமும் நிறைவேற்றப்படுவதற்கான வேளை மூர்க்கத்தனமாக நெருங்கிக் கொண்டிருந்ததை அவர்கள் இருவரும் உணரவில்லை.

இரவுநேர வேட்டைக்காரர்கள்

ஒருநாள் அம்மூவரும் தங்கள் வேலைகளையும் பிரார்த்தனையையும் முடித்துவிட்டு, தங்கள் எளிய உணவை உட்கொண்டுவிட்டு, வெளியே ஓர் அழகான சம்பக மரத்தின்கீழ் அமர்ந்தனர். ராமனும் சீதையும் அருகருகே உட்கார்ந்து கொண்டிருந்தனர். அன்று காலையில் அவர்கள் குளிக்கச் சென்றிருந்தபோது அங்கு வந்த ஒரு சிறிய கரடியைக் கண்டு சீதை பயந்ததைப் பற்றி ராமன் அவளைக் கேலி செய்து கொண்டிருந்தான். லட்சுமணன் சற்றுத் தள்ளி உட்கார்ந்து கொண்டு, ஆற்றிலிருந்து தான் எடுத்திருந்த ஒரு சிறு மரக்கட்டையைக் கூர்தீட்டிக் கொண்டிருந்தான். அந்த சமயத்தில், அரக்கர்களின் அரசனான ராவணனின் தங்கையான சூர்ப்பனகை என்ற அரக்கி தற்செயலாக அந்த வழியாகச் சென்றபோது, அசாதாரணமான வசீகரத்துடன் இருந்த அவ்விரண்டு இளவரசர்களையும் பார்த்துவிட்டாள். ராமனின் அழகும் கட்டுடலும் அவளைக் கவர்ந்தன. அவன் ஒரு முனிவரைப்போல ஜடாமுடி தரிந்திருந்தாலும், ஒரு சத்திரியனின் தோற்றத்தையும் ஓர் அரசனின் ஆளுமையையும் கொண்டிருந்தான். அவள் அவனைக் கண்ணிமைக்காமல் பார்த்துக் கொண்டே இருந்தாள். ஆனால் ராமன் அவளை கவனிக்கவில்லை. அவன் தன் மனைவியுடன் பேசுவதில் மும்முரமாக இருந்தான். இவன்தான் தனக்குரிய ஆண்மகன் என்று சூர்ப்பனகை தீர்மானித்தாள். தான் விரும்பியது எதுவானாலும் அதை அடைந்தே தீருவது என்பதில் அவள் குறியாக இருந்ததால, தன் செய்கையின் பின்விளைவுகளைப் பற்றியும், தன் நடத்தை சரியானது அல்ல என்பதைப் பற்றியும் அவள் கவலைப்படவில்லை. தான் அவனுடைய கண்களுக்கு வசீகரமற்றவளாகத் தெரிவோம் என்ற எண்ணம்கூட அவளுக்குத் தோன்றியிருக்கவில்லை.

அவள் மிகப் பெரிய உருவத்தையும், செந்நிறத் தலைமுடியையும், சிறிய, கொடிய கண்களையும் கொண்டிருந்தாள். அவளுடைய தோல், தவளைகளுக்கு இருப்பதைப் போன்ற மஞ்சள்நிறப புள்ளிகள் நிரம்பியதாக இருந்தது. அவளுடைய வயிறு ஒரு பெரிய

கொப்பரையைப்போல இருந்தது. அவள் அப்போதுதான் ஒரு முயலைக் கொன்று தின்றிருந்தாள். எனவே அவளுடைய கோரைப் பற்களிலிருந்து ரத்தம் சொட்டிக் கொண்டிருந்தது. தான் சுவைத்துக் கொண்டிருந்த அந்த முயலில் காலைத் தூக்கி எறிந்த அவள், ராமனை அடைந்தே தீருவது என்ற வெறியுடன் அவனை அணுகினாள். அவன் ஒரு பெண்ணுக்குப் பக்கத்தில் அமர்ந்திருந்தான் என்பதையும், அவள் அவனுடைய மனைவியாக இருக்கக்கூடும் என்பதையும்கூட அவள் பொருட்படுத்தவில்லை. சூர்ப்பனகை ஒரு யானைபோல அவனை நோக்கி நடந்து சென்று, ஒரு கடூரமான குரலில் பேசினாள்.

“வசீகரமானவனே, யார் நீ? நீ ஒரு முனிவனைப்போல உடை அணிந்திருக்கிறாய், ஆனால் ஓர் அரசனைப்போலத் தோன்றுகிறாய். உன்னிடம் ஆயுதங்களும் இருக்கின்றன. நீ எப்படி இங்கு வந்தாய்?” என்று அவள் கேட்டாள்.

ராமன் மிகவும் பணிவாக, “தசரத மன்னனின் மகன் ராமன் நான். அங்கே உட்கார்ந்து கொண்டிருப்பது என்னுடைய சகோதரன் லட்சுமணன். இவள் என் மனைவி சீதை. இப்போது நீ யார் என்று கூறு. உனக்கு என்னிடமிருந்து என்ன வேண்டும்?” என்று கேட்டான்.

“நான் ஓர் அரக்கி. என் பெயர் சூர்ப்பனகை. ராவணனின் சகோதரி நான். நான் தற்செயலாக இந்த வழியாகச் சென்று கொண்டிருந்தேன். அப்போது நான் உன்னைப் பார்த்தேன். உடனடியாக நான் உன்மீது காதல் வயப்பட்டுவிட்டேன். நான்தான் உனக்குப் பொருத்தமானவள். உனக்குப் பக்கத்தில் இருக்கும் அந்த பலவீனமான பெண் நிச்சயமாக உனக்குப் பொருத்தமானவள் அல்ல. நான் ஒரே நொடியில் அவளையும் உன் சகோதரனையும் விழுங்கிவிடுவேன். பிறகு நாம் இருவரும் இந்த அழகான காட்டில் மகிழ்ச்சியாகச் சுற்றித் திரியலாம்.”

சூர்ப்பனகை இவ்வாறு கூறிவிட்டுத் தன் இரண்டு கைகளையும் இடுப்பில் வைத்தபடி, நன்றாக நிமிர்ந்து, அவர்களுக்கு முன்னால் ஒரு மலையைப்போல நின்றாள். அவளைக் கண்டு நடுங்கிய சீதை ராமனிடம் ஒட்டிக் கொண்டாள். ராமன் தன் மனைவியைச் சுற்றித் தன் கையைப் போட்டுக் கொண்டு வாய்விட்டுச் சிரித்தான். பட்டப்பகலில், தன் மனைவி மற்றும் சகோதரனின் முன்னிலையில், இப்பெண் தனக்கு இவ்வாறு அழைப்பு விடுத்துக் கொண்டிருந்ததை அவனால் நம்ப முடியவில்லை. இது ஏதோ வேடிக்கை என்று அவன் நினைத்தான்.

எனவே, அவன் சிரித்துக் கொண்டே, “பெண்ணே, உன்னுடைய அழைப்பை நான் மிகப் பெரிய கௌரவமாகக் கருதுகிறேன். ஆனால் நான் திருமணமானவன் என்பதை நீ புரிந்து கொள்ள வேண்டும். மேலும், என் மனைவி பலவீனமானவளாக இருந்தாலும், அவளை நான் மிகவும் நேசிக்கிறேன். அது உனக்கு ஆச்சரியத்தை ஏற்படுத்தக்கூடும். இன்னொரு பெண்ணுடன் ஓர் ஆணைப் பங்கு போட்டுக் கொள்வது

உன்னைப் போன்ற ஒருத்திக்குப் பிடிக்காது என்று நான் நிச்சயமாக நம்புகிறேன். அங்கே உட்கார்ந்திருக்கும் என் இளைய சகோதரனைப் பார். அவன் அழகாகவும் வசீகரமாகவும் இருக்கிறான். அவனுடைய மனைவி அவனுடன் இல்லை. நீ ஏன் அவனை அணுகக்கூடாது?" என்று கேட்டான். சூர்ப்பனகை இதைப் பற்றிச் சிறிது நேரம் சிந்தித்துவிட்டு, ராமன் உண்மையைத்தான் பேசினான் என்று முடிவு செய்துவிட்டு, லட்சுமணனை அணுகி, ராமனிடம் கேட்டதுபோலவே தன்னுடைய கணவனாக ஆகுமாறு லட்சுமணனிடம் வேண்டினாள்.

இதைக் கேட்டு லட்சுமணனும் சுவாரசியமடைந்தான். இந்த வேடிக்கை இன்னும் கொஞ்ச நேரம் தொடரட்டும் என்று நினைத்த அவன், "பெண்ணே, நான் ராமனின் சேவகன் மட்டுமே. உன்னைப் போன்ற ஓர் இளவரசியால் எப்படி ஒரு வேலைக்காரனுடன் மகிழ்ச்சியாக இருக்க முடியும்? உன் விருப்பம்போல உன் தோற்றத்தை மாற்றிக் கொள்ளக்கூடிய சக்தி உனக்கு இருக்கிறது அல்லவா? நீ ஏன் ஓர் அழகான பெண்ணாக உருவெடுத்து ராமனை மேலும் அதிகமாக வற்புறுத்தக்கூடாது? அவன் தன்னுடைய அழகற்ற மனைவியை விட்டுவிட்டு, உன்னைப் போன்ற ஓர் அழகான பெண்ணை மணமுடிக்கக்கூடும்," என்று கூறினான்.

இப்படிப்பட்ட நகைச்சுவைக்குப் பழக்கப்பட்டிராத சூர்ப்பனகை, ராமனிடம் திரும்பி, "இந்த அசிங்கமான பெண் உன்னருகே உட்கார்ந்து கொண்டிருப்பதால்தான் உனக்கு என்மீது ஆர்வம் இல்லை என்று எனக்குத் தெரிகிறது. நான் ஒரு நொடியில் அவளை விழுங்கிவிடுகிறேன். பிறகு இவளைப் பற்றிய எந்த பயமும் இல்லாமல் நீ எனக்குத் துணைவனாக ஆகலாம்," என்று கூறினாள்.

பிறகு அவள் தன் செந்தழல் போன்ற கண்களால் சீதையை எரித்துவிடுவதுபோலப் பார்த்துவிட்டு, பயத்தால் நடுங்கிக் கொண்டிருந்த அவளை நோக்கி விரைந்தாள். சீதை அலறிக் கொண்டே ராமனை உடும்புபோலப் பிடித்துக் கொண்டாள். ராமன் எழுந்து நின்று சீதையைத் தனக்குப் பின்னால் ஒளித்துக் கொண்டு லட்சுமணனிடம் பேசினான்.

"லட்சுமணா, இப்படிப்பட்டவர்களுடன் நாம் வேடிக்கையில் ஈடுபட்டது நம்முடைய தவறு. சீதை எப்படி பயந்து போயிருக்கிறாள் என்று பார். தயவு செய்து அப்பெண்ணைத் தண்டித்து இங்கிருந்து அனுப்பிவிடு. அவள் ஒரு பெண்ணாக இருப்பதால் நாம் அவளைக் கொல்ல வேண்டாம். ஆனால் அவள் நம்மைத் தொந்தரவு செய்யாமல் இங்கிருந்து போகும் விதத்தில் அவளுக்கு ஒரு படிப்பினையை நாம் கற்றுக் கொடுத்தாக வேண்டும். இல்லையென்றால், நாம் இருவரும் இங்கு இல்லாத நேரமாகப் பார்த்து அவள் மீண்டும் இங்கு வந்து சீதையைத் துன்புறுத்தக்கூடும்."

லட்சுமணன் உடனடியாகத் தன் வாளை எடுத்து சூர்ப்பனகையின் மூக்கு மற்றும் காதுகளின் நுனிகளைச் சீவினான். கோபத்தாலும் வலியாலும் உறுமியபடி, அவர்கள் செய்த இக்காரியத்திற்கு அவர்களைப் பழி வாங்கப் போவதாக சபதம் செய்துவிட்டு, சூர்ப்பனகை அக்காட்டிற்குள் வேகமாக ஓடினாள். அவளுடைய காலடிகள் பட்டு அந்த ஒட்டுமொத்த நிலமும் அதிர்ந்தது. பறவைகள் பயத்தில் அலறிக் கொண்டே அங்கிருந்து பறந்தோடின. அரக்கர்கள் வாழ்ந்த வனப் பகுதியான ஜனஸ்தானத்தை அடைந்த அவள், தன் தூரத்துச் சகோதரனான கரணிடம் தனக்கு நேர்ந்த கதியைப் பற்றிய ஒட்டுமொத்தக் கதையையும் கூறினாள். ஆனால் கோசல இளவரசர்களின் கோபத்தைத் தூண்டியது தான்தான் என்பதை மட்டும் அவள் அவனிடம் கூறாமல் விட்டுவிட்டாள்.

அவ்விருவரையும் பழி வாங்கப் போவதாக சபதமிட்டக் கரண், தன்னுடைய சிறந்த வீரர்களில் பதினான்கு பேரை அழைத்து, தன் சகோதரிக்குக் கொடுமையிழைத்த அந்த நபர்களுக்கு ஒரு முடிவு கட்டிவிட்டு வருமாறு அவர்களுக்குக் கட்டளையிட்டான். அவர்கள் பஞ்சவடியை அடைந்தபோது, அம்மூவரும் அன்று நடந்த அசாதாரணமான விஷயங்களைப் பற்றிப் பேசிக் கொண்டிருந்தனர். அந்த அரக்கர்களைக் கண்ட ராமன் லட்சுமணனிடம் திரும்பி, “நாம் ஒரு சிறு சண்டையில் ஈடுபட வேண்டியிருக்கும் என்று நினைக்கிறேன். அவர்களுக்கு நான் ஒரு முடிவு கட்டிவிட்டு வரும்வரை நீ சீதைக்குக் காவலாக இரு,” என்று கூறினான்.

பிறகு அவன் அந்த அரக்கர்களை நோக்கி விரைந்து சென்று, கணப்பொழுதில் அவர்கள் அனைவரையும் கொன்றான். சூர்ப்பனகையால் தன் கண்களை நம்ப முடியவில்லை. மானிடர்கள் ஒரே ஓர் அரக்கனை எதிர்த்துச் சண்டையிட்டுக்கூடப் பார்த்திராத அவள், ராமன் பதினான்கு பேரைக் கொன்று தள்ளியதைக் கண்டு அரண்டு, கரணிடம் ஓடிச் சென்று, ஒரு நரியைப்போல ஊளையிட்டுக் கொண்டு அவன் முன்னால் நின்றாள்.

“இப்போது என்ன பிரச்சனை? நான் வாக்குக் கொடுத்தபடி என் ஆட்களை அனுப்பிவிட்டேன். அவர்கள் இந்நேரம் ராமனைக் கபளீகரம் செய்திருப்பார்கள்,” என்று கூறினான்.

“நம் இனத்திற்கு ஏற்பட்ட ஒரு களங்கம் நீ. நீ நேரடியாக அந்த மானிடர்களை எதிர்கொள்ள பயப்படுகிறாய் என்று எனக்குத் தோன்றுகிறது. ராமன் தனியொருவனாக உன் ஆட்கள் பதினான்கு பேரையும் கொன்று ரத்த வெள்ளத்தில் மிதக்கவிட்டிருக்கிறான்,” என்று சூர்ப்பனகை அவனை இகழ்ந்தாள்.

இதைக் கேட்டு ஆச்சரியமடைந்த கரண், தன் தளபதியான தூஷணனை அழைத்து, பதினான்காயிரம் வீரர்களை அழைத்துக் கொண்டு ராமனை எதிர்த்துச் சண்டையிடச் செல்லும்படி

கட்டளையிட்டான். இரண்டு மானிடர்களைக் கொல்வதற்காக ஒரு பெரிய படையே அந்தக் கோட்டையைவிட்டுக் கிளம்பியது.

இதற்கிடையே, தன் ஆசிரமத்தில் இருந்த ராமனுக்கு இப்படையினர் ஏற்படுத்திய கர்ஜனை ஒலி வெகுதூரத்திலிருந்தே கேட்டது.

அவன் லட்சுமணனிடம், “நீ உன்னுடைய ஆயுதங்களைப் பயன்படுத்துவதற்கான வாய்ப்பை நான் இப்போது மறுத்தாக வேண்டியுள்ளது. நீ உன்னுடைய ஆயுதங்களை எடுத்துக் கொண்டு சீதையையும் உடனழைத்துக் கொண்டு அந்தக் குகைக்குள் சென்றுவிடு. ஒரு நிமிடம்கூட நீ அவளைத் தனியாக விட்டுவிடாதே. இல்லையென்றால், நாம் இருவரும் அந்த அரக்கர்களுடன் இங்கு சண்டையிட்டுக் கொண்டிருக்கும்போது அந்தப் பெண் வந்து சீதையை விழுங்கிவிடக்கூடும். எனவே, தயவு செய்து நான் கூறுகிறபடி செய்,” என்று கூறினான்.

லட்சுமணன் மனமின்றி சீதையை அழைத்துக் கொண்டு, ராமன் தனியாகச் சண்டையிடும்படி அவனை விட்டுவிட்டுக் குகையை நோக்கி விரைந்தான். அவனும் சீதையும் பத்திரமாகக் குகைக்குள் நுழைந்துவிட்டதைக் கண்ட ராமன், தன் வில்லை நாணேற்றி, சண்டைக்குத் தயாராக நின்றான். அவன் தன் நாணைச் சுண்டி ஒலியெழுப்பி அந்த அரக்கர்களுக்கு சவால்விட்டான். கரண் நேராகத் தன் ரதத்தை ராமனுக்கு முன்னால் கொண்டு நிறுத்தி,நூற்றுக்கணக்கான அம்புகளையும், திரிசூலங்களையும், கொடுவாள்களையும், கோடறிகளையும், இன்னும் பல்வேறு வகையான ஆயுதங்களையும் அவன்மீது வீசினான். ராமன் அதைக் கண்டு சற்று கலங்காமல் ஒரு பாறைபோல நின்றான். அவனுடைய உடலின்மீது பல இடங்களில் காயம் ஏற்பட்டபோதிலும், அவன் அமைதியாக அந்தத் தாக்குதலை எதிர்கொண்டு போரிட்டான். அவன் தன் வில்லைத் திறமையாகக் கையாண்ட விதத்தைக் கண்டு அவனுடைய எதிரிகள்கூட பிரமித்தனர். மந்திரங்கள் ஏற்றப்பட்டு சக்தியோடு தொடுக்கப்பட்ட ராமனின் அம்புகள் முதல் நிலையில் நின்ற அரக்கர்களைப் பெரிதும் வேதனைப்படுத்தி, அவர்கள் புறமுதுகிட்டு ஓடும்படி செய்தன. கரண் மீண்டும் மீண்டும் தன் வீரர்களை அனுப்பிக் கொண்டே இருநதான். ஆனால் ராமனின் பயங்கரமான அம்புகள் அவர்களைக் கொன்று சரித்தன. கடைசியில், நடந்த கதையைச் சொல்வதற்கு ஒருசில வீரர்களே மிஞ்சினர். தன்னுடைய வீரமிக்கத் தளபதியான தூஷணன் கொல்லப்பட்டிருந்ததைக் கண்டபோது, கரண் உண்மையிலேயே கவலை கொள்ளத் துவங்கினான். பிறகு, அவன் தன்னுடைய இன்னொரு சிறந்த தளபதியான திரிசிரனை அனுப்பினான். அவன் ராமனின் நெற்றியில் காயம் ஏற்படுத்தினான். ராமன் அவனுடைய திறமையைக் கண்டு பிரமித்தான், ஆனாலும் இறுதியில் அவனைக்

கொன்றான். கடைசியில், தானும் கொல்லப்பட்டுவிடுவோம் என்று பயப்படத் தொடங்கிய கரண், ராமனை நோக்கித் தன் ரதத்தைச் செலுத்தினான்.

தரையின்மீது நின்றபடி சண்டையிட்டுக் கொண்டிருந்த ராமன், கரணின் ரதத்தை உடைத்துவிட்டு, "உன்னைப்போல மிகக் கொடூரமான காரியங்களைச் செய்து கொண்டிருக்கும் எவனுக்கும் உயிர்வாழ்வதற்கான உரிமை இல்லை. எத்தனை அப்பாவி முனிவர்களை நீ கொன்றிருக்கிறாய்? அரக்கனே, இன்றுதான் உன்னுடைய கடைசி நாள். சாகத் தயாராகிக் கொள்," என்று கூறினான்.

கரண் தன்னுடைய தண்டாயுதத்தை உயர்த்தியபடி ராமனை நோக்கி விரைந்தான். பிறகு அவன் அதை ராமன்மீது வீசினான். ஆனால் ராமன் அதைத் தன் அம்புகளால் ஆயிரம் துண்டுகளாகச் சிதறடித்தான். அடுத்து, கரண் ஒரு பெரிய மரத்தை வேரோடு பிடுங்கி ராமனின்மீது எறிந்தான். ராமன் அதை மிகச் சுலபமாக சமாளித்தான். கடுஞ்சினம் கொண்ட கரண், தன்னுடைய கைகளால் ராமனின் கழுத்தை நெறித்துக் கொல்லும் நோக்கத்துடன் அவனை நோக்கி ஓடினான். ராமன் தன்னுடைய அம்பு ஒன்றுக்குள் இந்திரனின் சக்தியைத் தூண்டி, அதைக் கரணின்மீது ஏவினான். அது அந்த அரக்கனின் மார்பைத் துளைத்ததில் அவன் மாண்டு நிலத்தில் சரிந்தான். சீதையின் அமைதியான, அழகான தோட்டம் முற்றிலும் சீரழிக்கப்பட்டிருந்தது. அரக்கர்களின் துண்டிக்கப்பட்டக் கால்கள், கைகள், தலைகள் ஆகியவையும், அவர்களுடைய ரத்தம் மற்றும் எலும்புகளும் அந்த இடம் முழுவதும் சிதறிக் கிடந்தன.

லட்சுமணன் சீதையோடு அங்கு திரும்பி வந்து, தன் சகோதரனுக்குத் தன் பாராட்டுக்களைத் தெரிவித்தான். சீதை வேகமாக ஓடிச் சென்று ராமனை அரவணைத்துக் கொண்டாள். அவன் உயிரோடு இருந்ததைக் கண்டு அவள் பெருமகிழ்ச்சி அடைந்தாள். அவனுடைய முகத்தின்மீதும் உடலின்மீதும் இருந்த ரத்தத் துளிகளை அவள் தன் மேலாடையைக் கொண்டு மென்மையாகத் துடைத்தாள். அவள் மிகவும் உணர்ச்சிவசப்பட்டிருந்ததில் அவளது தொண்டை அடைத்தது. அவளால் ஒரு வார்த்தைகூடப் பேச முடியவில்லை. இத்தனை ஆயிரம் அரக்கர்களைத் தனியொருவனாக எதிர்த்துச் சண்டையிட்டு வெற்றி பெற்றத் தன் கணவனின் திறமையைக் கண்டு அவள் பெருமிதம் கொண்டாலும், விவகாரம் இதோடு முடிந்துவிடப் போவதில்லை, தங்களுடைய அமைதியான நாட்கள் முடிந்துவிட்டன என்ற ஓர் எண்ணம் அவளுக்குள் முளைவிட்டது.

அரக்கர்களின் அரசன்

அரக்கர்களுக்கும் ராமனுக்கும் இடையே நடைபெற்றச் சண்டையில் தப்பித்த ஒரே அரக்கன் அகம்பனன் மட்டும்தான். ராமனுடனான யுத்தத்தில் தாங்கள் தோல்வியுறுவது நிச்சயம் என்பதை அவன் உணர்ந்து கொண்டதால், அவன் ஒரு மரத்திற்குப் பின்னால் ஒளிந்து கொண்டு, தன் நண்பர்கள் ஒவ்வொருவராக மடிந்து விழுவதைக் கண்டான். கடைசியில், இலங்கைத் தீவில் அமர்ந்து ஆட்சி புரிந்து கொண்டிருந்த ராவணனிடம் அவன் விரைந்து சென்று, நடந்த ஒட்டுமொத்த விவகாரத்தையும் அவனிடம் எடுத்துரைத்தான். தனியொருவனால் தன்னுடைய தலைசிறந்த படைத்தளபதிகள் அனைவரும் கொல்லப்பட்டிருந்ததையும், தன் ஒட்டுமொத்தப் படையும் அழிக்கப்பட்டிருந்ததையும் கேள்விப்பட்ட ராவணனால் அச்செய்தியை நம்ப முடியவில்லை.

ராவணன் அகம்பனனைக் கோபத்தோடு பார்த்துவிட்டு, "ஜனஸ்தானத்தில் என் அதிகாரத்தில் குறுக்கிடத் துணிந்த அந்த முட்டாள் யார்? அவனுடைய முடிவு நெருங்கிவிட்டது என்பது வெளிப்படை. தேவர்களின் கடவுளான இந்திரனே என்னைக் கண்டால் பயப்படுவான். செல்வத்தின் கடவுளான குபேரனும் மரணக் கடவுளான எமனும்கூட என்னைக் கண்டால் பயந்து ஓடுவர். மரணத்திற்கே மரண அடி கொடுப்பவன் நான். என் கோபம் நெருப்புக் கடவுளான அக்கினியைக்கூட விழுங்கிவிடும். என்னை எதிர்க்கத் துணிந்தவன் யாரென்று கூறு!" என்று உறுமினான்.

அகம்பன் பயத்தில் வெடவெடத்தபடி, "அரசே, அதைச் செய்தவன் ஒரு மானிடன்," என்று தட்டுத்தடுமாறிக் கூறினான்.

"மானிடனா? ஒரு மனிதப் பிறவியா? என்னால் நம்ப முடியவில்லை. எந்தவொரு படையும் ஜனஸ்தானத்திற்குள் நுழைந்ததாக நான் கேள்விப்படவில்லையே. இது எப்படி நிகழ்ந்தது?"

"அரசே, அங்கு எந்தப் படையும் வரவில்லை. நம்முடைய ஒட்டுமொத்தப் படையையும் அழித்தது ஒரே ஒரு தனிநபர்தான். அவன் பெயர் ராமன். அயோத்தியை ஆண்ட தசரத மன்னனின்

மகன் அவன். அயோத்தி அரசன் அவன். அவனும் அவனுடைய மனைவியும் சகோதரனும் நாட்டைவிட்டுத் துரத்தப்பட்டுள்ளனர். அவர்கள் இப்போது பஞ்சவடியில் வாழ்ந்து கொண்டிருக்கின்றனர். அவன் மாநிறம் கொண்டவனாகவும், ஒரு சிங்கம்போல வலிமை கொண்டவனாகவும், வசீகரமானவனாகவும் இருக்கிறான். அவன் ஓர் அற்புதமான வில்லாளி. அவன் தனியொருவனாக நம் ஒட்டுமொத்தப் படையையும் அழித்துவிட்டான்."

ராவணனால் இக்கதையை நம்ப முடியவில்லை. "நான் உடனடியாக ஜனஸ்தானத்திற்குச் சென்று அவனைக் கொல்லப் போகிறேன்," என்று அவன் கோபத்தோடு முழங்கினான்.

அதற்கு அகம்பனன், "அரசே, நீங்கள் அவ்வாறு செய்வது நல்லதல்ல. ராமன் யாராலும் வெல்லப்பட முடியாதவன். அவன் விரும்பினால், இந்த ஒட்டுமொத்தப் பிரபஞ்சத்தையும் அழித்துவிட்டு ஒரு புதிய பிரபஞ்சத்தை அவனால் உருவாக்க முடியும். அவனுடைய கட்டளைக்குக் கீழ்ப்படிந்து நடக்கின்ற ஏராளமான அஸ்திரங்களும் ஆயுதங்களும் அவனிடம் இருக்கின்றன. ஒரு நியாயமான சண்டையில் உங்களால் ஒருபோதும் அவனைக் கொல்ல முடியாது. ஆனால் அவனைத் தோற்கடிப்பதற்கான ஒரு வழியை என்னால் உங்களுக்குக் கூற முடியும். சீதை என்ற ஓர் அழகான மனைவி அவனுக்கு இருக்கிறாள். அவன் அவளை மிகவும் நேசிக்கிறான். அவள்தான் அவனுடைய பலவீனமான அம்சம். அவளுடைய அழகுக்கு ஈடான பெண்கள் மூவுலகில் எவரும் இல்லை. தேவர்கள்கூட அவளுடைய அழகால் கவரப்பட்டுள்ளனர். மிதிலையைத் தலைநகரமாகக் கொண்டு அரசாள்கின்ற ஜனக மன்னனின் மகள் அவள். அவளுடைய அழகை உங்களால் ஒருபோதும் உதாசீனப்படுத்த முடியாது. நீங்கள் நேராக தண்டக வனத்திற்குச் சென்று அவளை அபகரித்து வந்துவிடுவது நல்லது. அவளை இழந்துவிட்டு ராமனால் உயிர்வாழ முடியாது. அவன் அவளை நினைத்து வருந்தியே தன் உயிரை விட்டுவிடுவான். நீங்கள் அவனை அழிப்பதற்கான ஒரே வழி இதுதான்," என்று கூறினான்.

தன் அந்தப்புரத்திற்கு இன்னோர் அழகியைக் கொண்டுவருவது பற்றிய எண்ணத்தால் ராவணனின் கண்கள் ஒளிவீசின. "அகம்பனா, உன் யோசனை நன்றாகத்தான் இருக்கிறது. நான் நாளைக்கே தண்டக வனத்திற்குச் சென்று அந்த அழகியை அபகரித்து வந்துவிடுகிறேன். பெண்களின் அழகை ரசிப்பவன் நான் என்று உனக்கு நன்றாகவே தெரியும். என்னுடைய அந்தப்புரத்திற்கு அவள் மேலும் அழகு சேர்க்கட்டும்," என்று ராவணன் கூறினான்.

பிறகு அவன் தன்னுடைய புஷ்பக விமானத்தை வரவழைத்துக் கொண்டு, விசுவாமித்திரனின் யாகத்தைக் காக்கும் பொருட்டு ராமன் ஏவிய அம்பினால் பல நூறு மைல்களுக்கு அப்பால்

தூக்கிச் செல்லப்பட்டுக் கடலுக்குள் வீசியெறியப்பட்ட மாரீசனின் ஆசிரமத்திற்குச் சென்றான். தாடகையின் மகனான மாரீசன் இப்போது ஒரு துறவியாகி, கோகர்ணம் என்ற இடத்தில் ஓர் எளிய வாழ்க்கையை வாழ்ந்து கொண்டிருந்தான். அரசன் தன்னைச் சந்திக்க வந்திருந்ததை அவன் தனக்குக் கிடைத்த மிகப் பெரிய கௌரவமாகக் கருதினான். அவன் ராவணனை மரியாதையோடு வரவேற்றான்.

ராவணன் நல விசாரிப்புகளில் நேரத்தை வீணாக்கவில்லை. அவன் நேராக விஷயத்திற்கு வந்தான். "என் அன்புக்குரிய மாமனே, ஜனஸ்தான முகாமிலிருந்த நம்முடைய ஒட்டுமொத்த அரக்கர்களும் அழிக்கப்பட்டுவிட்டனர் என்பதை நீ கேள்விப்பட்டாயா?" என்று அவன் கேட்டான்.

இப்படிப்பட்ட ஒரு விஷயம் எப்படி நிகழ்ந்திருக்கக்கூடும் என்று வியந்த மாரீசன், என்ன நடந்தது என்று தெரிந்து கொள்ள விரும்பினான்.

"ஒரே ஒரு மானிடன் அவர்கள் அனைவரையும் துடைத்தெறிவிட்டான். அவன் பெயர் ராமன்!"

ராமன் என்ற பெயரைக் கேட்டதும் மாரீசன் ஓர் இலைபோல நடுங்கினான். அவனுக்கு வியர்க்கத் தொடங்கியது.

ராவணன் அதை கவனிக்காததுபோலப் பாசாங்கு செய்துவிட்டு, "ராமனிடம் ஏதோ அசாதாரணமான சக்திகள் இருக்க வேண்டும் என்பது வெளிப்படையாகத் தெரிகிறது. இல்லையென்றால், அவனால் இப்படிப்பட்ட ஒரு காரியத்தை நிகழ்த்தியிருக்க முடியாது. அவனுக்கு சீதை என்ற மிக அழகான ஒரு மனைவி இருப்பதாக நான் கேள்விப்பட்டேன். நான் அவளைச் சிறைபிடிக்க விரும்புகிறேன். அதற்கு எனக்கு உன் உதவி தேவை. ராமனைத் தண்டிப்பதற்கான ஒரே வழி அதுதான்," என்று கூறினான்.

அதற்கு மாரீசன், "அரசே, நீங்கள் யாருடைய மனத்தையேனும் நோகடித்துவிட்டீர்களா? அல்லது யாரையேனும் ஏளனப்படுத்திவிட்டீர்களா? ஏனெனில், உங்கள் வீழ்ச்சியைப் பார்க்க யாரோ ஆவலாக இருப்பது தெளிவாகத் தெரிகிறது. இந்த யோசனையை உங்களுக்குப் பரிந்துரைத்த நபர் உங்களுடைய மிகப் பெரிய எதிரியாகத்தான் இருக்க வேண்டும். சீதையை ராமனிடமிருந்து திருட முயற்சிப்பது ஒரு நாகப்பாம்பின் வாயிலிருந்து ஒரு விஷப் பல்லைப் பிடுங்குவதைப் போன்றது. ராமன் ஒரு காட்டு யானையைப் போன்றவன். நீங்கள் அவனுக்குக் கோபமூட்டினால் அவன் உங்களை நசுக்கிவிடுவான். தயவு செய்து இந்த முட்டாள்தனமான காரியத்தைச் செய்ய முயற்சிக்காதீர்கள். அவனுடைய வலிமையைப் பற்றித் தனிப்பட்ட முறையில் எனக்குத் தெரியும். அப்போது அவனுக்கு வெறும் பதினாறு வயதுதான். அவன் இப்போது எப்படி இருப்பான் என்று யோசித்துப் பாருங்கள். அதனால்தான் நான்

துறவறம் பூண்டேன். உங்களுக்கு அறிவுரை கொடுக்கும் அளவுக்கு முதியவன் நான். உங்களிடமிருந்து பெறவோ அல்லது இழக்கவோ எனக்கு எதுவும் இல்லை. எனவே, நான் கூறுவதை தயவு செய்து காதுகொடுத்துக் கேளுங்கள். சீதையை விட்டுவிடுங்கள். அவர்கள் அக்காட்டில் மகிழ்ச்சியாக வாழட்டும். நீங்கள் உங்கள் அந்தப்புரத்தில் உள்ள மனைவியரோடு திருப்தியாக இருங்கள். இன்னொருவனின் மனைவியின்மீது ஆசைப்படாதீர்கள்," என்று அறிவுறுத்தினான்.

ராமனின் வீரத்தைப் பற்றிய கதைகள் ராவணனுக்கு எரிச்சலை ஏற்படுத்தினாலும், மாரீசனின் மதிப்பான அறிவுரையை ஏற்றுக் கொண்டு, தன் திட்டத்தைக் கைவிட்டுவிட்டு இலங்கைக்குத் திரும்பிச் செல்வதென்று அவன் தீர்மானித்தான்.

மறுநாள், ராவணன் தன் பொன் அரியணையில் அமர்ந்து கொண்டு அவையை நடத்திக் கொண்டிருந்தபோது, சூர்ப்பனகை ஓடி வந்து தன் துயரக் கதையை அவனிடம் கூறினாள். ராவணன் மிகவும் மேன்மை பொருந்தியவனாகத் தோற்றமளித்தான். அவன் பல போர்களில் வெற்றி பெற்றக் கதாநாயகன். அவனுடைய புகழுக்கு எல்லையே இருக்கவில்லை. அவனும் அவனுடைய மகன் மேகநாதனும் தேவர்களின் அரசனான இந்திரனைக்கூடத் தோற்கடித்திருந்தனர். ராவணன் வைஷ்ரவனின் மகன், குபேரனின் ஒன்றுவிட்டச் சகோதரன். குபேரனுடன் சண்டையிட்டு அவனைத் தோற்கடித்து, அவனிடமிருந்த புஷ்பக விமானத்தை ராவணன் பறித்திருந்தான். அரக்கர்கள், தேவர்கள், சொர்க்கலோகவாசிகள், விலங்குகள் ஆகியவற்றால் தான் கொல்லப்படக்கூடாது என்று பிரம்மனிடமிருந்து அவன் வரம் வாங்கியிருந்தான். அவன் தன்னுடைய அகங்காரத்தில், மனிதர்களை அப்பட்டியலில் சேர்க்காமல் விட்டுவிட்டான். ஏனெனில், அவர்களால் தனக்கு ஈடு கொடுக்க முடியாது என்று அவன் நினைத்திருந்தான். ராவணனின் அட்டூழியங்களும் அநீதிகளும் வரம்பு மீறிப் போயிருந்ததால், கடைசியில், தேவர்கள் பிரம்மனை அணுகித் தங்களுக்குப் பாதுக்காப்புக் கோரினர். விஷ்ணு அவர்கள்முன் தோன்றி, தான் ஒரு மனிதனாகப் பிறப்பெடுத்து ராவணனைக் கொல்வதற்கு ஒப்புக் கொண்டார். தசரத மன்னன் தனக்கு சந்ததி வேண்டி யாகம் நடத்துவதற்குச் சற்று முன்பு நிகழ்ந்த சம்பவம் இது. அந்த யாகத்திலிருந்து பிறந்தவன்தான் ராமன். விஷ்ணுவின் ஏழாவது அவதாரம் அவன்.

சூர்ப்பனகை இப்போது ராவணனுக்கு முன்னால் நின்று கொண்டு தன்னுடைய துரதிர்ஷ்டத்தைப் பற்றிப் பிதற்றத் தொடங்கினாள். அவள் கூறிய கதை உண்மையிலிருந்து முற்றிலும் மாறுபட்டிருந்தது. அவள் தன் சகோதரனான ராவணனை ஏளனமான வார்த்தைகளால் வசை பாடினாள்.

"எப்படிப்பட்ட ஓர் அரசன் நீ? உன்னுடைய கடமைகளை மறந்துவிட்டு, இங்கு நீ பெண்களோடும் மதுவோடும் கும்மாளமிட்டுக் கொண்டிருக்கிறாய். ஒரு சாதாரண மனிதப் பிறவியான ராமன் என்பவனால் ஜனஸ்தானத்தில் இருந்த உன்னுடைய ஒட்டுமொத்தப் படையும் அழிக்கப்பட்டுள்ளது உனக்குத் தெரியுமா?" என்று அவள் கத்தினாள்.

அவள் சிறிது நேரம் புலம்பட்டும் என்று ராவணன் விட்டுவிட்டான். பிறகு அவன் அவளை இடைமறித்து, "யார் அந்த ராமன்? அவன் எப்படிப்பட்டத் தோற்றத்தைக் கொண்டிருக்கிறான்? அவனிடம் என்னென்ன ஆயுதங்கள் இருக்கின்றன?" என்று கேட்டான்.

"அயோத்தி அரசனான தசரதனின் மகன் அவன். அவன் அன்பின் மொத்த உருவம்போலக் காட்சியளிக்கிறான், ஆனால் சண்டை என்று வந்துவிட்டால் அவன் மிகவும் பயங்கரமானவனாக இருக்கிறான். அவன் வீசும் அம்புகள் நாகப்பாம்புகளைப்போலச் சீறுகின்றன. அவனுக்கு லட்சுமணன் என்ற ஒரு சகோதரன் இருக்கிறான். அவனும் ராமனைப்போலவே வீரமிக்கவனாகவும் ராமன்மீது மிகுந்த அர்ப்பணிப்புக் கொண்டவனாகவும் இருக்கிறான். ராமனுக்கு சீதை என்று ஒரு மனைவி இருக்கிறாள். அழகில் அவளுக்கு ஈடு இணை இல்லை. ராமன் அவளை மிகவும் நேசிக்கிறான், அவள்மீது மிகுந்த அர்ப்பணிப்புக் கொண்டிருக்கிறான். சீதையைப் போன்ற அழகான உருவத்தையும் வடிவையும் கொண்ட ஒரு பெண்ணை இதுவரை நான் பார்த்ததில்லை. உருக்கப்பட்டப் பொன்னைப் போன்ற நிறத்தைக் கொண்டவள் அவள். அவளுடைய இடை மென்மையானது. உன் கையால் நீ அவளுடைய இடையைப் பிடித்துத் தூக்கிவிடலாம். நீண்ட, அடர்த்தியான தலைமுடியைக் கொண்டவள் அவள். அவளுடைய கண்கள் தாமரை இதழ்களைப் போன்றவை. அவளுடைய கைகள் அழகாகவும் விரல் நகங்கள் வட்ட வடிவிலும் உள்ளன. மூவுலகிலும் அவளுக்கு இணையான பெண்கள் யாருமே கிடையாது. அவளைப் பார்த்தவுடன், அவள் உனக்கு ஒரு கச்சிதமான துணையாக அமைவாள் என்று எனக்குத் தோன்றியது. அவளை உனக்கு என்னுடைய பரிசாகக் கொண்டுவரலாம் என்று நினைத்து நான் அவளைச் சிறைபிடிக்க முயற்சித்தேன். அதற்கு லட்சுமணன் எனக்குச் செய்த இந்த அலங்கோலத்தைப் பார். தன்னுடைய மனைவியை நான் சிறைபிடிக்க முயற்சித்தபோது ராமன் கடுஞ் சினம் கொண்டான். ஆனால் நான் ஒரு பெண் என்பதால் அவன் என்னைக் கொல்லாமல் விட்டுவிட்டான். ஆனால் அவன் என்னை ஊனமாக்கிவிட்டான். உனக்கு என்மீது சிறிதளவாவது மனிதாபிமானம் இருந்தால், ஜனஸ்தானத்தில் கொல்லப்பட்ட உன்னுடைய மக்களின் மரணத்திற்கு நீ பழி தீர்த்துக் கொள்ள விரும்பினால், அந்த அழகுப் பதுமையை நீ உனக்குச் சொந்தமாக்கிக் கொள்ள விரும்பினால்,

உடனடியாக இப்போதே இங்கிருந்து புறப்பட்டுச் சென்று, அந்த மானிடர்கள் இருவரையும் கொன்றுவிட்டு, அவளை உனக்காகச் சிறைபிடித்து வா."

ராவணன் தன் அவையைக் கலைத்துவிட்டுத் தன் சகோதரி கூறியவற்றைப் பற்றி நினைத்துப் பார்த்தான். ராமன் ஒருபோதும் தனக்கு இணையாக மாட்டான் என்பதை அவன் அறிந்திருந்தாலும், சீதையைத் தன்னுடையவளாக்கிக் கொள்வது பற்றிய எண்ணம் அவனுடைய இதயத்தை வேகமாகத் துடிக்கச் செய்தது. கடைசியில், அவனுடைய ஆசை அவனுடைய அறிவை ஒதுக்கித் தள்ளியது. அவன் மீண்டும் மாரீசனின் ஆசிரமத்திற்குச் சென்றான். ராவணன் தன்னைப் பார்க்க வந்து கொண்டிருந்ததைக் கண்ட மாரீசன், வரவிருந்த தீமையை முன்னதாகவே உணர்ந்து கொண்டான். ஆனாலும், அவன் தன் உணர்வுகளை வெளிக்காட்டிக் கொள்ளாமல் அரக்க அரசனான ராவணனை வரவேற்றான்.

"அரசே, என்னுடைய இந்த எளிய குடிலுக்கு எது உங்களை மீண்டும் அழைத்து வந்துள்ளது?" என்று மாரீசன் கேட்டான்.

"ஜனஸ்தானத்தில் இருந்த என்னுடைய படைத்தளபதியையும் அவனுடைய படையினரையும் கொன்று என் சகோதரியை ஊனமாக்கிய அந்த அற்ப மானிடனான ராமனைப் பற்றி நான் ஏற்கனவே உன்னிடம் கூறினேன் அல்லவா? அவன் உண்மையில் கெடுநோக்குக் கொண்டவன். இல்லையென்றால், அவனுடைய தந்தை அவனைக் காட்டிற்குத் துரத்தியிருக்க மாட்டான். மாமா, உன் ஒருவனால் மட்டும்தான் இப்போது எனக்கு உதவ முடியும். சீதைதான் ராமனின் பலவீனம் என்பதை என் சகோதரி சுட்டிக்காட்டியுள்ளாள். நான் சீதையைச் சிறைபிடித்துவிட்டால், ராமன் இறந்துவிடுவான். இங்குதான் எனக்கு உன் உதவி தேவைப்படுகிறது. நீ ஒரு பொன்மானின் வடிவம் எடுத்து ராமனின் ஆசிரமத்திற்கு அருகே செல்ல வேண்டும் என்பது என் விருப்பம். நீ சீதையின் முன்னால் துள்ளிக் குதித்துத் திரிய வேண்டும், அவளுடைய மனத்தை மயக்க வேண்டும். அந்த மானைப் பிடித்துக் கொடுக்குமாறு சீதை ராமனிடம் கூறுவாள். அப்போது ராமனை நீ அந்த ஆசிரமத்திலிருந்து வெகுதூரம் அழைத்துச் சென்றுவிட வேண்டும். சீதை அப்போது தனியாக விடப்படுவாள். அப்போது நான் அங்கு சென்று அவளை அபகரித்துக் கொள்வேன். என் திட்டத்தைப் பற்றி நீ என்ன நினைக்கிறாய்?"

ராமனின் கோபத்தை மீண்டும் தூண்டுவது பற்றிய எண்ணம் மாரீசனுக்கு நடுக்கத்தை ஏற்படுத்தியது. அவனுடைய வாய் உலர்ந்துவிட்டது. அவனால் எதுவும் பேச முடியவில்லை. கடைசியில் அவன் ஒருசில வார்த்தைகளைத் தட்டுத்தடுமாறிக் கூறினான். "நீங்கள் ஓர் அரசர். தேவையற்றப் புகழ்ச்சியின் மூலம் ஆதாயம் தேடுகின்ற பலர் உங்களைச் சூழ்ந்திருக்கின்றனர். உங்கள் காதுகளுக்கு

இனிமையளிக்கக்கூடிய விஷயங்களைப் பற்றி மட்டுமே அவர்கள் பேசுவார்கள். உங்களுக்கு எது நல்லதோ அதை அவர்கள் பேச மாட்டார்கள். ராமன் உன்னதமான பண்புநலன்கள் நிறைந்தவன். அவன் இந்திரனையும் குபேரனையும்விட அதிக சக்திவாய்ந்தவன். நீங்கள் சீதையைத் திருடிச் சென்றால், அவனுடைய கோபம் நிச்சயமாக உங்கள் தலைமீது விடியும். ராமன் அவளைத் தன் உயிரைவிட அதிகமாக நேசிக்கிறான். அவள் நிச்சயமாக உங்கள் மரணத்திற்குக் காரணமாக அமைவாள். நீங்கள் இப்போது மகிழ்ச்சியாகவும் சக்திவாய்ந்த அரக்க அரசனாகவும் இருக்கிறீர்கள். இது நீடிக்க வேண்டும் என்று நீங்கள் விரும்பினால், ராமனைத் தனியாக விட்டுவிடுங்கள். உங்கள் அந்தப்புரத்தில் ஏகப்பட்டப் பெண்கள் இருக்கின்றனர். எல்லோருமே சம அளவில் அழகானவர்கள்தான். நீங்கள் ஏன் இன்னொரு மனிதனின் மனைவிமீது ஆசைப்பட வேண்டும்?"

ராவணன் அமைதியாக இருந்தான். மாரீசனின் வார்த்தைகள் அவனைச் சிந்திக்க வைத்தன. மாரீசனின் அறிவுரையை அவன் கிட்டத்தட்ட ஏற்றுக் கொள்ளும் நிலைமைக்கு வந்திருந்தான். இதை உணர்ந்து கொண்ட மாரீசன், தன் பேச்சைத் தொடர்ந்தான்.

"ராமனை நான் முதன்முதலில் எதிர்கொண்டபோது அவன் வெறும் பதினாறு வயதுச் சிறுவனதான். ஒருமுறை, விசுவாமித்திர முனிவர் ஒரு யாகத்தை மேற்கொண்டிருந்தார். நான் அந்த யாகத்திற்கு இடையூறு விளைவிப்பதில் குறியாக இருந்தேன். அந்த யாகசாலையைப் பாதுகாப்பதற்காகத்தான் அந்த முனிவர் ராமனை அங்கு அழைத்து வந்திருந்தார். எனக்கு அவனை நன்றாக நினைவிருக்கிறது. இளமையும் வசீகரமும் நிரம்பப் பெற்ற அவன், தன் கையில் ஒரு பெரிய வில்லுடன் கம்பீரமாகக் காட்சியளித்தான். ஆனால் அவன் ஒரு சிறுவன்தானே என்று நினைத்த நான், தொடர்ந்து அந்த யாகசாலையை மாசுபடுத்திக் கொண்டிருந்தேன். என்ன காரணமோ தெரியவில்லை, ராமன் அன்று என்னைக் கொல்லாமல் விட்டுவிட்டான். ஆனால் அவனுடைய அம்பு என்னைத் துளைத்துவிட்டது. அது பல மைல்கள்வரை என்னைத் தூக்கிச் சென்று, பெருங்கடலுக்குள் போட்டுவிட்டது. ஒருசில வருடங்களுக்கு முன்பு நான் அவனைத் தண்டக வனத்தில் மீண்டும் எதிர்கொண்டேன். காட்டில் வாழும் முனிவர்களின் சதைகளைச் சாப்பிடுவதில் அரக்கர்களான நமக்கு எவ்வளவு பிரியம் எனபது நீங்கள் அறியாதது அல்ல. நான் வேறு இரண்டு அரக்கர்களோடு ஒரு மானின் வடிவில் அந்த முனிவர்களின் வசிப்பிடத்திற்குச் சென்றிருந்தேன். பல முனிவர்களை நாங்கள் கொன்று முடித்திருந்தபோது நான் ராமனைப் பார்த்தேன். அவன் எனக்குச் செய்திருந்த காரியத்திற்காக அவனை அங்கேயே கொடூரமாகக் கொன்றுவிட வேண்டும் என்று நான் நினைத்தேன். நான் அவனருகே சென்று, என்னுடைய கொம்புகளைத் தாழ்த்தியபடி அவன்மீது வேகமாகப் பாய்ந்தேன். அவன் எங்களை

நோக்கி வெறுமனே மூன்று அம்புகளை எய்தான். என்னுடன் வந்த இருவரும் அந்த இடத்திலேயே இறந்துவிட்டனர். ஆனால் நான் எப்படியோ தப்பினேன். அன்றுதான் நான் என்னுடைய வாழ்க்கையை மாற்றிக் கொள்வதென்று தீர்மானித்தேன். அன்றிலிருந்து நான் ஒரு துறவியாக வாழ்ந்து வருகிறேன். நான் எல்லா உறவுகளையும் துறந்துவிட்டு இக்காட்டில் தன்னந்தனியாக வாழ்கிறேன். மக்களைக் கொல்வதையும் நரமாமிசத்தைச் சாப்பிடுவதையும் நிறுத்திவிட்டு, நான் இப்போது வெறும் கனிகளையும் கிழங்குகளையும் உட்கொண்டு வருகிறேன். எனக்கு வயதாகிவிட்டது. நான் முற்றிலும் களைத்துப் போய்விட்டேன். நான் செய்த பாவங்களுகாக அமைதியாகப் பிராயச்சித்தம் தேடுவதில்தான் எனக்கு நாட்டம் இருக்கிறது. ராமன் என்ற பெயர் குறிப்பிடப்படும்போது என் சித்தம் கலங்குகிறது. உங்களுடைய இந்த முட்டாள்தனமான திட்டத்தைத் தொடர்வதில் நீங்கள் விடாப்பிடியாக இருந்தால், நாம் இருவரும் நிச்சயமாக இறந்துவிடுவோம். ஜனஸ்தானத்தில் ஏற்பட்டச் சீரழிவைப் பொருத்தவரை, ராமனின் கோபத்தைத் தூண்டுவதற்கு சூர்ப்பனகை நிச்சயமாக ஏதோ செய்திருக்க வேண்டும். அவளுடைய பொய்களுக்குச் செவிசாய்ப்பதன் மூலம் நீங்கள் உங்களுக்கு ஒரு மோசமான முடிவைத் தேடிக் கொள்வீர்கள்.”

மாரீசனைத் தன்னுடைய திட்டத்திற்கு ஒப்புக் கொள்ள வைக்கத் தான் முயற்சித்துக் கொண்டிருந்ததுபோலப் பாசாங்கு செய்வதை ராவணன் கைவிட்டான். தன்னுடைய திட்டத்தைச் செயல்படுத்துவதில் அவன் தீர்மானமாக இருந்தான். அவனுடைய தலைவிதி அவனை ஆட்டுவித்துக் கொண்டிருந்தது.

அவன் ஒரு கோபக் குரலில், “மாரீசா, நீ உன் அரசனிடம் பேசிக் கொண்டிருக்கிறாய் என்பதை மறந்துவிட்டு எல்லை மீறிக் கொண்டிருக்கிறாய். நான் என்ன செய்ய வேண்டும் என்பது பற்றி நீ எனக்கு அறிவுறுத்த வேண்டியதில்லை. கேள்வி எதுவும் கேட்காமல் நீ எனக்குக் கீழ்ப்படிந்து நடக்க வேண்டும் என்று மட்டுமே நான் எதிர்பார்க்கிறேன். நீ உடனடியாக ஒரு பொன்மானின் வடிவில் ராமனின் ஆசிரமத்திற்குச் சென்று, அவனைக் காட்டுக்குள் வெகுதூரம் அழைத்துச் சென்றுவிடு. சீதைக்குக் காவலாக லட்சுமணன் அங்கு தங்கிவிட்டால், நீ ராமனின் குரலில், ‘சீதா ! லட்சுமணா !’ என்று உரக்கக் கத்த வேண்டும். அதைக் கேட்டு சீதை பயந்துவிடுவாள். ராமனுக்கு என்ன ஆயிற்று என்று பார்த்து வரும்படி அவள் லட்சுமணனிடம் கூறுவாள். அந்த சமயத்தில் நான் அந்த ஆசிரமத்திற்குள் நுழைந்து அவளைச் சிறைபிடித்துச் சென்றுவிடுவேன். நீ இதைச் செய்த பிறகு உன் சொந்த ஆசிரமத்திற்குத் திரும்பிவிடலாம். ஆனால் நீ எனக்குக் கீழ்ப்படிய மறுத்தால், நான் இப்போதே உன்னை நேராக எமலோகத்திற்கு அனுப்பிவிடுவேன் !” என்று எச்சரித்தான்.

மாரீசன் ஒரு பரிதாபகரமான நிலையில் இருந்தான். ஆனால் அவனுக்கு வேறு எந்த வழியும் இருக்கவில்லை. இரண்டு வழிகளில் ஏதோ ஒன்றில் தான் இறந்தாகத்தான் வேண்டும் என்பதை அறிந்த அவன், தன் கொடுமைக்கார மருமகனின் கைகளில் சாவதைவிட ராமனின் கைகளால் சாவதே சிறந்தது என்று தன் மனத்திற்குள் நினைத்துக் கொண்டான். அவன் வருத்தத்தோடு, "ராவணா, நாம் இருவருமே அழியத்தான் போகிறோம். நீ சீதையைச் சிறையெடுத்துச் சென்றால், மரணத்தை நீ உன்னுடைய கைகளில் எடுத்துச் சென்று கொண்டிருப்பாய். என் விஷயத்தைப் பொருத்தவரை, ராமனை நான் இப்போது மூன்றாவது முறையாக எதிர்கொள்ளப் போகிறேன். இதுதான் கடைசி முறையாகவும் இருக்கும்," என்று கூறினான்.

ராவணன் அவன் கூறியதைப் பொருட்படுத்தாமல், "வா! நாம் இங்கிருந்து போயாக வேண்டும். ஆசிரமத்திற்கு அருகே ஓர் இடத்தில் நான் உன்னைக் கொண்டுவிடுகிறேன். அப்போது நேரம் வீணாகாமல் இருக்கும்," என்று கூறினான்.

அவன் மாரீசனைத் தன் புஷ்பக விமானத்தில் அழைத்துக் கொண்டு, விரைவில் ராமனின் ஆசிரமத்திற்கு அருகே வந்து சேர்ந்தான்.

அவன் தன்னுடைய புஷ்பக விமானத்தைத் தரையிறக்கிவிட்டு, வேகமாக உருமாற்றிக் கொள்ளுமாறு மாரீசனை அவசரப்படுத்தினான்.

பொன்மான்

மாரீசன் தன்னை ஒரு கவர்ச்சிகரமான மானாக மாற்றிக் கொண்டான். அந்த மானின் முகம் புஷ்பராகம்போல இருந்தது. அதன் கண்கள் சுகந்திக்கல்போல ஒளிவீசின. அதன் மேற்தோல் பொன்னிறத்தில் இருந்தது. அதிலிருந்த வெள்ளிநிறக் கோடுகள் சூரிய ஒளியில் தகதகத்தன. அதன் அழகான கொம்புகள் நவரத்தினங்கள் பதிக்கப்பட்டவைபோல ஒளிவீசின. அதன் கழுத்து நீளமாகவும் வளைந்தும் இருந்தது. அது ஒரு குறிப்பிட்டக் கோணத்தில் தன் தலையைச் சரித்தபோது, அழகான இமைகளுடன்கூடிய அதன் கண்கள், காண்போர் மனத்தைக் கொள்ளை கொள்வதாக இருந்தன. அது திடீரென்று ராமனின் ஆசிரமத்தின் முன்னால் இருந்த புல்வெளியில் தோன்றி, சீதை இருந்த திசையைப் பார்த்தபடியே அங்குமிங்கும் துள்ளித் திரிந்தது. சில சமயங்களில், அது தன் துள்ளலை நிறுத்திவிட்டுப் புல்லை மேய்வதுபோலப் பாசாங்கு செய்தது. வேறு சில சமயங்களில், தான் அகப்பட்டுவிடுவோமோ என்ற பயத்தில் அது மென்மையாக அடியெடுத்து வைத்தது. அருகே மேய்ந்து கொண்டிருந்த மற்ற மான்கள், இது ஒரு சாதாரண மான் அல்ல என்பதை உணர்ந்து கொண்டு பீதியில் அங்கிருந்து ஓடிவிட்டன. மாரீசன் முன்புபோல இருந்திருந்தால் அவற்றில் ஒன்றைப் பிடித்துச் சாப்பிட்டிருப்பான். ஆனால் அவன் இப்போது வெறுமனே அந்த ஆசிரமத்தையே பார்த்துக் கொண்டிருந்தான். ஏனெனில், சீதையை வெளியில் காணவில்லை. சரியாக அக்கணத்தில் அவள் தங்களுடைய காலைநேர வழிபாட்டிற்காக மலர்களைப் பறிப்பதற்காக வெளியே வந்தாள். அந்தப் பொன்மான் அவளுக்கு வெகு அருகே வந்து, புல்லை மேய்வதுபோலத் தலையைச் சாய்த்துக் கொண்டு அசையாமல் நின்றது. காலைக் கதிரொளி அதன் மேற்தோலின்மீது பட்டதில், அது ஒரு நெருப்பு ஜுவாலைபோல ஒளிவீசியது. சீதை அதைப் பார்த்துவிட்டுச் சிலையாக நின்றாள். அவளால் தன் கண்களை நம்ப முடியவில்லை. இது போன்ற ஓர் அற்புதமான விலங்கை அவள் தன் வனவாசத்தில் ஒருநாள்கூடப் பார்த்திருக்கவில்லை. அவளுடைய

கைகள் தாமாக மலர்களைப் பறித்துக் கொண்டிருந்தாலும், அவளால் தன் பார்வையை அந்த மானைவிட்டு விலக்க முடியவில்லை. அவளுடைய பார்வையில் தென்படும் விதமாக மேய்வதை அந்த மான் உறுதி செய்து கொண்டது. அவளுடைய மனத்தைக் கவர்வதற்காக நம்ப முடியாத பல விஷயங்களை அது செய்தது. அது அவளைச் சுற்றித் துள்ளல் நடைபோட்டுத் தன் நீண்ட கழுத்தை வளைத்து ஓரக்கண்ணால் அவளைப் பார்த்தது. அது தன் மாயத் திறமைகளை வெளிக்காட்டியதில் கிட்டத்தட்ட ஒரு மனிதனைப்போலத் தோற்றமளித்தது. சீதை சற்று முன்னால் ஓடிச் சென்று அதைப் பிடிக்க முயன்றாள். ஆனால் அது அவளுடைய பிடியிலிருந்து லாவகமாகத் தப்பித்து, அவளுக்கு ஒருசில அடிகள் முன்னால் சென்று நின்று கொண்டது. அவள் மீண்டும் மீண்டும் அதைப் பிடிக்க முயன்றாள். ஆனால் அது மீண்டும் மீண்டும் அவளிடமிருந்து திறமையாகத் தப்பித்தது. சிறிதளவு புல்லையும் சில இலைகளையும் காட்டி அவள் அதைத் தன் வசப்படுத்த முயன்றாள். சில சமயங்களில் அந்த மான் அவற்றை ஏற்றுக் கொண்டு மெல்லுவதுபோலப் பாசாங்கு செய்தது. ஆனால் மறுகணம் அவளுடைய இன்னொரு கை அதைப் பிடிக்க முயன்றபோது பின்னால் திரும்பி அவளைப் பார்த்துக் கொண்டே அவளிடமிருந்து துள்ளி ஓடியது. தான் மலர்களைச் சேகரிக்க வந்திருந்தோம் என்பதை மறந்துவிட்டு, அவள் அந்தப் புல்வெளி நெடுகிலும் அந்த மானைத் துரத்திச் சென்றாள். அவளுடைய பூக்கூடை நிலத்தில் விழுந்து கிடந்தது. அவள் சேகரித்திருந்த மலர்கள் அந்தப் புல்வெளியின்மீது கேட்பாரற்றுக் கிடந்தன. இறுதியில் அவள் சலிப்படைந்து தன் முயற்சியைக் கைவிட்டுவிட்டு ராமனையும் லட்சுமணனையும் அழைத்தாள். அவளுடைய குரல் ஏதோ வேண்டுகோள் விடுப்பதுபோல இருந்ததைக் கேட்ட அவர்கள் இருவரும் வெளியே ஓடி வந்தனர்.

சீதை தன்னுடைய வசீகரமான முகத்தை உயர்த்தி ராமனைப் பார்த்து, “தயவு செய்து எனக்கு அந்த மானைப் பிடித்துத் தாருங்கள். அது எவ்வளவு அழகாக இருக்கிறது பார்த்தீர்களா? மனத்தைக் கொள்ளை கொள்கின்ற இப்படிப்பட்ட ஒன்றை நான் ஒருபோதும் பார்த்ததில்லை. அந்த மானை நான் என்னுடன் வைத்துக் கொள்ள விரும்புகிறேன். தயவு செய்து அதை எனக்குப் பிடித்துக் கொடுங்கள். அது மிகவும் புத்திசாலியாக இருக்கிறது. நான் அதைப் பிடிக்க முயற்சித்த ஒவ்வொரு முறையும் அது லாவகமாக என்னிடமிருந்து தப்பித்துவிட்டது. ஆனால் உங்களால் அதை நிச்சயமாகப் பிடிக்க முடியும்,” என்று கூறினாள்.

லட்சுமணன் அந்த மானை உற்றுப் பார்த்துவிட்டு, “அண்ணா, இது நிச்சயமாக ஒரு மான் அல்ல. நம்முடைய பழைய நண்பன் மாரீசன்தான் மாறுவேடத்தில் மானாக வந்திருக்கிறான். முனிவர்களைக்

கொல்வதற்கு அவன் ஒரு மானின் உருவத்தை எடுப்பதில் எவ்வளவு கைதேர்ந்தவனாக இருந்தான் என்பது உங்களுக்கு நினைவிருக்கிறதா? இது நிச்சயமாக அவனாகத்தான் இருக்க வேண்டும். ஒரு சாதாரண மானால் இவ்வளவு அசாதாரணமான அழகுடன் இருக்க முடியாது," என்று கூறினான்.

சீதையின் உற்சாகத்தைப் பார்த்த ராமனின் மனம் உருகியது. அவள் இவ்வளவு உற்சாகமடைந்து அவன் ஒருபோதும் பார்த்திருக்கவில்லை. அவளுக்கு எதையும் அவனால் மறுக்க இயலவில்லை. மேலும், அந்த மான் ஒருவரது மனத்தைக் கொள்ளை கொள்வதாக இருந்தது என்பதில் எந்த சந்தேகமும் இருக்கவில்லை. ராமன் சீதையைக் கனிவாகப் பார்த்துவிட்டு, "அன்பே, உன் விருப்பம் அதுதான் என்றால் நான் அந்த மானை நிச்சயமாக உனக்குப் பிடித்துக் கொடுக்கிறேன்," என்று கூறினான். பிறகு அவன் லட்சுமணனிடம் திரும்பி, "உன் சந்தேகங்கள் சரிதான் என்று நான் நினைக்கிறேன். இந்த மான் ஓர் அரக்கனாக இருக்கக்கூடும். அப்படி இருந்தால் அதைக் கொல்வது என் கடமை. எது எப்படி இருந்தாலும் சரி, நான் அதைத் துரத்திப் பிடித்தாக வேண்டும். ஏனெனில், சீதை அதை விரும்புகிறாள். என்னால் அவளுக்கு எதையும் மறுக்க முடியாது. என்னைப் போன்ற ஓர் ஆண்மகனுக்கே அந்த மானின்மீது ஈர்ப்பு ஏற்படுகிறது என்றால், அவளுக்கு மட்டும் ஏன் அந்த ஈர்ப்பு வரக்கூடாது? அவள் அனைத்து விலங்குகளையும் நேசிப்பவள் என்பதை நீ அறிவாய். ஒன்று, நான் அந்த மானை உயிரோடு பிடித்து வருவேன், அல்லது அதைக் கொன்றுவிட்டு விரைவில் இங்கு வந்துவிடுவேன். நீ தயவு செய்து சீதைக்குக் காவலாக இரு. அவளை ஒரு கணம்கூடத் தனியாக விட்டுவிடாதே. ஆபத்தை எதிர்பார்த்து எச்சரிக்கையோடு இரு. ஆபத்து நமக்கு மிக அருகில் இருப்பதை என்னால் உணர முடிகிறது. நம் வாழ்வில் ஏதோ ஒரு நெருக்கடி நிகழவிருப்பது போன்ற ஓர் உணர்வு என்னுள் எழுகிறது. சீதையை உன் உயிரைக் கொடுத்தேனும் காப்பாற்று. நான் அந்த மானோடு திரும்பி வருவேன்," என்று கூறினான்.

பிறகு அவன் தன்னுடைய வாளைத் தன் இடையில் கட்டிக் கொண்டு, தன் வில்லையும் அம்பறாத்தூணியையும் எடுத்துக் கொண்டு, சீதையைப் பார்த்துப் புன்னகைத்தான். அவள் அவனைக் காதலோடு பார்த்தாள். தன் கணவன் தனக்காக அந்த மானைப் பிடித்துக் கொண்டுவருவான் என்ற நம்பிக்கை அவளுடைய பார்வையில் தெரிந்தது. ராமன் அக்காட்டின் எல்லையை அடைந்தபோது, பின்னால் திரும்பி மீண்டும் சீதையை ஒரு முறை பார்த்தான். அவள் அவ்வளவு மகிழ்ச்சியாக இருப்பதைப் பார்ப்பது அதுவே அவனுக்குக் கடைசி முறை. அவளுடைய அகன்ற கண்களும், உற்சாகம் தெறித்தப் பார்வையும், அவளுடைய வசீகரமான புன்னகையும் பல மாதங்கள் அவனுடைய மனத்தைக் கலங்கடிக்கவிருந்தன.

ராமன் அந்த மானை நோக்கித் திரும்பினான். அது அவனுக்கு முன்னால் துள்ளித் திரிந்தது. ராமன் தேவையின்றிக் கவலைப்படவில்லை. தான் விரைவில் அந்த மானைப் பிடித்துவிடுவோம் என்று அவன் உறுதியாக நம்பினான். அவன் அதைச் சாதாரணமாகப் பின்தொடர்ந்து சென்றபோதிலும், சுற்றுமுற்றும் எச்சரிக்கையோடு பார்த்தான். ராவணனின் புஷ்பக விமானம் நன்றாக மறைத்து வைக்கப்பட்டிருந்தபோதிலும், ஆபத்து மிக அருகே இருந்ததை ராமனால் உணர்ந்து கொள்ள முடிந்தது. இப்போது அந்த மான் ராமனுக்கு விளையாட்டுக் காட்டத் தொடங்கியிருந்தது. அவன் அதைக் கிட்டத்தட்டப் பிடித்துவிடும் நிலையில் இருந்தபோது, அது அவனிடமிருந்து நழுவிச் சென்று, ஒரு குறும்புப் பார்வையுடன் அவனுக்கு முன்னால் நடனமாடியது. அந்தப் பார்வை, "உன்னால் முடிந்தால் என்னைப் பிடித்துக் கொள்," என்று கூறுவதுபோல இருந்தது. ராமன் பொறுமையிழக்கத் துவங்கினான். லேசான கவலையும் அவனைப் பற்றிக் கொள்ளத் துவங்கியிருந்தது. ஏனெனில், பொழுது வேகமாகக் கரைந்து கொண்டிருந்தது. அந்த மான் அவனைக் காட்டிற்குள் மேன்மேலும் வெகுதூரம் அழைத்துச் சென்று கொண்டிருந்ததுபோலத் தோன்றியது. மேகங்களுக்கு நடுவே நிலவு கண்ணாமூச்சி விளையாடுவதைப்போல, அந்த மானும் சில சமயங்களில் அவனுடைய பார்வைக்குத் தென்பட்டுப் பிறகு திடீரென்று காட்டிற்குள் ஓடி மறைந்தது. சில சமயங்களில் அது தன் தலையைத் திருப்பி ராமனை பயத்தோடு பார்த்தது. மற்ற சமயங்களில் தான் முற்றிலும் களைத்துப் போயிருந்ததுபோலவும், அதனால் ஓய்வெடுப்பதுபோலவும் அது பாசாங்கு செய்தது. அதைப் பிடிக்க ராமன் தன் கையை நீட்டியவுடன், ஒரு வில்லிலிருந்து விடுவிக்கப்பட்ட ஓர் அம்பைப்போல அது அவனிடமிருந்து துள்ளி ஓடி, அவனை ஏளனமாகப் பார்த்தது. இறுதியில், ஆசிரமத்திலிருந்து தான் வெகுதூரம் வந்துவிட்டிருந்ததை ராமன் உணர்ந்தான். மேலும், இது ஒரு சாதாரணமான மான் அல்ல, லட்சுமணன் சந்தேகித்திருந்ததைப்போல இது ஓர் அரக்கன்தான் என்பதையும் அவன் உணர்ந்து கொண்டான். அவன் சிறிது நேரம் அசையாமல் நின்றான். அப்போது அந்த மான் திடீரென்று அவன் முன்னால் தோன்றியது. அவன் அதை நோக்கி விரைந்தான், ஆனால் அது பீதியடைந்து அங்கிருந்து ஓட்டம் பிடித்தது. அதைப் பிடிப்பது இயலாத காரியமாக இருந்ததால், இனி அதைக் கொல்வதைத் தவிர வேறு வழியில்லை என்று ராமன் தீர்மானித்தான். அவன் அந்த மானைக் குறி பார்த்து ஓர் அம்பை எய்தான். அது துல்லியமாக அந்த விலங்கைத் தாக்கி அதன் உடலை இரண்டாகப் பிளந்தது. மாரீசன் அலறிக் கொண்டே தரையில் சரிந்தான். இப்போது அவன் மீண்டும் அரக்க வடிவை எடுத்திருந்தான். லட்சுமணன் கூறியது

சரிதான், இது அந்தக் கொடிய அரக்கன் மாரீசன்தான் என்பதை ராமன் அறிந்தான். மாரீசனின் உயிர் அவனுடைய உடலைவிட்டு வேகமாகப் பிரிந்து கொண்டிருந்தது. அவன் தன் கடைசி மூச்சைக் கையில் பிடித்தபடி, ராமனின் குரலில், “ஆ! சீதா! லட்சுமணா!” என்று சத்தமாகக் கத்தினான்.

மாரீசன் தன்னுடைய குரலில் அப்படிச் சத்தமிட்டதைக் கேட்ட ராமன் பெரும் குழப்பத்திற்கு ஆளானான். இந்த ஒட்டுமொத்த நாடகமும் ஆசிரமத்திலிருந்து தன்னை வெகுதூரம் அழைத்து வருவதற்காக நடத்தப்பட்ட ஒரு தந்திரமே என்பதை அவன் உணர்ந்தான். இப்போது இந்தக் கூக்குரல்கூட லட்சுமணனைத் தன் உதவிக்கு அழைக்கும் சாக்கில் அவனையும் ஆசிரமத்திலிருந்து வெகுதூரம் அழைத்து வருவதற்காக மாரீசன் செய்திருந்த தந்திரமே என்பதும் அவனுக்கு உறைத்தது. திடீரென்று, அவன் அஞ்சி நடுங்கினான். தன் அன்பு மனைவியின் பாதுகாப்புக் குறித்து அவன் பயந்தான். அவளுக்கு ஏதேனும் தீங்கு நேர்ந்துவிட்டால் என்ன செய்வது? லட்சுமணன் தன் உயிரைக் கொடுத்தேனும் சீதையைக் காப்பாற்றுவான் என்பதில் அவன் உறுதியான நம்பிக்கைக் கொண்டிருந்தபோதிலும், மாரீசனின் இந்தக் கூக்குரல் அவனுக்கு மனக்கலக்கத்தை உண்டாக்கியது. இக்குரலைக் கேட்டவுடன் சீதை துயரம் கொண்டு பதற்றமடைவாள் என்பதையும், தன்னுடைய கணவன் ஆபத்தில் இருந்ததாக அவள் நம்பக்கூடும் என்பதையும் ராமன் அறிந்திருந்தான். எனவே, அவன் தன்னால் இயன்ற அளவு வேகமாகத் தன் ஆசிரமத்தை நோக்கி ஓடத் துவங்கினான். ஆனால் அவன் அந்த ஆசிரமத்திலிருந்து வெகுதூரம் வந்துவிட்டிருந்தான்.

இதற்கிடையே, அந்த ஆசிரமத்தில், உதவி கேட்டு ராமன் விடுத்தப் பரிதாபகரமான கூக்குரல் சீதையின் காதுகளில் விழுந்தது. பயத்தில் அவள் உறைந்து போனாள். அந்தக் குரல் தன்னுடைய அன்புக் கணவனின் குரல்தான் என்றும், அவன் பெரும் ஆபத்தில் இருந்தான் என்றும் அவள் உறுதியாக நம்பினாள். யாராலும் வெல்லப்பட முடியாத ஒரு வீரன் அவன் என்பதை அவள் மறந்துவிட்டாள். அந்தப் பரிதாபகரமான குரல் அவளுடைய சிந்திக்கும் ஆற்றலை அவளிடமிருந்து முற்றிலுமாகப் பறித்துவிட்டிருந்தது. அவள் ஒரு வேதனையான பார்வையுடன் லட்சுமணனிடம் திரும்பி, “என் கணவனின் குரல் உனக்குக் கேட்டதா? அவர் ஆபத்தில் இருக்கிறார். நீ இங்கிருந்து உடனடியாகச் சென்று அவருக்கு உதவ வேண்டும். அவர் அந்த அரக்கர்களுக்கு நடுவே மாட்டிக் கொண்டிருக்கக்கூடும். அவருடைய உயிருக்கு ஆபத்து ஏற்பட்டிருக்கிறது. இல்லையென்றால் அவர் ஒருபோதும் அப்படிக் குரல் கொடுக்க மாட்டார். லட்சுமணா, இனி ஒரு கணம்கூடத் தயங்காதே. உடனடியாக அவருக்கு உதவப் போ,” என்று கூறி அவனை அவசரப்படுத்தினாள்.

ஆனால் லட்சுமணன் தன் இடத்திலிருந்து ஓர் அங்குலம்கூட நகரவில்லை. மாரீசனின் குரல் அவனைத் துளிகூடக் கலங்கச் செய்யவில்லை. ஏனெனில், மாரீசனின் தந்திரம்தான் அது என்பதை அவன் உணர்ந்தான்.

சீதை பயத்தாலும் கோபத்தாலும் நடுங்கிக் கொண்டிருந்தாள். அங்கிருந்து போகுமாறு லட்சுமணனிடம் அவள் மீண்டும் மீண்டும் கெஞ்சினாள். லட்சுமணன் செய்வதறியாமல் தவித்தான். கடைசியில், “சண்டையில் ராமனை யாராலும் வீழ்த்த முடியாது என்பது உங்களுக்குத் தெரியாதா? அவர் தனியொருவனாக நூற்றுக்கணக்கான அரக்கர்களைக் கொன்று குவித்ததை நீங்கள் உங்கள் சொந்தக் கண்களால் பார்த்தீர்கள், இல்லையா? அவருடைய சக்தியின்மீது உங்களுக்கு நம்பிக்கை இல்லையா? நான் அந்த மானைப் பார்த்த உடனேயே அது ஓர் அரக்கனாகத்தான் இருக்க வேண்டும் என்பதை அறிந்து ராமனை எச்சரித்தேன். ஆனால் ராமன் என் குரலுக்குச் செவிசாய்க்கவில்லை. ஏனெனில், அவர் உங்கள் விருப்பத்தை நிறைவேற்றி உங்களை மகிழ்ச்சிப்படுத்த விரும்பினார். அவர் விரைவில் திரும்பிவிடுவார். அதற்கு நான் உத்தரவாதம் கொடுக்கிறேன். நாம் கேட்டக் குரல் ராமனுடையது அல்ல, அது மாரீசனுடைய குரல். நான் உங்கள் பக்கத்தில் இருந்து உங்களுக்குக் காவல் புரிய வேண்டும் என்று ராமன் என்னிடம் கேட்டுக் கொண்டுள்ளார். இக்கணத்தில் உங்களைத் தனியாக இங்கே விட்டுச் செல்வது மிகவும் ஆபத்தானதாக இருக்கும். ஏதோ ஆபத்து இவ்விடத்தை நெருங்கிக் கொண்டிருப்பது போன்ற ஓர் உணர்வு எனக்கு ஏற்படுகிறது. ராமனும் அதை உணர்ந்தார். அதனால்தான், என்ன நிகழ்ந்தாலும் நான் உங்களுக்குப் பக்கத்திலேயே இருக்க வேண்டும் என்று அவர் என்னிடம் சத்தியம் வாங்கிக் கொண்டார்,” என்று அவன் கூறினான்.

சீதை அவன்மீது கடுஞ்சினம் கொண்டாள். அவளுடைய பயம் அவளுடைய அறிவை மழுங்கடித்தது. தன் கணவன் ஆபத்தில் இருந்தான், அவனுக்கு உதவச் செல்வதற்கு அவனுடைய சகோதரன் மறுத்துக் கொண்டிருந்தான் என்ற எண்ணம் மட்டும்தான் அவளுடைய மனத்தில் இருந்தது. அவள் அந்த ஆசிரமத்தைவிட்டு வேகமாக வெளியேறி, “நீ போகாவிட்டால் நான் போவேன்,” என்று லட்சுமணனைப் பார்த்துக் கத்தினாள்.

வேகமாக வெளியே ஓடிக் கொண்டிருந்த அவளை லட்சுமணன் பாய்ந்து சென்று பிடித்தான். ஒரு கணம் அவர்கள் இருவருமே அதிர்ச்சியடைந்து ஒருவரை ஒருவர் மிரட்சியோடு பார்த்தனர். லட்சுமணன் அவளைத் தொட்டதோ அல்லது அவளுடைய முகத்தை முழுமையாகப் பார்த்ததோ அவனுடைய வாழ்வில் அதுதான் முதல் முறை. எனவே இருவருமே அதிர்ச்சியடைந்தனர். அவன் அவசர அவசரமாகத் தன் கைகளை விலக்கிக் கொண்டு அவளிடம்

மன்னிப்புக் கோரினான். தன் கணவன் குறித்து அவள் கொண்டிருந்த அர்த்தமற்ற பயம், லட்சுமணனைப் பற்றி மிக மோசமாக அவளைப் பேச வைத்தது. விதியால் தூண்டப்பட்டிருந்த அந்தப் பாவப்பட்டப் பெண், தான் என்ன பேசிக் கொண்டிருந்தோம் என்பதை அறியாமல் பின்வருமாறு லட்சுமணனைத் தூற்றினாள்.

"நீ ராமனுக்கு நம்பிக்கைத் துரோகம் இழைக்கிறாய். நீ ராமனைப் பின்தொடர்ந்து காட்டிற்குள் வந்ததற்குப் பின்னால் ஓர் உச்சகட்ட உள்நோக்கம் இருக்கிறது. ஒன்று, நீ பரதனின் கைப்பாவையாக இருக்க வேண்டும், அல்லது ராமன் இறந்துவிட்டால் என்னை உனக்குச் சொந்தமாக்கிக் கொள்ளலாம் என்ற எண்ணம் உனக்கு இருக்க வேண்டும். ஆனால் நான் உனக்கு ஒன்றைக் கூறிக் கொள்ள விரும்புகிறேன். நீ உடனடியாக இங்கிருந்து போகாவிட்டால் நான் இங்கேயே என் உயிரை மாய்த்துக் கொள்வேன். நீ என்னைத் தொட நான் ஒருபோதும் அனுமதிக்க மாட்டேன்."

மென்மையான சீதையிடமிருந்து வந்த இந்தக் கொடூரமான வார்த்தைகளைக் கேட்ட லட்சுமணன் அவமானத்தால் சுருண்டான். அவன் தன் கைகளைக் குவித்தபடி அவள் முன்னால் நின்று கொண்டு, "நான் உங்களை எப்போதும் ஒரு தாயாகவே பார்த்து வந்துள்ளேன். நான் அயோத்தியைவிட்டுப் புறப்பட்டபோது, ராமனை என் தந்தையாகவும் உங்களை என் தாயாகவும் நான் கருத வேண்டும் என்று என் தாயார் எனக்கு அறிவுறுத்தினார். நீங்கள் எனக்கு ஒரு கடவுள் போன்றவர். நீங்கள் இப்போது என்னைப் பற்றிக் கூறிய விஷயங்களுக்காக நான் உங்கள்மீது கோபப்படப் போவதில்லை. உங்கள் கணவனின் உயிர் குறித்து நீங்கள் கொண்டுள்ள பயம்தான் உங்களை அவ்வாறு பேசத் தூண்டியது என்பதில் சந்தேகமில்லை. நீங்கள் இதுபோலப் பேசி நான் ஒருபோதும் கேட்டதில்லை. நீங்கள் என்மீது ஓர் அபாண்டமான பழியைச் சுமத்துகிறீர்கள். ஆனால் நான் முற்றிலும் களங்கமற்றவன். இப்படிப்பட்ட வார்த்தைகளை என்னால் தாங்கிக் கொள்ள முடியாது. நான் இப்போதே ராமனைத் தேடிச் செல்வேன், ஆனால் உங்களுக்கு ஏதோ ஆபத்து நிகழவிருக்கிறது என்று எனக்கு பயமாக இருக்கிறது. தயவு செய்து என்னை இங்கிருந்து போகும்படி கட்டாயப்படுத்தாதீர்கள்," என்று கூறினான்.

ஆனால் சீதை ஒரு சாதாரணப் பெண்ணைப்போல நடந்து கொண்டாள். அவன் அங்கிருந்து போகாவிட்டால் தான் தற்கொலை செய்து கொள்ளப் போவதாக அவள் மீண்டும் அவனை அச்சுறுத்தினாள். அவள் அவனைத் தகாத வார்த்தைகளால் சாடினாள். ஆற்றிலோ அல்லது நெருப்பிலோ குதித்துத் தன் உயிரை மாய்த்துக் கொள்ளப் போவதாக அவள் அவனை மிரட்டினாள். லட்சுமணன் பீதியடைந்தான், செய்வதறியாமல் திகைத்தான். கடைசியில், தன் கண்களில் கண்ணீருடன், "சரி, நான் இங்கிருந்து போகிறேன். ஆனால்

இக்குடிலைச் சுற்றி மாய வட்டம் ஒன்றை நான் வரையப் போகிறேன். நீங்கள் அந்த வட்டத்திற்குள் இருக்கும்வரை நீங்கள் பாதுகாப்பாக இருப்பீர்கள். எனவே, தயவு செய்து நீங்கள் அந்த வட்டத்திற்கு வெளியே வந்துவிடாதீர்கள். நான் மிகுந்த தயக்கத்தோடுதான் இங்கிருந்து போகிறேன். நான் உங்களைத் தனியாக விட்டுவிட்டு வந்திருப்பதைப் பார்க்கும்போது என் அண்ணன் என்மீது கோபம் கொள்வார் என்பது நிச்சயம். ஆனால் ஒரே சமயத்தில் உங்கள் இருவரையும் என்னால் திருப்திப்படுத்த முடியாது என்பதுபோலத் தோன்றுகிறது," என்று கூறிவிட்டுத் தன் வில்லின் முனையைக் கொண்டு சீதையைச் சுற்றி ஒரு மாய வட்டத்தை வரைந்தான். பிறகு அவன் சில மந்திரங்களைக் கூறினான். இறுதியில், சீதையைப் பணிந்து வணங்கினான்.

"வேகமாகப் போ! வேகமாகப் போ!" என்று மட்டுமே சீதையால் கூற முடிந்தது. லட்சுமணன் பல முறை பின்னால் திரும்பிப் பார்த்தபடி, தயக்கத்தோடும் வருத்தத்தோடும் அந்த ஆசிரமத்திலிருந்து மெல்ல மெல்ல அடியெடுத்து வைத்து வெளியேறினான்.

சீதையின் சிறையெடுப்பு

ஆசிரமத்திலிருந்து தான் வெளியேற வைக்கப்பட்டிருந்த விதம் குறித்தும், ராமனுக்குத் தான் நம்பிக்கைத் துரோகம் இழைக்கும்படி செய்யப்பட்டிருந்தது குறித்தும் லட்சுமணன் மிகுந்த துயரமும் கோபமும் கொண்டான். ஆனால் சீதையின் கடுமையான வார்த்தைகளை அவனால் தாங்கிக் கொள்ள முடியவில்லை. அது அவனால் முடியாது என்பதை சீதை நன்றாக அறிந்திருந்தாள். உண்மையில், அந்தப் பொல்லாத வார்த்தைகளைக் கூறிய மறுகணமே சீதை அது குறித்து வருந்தினாள், ஆனால் ராமனைக் குறித்து அவள் கொண்டிருந்த பயமும் பதற்றமும் அவளுடைய அறிவையும் சிந்தனைத் திறனையும் அவளிடமிருந்து முற்றிலுமாகப் பறித்திருந்தன.

லட்சுமணனுக்கும் சீதைக்கும் இடையே நடைபெற்ற உரையாடலைக் கேட்டபடி, லட்சுமணன் அங்கிருந்து விரைவாக வெளியேறுவதற்காக அருகே ஓரிடத்தில் மறைந்து நின்று ராவணன் காத்துக் கொண்டிருந்தான். நேரம் கரைந்து கொண்டிருந்தது. ராமன் திரும்பி வருவதற்குள் அவன் அவளைச் சிறைபிடித்துச் சென்றாக வேண்டியிருந்தது. ராமனுடன் அக்கணத்தில் நேருக்கு நேர் சண்டையிட அவன் விரும்பவில்லை. மாரீசனின் கூக்குரலைக் கேட்டவுடனேயே, தன் மாமன் மடிந்துவிட்டிருந்தான் என்பதை அவன் அறிந்து கொண்டான். ஆனால் தன் மாமனின் மரணத்திற்குத் தான்தான் காரணம் என்ற எந்தக் குற்றவுணர்வும் அவனுக்குள் எழவில்லை. மாரீசன் தன் பங்கை ஆற்றியிருந்தான் ராவணனுக்கு அது போதுமானதாக இருந்தது.

லட்சுமணன் அங்கிருந்து போகும்வரை ராவணன் சற்றுப் பதற்றமாகவே இருந்தான். லட்சுமணன் முற்றிலுமாகத் தன் பார்வையிலிருந்து மறைந்தபோது, ராவணன் ஒரு துறவிபோல வேடமணிந்து கொண்டான். காவியுடை, ஜடாமுடி, மரப் பாதுகைகள் ஆகியவற்றுடன் அவன் ஓர் உண்மையான துறவியைப்போலவே காட்சியளித்தான். அவனுடைய ஒரு கையில் ஒரு குடையும் ஒரு கோலும் இருந்தன. இன்னொரு கையில் ஒரு கமண்டலம் இருந்தது.

அவன் ஆர்வத்தோடு அந்த ஆசிரமத்தை நோக்கி நடந்தான். சீதை உள்ளே சென்றிருந்தாள். லட்சுமணன் வரைந்துவிட்டுச் சென்றிருந்த மாய வட்டத்திற்குள்ளே ராவணனால் அடியெடுத்து வைக்க முடியாததால், அவன் வெளியே இருந்தபடியே, "யாசகம் வேண்டி வந்திருக்கிறேன்!" என்று உரத்தக் குரலில் கூறினான்.

சீதை தன் ஆசிரமத்தின் கதவிற்கு அருகே வந்து நின்று வெளியே எட்டிப் பார்த்தாள். ராவணனால் தன் மகிழ்ச்சியைக் கட்டுப்படுத்திக் கொள்ள முடியவில்லை. எப்பேற்பட்ட அழகி என்று அவன் வியந்தான். அவன் தன் அந்தப்புரத்திற்காக இவ்வுலகில் பல அழகான பெண்களைச் சிறையெடுத்துச் சென்றிருந்தான். ஆனால் இப்பெண்ணைப் போன்ற ஒரு பேரழகியை அவன் ஒருபோதும் பார்த்திருக்கவில்லை. சீதை தன் கண்களை அகல விரித்தபடி அங்கு நின்றாள். சீதையின் வசீகரம் ராவணனைக் கட்டிப் போட்டது. ஒருசில நிமிடங்களுக்கு அவனால் அசையவோ அல்லது பேசவோ முடியவில்லை. அவளைத் தன் கண்களால் அவன் விழுங்கிக் கொண்டிருந்தான். தான் பார்த்திருந்த பெண்களில் மிகப் பெரிய அழகி இவள்தான் என்பதை அறிந்த அவனுக்கு அவளைத் தன்னுடையவளாக ஆக்கிக் கொள்ள வேண்டும் என்பது ஓர் அவசரத் தேவையாக ஆனது. மிகவும் சிரமப்பட்டுத் தன்னைக் கட்டுப்படுத்திக் கொண்டபடி, சில வேத மந்திரங்களைக் கூறி, துறவறத்தில் தான் அடைந்திருந்த மேன்மையான நிலையை சீதைக்கு அவன் அறிவித்தான். பெண்களைக் கவர்வதில் கடந்தகாலத்தில் அவன் ஒரு மாபெரும் கலைஞனாக இருந்திருந்தான். ஆனால் சீதையின் விஷயத்தில் அவன் பாசாங்கு எதுவும் செய்ய வேண்டியிருக்கவில்லை. ஏனெனில், மனத்தைக் கொள்ளை கொள்ளும் அவளுடைய அழகு அவனை முற்றிலுமாகக் கட்டிப் போட்டிருந்தது.

அவனுடைய பச்சைநிறக் கண்களில் காமம் கொழுந்துவிட்டு எரிந்தது. அவன் சீதையைப் பார்த்து, "பேரழகியே, தனியாக இக்காட்டில் வசிக்கும் நீ யார்? எந்த தெய்வீகக் கைகள் உன்னை வடித்தன என்று நான் வியக்கிறேன். உன் முகமும் உன் புன்னகையும் மனத்தைக் கவர்வனவாக இருக்கின்றன. நீ ஒரு சாதாரண மனிதப் பிறவி என்பதை என்னால் நம்ப முடியவில்லை. நீ சிவனின் மனைவி பார்வதியாகவோ அல்லது இந்திரனின் மனைவி சாச்சியாகவோ இருக்க வேண்டும். உன்னுடைய அழகால் நான் வாயடைத்துப் போயுள்ளேன். நீ எப்படி இந்த இருண்ட காட்டில் தனியாக வாழ்ந்து கொண்டிருக்கிறாய்? உனக்குப் பொருத்தமான இடம் இதுவல்ல. மாடங்களும் அழகான தோட்டங்களும் நிறைந்த ஓர் அரண்மனையில் வாழ வேண்டியவள் நீ. அரக்கர்களும் கொடிய விலங்குகளும் நிறைந்த இந்த ஆபத்தான காட்டில் உன்னைக் கைவிட்டுவிட்டுச் சென்ற கொடுமைக்காரன் யார்?" என்று கேட்டான்.

உணர்ச்சிகளைக் கிளர்ந்தெழச் செய்யக்கூடிய அவனுடைய வார்த்தைகளும் அவனுடைய தோற்றமும் சீதைக்கு தர்மசங்கடத்தை ஏற்படுத்தின. ஆனாலும் அவன் ஒரு வயதான துறவி என்று நினைத்த சீதை, காவியுடை அணிந்திருந்தவர்களிடம் மரியாதையின்றி நடந்து கொள்வது நன்னடத்தை நெறிக்குப் புறம்பானது என்று கருதினாள். ஏற்கனவே ராமனைப் பற்றிய கவலையுடன் இருந்த அவள், அவனுடைய வரவை எதிர்பார்த்து அந்த வாசலையே தொடர்ந்து பார்த்துக் கொண்டிருந்தாள். ஆனாலும், இந்த வயதான துறவியையும் அவளால் உதாசீனப்படுத்த முடியவில்லை. ஏனெனில், தான் அவனுக்குத் தேவையானவற்றைக் கொடுத்து உபசரிக்காவிட்டால் அவன் தன்னைச் சபித்துவிடக்கூடும் என்று அவள் பயந்தாள்.

எனவே, அவள், "என் பெயர் சீதை. நான் மிதிலை மன்னன் ஜனகனின் மகள், தசதர மன்னனின் மகன் ராமனின் மனைவி. நான் என் கணவனோடு இந்தக் காட்டிற்கு வந்திருக்கிறேன். பதினான்கு ஆண்டுகள் அவருக்கு வனவாசம் விதிக்கப்பட்டிருக்கிறது. அவருடைய சகோதரன் லட்சுமணனும் எங்களுடன் வந்திருக்கிறான். என் கணவனைப் பிரிந்து என்னால் வாழ முடியாது. என் கணவராலும் என்னைப் பிரிந்திருக்க முடியாது. அதனால்தான் நானும் அவரோடு இக்காட்டிற்கு வந்திருக்கிறேன். நான் விரும்பிய ஒரு மானைப் பிடித்து வருவதற்காக அவரும் அவருடைய சகோதரனும் போயிருக்கின்றனர். நீங்கள் விரும்பினால், அவர்கள் திரும்பி வரும்வரை இங்கேயே காத்திருக்கலாம். நீங்கள் அந்த வட்டத்திற்கு வெளியே உட்கார்ந்து கொள்ளுங்கள். ஏனெனில், அதைத் தாண்டி யாராலும் உள்ளே வர முடியாது. நான் உங்களுக்குச் சிறிது உணவு கொண்டுவருகிறேன்," என்று கூறினாள்.

பிறகு அவள் தன் குடிலுக்குள் சென்றாள். அவளுடைய ஒவ்வோர் அசைவையும் ராவணன் தன் கண்களில் காம வெறியுடன் கவனித்துக் கொண்டிருந்தான்.

அவனுடைய பாதங்களைக் கழுவுவதற்குச் சிறிது நீருடனும், அவன் உட்காருவதற்கு ஒரு பலகையுடனும், அவன் சாப்பிடுவதற்குச் சிறிது உணவுடனும் சீதை வெளியே வந்தாள். தனக்கு முன்னால் நின்ற அந்நபரை அவள் சிறிதும் சந்தேகிக்கவில்லை. லட்சுமணன் வரைந்திருந்த அந்த வட்டத்தைவிட்டு அவள் அப்பாவித்தனமாக வெளியே வந்து, அந்தத் துறவியை உபசரிப்பதற்காக எல்லாவற்றையும் தயார் செய்தாள். பிறகு மரியாதையோடு அவனுக்குப் பக்கத்தில் நின்று கொண்டு, உணவு உட்கொள்ளும்படி அவனிடம் கேட்டுக் கொண்டாள்.

இத்தகைய உபசரிப்புகளில் வீணாக்குவதற்கு ராவணனிடம் நேரம் இருக்கவில்லை. எனவே, அவன் தன் வரவுக்கான நோக்கத்தை உடனடியாக அவளிடம் தெரிவித்தான். "இளவரசியே! அரக்கர்களின்

அரசனான ராவணனைப் பற்றி நீ கேள்விப்பட்டிருப்பாய் என்று நினைக்கிறேன். அவனுடைய பெயரைக் கேட்டாலே எல்லோருடைய இதயங்களும் பயத்தால் உறைந்து போகும். நான்தான் அந்த ராவணன். உன்னுடைய அழகைப் பற்றி என் சகோதரி சூர்ப்பனகையின் வாயிலாகத் தெரிந்து கொண்ட நாளிலிருந்து, வேறு எதைப் பற்றியும் என்னால் நினைத்துப் பார்க்க முடியவில்லை. இப்போது நான் உன்னைப் பார்த்துவிட்டேன். என் இதயம் மகிழ்ச்சியால் நிரம்பி வழிகிறது. என் சகோதரி உன் அழகை மிகக் குறைவாகவே விவரித்திருக்கிறாள் என்று எனக்குத் தோன்றுகிறது. நீ என்னை முற்றிலுமாக ஆட்கொண்டுவிட்டாய். உன்னைத் தவிர வேறு எந்தப் பெண்ணும் எனக்கு வேண்டாம். என்னுடன் வா. நான் உன்னை என் முதன்மை அரசியாக ஆக்குகிறேன். என் தலைநகரம் இலங்கை எனும் ஒரு தீவில் அமைந்துள்ளது. உலகிலேயே மிகவும் அழகான நகரம் அதுதான். அங்கு உனக்கென்று சொந்தமாக ஓர் அற்புதமான அரண்மனையை நான் தருகிறேன். இந்த பயங்கரமான காட்டிற்கு பதிலாக அந்த அரண்மனையின் அழகான தோட்டங்களில் நீ சுற்றித் திரியலாம். இந்தத் துயரமான வழ்க்கையை உதறித் தள்ளிவிட்டு என்னோடு வந்து என் அரசியாக இரு."

துறவி என்று தான் நினைத்த ஒருவனுடைய வாயிலிருந்து வெளிவந்த இத்தகைய வெறுக்கத்தக்க வார்த்தைகளைக் கேட்டபோது சீதை கடுங்கோபம் கொண்டாள். அவள் அவனைக் கண்டு பயப்படவில்லை.

மாறாக, தன் கண்களில் கோபம் கொப்பளிக்க, அவனை ஏளனமாகப் பார்த்தபடி, "கயவனே, நான் கூறுவதை நன்றாகக் கேட்டுக் கொள்! உலகிலேயே மிக உன்னதமான மனிதனின் மனைவி நான். ஆனால் மிகவும் வெறுக்கத்தக்க நபர் நீ. என் கணவனை விட்டுவிட்டு நான் உன்னுடன் வருவேன் என்று நீ எதிர்பார்க்கிறாயா? என்னிடம் இப்படிப் பேசுவதற்கு உனக்கு என்ன துணிச்சல்? உன் பெயரைப் பற்றியோ, உன் புகழைப் பற்றியோ, அல்லது உன் செல்வத்தைப் பற்றியோ எனக்கு என்ன அக்கறை? அனைத்து நற்பண்புகளின் உறைவிடமாகத் திகழும் என் கணவரைத் தவிர வேறோர் ஆண்மகனை நான் ஒருபோதும் ஏறெடுத்துக்கூடப் பார்க்க மாட்டேன். உன்னுடைய கேடுகெட்ட எண்ணங்களைக் கைவிட்டுவிட்டு, என் கணவன் திரும்பி வருவதற்குள் இங்கிருந்து வேகமாகப் போய்விடு. இல்லையேல் அவர் கைகளால் உன் மரணம் நிகழப் போவது நிச்சயம்," என்று கூறினாள்.

அவள் இவ்வளவு துணிச்சலாகப் பேசியபோதிலும், திடீரென்று அவளுடைய மனத்தை பயம் ஆக்கிரமித்துக் கொண்டது. ஏனெனில், தான் முற்றிலும் ஆதரவற்ற நிலையில் இருந்ததை அவள் உணர்ந்தாள். தான் தனியாக இருந்தோம், ஒரு கயவனின் தயவில் இருந்தோம் என்ற உணர்வு அவளுக்கு பீதி ஏற்படுத்தியது.

ராவணன் அவளுடைய நடுக்கத்தைக் கண்டுகொண்டான். ஆனால் அவள்மீது வன்முறையைப் பயன்படுத்த அவன் விரும்பவில்லை. அப்படிச் செய்தால் அவள் தன்னை வெறுக்கக்கூடும் என்று அவன் நினைத்ததுதான் அதற்குக் காரணம். நேரம் வேகமாகக் கரைந்து கொண்டிருந்தபோதிலும், அவன் தன்னுடைய புகழைப் பறைசாற்றிய கதைகளால் அவளுடைய மனத்தை வசியப்படுத்த முயற்சித்தான். “சீதா, நான் எப்பேற்பட்டக் கீர்த்திமான் என்பதை நீ உணரவில்லை. என்னால் செய்ய முடியாதது எதுவும் கிடையாது. நான் மூவுலகையும் வென்றிருக்கிறேன். தேவர்கள்கூட எனக்குத் தலைவணங்குகின்றனர். என்னிடம் இருக்கும் அற்புதமான புஷ்பக விமானத்தால் காற்றின் ஊடாகப் பறந்து செல்ல முடியும். நான் உன்னை நிலங்களுக்கு மேலாகவும் கடலுக்கு மேலாகவும் கூட்டிச் சென்று, கனவில்கூட உன்னால் நினைத்துப் பார்க்க முடியாத அற்புதங்களையெல்லாம் உனக்குக் காட்டுவேன். ராமனைப் போன்ற ஒரு பலவீனமான மனிதனால் பெரிதாக என்ன செய்துவிட முடியும்? அவன் தன் தந்தையால் காட்டுக்குத் துரத்தப்பட்டான். தன் சிற்றன்னையின் வார்த்தைகளுக்கு எதிராகச் செயல்படும் துணிச்சல் அவனுக்கு இருக்கவில்லை. அப்படிப்பட்ட ஒரு கோழையுடன் இருப்பது உன்னைப் போன்ற அழகிக்கு நல்லதல்ல. நீ என்னுடன் வந்து, என் நகரத்தில் இன்பமாக வாழலாம். நீ ஆசைப்படுவதையெல்லாம் நான் உனக்கு வாரி வழங்கத் தயாராக இருக்கிறேன்.”

சீதை உளக்கொதிப்போடு, “நீ உன்னதமானவன் என்று கூறுகிறாய். ஆனால் உன் நடத்தை இழிவினும் இழிவாக இருக்கிறது. நீ என்னைத் தொட்டால் உன்னால் உயிர்வாழ முடியாது. ராமனின் அம்புகள் உன்னுடைய மார்பைத் துளைத்துப் பிளந்துவிடும். நீ தேவையில்லாமல் ஒரு தூக்குக் கயிற்றுக்குள் உன் தலையை நுழைத்துக் கொண்டிருக்கிறாய். உன் உயிர்மீது உனக்கு ஆசை இருந்தால் இக்கணமே இங்கிருந்து ஓடிப் போய்விடு,” என்று பதிலளித்தாள்.

ராவணன் மெல்ல மெல்லத் தன் பொறுமையை இழந்து கொண்டிருந்தான். அவனை இதற்கு முன்பு யாரும் எதற்காகவும் தடுத்ததில்லை, குறிப்பாக ஒரு பெண்ணுக்கு அத்தகைய துணிச்சல் ஒருபோதும் ஏற்பட்டதில்லை. சீதையை வெகு சுலபமாக அபகரித்துச் சென்றுவிடலாம் என்று அவன் திட்டமிட்டிருந்தான், ஆனால் நேரம் விரைவாக ஓடிக் கொண்டிருந்தது. கடைசியாக ஒருமுறை அவன் அவளை ஒப்புக் கொள்ள வைக்க முயற்சித்தான்.

“கடைசி முறையாக நான் உன்னிடம் கெஞ்சிக் கேட்கிறேன். நான் கூறுவதைக் காதுகொடுத்துக் கேள். நீ என் மனைவியாக ஆகிவிடு. என்னோடு ஒப்பிடுகையில் ராமன் மிகவும் தாழ்ந்தவன். அவன் அங்குமிங்கும் சுற்றித் திரிகின்ற ஒரு பரதேசி. அவனுக்கென்று ஒரு ராஜ்யம்கூடக் கிடையாது. அவனை மறந்துவிட்டு என்னோடு

வந்துவிடு," என்று கூறிய அவன், தன்னுடைய மாறுவேடத்தைக் கலைத்துவிட்டு, ஓர் அரக்கனுக்குரிய அனைத்துப் புகழோடும் அவளுக்கு முன்னால் ஆஜானுபாகுவாக நின்றான்.

அவனை அரக்க வடிவில் பார்த்த சீதை பயந்து நடுங்கினாள். ஆனால் தன் பயத்தை மறைக்க அவள் தன்னால் இயன்ற அளவு முயன்றாள். லட்சுமணன் வரைந்த வட்டத்திற்குள் மட்டும் தான் நுழைந்துவிட்டால், தான் பாதுகாப்பாக இருப்போம் என்பதை அவள் அறிந்திருந்தாள். எனவே, அவள் மெல்ல மெல்ல அந்த வட்டத்தை நோக்கிப் பின்வாங்கத் தொடங்கினாள். லட்சுமணனின் வார்த்தைக்குக் கட்டுப்பட்டுத் தான் அந்த வட்டத்திற்குள் இல்லாமல் போனது குறித்து அவள் தன்னைத் தானே நொந்து கொண்டாள். தான் ஓட முயற்சித்தால் ராவணன் நிச்சயமாகத் தன்னைப் பிடித்துவிடுவான் என்பதை அறிந்த அவள், அங்குலம் அங்குலமாகவும் மெதுவாகவும் பின்னால் நகரத் தொடங்கினாள்.

அவள் என்ன செய்ய முயற்சித்துக் கொண்டிருந்தாள் என்பதைத் திடீரென்று ராவணன் உணர்ந்து கொண்டபோது, அவள் அந்த வட்டத்தின் விளிம்பை எட்டுவதற்குள் அவன் அவளை நோக்கிப் பாய்ந்தான். அவளுடைய நீண்ட கூந்தலைத் தன் இடது கையால் பிடித்துக் கொண்டு, தன் வலது கையை அவளுடைய தொடைகளுக்கு அடியில் வைத்துத் தூக்கி, அவளைத் தன் தோள்களின்மீது கிடத்தினான். மரங்களுக்குப் பின்னால் மறைத்து வைக்கப்பட்டிருந்த அவனுடைய புஷ்பக விமானம் இப்போது மாயாஜாலம்போல அந்த ஆசிரமத்தின் முன்னால் இருந்த புல்வெளியின்மீது வந்து நின்றது. ராவணன் அதில் ஏறி, சீதையைத் தன் மடிமீது வைத்துக் கொண்டான். அந்த ஒட்டுமொத்தக் காடும் பயத்தில் உறைந்து போய் சுவாசிக்கக்கூட மறந்து நின்றது. அங்கு இழைக்கப்பட்டுக் கொண்டிருந்த அநீதியைக் கண்டு ஒட்டுமொத்த இயற்கையும் திகைத்துப் போனதுபோலத் தோன்றியது. மரங்கள் முனகின, வலியில் முறுக்கிக் கொண்டன. பறவைகள் கீச்சிட்டபடி திக்குத் தெரியாமல் அங்குமிங்கும் பறந்தன. தரையில் மேய்ந்து கொண்டிருந்த மான்கள் அப்பறவைகளின் காட்டுக் கத்தலால் பதற்றமடைந்து, அவையும் வேதனையில் முனகின, காட்டுக்குள் ஓடிச் சென்றன. ராமனை அழைத்து வருவதற்காக அவை ஓடிச் சென்றதுபோலத் தோன்றியது.

ராவணனின் உடும்புப் பிடியிலிருந்து தன்னை விடுவித்துக் கொள்வதற்கு சீதை போராடினாள். ஆனால் அவனுடைய பிடி மேலும் மேலும் இறுகியது. வலியில் துடித்த சீதை, "ராமா! ராமா! என்னைக் காப்பாற்றுங்கள்! என்னைக் காப்பாற்றுங்கள்!" என்று அலறினாள். ஆனால் அவளுடைய குரல் ராமனுக்குக் கேட்கவில்லை. அவள் பித்துப் பிடித்தவள்போல மீண்டும் மீண்டும் கத்தினாள். "ராமா! லட்சுமணா! இந்த அரக்கன் என்னை வலுக்கட்டாயமாகத்

தூக்கிச் சென்று கொண்டிருக்கிறான். என்னைக் காப்பாற்றுங்கள்! என்னைக் காப்பாற்றுங்கள்!" என்று அவள் கதறினாள்.

ஆனால் ராவணனின் புஷ்பக விமானம் நிலத்திலிருந்து வேகமாக மேலெழும்பியது. சீதை தான் நேசித்த மரங்களையும், தன் கணவனோடு மகிழ்ச்சியாகத் தான் சுற்றித் திரிந்த காட்டையும் கண்டாள். தன்னைக் காப்பாற்றுமாறு அவள் அங்கிருந்த மலர்களிடமும் பறவைகளிடமும் கெஞ்சினாள். ராவணன் இழைத்துக் கொண்டிருந்த குற்றத்திற்காக அவனை அவள் சபித்தாள். ஆனால் ராவணன் இவை எதையும் கண்டுகொள்ளவில்லை. அவனுடைய விமானம் காற்றின் ஊடாகத் தென்திசை நோக்கி விரைந்தது. தன் திட்டம் வெற்றி பெற்றிருந்தது குறித்த மகிழ்ச்சியில் ராவணன் உற்சாகமாக இருந்தான். அப்போது ஜடாயு ஒரு மரத்தின்மீது அமர்ந்திருந்ததை சீதை கண்டாள். துரதிர்ஷ்டவசமாக, ஜடாயு அங்கு நடந்த எதையும் பார்த்திருக்கவில்லை. ஏனெனில், அது தன் சிறகுகளுக்கு நடுவே தன் தலையைப் புகுத்திக் கொண்டு அயர்ந்து தூங்கிக் கொண்டிருந்தது.

சீதை அப்பறவையைப் பார்த்தவுடனேயே, "ஐயா, இந்த அரக்கன் என்னை வலுக்கட்டாயமாகத் தூக்கிச் சென்று கொண்டிருக்கிறான். தயவு செய்து இது பற்றி ராமனிடம் கூறு," என்று உரத்தக் குரலில் கூறினாள். அவளால அதற்கு மேல் எதுவும் பேச முடியவில்லை. துக்கம் அவளுடைய தொண்டையை அடைத்தது.

சீதையின் அழுகுரல் கேட்டு ஜடாயு தன் தூக்கத்திலிருந்து கண்விழித்தது. அது ராவணனின் ரதத்தின் அருகே பறந்து சென்று, அவனுக்கு புத்திமதி கூறிப் பார்த்தது. "ராவணா, நீ செய்து கொண்டிருக்கும் காரியம் கண்டிக்கத்தக்கது. ராமன் உனக்கு எந்த விதத்திலும் தவறிழைத்திருக்கவில்லை. இந்தப் பைத்தியக்காரத்தனத்தை விட்டுவிடு. இல்லையென்றால் பின்னால் நீ மிகவும் வருத்தப்படுவாய். எனக்கு வயதாகியிருக்கலாம், என்னிடம் ஆயுதங்களும் இல்லாமல் இருக்கலாம். ஆனால் சீதையை அபகரித்துச் செல்ல நான் உன்னை அனுமதிக்க மாட்டேன். நீ இந்த முட்டாள்தனமான காரியத்தைத் தொடர்வதில் விடாப்பிடியாக இருந்தால், நீ முதலில் என்னுடன் சண்டையிட்டாக வேண்டியிருக்கும்."

இப்படிப்பட்ட ஒரு தடை தனக்கு வரும் என்று ராவணன் சிறிதும் எதிர்பார்த்திருக்கவில்லை. அப்பறவை தன்னுடைய பெரிய இறக்கைகளைக் கொண்டு தன்னுடைய புஷ்பக விமானத்தின் பாதையை மறிக்க முயற்சித்ததால் ராவணன் கடுங்கோபம் கொண்டான். ஜடாயு தன்னுடைய கூரிய நகங்களையும் அலகையும் இறக்கைகளையும் கொண்டு ராவணனுடன் சண்டையிட்டு அவனை ஒருசில இடங்களில் தீவிரமாகக் காயப்படுத்தியது. அந்தக் காயங்களிலிருந்து ரத்தம் வழியத் தொடங்கியது. ராவணன் ஜடாயுவைத் தன் அம்புகளால் குத்தித் துளைக்க முயற்சித்தான், ஆனால் ஜடாயு அந்தத் தாக்குதலை

லாவகமாகச் சமாளித்து, ராவணனின் வில்லையும் கவசத்தையும் தன் நகங்களால் குதறியது. கண்மூடித்தனமான கோபத்தில் இருந்த ஜடாயு, அந்தப் புஷ்பக விமானத்தை ராவணனோடு சேர்த்துக் கீழே தள்ளியது. அது கழுகுகளுக்கே உரிய போர்க்குரல் எழுப்பியபடி கீழே கிடந்த ராவணனை நோக்கிப் பாய்ந்து சென்று, அவனுடைய மார்பைத் தன் அலகால் குத்திக் கிழித்தது. ஜடாயுவின் வலிமையும் வீரமும் பிரமிக்க வைப்பதாக இருந்தன. அந்தப் புஷ்பக விமானம் கீழே விழுந்தபோதுகூட, ராவணன் சீதையின்மீதான தன் பிடியை விடவில்லை. ராவணன் சீதையைத் தன் கைகளில் தாங்கியபடி மீண்டும் தன் புஷ்பக விமானத்தில் விண்ணில் எழும்பினான். ஜடாயு அவனைப் பின்தொடர்ந்தது, ஆனால் அந்த வயதான பறவை இப்போது மிகவும் களைத்துப் போயும் பலவீனமாகவும் இருந்தது. ஆனாலும் அது ராவணனைப் பின்தொடர்ந்து சென்று அவனை மீண்டும் மீண்டும் தன் அலகால் குத்திக் காயப்படுத்தியது. அந்தப் பறவையின் சக்தியைக் கண்டு ராவணன் பிரமித்தான். ஆனாலும் சீதையைத் தன் தலைநகரத்திற்கு அழைத்துச் சென்றுவிட வேண்டும் என்ற பரிதவிப்பு அவனை அலைக்கழித்தது. கடைசியில் அவன் தன் வாளை உருவி அப்பறவையின் இறக்கைகள் இரண்டையும் வெட்டிச் சாய்த்தான். ஜடாயு கத்திக் கொண்டே நிலத்தின்மீது விழுந்தது. ஜடாயுவிற்கு நேர்ந்த கதியைக் கண்டு சீதை வேதனைப்பட்டு அழுதாள்.

சீதை மீண்டும் மீண்டும், "ராமா! நீங்கள் எங்கே இருக்கிறீர்கள்? என் குரல் உங்கள் காதுகளில் விழவில்லையா?" என்று கதறினாள்.

காட்டில் வெகுதூரத்தில் ராமனின் இடது கண் வேகமாகத் துடித்தது. சீதையின் பரிதாபக் குரலின் அதிர்வுகளை அவனால் உணர முடிந்தது. அவன் தன் நடையைத் துரிதப்படுத்தினான். அந்தச் சிறிய ஒற்றையடிப் பாதையில் அவன் வேகமாக ஓடிக் கொண்டிருந்தான்.

ராவணன் விண்ணில் எழுந்தபோது, இந்த அநீதிக்குத் தான் ஒரு சாட்சியாக இருக்க விரும்பாததுபோலக் கதிரவனும் மேகங்களுக்குப் பின்னால் சென்று மறைந்து கொண்டான். காற்று இந்த அநியாயத்தைக் கண்டு முனகியது. எல்லா இடங்களிலும் அமைதியான வருத்தம் நிலவியது.

அனுசுயா கொடுத்திருந்த மஞ்சள்நிறப் பட்டாடையாலும் நகைகளாலும் தன்னை அலங்கரித்திருந்த சீதை, அந்த அரக்க அரசனின் பரந்த, இருண்ட மார்புக்கு எதிராக ஒரு மின்னல் ஒளிபோலக் காட்சியளித்தாள். அன்று காலையில் ராமன் அவளுடைய தலையில் சூட்டியிருந்த தாமரை மலர்கள், ராவணனின் கொடூரமான கைகள் தம்மீது பட்டுவிடக்கூடாது என்பதுபோல இப்போது வாடி நிலத்தில் விழத் தொடங்கின. அவளுடைய கொலுசுகளில் ஒன்று அவளுடைய காலிலிருந்து கழன்று கீழே விழுந்து கேட்பாரற்றுக் கிடந்தது. தன்னை

விட்டுவிடுமாறு சீதை மீண்டும் மீண்டும் ராவணனிடம் கெஞ்சினாள். ஆனால் ஒவ்வொரு முறையும் ராவணன் தன் பிடியை இறுக்கவே செய்தான். அவள் அவனைத் தொடர்ந்து இகழ்ந்தாள், அச்சுறுத்தினாள். ஆனால் அவை எல்லாம் வீண் என்பதை அவள் உணர்ந்து கொண்டாள். அவளை ஒருவழியாகத் தன் கைகளில் வசப்படுத்திக் கொண்ட பூரிப்பில் இருந்த ராவணன், தான் மரணத்தை ஆரத் தழுவிக் கொண்டிருந்தோம் என்பதை உணரவில்லை. சீதை இறுதியில் நிச்சயமாகத் தன் விருப்பத்திற்கு இணங்குவாள் என்று உறுதியாக நம்பிய ராவணன், விண்ணின் ஊடாகத் தன் புஷ்பக விமானத்தில் வேகமாகப் பறந்தான்.

சீதை திடீரென்று கீழே பார்த்தபோது, ஒரு மலையின்மீது ஐந்து வானரர்கள் உட்கார்ந்து கொண்டிருந்ததை கவனித்தாள். தன் வாழ்வில் ஒரு முக்கியப் பாத்திரம் வகிக்கவிருந்த அனுமானைத் தான் முதன்முறையாகப் பார்த்திருந்தோம் என்பதை அவள் அக்கணத்தில் அறியவில்லை. அவளுக்குத் திடீரென்று ஒரு யோசனை தோன்றியது. அவள் தன் நகைகளில் சிலவற்றைக் கழற்றி, தன் மேலாடையிலிருந்து ஒரு சிறு துண்டுத் துணியைக் கிழித்து, அந்த நகைகளை அந்தத் துணியில் சுற்றி அந்த வானரர்களை நோக்கி வீசினாள். என்றேனும் ஒருநாள் ராமன் அவ்வழியாகச் செல்லும்போது அவன் அவற்றை அடையாளம் கண்டுகொள்வான் என்று அவள் நம்பினாள். மகிழ்ச்சியாகத் தன் தலைநகரை நோக்கிப் பயணித்துக் கொண்டிருந்த ராவணன், சீதை செய்து கொண்டிருந்த காரியத்தை கவனிக்கவில்லை. கீழே உட்கார்ந்திருந்த வானரர்கள் மேலே பார்த்தபோது, ஒரு பெரிய அரக்கன் ஓர் அழகான பெண்ணைத் தூக்கிச் சென்று கொண்டிருந்ததைக் கண்டனர். “ராமா! லட்சுமணா!” என்று ஒரு தவிப்பான குரலில் அவள் கத்திக் கொண்டிருந்ததையும் அவர்கள் கவனித்தனர்.

விரைவில், ராவணனின் பூமியையும் பெருநிலப் பகுதியையும் பிரித்த ஒரு நீர்ச்சந்தியை அவர்கள் வந்தடைந்தனர். சீதை ஒரு பெருங்கடலை அப்போதுதான் முதன்முறையாகப் பார்த்தாள், ஆனாலும் எதையும் ரசிக்கும் மனநிலையில் அவள் இருக்கவில்லை. அவள் தன்னுடைய பிடியிலிருந்து தன்னை விடுவித்துக் கொள்ளப் போராடிக் கொண்டிருந்ததை உணர்ந்த ராவணன், கீழே இருந்த கடலுக்குள் அவள் குதித்துவிடுவாளோ என்ற பயத்தில தன் பிடியை மேலும் இறுக்கினான்.

விரைவில் அவர்கள் இலங்கையை அடைந்தனர். ராவணன் சீதையைத் தன் தனிப்பட்ட அரண்மனைப் பகுதிக்கு அழைத்துச் சென்றான். ஏராளமான பெண்களை அவன் அவளுக்குக் காவல் வைத்தான். தன்னுடைய அனுமதி இல்லாமல் யாரும் அவளை அணுகக்கூடாது என்று அவன் அப்பெண்களுக்குக் கட்டளையிட்டான்.

நகைகள், ஆடைகள், சுவையான உணவு வகைகள் என்று அவள் எதைக் கேட்டாலும் அதை அவளுக்குக் கொடுக்கும்படியும் அவன் அப்பெண்களிடம் கூறினான். “அவள் கேட்கும் எதுவொன்றும் உடனடியாக அவளுக்குக் கொடுக்கப்பட வேண்டும்,” என்று அவன் கட்டளையிட்டான்.

பிறகு அவன் தன் அடிமைகள் எட்டுப் பேரை அழைத்து, நேராக ஜனஸ்தானஸ்திற்குச் சென்று ராமனின் அசைவுகளை வேவு பார்த்துத் தனக்கு அவ்வப்போது செய்தி அனுப்பும்படி அவர்களுக்குக் கட்டளையிட்டான். வாய்ப்புக் கிடைத்தால் ராமனைக் கொல்ல முயற்சிக்கும்படியும் அவர்களிடம் கூறப்பட்டது. பிறகு ராவணன் நிம்மதிப் பெருமூச்சுவிட்டான். ராமனைத் தண்டித்து, மூவுலகிலும் மிக அழகான பெண்ணைத் தனக்குச் சொந்தமாக்கிக் கொண்டிருந்தது குறித்து அவன் இன்பம் கொண்டான். சீதை தன் மனைவியாவதற்கு ஒப்புதல் தெரிவித்தவுடன் தன் வாழ்வு எவ்வளவு மகிழ்ச்சியாக இருக்கும் என்று கற்பனை செய்தபடி அவன் தன் பட்டு மெத்தையின்மீது படுத்திருந்தான்.

ராவணனால் நீண்ட நேரம் ஓய்வெடுக்க முடியவில்லை. சீதையின் வசீகரமான முகம் மீண்டும் மீண்டும் அவனுடைய மனத்தில் பளிச்சிட்டுக் கொண்டே இருந்தது. எனவே, மீண்டும் அவளிடம் என்று பேசுவதென்று அவன் தீர்மானித்தான். அவன் பல பெண்களை அறிந்திருந்தான். அவர்களில் சிலர் துவக்கத்தில் அவனுக்கு மறுப்புத் தெரிவித்திருந்தாலும், நீண்டகாலம் அவனுக்கு மறுப்புத் தெரிவிக்கும் துணிச்சல் யாருக்கும் இருந்திருக்கவில்லை. சீதை ஒரு விதிவிலக்காக இருக்க மாட்டாள் என்று அவன் உறுதியாக நம்பினான். சீதையைச் சிறைபிடிப்பது துவக்கத்தில் ராமனைத் தண்டிக்கும் நோக்கத்தில் செய்யப்பட்டிருந்தாலும், அவளை சந்தித்தப் பிறகு, தான் அவளுடைய அழகிற்கும் வசீகரத்திற்கும் இரையாகிவிட்டிருந்ததையும், தன்னால் வேறு எதன்மீதும் கவனம் செலுத்த முடியவில்லை என்பதையும் அவன் உணர்ந்தான். சீதை சிறை வைக்கப்பட்டிருந்த அறையை நோக்கி அவன் வேகமாக நடந்தான். அவள் தரையின்மீது அமர்ந்திருந்தாள். அவளைச் சுற்றி அரக்கிகள் அமர்ந்திருந்தனர். ஓர் அடிபட்ட மானைச் சுற்றி நரிகள் அமர்ந்திருந்ததைப்போல இருந்தது அது. கண்ணீர்க் கறை படிந்த, துயரம் தோய்ந்த அவளுடைய முகம் நிலம் பார்த்து இருந்தது. அவளுடைய அழகான கண்கள் அவளுடைய நீண்ட இமைகளால் திரையிடப்பட்டிருந்தன. ராவணன் அந்த அறைக்குள் நுழைந்தபோது சீதை அவனை ஏறிட்டுப் பார்க்காமல் அலட்சியப்படுத்தினாள்.

ஆனாலும் அவளை எப்படியாவது தன்மீது விருப்பம் கொள்ள வைக்க வேண்டும் என்பதில் தீர்மானமாக இருந்த ராவணன், தன் அரண்மனையின் அழகைப் பற்றி அவளிடம் கூறத் துவங்கினான். “பேரழகியே, இந்நகரின் பெருமைகளையெல்லாம் பார். இந்த

அரண்மனை முழுவதும் பொன்னால் செய்யப்பட்டுள்ளது. இதன் தூண்கள் விலையுயர்ந்த கற்களால் அலங்கரிக்கப்பட்டுள்ளன. இங்கு பல மேல்மாடங்களும், மலர்கள் நிரம்பிய தோட்டங்களும், அன்னப் பறவைகள் தாமரை மலர்களுக்கிடையே ஒயிலாக நீந்திச் செல்கின்ற ஏரிகளும் இருக்கின்றன. என்னுடைய செல்வத்திற்கும் ராமனின் செல்வத்திற்கும் இடையே எந்த ஒப்பீடும் இல்லை. நாட்டைவிட்டு ஓடி வந்து காட்டில் வாழ்ந்து கொண்டிருக்கின்ற ஓர் அவலமான பிறவிதானே அவன்? அவனால் ஒருபோதும் இங்கு வரவும் முடியாது, உன்னை மீட்டுச் செல்லவும் முடியாது. ஏனெனில், கடலால் சூழப்பட்டுள்ள இந்நாட்டை யாராலும் ஊடுருவ முடியாது. அவனுக்காகக் காத்திருந்து உன் இளமையை வீணாக்கிவிடாதே. என்னுடைய காதலை ஏற்றுக் கொள். நீ விரும்பும் எதையும் என்னால் உனக்குக் கொடுக்க முடியும், நீ விரும்பும் எந்த இடத்திற்கு வேண்டுமானாலும் என்னால் உன்னை அழைத்துச் செல்ல முடியும். நாம் இந்த உலகம் முழுக்கச் சுற்றி வரலாம். மூவுலகிலுள்ள அனைத்து அற்புதமான காட்சிகளையும் என்னால் உனக்குக் காட்ட முடியும். இம்மூவுலகிலும் வீரத்தில் எனக்கு இணையானவர்கள் யாரும் இல்லை. என்னைத் தடுத்து நிறுத்தும் துணிச்சலும் யாருக்கும் கிடையாது. நீ என்னுடைய அரசியாகிவிடு. நான் இந்த உலகை உன் காலடியில் கிடத்துகிறேன்."

சீதை தன் முகத்தை ஒரு துணியால் மூடிக் கொண்டு, தன் இதயமே நொறுங்கிப் போகும் அளவுக்கு அழுதாள். ராவணன் அவளை மனிதாபிமானத்தோடு பார்த்துவிட்டு, "இப்படி அழாதே. நீ எதற்காக அழ வேண்டும்? இந்த ஒட்டுமொத்த உலகத்தையும் நான் உனக்குக் கொடுப்பதாகக் கூறினேன், இல்லையா? அது மட்டுமல்ல, நான் உன் காலடியில் மண்டியிடத் தயார். இதற்கு என்ன பொருள் என்று உனக்குப் புரிகிறதா? ராவணன் ஒருபோதும் யாருடைய பாதங்களிலும் தன் தலையை வைத்ததில்லை. நிச்சயமாக ஒரு பெண்ணிடம் அவன் அவ்வாறு செய்ததில்லை. ஆனால் உன் அழகு என் மனத்தைக் கொள்ளை கொண்டுவிட்டது. நான் உன் அடிமையாகிவிட்டேன். என் இனிய புறாவே, என்னை ஏற்றுக் கொண்டு என்னுடைய விருப்பங்களுக்கு ஒத்துக் கொள்," என்று கூறினான்.

அவன் தன் காதலை வெளிப்படுத்தி முடித்தபோது, சீதை கோபக்கனல் தெறித்தப் கண்களால் அவனை ஏளனமாகப் பார்த்துவிட்டு, "உனக்கு என் ராமனைப் பற்றித் தெரியாது. அதனால்தான் நீ இப்படிப்பட்ட விஷயங்களைக் கூறத் துணிந்திருக்கிறாய். தர்மத்தின் மொத்த உருவம் அவர். அவரை நான் என் உயிரினும் மேலாக நேசிக்கிறேன். அவருடைய மனைவியான என்னை நீ துணிந்து தொட்டுவிட்டாய். அவர் அதற்காக உன்னை ஒருபோதும் மன்னிக்கப் போவதில்லை. அவர் உன்னை

நிச்சயமாக விட்டுவைக்கப் போவதில்லை. அவரும் அவருடைய உன்னதமான சகோதரனான லட்சுமணனும் இங்கு வந்து உன்னை வெட்டிச் சாய்ப்பார்கள். அதில் உனக்கு எந்தவிதமான சந்தேகமும் வேண்டாம். நீ உன்னை ஒரு வீரன் என்று கூறிக் கொள்கிறாய். ஆனால் என்னைப் பொருத்தவரை நீ ஒரு கோழை. என் கணவரை ஏமாற்றிக் காட்டுக்குள் அனுப்பிவிட்டுத் திருட்டுத்தனமாக நீ என்னைக் கடத்தி வந்திருக்கிறாய். அவரோடு நேருக்கு நேர் சண்டையிடுவதற்கான துணிச்சல் உனக்கு இல்லை. நீ ஒரு கோழை மட்டுமல்ல, நீ ஒரு திருடனும்கூட. ஆனால் உன் முடிவு நெருங்கிக் கொண்டிருக்கிறது என்பதை மட்டும் மறந்துவிடாதே. இல்லையென்றால், இப்படிப்பட்ட ஒரு பாதகச் செயலை நீ ஒருபோதும் செய்திருக்க மாட்டாய்," என்று கூறினாள்.

இந்த வார்த்தைகளைக் கேட்ட ராவணன் வெகுண்டான். அவனுடைய உதடுகள் கோபத்தாலும் அவமானத்தாலும் துடித்தன. "போதும் உன்னுடைய பிதற்றல். உன் மனத்தை மாற்றிக் கொள்வதற்கு நான் உனக்குப் பன்னிரண்டு மாதங்கள் அவகாசம் கொடுக்கிறேன். அந்த நேரத்திற்குள் நீ என்னுடைய விருப்பத்தை ஏற்றுக் கொண்டால், நீ இவ்வுலகிற்கே அரசியாகலாம். இல்லாவிட்டால், உன் மென்மையான சதை அழகாக வெட்டப்பட்டு என்னுடைய காலை உணவாக என்னுடைய தட்டை அலங்கரிக்கும்," என்று கத்திவிட்டு, சீதை அசோக வனத்தில் சிறை வைக்கப்பட வேண்டும் என்றும், இரவுபகலாக அவள் காவல் காக்கப்பட வேண்டும் என்றும் அங்கிருந்த அரக்கிகளுக்கு உத்தரவிட்டுவிட்டு அந்த அறையிலிருந்து வேகமாக வெளியேறினான்.

மனமொடிந்த ராமன்

இதற்கிடையே, காட்டில் இருந்த ராமன் முற்றிலும் நம்பிக்கை இழந்தவனாக இருந்தான். சீதையும் அவனும் பிரிந்திருந்தபோதிலும் இருவரும் ஒருவருக்கொருவர் மனத்தளவில் இன்னும் தொடர்பு கொண்டிருக்கும் அளவுக்கு அவர்களுக்கு இடையேயான அன்பு அளப்பரியதாக இருந்தது. எனவே சீதையின் பயத்தை அவனால் உணர முடிந்தது. அவன் தன்னால் இயன்ற அளவு வேகமாக நடந்தான். ஏதோ ஒன்று மிகவும் கட்டாயப்படுத்தியிராதவரை மாரீசன் தன்னுடைய உயிரை வேண்டுமென்றே பணயம் வைத்திருக்க மாட்டான் என்பதை ராமன் அறிந்திருந்தான். தான் நடந்து வந்த வழி நெடுகிலும் அவன் பல தீய அறிகுறிகளைக் கண்டான். ஒரு நரி ஊளையிட்டுக் கொண்டிருந்தது, அவனுடைய இடது கண் வேகமாகத் துடித்துக் கொண்டிருந்தது. இடது கண் வேகமாகத் துடிப்பது ஆண்களுக்குத் தீய அறிகுறியாகக் கருதப்பட்டது.

அவன் பஞ்சவடியை அடைந்தபோது, லட்சுமணன் ஒரு வருத்தமான தோற்றத்துடன் தன்னை நோக்கி விரைந்து வந்து கொண்டிருந்ததை அவன் கவனித்தான். ராமன் அவனை நோக்கித் தன் கையை நீட்டி, கவலையோடு, "அன்புச் சகோதரனே, சீதையைத் தனியாக விட்டுவிட்டு நீ ஏன் இங்கு வந்தாய்? நீ அவளுக்குத் துணையாக இருக்க வேண்டும் என்று நான் கூறினேன் அல்லவா? நீ சந்தேகித்தது சரிதான். அந்த மாய மான் மாரீசன்தான். ஏதோ ஒரு தீய விஷயத்தை நிறைவேற்றும் பொருட்டு என்னை ஏமாற்றிக் காட்டுக்குள் வெகுதூரம் அழைத்துச் செல்வதற்காக மாறுவேடத்தில் அவன் அனுப்பி வைக்கப்பட்டிருந்திருக்கிறான். அது போதாதென்று, நீ சீதையோடு இருக்க வேண்டும் என்று நான் கண்டிப்பாகக் கூறியும் இப்போது நீ என்னைப் பின்தொடர்ந்து வந்திருக்கிறாய். சீதையை நாம் இனி ஒருபோதும் உயிரோடு பார்க்கப் போவதில்லை என்ற பயம் என்னுள் எழத் துவங்கியுள்ளது. மாரீசன் என்னுடைய குரலில் உங்கள் இருவரின் பெயரைச் சொல்லி அழைத்ததை நான் கேட்டபோது, ஏதோ ஓர் அசம்பாவிதம் நடைபெறவிருந்தது என்பதை நான் அறிந்தேன்," என்று கூறினான்.

லட்சுமணனால் ஒரு வார்த்தைகூடப் பேச முடியவில்லை. ராமன் மேலும் தொடர்ந்தான். "ராஜ்யம் ஏதுமற்ற ஒரு பிச்சைக்காரனாக நான் இருந்தபோதிலும், அரண்மனையில் வசதியாக வாழ்வதற்கு பதிலாக என்னுடன் காட்டிற்கு வருவதை அவள் தேர்ந்தெடுத்தாள். அவளால் என்னைப் பிரிந்து வாழ முடியவில்லை, என்னாலும் அவளைப் பிரிந்து வாழ முடியாது. என் சீதை உயிரோடு இருப்பாளா? அவள் இறந்துவிட்டால் நானும் இறந்துவிடுவேன். இறுதியில் என் வனவாசம் வீணாகத்தான் முடியுமா? எங்களுடைய மரணத்தைக் கேள்விப்பட்டால் என்னுடைய தாயார் மனமொடிந்து இறந்து போவார்."

லட்சுமணனிடம் இவ்வாறு புலம்பிக் கொண்டே, ராமன் அவனோடு சேர்ந்து தங்கள் ஆசிரமத்தை வந்தடைந்தான். அந்த மானை அவன் நீண்ட நேரம் துரத்திச் சென்றிருந்ததாலும், இப்போது நெடுந்தூரம் நடந்து வந்திருந்ததாலும், அவன் முற்றிலும் களைத்துப் போயிருந்தான். பசியும் தாகமும் அவனை வாட்டி வதைத்தன. அவன் சீதையின் பெயரைச் சொல்லி அழைத்துக் கொண்டே நேராகத் தன் குடிலுக்குள் சென்றான், ஆனால் எந்த பதிலும் வரவில்லை. காற்று மட்டுமே இலைகளின் ஊடாக வீசி ஒலி ஏற்படுத்தியது. ராமன் வெளியே ஓடிச் சென்று, சீதைக்குப் பிடித்தமான இடங்களிலெல்லாம் அவளைத் தேடினான். "சீதா! என் அன்பே! நீ எங்கே இருக்கிறாய்? நீ ஏன் என்னிடமிருந்து ஒளிந்து கொண்டிருக்கிறாய்? நான் களைப்போடும் பசியோடும் இருப்பது உனக்குத் தெரியவில்லையா? நீ எனக்கு உணவு எதுவும் தயாரிக்கவில்லையா? நீ ஏன் இப்படி விளையாட்டுக் காட்டிக் கொண்டிருக்கிறாய்? விளையாடும் மனநிலையில் இப்போது நான் இல்லை. தயவு செய்து என்னிடம் வா. இதற்கு மேல் என்னால் தாங்கிக் கொள்ள முடியாது," என்று ராமன் பரிதவிப்போடு கூறினான்.

கடைசியில், அவனால் ஓரடிகூட எடுத்து வைக்க முடியவில்லை. அவன் தரையில் உட்கார்ந்து கொண்டு, "நான் எது குறித்து பயந்தேனோ அது நடந்துவிட்டது. ஒன்று, அவளை யாரோ அபகரித்துச் சென்றிருக்க வேண்டும், அல்லது அவளை உயிரோடு விழுங்கியிருக்க வேண்டும்," என்று முணுமுணுத்தான். லட்சுமணன் அவனுக்கு அருகில் நின்றான். அவன் ஒரு வார்த்தைகூடப் பேசவில்லை. அவனுடைய கண்களிலிருந்து மட்டும் தாரைதாரையாகக் கண்ணீர் வழிந்து கொண்டிருந்தது.

ராமன் அவனிடம், "நீ அவளை பத்திரமாகப் பார்த்துக் கொள்வாய் என்ற நம்பிக்கையில்தான் நான் அவளை இங்கு உன்னுடன் விட்டுச் சென்றேன். நீ ஏன் அவளைத் தனியாக விட்டுவிட்டு என் பின்னால் வந்தாய்?" என்று கேட்டான்.

லட்சுமணனின் குரல் கரகரத்தது. அவன் தன் அழுகையின் ஊடாக, "மாரீசன் இறக்கும்போது உங்கள் குரலில் எங்கள்

பெயர்களைச் சொல்லி அழைத்ததை சீதை கேட்டபோது, அவள் பீதியடைந்து, உங்களுக்கு உதவப் போகும்படி என்னிடம் கெஞ்சினாள். நான் போக மறுத்தபோது, என்னால் தாங்கிக் கொள்ள முடியாத அளவுக்குக் கடுமையான வார்த்தைகளை அவள் பேசினாள். நான் உங்கள் எதிரி என்றும், நான் தன்மீது ஆசை கொண்டுள்ளேன் என்றும் அவள் என்மீது பழி சுமத்தினாள். இவ்வார்த்தைகளைக் கேட்டு என் இதயம் சுக்குநூறாக உடைந்து கொண்டிருந்தது. ஆனால் அப்போதுகூட நான் இந்த இடத்தைவிட்டுப் போக மறுத்தேன். ஆற்றில் மூழ்கியோ அல்லது நெருப்பில் குதித்தோ தன் உயிரைத் தான் மாய்த்துக் கொள்ளப் போவதாக அவள் என்னை மிரட்டினாள். அதற்கு மேல் என்னால் பொறுத்துக் கொள்ள முடியவில்லை. நான் அவளைத் தனியாக விட்டுவிட்டு ஆசிரமத்திலிருந்து வேகமாக வெளியே ஓடினேன். ஆனால் இங்கிருந்து வெளியேறுவதற்கு முன்பாக நான் அவளைச் சுற்றி ஒரு மாய வட்டத்தை வரைந்துவிட்டு, அவள் அந்த வட்டத்தைவிட்டு வெளியே வரக்கூடாது என்று அவளிடம் கூறினேன். அவள் நான் கூறியபடி செய்திருந்தால் பாதுகாப்பாக இருந்திருப்பாள்," என்று கூறினான்.

லட்சுமணன் கூறியவற்றைக் கேட்ட ராமன், "நீ அவளைத் தனியாக விட்டுவிட்டுப் போனதன் மூலம் தவறு செய்துவிட்டாய். அவள் என்னைப் பற்றிய கவலையால்தான் மதி மயங்கி உன்னிடம் அவ்வாறு பேசியிருக்க வேண்டும். ஆனால் உனக்கு என்னைப் பற்றித் தெரியும் அல்லவா? எனக்கு எந்தத் தீங்கும் நேராது என்பதை நீ நன்றாக அறிந்திருந்தும் நீ அவளைத் தனியாக விட்டுவிட்டாய். லட்சுமணா, நீ ஏன் இப்படிச் செய்தாய்?" என்று கேட்டான்.

மிதமிஞ்சிய துயரத்தில் இருந்த அவன், அதே கேள்வியையே மீண்டும் மீண்டும் கேட்டுக் கொண்டிருந்தான். ஒரு பனிக்காலத் தாமரைக் குளம்போல அந்த ஆசிரமம் காட்சியளித்தது. அது ஆள் அரவமற்று, கைவிடப்பட்ட நிலையில் இருந்தது. மரங்கள் அழுது கொண்டிருந்ததுபோலத் தோன்றின. மலர்கள் வாடியிருந்தன. மான்கள் புல்கூட மேயாமல் அசையாமல் நின்றன. கீழே மரக்குச்சிகளின்மீது அமர்ந்திருந்த பறவைகள் ராமனை வருத்தத்தோடு பார்த்தன. அவை தம் குரல்களைத் தொலைத்திருந்ததுபோலத் தோனறியது.

யாராலும் ஆறுதல் கூற முடியாத அளவுக்கு ராமன் கடுமையான துயரத்தில் இருந்தான். அவன் ஒவ்வொரு மரமாக ஓடிச் சென்று, சீதையை அவை பார்த்தனவா என்று அவை ஒவ்வொன்றிடமும் கேட்டான். "என் அன்பு மனைவி சீதை இங்கிருந்து போவதற்கு முன்பு உங்களிடமிருந்து விடைபெற்றுக் கொள்ளவில்லையா? அவள் எங்கே போனாள் என்று நீங்கள் எனக்குக் கூறுவீர்களா?" என்று அவன் பிதற்றினான்.

ஒரு மான் அவனுக்கு அருகே வந்து அவனைத் தன் மூக்கால் வருடியது. ராமன் தன் கண்ணீர்க் கண்களுடன் அதைப் பார்த்துவிட்டு, “உன் கண்களைப்போலவே மென்மையான, அன்பான கண்களைக் கொண்டவள் என் சீதை. நீ எனக்கு ஆறுதலளிக்க முயற்சித்துக் கொண்டிருக்கிறாயா? அவள் எங்கே போயிருக்கிறாள் என்று நீ எனக்குக் கூற மாட்டாயா?” என்று கேட்டான்.

அவன் மீண்டும் மீண்டும், “லட்சுமணா, சீதை இல்லாமல் என்னால் வாழ முடியாது. அவள் இல்லாமல் என்னால் அயோத்திக்குத் திரும்பிச் செல்ல முடியாது. அவள் இல்லாமல் ஒரு ராஜ்யம் எனக்கு எதற்கு? நீ அயோத்திக்குத் திரும்பிச் சென்று, ராமன் இறந்துவிட்டதாக அவர்களிடம் கூறு. சீதை என்னை முழுமையாக நம்பினாள். ஆனால் நான் அவளைப் பாதுகாக்கத் தவறிவிட்டேன். அவள் என் அன்பு மனைவி. அவளை என்னால் காப்பாற்ற முடியவில்லை. இனி நான் உயிர்வாழ்வதால் என்ன பயன்?” என்று கேட்டுக் கொண்டே அங்குமிங்கும் ஓடினான். அவனுடைய மனத்தில் துக்கம் பொங்கி வழிந்தது. அவனால் ஓரிடத்தில் உட்காரவும் முடியவில்லை, நிற்கவும் முடியவில்லை.

ராமனை இந்த நிலையில் லட்சுமணன் ஒருபோதும் பார்த்திருக்கவில்லை. அவன் ராமனைப் பார்த்து மிக மென்மையாக, “அண்ணா! தயவு செய்து இப்படி வருத்தப்படாதீர்கள். இக்காடு மிகப் பெரியது. யாரேனும் அவளை இங்கு எங்கு வேண்டுமானாலும் ஒளித்து வைத்திருக்கக்கூடும். அவள் ஏதோ ஒரு குகைக்குள் இருக்கக்கூடும். நாம் அவளைத் தேடிப் போகலாம். நதிக்கரைகளின் ஓரமாக உலாவுவதையும் மரங்களுக்குக் கீழே உட்கார்ந்து கொள்வதையும் அவள் பெரிதும் விரும்பினாள். அவள் அந்த இடங்களில் எங்கேனும் இருக்கிறாளா என்று நாம் பார்த்து வரலாம். உங்கள் உளச்சோர்விலிருந்து மீண்டெழுங்கள். நாம் நம் தேடலைத் துவக்கலாம்,” என்று கூறினான்.

ராமன் தன்னைக் கட்டுப்படுத்திக் கொள்ள மிகவும் போராடினான். பிறகு, ஒரு பிரம்மப் பிரயத்தனத்துடன், லட்சுமணனோடு சேர்ந்து சீதையைத் தேடத் துவங்கினான். தான் சிறிது நேரத்திற்கு முன்புதான் ஆசிரமத்திலிருந்து வெளியேறியிருந்ததால், சீதையால் வெகுதூரம் போயிருக்க முடியாது என்று லட்சுமணன் தன் சகோதரனுக்கு ஆறுதல் கூறினான். அவள் ஒரு புஷ்பக விமானத்தில் கடத்தப்பட்டிருந்ததை அந்த அப்பாவி அறியவில்லை. அவர்கள் இருவரும் தங்களுக்குத் தெரிந்த எல்லா இடங்களிலும் தேடியும் அவளை அவர்களால் கண்டுபிடிக்க முடியவில்லை. ராமன் களைப்பாலும் வருத்தத்தாலும் முற்றிலும் சோர்ந்து போனான். அவனுடைய கால்கள் பலவீனமாக இருந்தன. அவன் ஒரு வார்த்தைகூடப் பேசாமல் தரையில் ஒரு மணிநேரம் உட்கார்ந்துவிட்டான். அவனுடைய முகம் பொலிவிழந்தது. அதில் வழக்கமாகக் குடிகொண்டிருந்த அமைதி இப்போது காணாமல்

போயிருந்தது. என்ன செய்வதென்று லட்சுமணனுக்குத் தெரியவில்லை. தன் சகோதரனை இந்த வருத்தத்திலிருந்து மீட்டெடுப்பதற்கு அவன் செய்த முயற்சிகள் அனைத்தும் தோல்வியைத் தழுவியிருந்தன.

"லட்சுமணா, என்னைவிட ஒரு மிகப் பெரிய பாவி இவ்வுலகில் யாரும் இல்லை என்று நான் நினைக்கிறேன். அதனால்தான் ஒவ்வொரு துரதிர்ஷ்டமாக என் தலையில் விடிகிறது. ஆனால் இப்போது நடந்துள்ளதுதான் எல்லாவற்றையும்விட மிகப் பெரிய சீரழிவு. எனக்குப் பைத்தியம் பிடித்துக் கொண்டிருக்கிறது என்று நினைக்கிறேன். நான் என் ராஜ்யத்தை இழந்தேன், என் தந்தையையும் இழந்தேன். அரக்கர்களும் கொடிய விலங்குகளும் நிறைந்துள்ள இக்காட்டில் ஒரு பரதேசியைப்போல நான் திரிந்து கொண்டிருக்கிறேன். ஆனால் என் அன்பு மனைவி என்னோடு இருந்ததால் இவ்வளவையும் என்னால் தாங்கிக் கொள்ள முடிந்தது. இந்தப் பாறையைப் பார். மதிய வேளைகளில் நானும் அவளும் இங்கு உட்கார்ந்து கொண்டு பல விஷயங்களைப் பற்றி விவாதித்திருக்கிறோம். இந்தத் துயரத்தை இனிமேலும் என்னால் தாங்கிக் கொள்ள முடியாது. இது என்னைச் சின்னாபின்னமாக்கிக் கொண்டிருக்கிறது," என்று ராமன் மீண்டும் மீண்டும் புலம்பிக் கொண்டே இருந்தான்.

தன் சகோதரனை இத்தகைய மோசமான நிலையில் ஒருபோதும் பார்த்திராத லட்சுமணன், ஆண்மைக்குப் புறம்பாக இப்படித் துயரம் கொள்வதை நிறுத்துமாறு ராமனிடம் கெஞ்சினான்.

"அண்ணா, இவ்வாறு துயரம் கொள்வது ஆண்களுக்கு அழகல்ல. எனவே இத்துயரத்தை விட்டொழித்து, தயவு செய்து எழுந்திருங்கள். துணிச்சல் கொண்ட வீரர்களால் மட்டுமே வெற்றி பெற முடியும். தொடர்ந்து முயற்சிப்பவர்களால் மட்டுமே தங்கள் இலக்குகளை எட்ட முடியும். நாம் மீண்டும் சீதையைத் தேடப் போகலாம். வாருங்கள்," என்று லட்சுமணன் கூறினான்.

ஆனால் இவை எதுவும் ராமனின் காதுகளில் விழவில்லை. அவன் தன் துயரத்திலேயே மூழ்கிக் கிடந்தான். சீதை அபகரித்துச் செல்லப்பட்டதற்குத் தன்னையும் அறியாமல் தான் காரணமாக ஆகியிருந்ததை நினைத்து லட்சுமணன் இருமடங்கு குற்றவுணர்வு கொண்டான்.

ராமன் மீண்டும், "நான் என் ராஜ்யத்தை இழந்தபோது எனக்கு ஆறுதல் கூறுவதற்கு சீதை அங்கு இருந்தாள். ஆனால இப்போது யார் எனக்கு ஆறுதல் அளிப்பார்கள்? லட்சுமணா, அவள் இல்லாமல் இந்த அவலமான வாழ்க்கையை நான் எப்படித் தாங்கிக் கொள்ளப் போகிறேன்?" என்று புலம்பினான். பிறகு அவன் தன் அருகே நின்ற மானை நோக்கித் திரும்பி, "அவள் உன் தோழியாக இருந்தாள், உன்னை மிகவும் நேசித்தாள். அவள் எங்கே போயிருக்கிறாள் என்று நீ என்னிடம் கூற மாட்டாயா?" என்று கேட்டான்.

அப்போது அந்த மான் மீண்டும் மீண்டும் தென்திசையை நோக்கி ஓடுவதும் திரும்பி வருவதுமாக இருந்ததை லட்சுமணன் கவனித்தான்.

"அண்ணா, இந்த மான் நம்மிடம் ஏதோ கூற முயற்சித்துக் கொண்டிருக்கிறது. சீதை தென்திசையில் கொண்டு செல்லப்பட்டிருக்க வேண்டும் என்று நான் நினைக்கிறேன். வாருங்கள், நாம் அந்தத் திசையில் சென்று தேடலாம்."

லட்சுமணன் இவ்வாறு கூறித் தன் சகோதரனை ஊக்குவித்தான். பிறகு இருவருமாகத் தெற்கு நோக்கி மெதுவாக நடந்தனர். வழி நெடுகிலும் நிலத்தை கவனித்தபடியே அவர்கள் சென்றனர். தரையில் கிடந்த வாடிய தாமரை மலர்களையும் இதழ்களையும் ராமன் சுட்டிக்காட்டி, "லட்சுமணா, இந்த மலர்களை எனக்கு அடையாளம் தெரியும். இன்று காலையில் நான் இவற்றைப் பறித்து அவளுடைய தலையில் சூட்டினேன்," என்று கூறிவிட்டு, "சீதா! என் அன்பு மனைவியே! நீ எங்கே இருக்கிறாய்?" என்று தனக்குத் தானே பேசிக் கொண்டு, அந்தத் தாமரை இதழ்களைத் தன் கைகளில் எடுத்து அவற்றை முத்தமிட்டான். அவனால் தன் கண்ணீரை அடக்கிக் கொள்ள முடியவில்லை. அப்போது திடீரென்று அவனுடைய வருத்தம் கடுங்கோபமாக மாறியது.

அவன் தன் கண்களில் கோபம் தெறிக்க, அங்கிருந்த மலையைப் பார்த்து, "நான் உன்னை நொறுக்கித் தூளாக்கிவிடுவேன். என் கோபத்தால் இந்த ஆற்றின் நீரை எரித்துவிடுவேன். என் இளவரசி எங்கே இருக்கிறாள் என்று நீ என்னிடம் கூறாவிட்டால், இந்த ஒட்டுமொத்த உலகத்தையும் நான் அழித்துவிடுவேன்," என்று கத்தினான்.

தன் சகோதரன் அர்த்தமில்லாமல் நடந்து கொண்டிருந்ததாக நினைத்த லட்சுமணன், ராமனுக்கு முன்னால் சிறிது தூரம் நடந்து சென்று, நிலத்தில் எதையோ சுட்டிக்காட்டினான். ராவணனின் பெரிய பாதங்கள் ஏற்படுத்தியிருந்த பெரிய பள்ளங்களையும், அவனுடைய பிடியிலிருந்து தன்னை விடுவித்துக் கொள்வதற்காக சீதை அங்குமிங்கும் ஓடியபோது நிலத்தில் பதிந்த அவளுடைய சிறிய பாதச்சுவடுகளையும் லட்சுமணன் கண்டான். அவன் இன்னும் சிறிது தூரம் முன்னால் சென்று, அங்கு உடைந்து கிடந்த அம்பையும் அம்பறாத்தூணியையும் ராமனுக்குக் காட்டினான்.

ராமன் மீண்டும் சீதையின் பெயரைச் சொல்லி அழைத்துவிட்டு, "லட்சுமணா, இங்கே பார்! சீதையின் சில நகைகள் இங்கே கிடைக்கின்றன. சிதைக்கப்பட்டுக் கிடக்கும் இந்த மலர்கள் அவளுடையவைதான். இந்த வில்லுக்குச் சொந்தக்காரன் யாராக இருக்க முடியும்? இங்கே ஒரு வெண்கொற்றக் குடை கிடக்கிறது. இது ஓர் அரசனுக்குரியது. இப்படிப்பட்ட ஒரு மோசமான குற்றத்தைச் செய்யத் துணிந்த அந்த அரசன் யார்? அவன் நிச்சயமாக ஓர் அரக்கனாகத்தான் இருக்க

வேண்டும். அவனுடைய படைகளை நான் அழித்ததற்கு என்னைப் பழி வாங்குவது அவனுடைய நோக்கமாக இருந்தால், அவன் நிச்சயமாக வெற்றி பெற்றுவிட்டான். ஏனெனில், சீதை இல்லாமல் என்னால் வாழ முடியாது. லட்சுமணா, நீ கூறியது சரிதான். நான் காட்டிற்குச் செல்ல வேண்டும் என்று கைகேயி ஆணையிட்டபோது நீ என்னிடம் என்ன கூறினாய் என்று உனக்கு நினைவிருக்கிறதா? நான் மிக மென்மையாக நடந்து கொண்டதாகவும், என்னுடைய அன்பும் தர்மத்தின்மீது நான் கொண்டிருக்கும் அர்ப்பணிப்பும் நான் ஒரு கோழை என்ற ஒரு தவறான கருத்தை மற்றவர்களுடைய மனங்களில் ஏற்படுத்தும் என்றும் நீ கூறினாய். நீ கூறியது முற்றிலும் சரி. நான் என் உணர்ச்சிகளைக் கட்டுப்படுத்திக் கொண்டு, மனிதகுலத்தின் நன்மைக்காகவும், தர்மத்தைக் கடைபிடித்து வாழ்வதற்கான ஒரு சிறந்த எடுத்துக்காட்டை முன்வைப்பதற்காகவும் இந்தத் துறவுக் கோலத்தை ஏற்றுக் கொண்டிருக்கிறேன். ஆனால் எல்லோரும் என்னைத் தவறாகப் புரிந்து கொண்டுள்ளதுபோலத் தெரிகிறது. இன்று நான் முற்றிலும் புதியதொரு மனிதனாக மாறிவிட்டேன். என் அன்பும் மனிதாபிமானமும் ஒதுக்கி வைக்கப்படும். என் எதிரிகளை நான் அவ்வளவு சுலபத்தில் மன்னிக்கப் போவதில்லை. நான் அவர்களிடம் கடுமையாக நடந்து கொள்ளப் போகிறேன். இம்மூவுலகையும் நான் அழிக்கப் போகிறேன். அவற்றில் எந்தவோர் உயிரினமும் எஞ்சியிருக்காது. நெருப்பும் காற்றும்கூட என்னுடைய கோபத்தால் எரித்துச் சாம்பலாக்கப்படும். தேவர்கள் அனைவரும் ஓர் ஓரமாக நின்று அவற்றை வேடிக்கைப் பார்க்கட்டும்," என்று கோபத்தோடு முழங்கினான்.

இவ்வாறு கூறிய ராமன், தன் அம்பறாத்தூணியிலிருந்து ஓர் அம்பை எடுத்துத் தன் வில்லின்மீது பொருத்தினான். லட்சுமணன் அவனுடைய பாதங்களில் விழுந்து, "அண்ணா, தயவு செய்து இந்த அழிவை நிறுத்துங்கள். உலக நன்மை மட்டுமே எப்போதும் உங்கள் மனத்தில் இருந்து வந்துள்ளது. நீங்கள் எப்படி இத்தகைய கோபத்திற்கு இடம் கொடுக்கலாம்? நிலவின் அழகும், கதிரவனின் ஒளியும், அன்னை பூமியின் பொறுமையும் ஒருங்கே அமையப் பெற்றவர் நீங்கள். கோபம் உங்கள் அறிவை மழுங்கடிக்க எப்படி நீங்கள் அனுமதிக்கலாம்? சீதையும் நீங்களும் தர்மத்தின் உருவங்கள். உங்களுக்கு ஒருபோதும் எந்தத் தீமையும் நிகழாது. இறுதியில் தர்மம்தான் வெற்றி பெற்றாக வேண்டும். இங்கு ஏதோ ஒரு போராட்டம் நிகழ்ந்திருக்கிறது என்பது வெளிப்படையாகத் தெரிகிறது. அதற்குக் காரணமான கயவன் யார் என்பதைக் கண்டுபிடித்து அவனைத் தண்டியுங்கள். ஆனால் இந்த ஒட்டுமொத்த உலகையும் தண்டிக்காதீர்கள். சீதை எங்கே கொண்டு செல்லப்பட்டிருக்கிறாள் என்று நாம் கண்டுபிடிக்க முயற்சிக்கலாம். நாம் மூவுகிலும் தேடலாம். அவளை நம்மால்

கண்டுபிடிக்க முடியாவிட்டால், பிறகு நீங்கள் இந்த ஒட்டுமொத்த உலகத்தையும் அழியுங்கள். ஆனால் அதுவரை நீங்கள் பொறுமை காக்க வேண்டும். உங்களுடைய முடிசூட்டு விழாவிற்கு முந்தைய நாள் மாலையில், நீங்கள் வனவாசம் மேற்கொள்ள வேண்டும் என்ற உத்தரவு உங்களுக்குக் கொடுக்கப்பட்டபோது ஒரு வார்த்தைகூடப் பேசாமல் நீங்கள் அதை ஏற்றுக் கொண்டீர்கள். அதனால் ஏற்பட்டத் துன்பங்களையும் சோதனைகளையும் நீங்கள் தாங்கிக் கொண்டீர்கள். அப்படிப்பட்ட நீங்கள் எப்படி இப்போது இவ்வளவு உணர்ச்சிவசப்படலாம்? மற்றவர்களுக்கு ஓர் எடுத்துக்காட்டாகத் திகழ வேண்டியவர் நீங்கள். நீங்களே இப்படித் துயரப்பட்டால், ஒரு சாதாரண மனிதனால் எப்படித் தன்னைக் கட்டுப்படுத்திக் கொள்ள முடியும்? பிரச்சனைகள் எதையும் அனுபவித்திராத மனிதன் யாரேனும் உண்டா? எண்ணற்ற அரசர்கள் சொல்லவொணா இன்னல்களை எதிர்கொண்டு வெற்றிகரமாக அவற்றிலிருந்து மீண்டது பற்றிய கதைகளை வரலாறு நமக்குக் காட்டுகிறது. எவரொருவராலும் தன்னுடைய கர்மவினையிலிருந்து தப்பிக்க முடியாது. நீங்கள் எனக்கு எப்போதுமே ஒரு கடவுளாகத்தான் இருந்து வந்திருக்கிறீர்கள். ஆனால் வருத்தத்தின் காரணமாக, உங்களுக்குள் இருக்கும் கடவுள் இப்போது தூங்கிக் கொண்டிருக்கிறார். வருத்தம் உங்கள் மனத்தில் ஆதிக்கம் செலுத்துவதற்கு நீங்கள் அனுமதிக்கக்கூடாது. உங்கள் உணர்ச்சிகளைக் கட்டுப்படுத்திக் கொள்ளுங்கள். உங்கள் அறிவு ஆதிக்கம் செலுத்தட்டும். உங்களுக்கு இத்தகைய கொடுமையைச் செய்தவனைத் தேடிக் கண்டுபிடித்து அவனுக்குத் தகுந்த தண்டனையைக் கொடுங்கள். அதுதான் ஒரு சத்திரியனின் கடமை," என்று கூறினான்.

ராமன் இவற்றையெல்லாம் அமைதியாகக் கேட்டுவிட்டு, பிறகு தன் வில்லிலிருந்து நாணைக் கழற்றித் தன் அம்பை அதன் தூணிக்குள் போட்டான். "லட்சுமணா, நீ கூறுவது சரிதான். நான் என்ன செய்ய வேண்டும் என்று நீ சொல். நான் உன்னுடைய அறிவுரையைப் பின்பற்றி நடக்கிறேன். என் மனம் இப்போது செயலற்றுப் போயுள்ளது. இப்போது நீதான் நம் இருவருக்காகவும் சேர்த்துச் சிந்தித்தாக வேண்டும்."

அவர்கள் இன்னும் சிறிது தொலைவு நடந்தபோது, வீழ்ந்து கிடந்த ஜடாயுவை அவர்கள் கண்டனர். அது ஓர் அரக்கனாக இருக்க வேண்டும் என்று முதலில் அவர்கள் நினைத்தனர். ஆனால் அருகே சென்று பார்த்தபோது, அது தங்கள் அன்புக்குரிய நண்பன் ஜடாயு என்பதை அவர்கள் அறிந்தனர். தன் இறுதி மூச்சு வெளியேறுவதற்குள் ராமனை எப்படியாவது பார்த்துவிட மாட்டோமா என்ற தவிப்புடன் ஜடாயு தன் உயிரைக் கையில் பிடித்துக் கொண்டிருந்தது.

அதன் வாயிலிருந்து ரத்தம் பெருகி வழிந்து கொண்டிருந்தது. பேசுவதற்குக்கூடத் தெம்பில்லாமல் கிடந்த அப்பறவை, பெரும் முயற்சி

செய்து, “ராமா, இக்காட்டில் உன்னுடைய நேரத்தை வீணாக்கிக் கொண்டிருக்காதே. அரக்க அரசனான ராவணன் உன் மனைவியைத் தூக்கிச் சென்றுள்ளான். என்னை இந்த நிலைமைக்கு ஆளாக்கியதும் அவன்தான். நான் அவனைத் தடுத்து நிறுத்த முயன்று, கிட்டத்தட்ட அதில் வெற்றியும் பெற்றிருந்த நிலையில், அவன் என்னைத் தன் வாளால் வெட்டிச் சாய்த்துவிட்டு, சீதையைத் தன் கைகளில் தூக்கிக் கொண்டு தென்திசை நோக்கிப் பறந்து சென்றுவிட்டான். நீ அவனுடைய நாட்டிற்குச் சென்றால் நிச்சயமாக சீதையை அங்கு நீ காண்பாய்,” என்று கூறியது.

தன்னையும் அறியாமல் தன் நண்பன் ஜடாயுவின் மரணத்திற்குத் தான் காரணமாகி இருந்ததை அறிந்த ராமன் மிகுந்த மனவருத்தம் கொண்டான். ஜடாயு வீரத்தோடு சண்டையிட்டிருந்தும்கூட ராவணனின் வல்லமையின் முன்னால் தோற்றுப் போயிருந்தது. ராமன் ஜடாயுவுக்குப் பக்கத்தில் உட்கார்ந்து, அதை ஆரத் தழுவிக் கொண்டு அழுதான்.

“லட்சுமணா, நாம் சீதையை இழந்துள்ளோம். இப்போது நம் நண்பனான ஜடாயுவும் இறந்து கொண்டிருக்கிறது. என்னைப் போன்ற ஒரு துரதிர்ஷ்டசாலி இவ்வுலகில் யாரும் இல்லை என்பது நிச்சயம். நான் கடல்நீரைத் தொட்டால்கூட, என்னுடைய துரதிர்ஷ்டத்தால் அந்தக் கடல் முழுவதும் வற்றிப் போய்விடும் என்பது உறுதி. விதி என்னை இந்த வேதனைப் படுகுழிக்குள் தள்ளியுள்ளது. அதிலிருந்து எப்படித் தப்பிப்பது என்று எனக்குத் தெரியவில்லை,” என்று ராமன் புலம்பினான்.

பிறகு, செத்துக் கொண்டிருந்த ஜடாயுவின் அருகில் அமர்ந்து, தன் அன்பான கைகளால் அவன் அதை வருடிக் கொடுத்தான்.

ராமன் மீண்டும் ஒருமுறை, “நண்பனே, உன்னால் முடிந்தால், இது எப்படி நிகழ்ந்தது என்று மீண்டும் எனக்குக் கூறு. ராவணன் ஏன் எனக்கு இதைச் செய்தான்? நான் எந்த விதத்திலும் அவனுக்குத் தீங்கிழைக்கவில்லையே. இப்படிப்பட்ட ஒரு கொடுமையான காரியத்தைச் செய்ய எது அவனைத் தூண்டியது? ராவணனுடைய தோற்றம் எப்படி இருந்தது? அவன் எங்கே வாழ்கிறான்?” என்று கேட்டான்.

செத்துக் கொண்டிருந்த அப்பறவையிடமிருந்து ராமன் பதில் எதையும் எதிர்பார்க்கவில்லை. அவன் தன் துயரத்தின் காரணமாக அவ்வாறு புலம்பிக் கொண்டிருந்தான். ஆனால் ராமனின் வருத்தத்தைக் கண்ட அப்பறவை, பெருமளவில் முயற்சி செய்து, மிக மெல்லிய குரலில் இவ்வாறு கூறியது: “ராமா, என் உயிர் வேகமாகப் பிரிந்து கொண்டிருக்கிறது. என்னால் ஒன்று மட்டும்தான் கூற முடியும்: ராவணன் ஒரு சூறாவளியைப்போல வேகமாக அவளைத் தெற்கு நோக்கித் தூக்கிச் சென்றான். ஆனால் ஒரு விஷயம் உனக்கு

ஆறுதல் அளிக்கக்கூடும். சீதையை அவன் தூக்கிச் சென்ற நேரம் 'விஜயம்' என்று அழைக்கப்படுகிறது. அந்த நேரத்தில் எந்தப் பொருள் தொலைந்து போனாலும் அது மீண்டும் கண்டுபிடிக்கப்பட்டுவிடும் என்பது உறுதி. வானவியலில் ராவணன் ஒரு கைதேர்ந்த நிபுணனாக இருந்தும்கூட, அவன் எப்படியோ இந்த நேரத்தைத் தவறாகக் கணித்துவிட்டுள்ளதுபோலத் தெரிகிறது. நீ நிச்சயமாக சீதையைக் கண்டுபிடித்து ராவணனைக் கொல்வாய். எனவே, தயவு செய்து துயரத்திற்கு இடம் கொடுக்காதே. என் இறுதிக் கணம் வந்துவிட்டது. நான் உன்னுடைய புனிதமான கைகளில் என் உயிரைவிட்டால் இந்த சம்சாரப் பிணைப்பிலிருந்து நான் நிச்சயமாக விடுதலை பெற்றுவிடுவேன். ராமா, தயவு செய்து என்னை உன் கைகளில் தாங்கிக் கொள்." அப்பறவையால் அதற்கு மேல் பேச முடியவில்லை. அது ராமனின் கைகளில் அமைதியாக இறந்து போனது. ராமன் ஜடாயுவின் கண்களை நேருக்கு நேர் பார்த்து அதற்கு முக்தியளித்தான்.

ஜடாயுவின் மரணம் ராமனின் இதயத்தை நொறுக்கியது. ஜடாயுவுடன் தாங்கள் மகிழ்ச்சியாகச் செலவிட்ட நேரங்களையெல்லாம் அவன் நினைவுகூர்ந்தான். "லட்சுமணா, ஜடாயு நமக்கு ஒரு தந்தையைப்போல இருந்தது. நாம் அப்பறவைக்கு ஒரு பொருத்தமான இறுதிச் சடங்கைச் செய்ய வேண்டும். சில விறகுகளைச் சேகரித்துக் கொண்டு வா. ஜடாயு எனக்காக உயிர் துறந்திருக்கிறது. நான் அதனை என் கைகளால் தகனம் செய்கிறேன்," என்று ராமன் கூறினான்.

பிறகு அவன் ஜடாயுவை மென்மையாகத் தூக்கிக் கொண்டு கோதாவரி ஆற்றின் கரைக்குச் சென்றான். அங்கு ஓர் இடத்தைத் தேர்ந்தெடுத்து, தர்பைப் புல்லை அதன்மீது பரப்பினான். லட்சுமணன் சில விறகுகளைக் கொண்டு வந்து ஒரு சிதையைத் தயார் செய்தான். ஜடாயுவை ராமன் அதன்மீது அன்பாகக் கிடத்தினான்.

"பறவைகளுக்கெல்லாம் அரசனே, மாபெரும் தவங்களைச் செய்துள்ளவர்களுக்காக சொர்க்கத்தில் ஒதுக்கப்பட்டுள்ள சிறப்பான இடத்தை நீ சென்றடைவாயாக," என்று கூறிய ராமன், தானே அச்சிதைக்குத் தீ மூட்டினான். பிறகு அவன் தன் மூதாதையர்களை நினைத்து அவர்களுக்குக் காணிக்கைகள் செலுத்திவிட்டு, பொருத்தமான மந்திரங்களையும் கூறினான். ஜடாயுவின் தகனம் முடிந்த பிறகு, அவ்விரு இளவரசர்களும் கோதாவரி நதியில் நீராடித் தங்களை சுத்தப்படுத்திக் கொண்டு, வருத்தத்தோடு தங்கள் பயணத்தைத் தொடர்ந்தனர்.

வேதனைகரமான பயணம்

ஜடாயுவுடனான சந்திப்பு ராமனின் மனத்தில் ஒரு சிறு துளி நம்பிக்கையை விதைத்திருந்தது. சீதை எங்கு கொண்டு செல்லப்பட்டிருந்தாள் என்பதாவது அவனுக்கு இப்போது தெரிந்தது. இனி அவளைக் கண்டுபிடிக்க வேண்டியது ராமனின் பொறுப்பு. ராமனின் மனப்போக்கு மாறியிருந்ததைக் கண்டு லட்சுமணன் நிம்மதியடைந்தான். தன் சகோதரன் கோபப்பட்டு அவன் ஒருபோதும் பார்த்திருக்கவில்லை. அது அவனை உண்மையிலேயே பயம் கொள்ளச் செய்தது. ராவணன் தென்திசையில்தான் சென்றிருந்தான் என்று ஜடாயு அவ்வளவு உறுதியாகக் கூறியிருந்ததால், அவர்கள் இருவரும் விரைவாகத் தெற்கு நோக்கி நடந்தனர். அந்தப் பயணம் மிகவும் வருத்தம் தோய்ந்ததாக இருந்தது. சீதை அவர்களோடு இருந்திருந்தால், அவர்கள் இருவருக்கு இடையேயும் நடந்தபடி ஆயிரக்கணக்கான கேள்விகளைக் கேட்டுக் கொண்டிருப்பாள். மலர்களைப் பறிப்பதற்கோ அல்லது ஒரு மானையோ அல்லது பறவையையோ பார்த்து ரசிப்பதற்கோ அவளுக்கு வாய்ப்புக் கொடுக்கும் விதமாக அவ்வப்போது அவர்கள் நிற்பது வழக்கம்.

ராமனால் பேசவே முடியவில்லை. லட்சுமணன் அவனுக்குப் பக்கத்தில் அமைதியாக நடந்து வந்தான். அவர்கள் இருவருமே தத்தம் சொந்த வருத்தத்தில் மூழ்கிப் போயிருந்தனர். ஓநாய்களும் புலிகளும் அதிகமாக நடமாடிய அடர்ந்த காட்டுப் பகுதிக்குள் அவர்கள் நுழைந்தனர் இருள் ஆழமாகிக் கொண்டே போனது. இந்தப் பகுதிக்கு முனிவர்கள் அவ்வளவாக வரவில்லை. விரைவில், ராமனும் லட்சுமணனும் ஒரு குகையை வந்தடைந்தனர். அதன் வாயிலில் ஓர் அரக்கி நின்றாள். அவளுடைய தோற்றம் பூதாகரமாகவும் அச்சுறுத்துவதாகவும் இருந்தது. முன்பு சூர்ப்பனகை செய்திருந்ததைப்போல, அந்த அரக்கியும் லட்சுமணனைக் காம உணர்வுடன் அணுகினாள்.

"என் பெயர் அயோமுகி. நீ என் துணைவனாக ஆக வேண்டும் என்று நான் விரும்புகிறேன். என்னுடன் வா. நாம் இருவரும் இங்கிருந்து போய்விடலாம்," என்று அவள் கூறினாள்.

லட்சுமணன் முற்றிலும் பொறுமையிழந்து இருந்தான். சீதை குறித்தக் குற்றவுணர்வு அவனை வதைத்துக் கொண்டிருந்தது. ஜடாயுவின் மரணம் அவனுள் கடுமையான துயரத்தைத் தோற்றுவித்திருந்தது. ராமனின் வினோதமான நடத்தை அவனை அதிர்ச்சிக்கு உள்ளாக்கியிருந்தது. ஒரே நேரத்தில் பல உணர்ச்சிகளால் அவன் அலைக்கழிக்கப்பட்டுக் கொண்டிருந்தான். எனவே, அவன் அந்த அரக்கியோடு வார்த்தைப் பரிமாற்றத்தில் ஈடுபடாமல், வெறுமனே தன் வாளை உயர்த்தி அவளுடைய காதுகளையும் மூக்கையும் மார்புகளையும் வெட்டினான். அயோமுகி வலியிலும் கோபத்திலும் அலறிக் கொண்டே அங்கிருந்து ஓடிப் போனாள். ராமனும் லட்சுமணனும் எதுவும் பேசாமல் தொடர்ந்து நடந்தனர்.

ஏதோ ஆபத்து தங்களை நெருங்கிக் கொண்டிருந்ததை உணர்ந்த லட்சுமணன், விழிப்போடு இருக்குமாறு ராமனை எச்சரித்தான். அப்போது ஒரு பயங்கரமான சத்தம் கேட்டது. அது அந்த ஒட்டுமொத்தக் காட்டையும் உலுக்கியது. விரைவில், ஒரு மிகப் பெரிய உருவத்தைக் கொண்ட ஓர் அரக்கன் அவர்கள் முன்னால் தோன்றினான். அவனுக்குத் தலை எதுவும் இருக்கவில்லை. அவனுடைய வாய் அவனது வயிற்றில் இருந்தது. தன் மார்பின்மீது இருந்த தன்னுடைய ஒற்றைக் கண்ணால் அவன் அவர்களைக் கொடூரமாகப் பார்த்தான். குகை போன்ற தன்னுடைய வாயிலிருந்து தன் நீண்ட நாக்கை வெளியே துருத்தி, தனக்கு விருந்தாக ஆகவிருந்த ராமனையும் லட்சுமணனையும் பார்த்து அதைச் சுழற்றினான். அவனுடைய கைகள் மரங்களைப்போல நீளமாக இருந்தன. தங்களால் அவனைக் கடந்து செல்ல முடியாது என்பதை இளவரசர்கள் இருவரும் உணர்ந்தனர். அவன் தன்னுடைய கைகளை நீட்டி அவர்கள் இருவரையும் பிடித்துத் தன் வாயருகே கொண்டு சென்றான்.

பயத்தில் நடுங்கிய லட்சுமணன், "அண்ணா, தயவு செய்து உங்களைக் காப்பாற்றிக் கொண்டு சீதையைத் தேடிச் செல்லுங்கள். நான் இந்த அரக்கனுக்கு இரையாகிறேன்," என்று கூறினான்.

பயப்படாமல் இருக்கும்படி ராமன் அவனிடம் கூறினான். அவ்விருவரையும் கண்டு களிப்புற்ற அந்த அரக்கன், "நான் மனிதர்களைச் சுவைத்து நீண்டகாலம் ஆகிவிட்டது. விலங்குகளின் சதையைவிட மனிதச் சதை அதிகச் சுவையாக இருக்கும். உங்களால் என்னிடமிருந்து தப்பிக்கவே முடியாது," என்று கொக்கரித்தான்.

ராமன் லட்சுமணனிடம் திரும்பி, "ஒவ்வொரு துரதிர்ஷ்டமாக நம்மைத் துரத்தி வந்துள்ளது. நாம் இப்போது இந்த அரக்கனுக்கு பலியாகப் போகிறோம். விதி என்ற எதிரியை யாராலும் வெல்லவே முடியாது," என்று கூறினான்.

அதற்கு லட்சுமணன், "அண்ணா, நாம் இந்த அரக்கனின் கைகளை வெட்டிவிடலாம்," என்று கூறினான். இதைக் கேட்டதும்

அந்த அரக்கன் அவர்கள் இருவரையும் அவசர அவசரமாகத் தன் வாயினுள் அடைத்துக் கொள்ள முயன்றான். ஆனால், கண்ணிமைக்கும் நேரத்தில் ராமன் அவனுடைய வலது கையையும் லட்சுமணன் அவனுடைய இடது கையையும் வெட்டிச் சாய்த்தனர். அந்த அரக்கன் ஒரு பயங்கரச் சத்தத்துடன் கீழே சரிந்தான். அவன் விழுந்ததில் சில மரங்கள் அவனுடைய உடலுக்கு அடியில் நசுங்கின. இவ்விருவரும் சாதாரண மனிதர்கள் அல்ல என்பதை உணர்ந்து கொண்ட அந்த அரக்கன், அவர்கள் யார் என்று அவர்களிடம் கேட்டான். இளவரசர்கள் இருவரும் தாங்கள் யார் என்று அவனிடம் கூறினர்.

இதைக் கேட்ட அந்த அரக்கன் மிகவும் மனமகிழ்ந்து, "என் பெயர் கபந்தன். முனிவர்களின் சாபத்தால் நான் ஓர் அரக்கனாக ஆனேன். முன்பொரு காலத்தில் நானும் உங்கள் இருவரையும்போல வசீகரமாக இருந்தேன். ஆனால் முனிவர்களை அச்சுறுத்தும் விதத்தில் பல்வேறு வடிவங்கள் எடுத்து நான் அவர்களிடம் அடிக்கடி வம்பு செய்தேன். கடைசியில் ஒருநாள் நான் இந்த அரக்க வடிவை எடுத்தேன். கடுங்கோபம் கொண்ட முனிவர்கள், என் எஞ்சிய வாழ்நாள் முழுவதும் இனி நான் இந்த உருவத்திலேயே இருப்பேன் என்று என்னைச் சபித்தனர். என்னை இந்தச் சாபத்திலிருந்து விடுவிக்குமாறு நான் அவர்களிடம் கெஞ்சினேன். தசரதனின் மகன் ராமன் வந்து என் கைகளை வெட்டிச் சாய்க்கும்போது நான் விடுவிக்கப்படுவேன் என்று அவர்கள் கூறினர். இப்போது நீங்கள் இருவரும் இங்கே வந்திருக்கிறீர்கள். ராமா, தயவு செய்து என்னைத் தகனம் செய்து என்னை இந்தச் சாபத்திலிருந்து விடுவித்துவிடு. நான் என் பழைய உருவத்தைப் பெற எனக்கு உதவு," என்று கூறினான்.

அதற்கு ராமன், "ராவணன் என்ற ஓர் அரக்கனால் என் மனைவி சிறையெடுத்துச் செல்லப்பட்டிருக்கிறாள். அவனைப் பற்றி எங்களுக்கு ஏதேனும் கூற முடியுமா?" என்று கேட்டான்.

தான் தன் நினைவை இழந்திருந்ததாகவும், தன்னுடைய பழைய உருவம் தனக்குக் கிடைத்தவுடன் அவர்கள் தெரிந்து கொள்ள வேண்டிய எல்லாவற்றையும் தான் அவர்களுக்குக் கூறுவதாகவும் கபந்தன் பதிலளித்தான். ஒரு பெரிய குழி தோண்டி, தன்னை அதற்குள் வீசிவிட்டு, தன் உடலைக் கொளுத்திவிடுமாறு அவன் அவர்களிடம் கேட்டுக் கொண்டான். மலை போன்ற அவனுடைய உடல் எரிந்தபோது, கபந்தன் ஒரு வசீகரமான நபராக அந்த நெருப்பிற்குள் இருந்து வெளிப்பட்டான்.

அவனுக்குத் தன் பழைய நினைவு திரும்பியது. அவன் ராமனிடம், "உங்கள் மனைவியை மீட்டெடுக்க உங்களுக்கு உதவக்கூடிய ஒருவன் இருக்கிறான். அவன் பெயர் சுக்ரீவன். வானரர்களின் தலைவனான அவன், வாலியின் சகோதரனும்கூட. வாலி அவனை அவனுடைய

ராஜ்யத்தைவிட்டுத் துரத்திவிட்டான். பம்பை எனும் ஏரியின் கரைமீது அமைந்த ரிஷ்யமுகம் என்ற மலையில் சுக்ரீவன் தற்போது தன்னுடைய நண்பர்கள் நால்வருடன் வாழ்ந்து கொண்டிருக்கிறான். அவன் ஒரு மாவீரன். அவன் மிகவும் சக்திவாய்ந்தவன். அவனால் உங்களுக்கு உதவ முடியும். இனியும் துயரத்தில் மூழ்கிக் கிடக்காதீர்கள். நேராகப் பம்பையை நோக்கிச் செல்லுங்கள். மேற்கு நோக்கிய பாதையில் செல்லுங்கள். நந்தனம் எனும் ஒரு பூங்காவிற்கு அது உங்களை அழைத்துச் செல்லும். அங்கிருந்து விரைவில் நீங்கள் பம்பை ஏரியை அடைந்துவிடுவீர்கள். ரிஷ்யமுக மலையின் அடிவாரத்தில் இருக்கின்ற அந்த அழகான இடத்தில் உங்களுக்குச் சிறிது ஆறுதல் கிடைக்கும். சுக்ரீவன் அங்குதான் வாழ்கிறான். நீங்கள் அவனிடம் செல்லுங்கள். அப்போது உங்கள் இலக்கில் உங்களுக்கு வெற்றி நிச்சயம். மாதங்கர் என்ற ஒரு வயோதிக முனிவரின் வயோதிக சிஷ்யை ஒருத்தி தன் உயிர் பிரிவதற்கு முன்பு உங்களைப் பார்த்துவிட வேண்டும் என்பதற்காகக் காத்துக் கொண்டிருக்கிறாள். அவளுடைய பெயர் சபரி. நான் இப்போது விண்ணுலகிற்குப் போக தயவு செய்து எனக்கு விடைகொடுங்கள்," என்று கூறினான். பிறகு அவனுடைய தெய்வீக வடிவம் அவர்களுடைய பார்வையிலிருந்து மறைந்தது.

எதிர்பாராத இந்த சந்திப்பும் ஆறுதல் செய்தியும் இளவரசர்கள் இருவரையும் மகிழ்ச்சியில் ஆழ்த்தின. நேராக சபரியின் ஆசிரமத்திற்குப் போவதென்று அவர்கள் தீர்மானித்தனர்.

இரண்டு நாட்கள் பயணித்தப் பிறகு பம்பை ஏரியை அடைந்த அவர்கள், அதன் கரையில் அமைந்திருந்த சபரியின் ஆசிரமத்திற்குச் சென்றனர். சபரி ஒரு வயோதிகப் பெண்மணி. அவளுடைய தோலில் ஏகப்பட்டச் சுருக்கங்கள் இருந்தன. அவள் முதுகு கூன் விழுந்திருந்தது. நரை விழுந்த அவளுடைய நீண்ட ஜடாமுடி கிட்டத்தட்டத் தரையைத் தொட்டுக் கொண்டிருந்தது. ராமனின் வரவுக்காகப் பல ஆண்டுகள் காத்துக் கொண்டிருந்த அவள் ஒரே பார்வையில் இப்போது அவனை அடையாளம் கண்டுகொண்டாள். ராமன் அவளிடம் நலம் விசாரித்துவிட்டு, அவளுடைய தவ வாழ்க்கையைப் பற்றிக் கேட்டான்.

சபரி பணிவோடு அவன் முன் குனிந்து வணங்கிவிட்டு, "ராமா, என் தவப் பயன் இப்போது என் கண்களுக்கு முன்னால் நின்று கொண்டிருக்கிறது. உன் பார்வை என்மீது பட்டவுடனேயே நான் தூய்மையாக்கப்பட்டுவிட்டேன். எனக்கு இப்போது நிச்சயமாக முக்தி கிடைத்துவிடும். நான் எந்த முனிவர்களுக்காகப் பல காலமாக சேவை செய்தேனோ, அவர்கள் அனைவரும் மேலுலகிற்குச் சென்றுவிட்டனர். உன்னுடைய வரவுக்காகக் காத்திருக்கும்படி அவர்கள் என்னிடம் கேட்டுக் கொண்டனர். இத்தனை வருடங்களாக நான் உனக்காகக் காத்துக் கொண்டிருந்தேன். தினமும் நான் இக்காட்டிலிருந்து

பழங்களைச் சேகரித்து, அவற்றை உனக்காகப் பாதுகாத்து வைத்திருக்கிறேன்," என்று கூறினாள்.

அவள் அப்பழங்களை ராமனுக்கு எடுத்து வந்தாள். அவள் ஒவ்வொரு கனியையும் கடித்துச் சுவைத்துவிட்டு, சுவையாக இருந்தவற்றை மட்டுமே ராமனுக்குக் கொடுத்தாள். அடுத்தவருக்குக் கொடுக்கும் எதையும் எச்சில்படுத்தக்கூடாது என்பதைக் கீழ்மட்டத்தைச் சேர்ந்த அந்தப் பெண் அறிந்திருக்கவில்லை. சிறந்த கனிகளை மட்டுமே தன் அன்புக்குரிய ராமனுக்குக் கொடுக்க வேண்டும் என்ற எண்ணம் மட்டுமே அவளுடைய மனத்தில் இருந்தது. ராமன் அவளுடைய தூய்மையான இதயத்தை அறிந்து கொண்டான். அவன் அந்த ஆசிரமத்தில் அமர்ந்து கொண்டு, சபரி சுவைத்துப் பார்த்துவிட்டுக் கொடுத்தக் கனிகள் அத்தனையையும் சாப்பிட்டதைக் கண்ட லட்சுமணன் பெரும் ஆச்சரியமடைந்தான். சபரி ராமனைக் கீழே அமரச் செய்து, அவனுக்குப் பக்கத்தில் குத்துக்காலிட்டு அமர்ந்து கொண்டு, ஒவ்வொரு கனியாக ராமனின் வாயில் அன்போடு வைத்தாள். லட்சுமணன் பிரமிப்போடு இதைப் பார்த்தான். ராமன் அவனைப் பார்த்துப் புன்னகைத்துவிட்டுக் கனிகளை ரசித்து உட்கொண்டான். அவன் சாப்பிட்டு முடித்தப் பிறகு, தான் விண்ணுலகம் செல்லத் தனக்கு அனுமதி கொடுக்குமாறு சபரி அவனிடம் வேண்டினாள்.

அதற்கு ராமன், "நீ மிகவும் பக்குவப்பட்ட ஓர் ஆன்மா. உன் விருப்பங்கள் அனைத்தும் நிறைவேற்றப்படட்டும். நீ எந்த முனிவர்களுக்கு சேவை செய்தாயோ, அவர்கள் சென்றுள்ள அதே இடத்திற்கு நீயும் நிச்சயமாகச் செல்வாய்," என்று கூறினான். ராமனின் இவ்வார்த்தைகளைக் கேட்ட சபரி மிகவும் மகிழ்ந்தாள். அவள் தியான நிலையில் அமர்ந்தாள். பிறகு அவள் தன் உடலைத் துறந்து விண்ணுலகம் சென்றாள்.

சபரி தன் உடலைத் துறந்த பிறகு, ராமனும் லட்சுமணனும் அந்த ஏரியின் கரையை ஒட்டி நடந்து சென்றனர். அந்த இடத்தின் புனிதத் தன்மையைக் கண்டு அவர்கள் வியந்தனர். முன்பு அங்கு வாழ்ந்த முனிவர்கள் விட்டுச் சென்ற அதிர்வுகள் மிகவும் சக்திவாய்ந்தவையாக இருந்ததால், புலிகளும் ஆடுகளும் பரஸ்பரம் எந்த பயமும் இன்றி ஒன்றாக அலைந்து திரிந்தன. ராமனுக்கு அங்கு சிறிது ஆறுதல் கிடைத்தது. ஆனால் நேரத்தை வீணாக்காமல் அவர்கள் ரிஷ்யமுக மலையை நோக்கி விரைந்தனர். சுக்ரீவனை சந்திப்பதற்கு அவர்கள் துடித்துக் கொண்டிருந்தனர்.

விரைவில் அவர்கள் இன்னோர் ஏரிக்கரையை வந்தடைந்தனர். அந்த இடம் செழிப்பாகவும் அழகாகவும் இருந்தது. இயற்கை அன்னை எல்லாவற்றையும் அந்த இடத்திற்கு வாரிக் கொடுத்திருந்தாள். பூக்களைத் தாங்கிய மரங்களும் செடிகளும் அங்கு ஏராளமாக இருந்தன.

கரையின்மீது அமைந்த புல்வெளிகளில் மலர்கள் இறைந்து கிடந்தன, மயில்கள் மகிழ்ச்சியாக நடனமாடின, பறவைகள் இனிமையாகப் பாடித் திரிந்தன. ராமன் மீண்டும் துயரத்தால் ஆட்கொள்ளப்பட்டான். அவனால் அதற்கு மேல் நடக்க முடியவில்லை. "லட்சுமணா, நீ மட்டும் சுக்ரீவனைப் பார்த்துவிட்டு வா," என்று அவன் கூறினான். ஆச்சரியமடைந்த லட்சுமணன், "அண்ணா, என்ன பிரச்சனை?" என்று கேட்டான்.

"இந்த இடத்தின் அழகு சீதையைப் பற்றிய நினைவைத் தூண்டிவிட்டுள்ளது. அவள் இந்த அழகான இடத்தை எவ்வளவு விரும்பியிருப்பாள் தெரியுமா? நான் மீண்டும் அவளோடு சேரும்வரை எனக்கு மனஅமைதி கிடையாது. தயவு செய்து என் சார்பில் நீ சுக்ரீவனை சந்தித்துவிட்டு வா. நான் என் அன்பு மனைவியின் நினைவுகளுடன் இங்கேயே அமர்ந்து கொள்ளப் போகிறேன். லட்சுமணா, இது இளவேனில் காலம். என் மனைவி குறித்து அது என்னை ஏக்கம் கொள்ள வைக்கிறது. நாட்கள் செல்லச் செல்ல, சீதையின்மீதான என் அன்பு வளர்ந்து கொண்டே வருகிறது. தாமரை மலர்கள் நிறைந்த இந்த ஏரியின் அழகைப் பார். நான் அவற்றைப் பறித்து அவளுடைய தலையில் சூட்டிய நாட்கள் எல்லாம் எங்கே போய்விட்டன? சீதையைத் தவிர வேறு எதன்மீதும் என்னால் கவனம் செலுத்த முடியவில்லை. மலர்களின் நறுமணம் நிரம்பிய காற்று, அவற்றின் இதழ்களை என் முகத்தின்மீது வீசிச் செல்வது, சீதை சில சமயங்களில் என் முகத்தின்மீது மலர்களை வீசி என்னைக் கேலி செய்ததைப்போல இருக்கிறது. குயில்களின் ஓசைக்கேற்ப இக்காற்று நடனம் புரிவதுபோல இருக்கிறது. அந்த மரங்களின் கிளைகளைப் பார். அவை எவ்வளவு அழகாக ஒன்றோடொன்று பின்னிப் பிணைந்துள்ளன பார்த்தாயா? அவை ஒன்றையொன்று ஆரத் தழுவிக் கொண்டிருப்பதைப்போலத் தெரிகிறது. சந்தனத்தின் நறுமணம் என் உடலெங்கும் தழுவிச் சென்று கொண்டிருக்கிறது. சீதை இந்நறுமணத்தை மிகவும் விரும்புவாள். வருத்தம் என்னை மூழ்கடித்துக் கொண்டிருக்கிறது. சீதையால் மட்டுமே எனக்கு ஆறுதல் கூற முடியும். ஆனால் அவள் கண்காணாத் தொலைவில் அல்லவா இருக்கிறாள்! லட்சுமணா, அந்தப் பறவைகளைப் பார். அவையெல்லாம் ஜோடிகளாகப் பறந்து கொண்டிருக்கின்றன. என் அன்புப் புறா இப்போது எங்கே இருக்கிறாளோ! லட்சுமணா, சீதை குறித்தக் காதல் நெருப்பு என்னுள் கொழுந்துவிட்டு எரிந்து கொண்டிருக்கிறது. என் ஒட்டுமொத்த உடலும் தகதகவென எரிந்து கொண்டிருக்கிறது. அவளுடைய பெரிய கருநிறக் கண்களை நான் எப்போது காண்பேன்? அவளுடைய இனிமையான குரலை நான் எப்போது கேட்பேன்? அவளிடமிருந்து பிரிந்து எவ்வாறு நான் வாழ்வேன்? அவளுக்கு இந்த இளவேனில் பருவம் மிகவும் பிடிக்கும். அவளை நினைத்து

நான் எப்படி ஏங்கிக் கொண்டிருக்கிறேனோ, அதேபோல அவளும் நிச்சயமாக என்னை நினைத்து ஏங்கிக் கொண்டிருப்பாள். அவளைப் பற்றிய கவலையால் நான் மிகவும் குழம்பிப் போயிருக்கிறேன். அவள் தற்கொலை செய்து கொண்டுவிடக்கூடாது என்பதுதான் என்னுடைய மிகப் பெரிய கவலை. ஒருவரையொருவர் பிரிந்து எங்களால் உயிர்வாழ முடியாது. இந்த இடத்தைப் பற்றிய எல்லாமே எனக்கு அவளைப் பற்றிய ஏக்கத்தை ஏற்படுத்துகிறது. இந்த வேதனையை என்னால் தாங்கிக் கொள்ள முடியவில்லை."

ராமன் தன் துயரத்திலிருந்து மீண்டு கொண்டிருந்தான் என்று லட்சுமணன் நினைத்திருந்தான். ஆனால் விஷயம் அதற்கு நேர்மாறாக இருந்ததை அவன் உணர்ந்தான். என்ன சொல்வதென்று அவனுக்குத் தெரியவில்லை. சீதையின்மீது தன் சகோதரன் எந்த அளவுக்குக் காதல் கொண்டிருந்தான், அவளை நினைத்து அவன் எவ்வளவு தூரம் உணர்ச்சிவசப்பட்டான் என்பதை லட்சுமணன் இப்போதுதான் முதன்முறையாக உணர்ந்தான். தன்னுடைய மனைவி ஊர்மிளை குறித்துத் தனக்கு இவ்வளவு தீவிரமான உணர்ச்சிகள் ஒருபோதும் ஏற்படாமல் போயிருந்ததை நினைத்து லட்சுமணன் பெரும் நிம்மதியடைந்தான். மனத்தில் லேசான வேதனைகூட இல்லாமல் அவளைவிட்டுப் பிரிந்து அவனால் ராமனோடு காட்டிற்கு வர முடிந்தது. லட்சுமணனின் ஒட்டுமொத்த வாழ்க்கையும் அவனுடைய சகோதரனோடு பின்னிப் பிணைந்து இருந்தது. எல்லா நேரங்களிலும் தன்னால் ராமனோடு இருக்க முடிந்ததை நினைத்து அவன் மகிழ்ச்சி கொண்டான். இறுதியில், ராமனுக்கு ஆறுதல் கூறுவதற்காக, "அண்ணா, சீதை எப்பேற்பட்ட ஒரு பொக்கிஷம் என்பதை நான் அறிவேன். அவளைப் போன்ற இன்னொரு பெண்ணைத் தேடிக் கண்டுபிடிப்பது சாத்தியமில்லை. ஆனால் நீங்கள் எப்படி இவ்வளவு தூரம் உணர்ச்சிவசப்படலாம்? சிறிதுகூட யோசிக்காமல் ஒரு ராஜ்யத்தை நீங்கள் தூக்கியெறிந்துவிட்டு, எந்த விதத்திலும் உணர்ச்சிவசப்படாமல், எந்தச் சலனத்திற்கும் இடம் கொடுக்காமல், அமைதியாகக் காட்டிற்கு வந்துவிட்டீர்கள். ஒரு சிங்கத்தின் துணிச்சலைக் கொண்டவர் நீங்கள். நீங்கள் எப்படி இந்த அளவுக்குத் துயரத்தில் மூழ்கிப் போகலாம்? நாம் தொடர்ந்து பயணித்து, சீதையைத் திருடிச் சென்றவனைக் கண்டுபிடித்து, தக்க விதத்தில் அவனுக்கு நாம் தண்டனை கொடுக்கலாம். மேலும், தன்னை மீட்க நீங்கள் வருவீர்கள் என்று சீதை காத்துக் கொண்டிருப்பாள் இல்லையா? நீங்கள் உங்கள் இழப்பை நினைத்து வருத்தம் கொண்டு இங்கேயே உட்கார்ந்து புலம்பிக் கொண்டிருப்பீர்கள் என்று அவள் எதிர்பார்க்க மாட்டாள். தான் இருக்கும் இடத்தை நீங்கள் எப்படியாவது தேடிக் கண்டுபிடித்துவிடுவீர்கள் என்றுதான் அவள் எதிர்பார்த்துக் கொண்டிருப்பாள். அண்ணா, நீங்கள் வலிமையாகவும்

உறுதியாகவும் இருங்கள். பிரிவை நினைத்து எந்த அளவுக்கு நீங்கள் மருகுகிறீர்களோ, அந்தப் பிரிவினால் ஏற்பட்டுள்ள வேதனை அந்த அளவுக்கு அதிகரித்துக் கொண்டே இருக்கும். இந்தத் துயரத்தை விட்டுத் தள்ளுங்கள். நாம் சீதையைத் தேடத் துவங்கலாம். அவளை அந்த அரக்கன் எங்கு சிறை வைத்திருந்தாலும் சரி, நாம் நிச்சயமாக அவளைக் கண்டுபிடிப்போம். அண்ணா, எந்தச் சூழ்நிலையிலும் உங்கள் உறுதியையும் அமைதியையும் கைவிடாதவர் நீங்கள். எதற்கும் பயப்படாதவர் நீங்கள். அதுதான் உங்களுடைய உண்மையான இயல்பு. அண்ணா, தயவு செய்து நீங்கள் உங்கள் பழைய நிலைக்குத் திரும்ப வேண்டும். உற்சாகமும் முயற்சியும் ஒன்றுசேர்ந்தால் நாம் விரும்பும் எதையும் நம்மால் கைவசப்படுத்த முடியும்," என்று அவன் கூறினான்.

லட்சுமணனின் வார்த்தைகள் ராமனுக்குப் பெரும் ஆறுதலளித்தன. அவன் தன் சோர்வை உதறித் தள்ளிவிட்டு, ரிஷ்யமுக மலையை நோக்கி உறுதியாக நடக்கத் தொடங்கினான். அங்கிருந்த அழகான நீர்வீழ்ச்சிகளையும் மலர்களையும் பாடும் பறவைகளையும் ராமனின் கண்கள் ஏக்கத்தோடு பார்த்தன. ஆனால் சீதையைப் பற்றிய நினைவால் தன் மனம் தடுமாறாமல் இருக்கும்படி அவன் தன்னைத் தானே கட்டுப்படுத்திக் கொண்டான். அவளை எப்படியாவது காப்பாற்றிவிட வேண்டும் என்பதுதான் அவனுடைய தலையாய இலக்காக இருந்தது. விரைவில், ராமனும் லட்சுமணனும் ரிஷ்யமுக மலையின் அடிவாரத்தை அடைந்து, அங்கிருந்து மலையேறத் துவங்கினர்.

கிஷ்கிந்தா காண்டம்

முக்கியச் சந்திப்பு

அந்நியர்கள் இருவர் மலையின்மீது ஏறி வந்து கொண்டிருந்ததை, ரிஷ்யமுக மலையின் குன்றுகளில் ஒன்றின்மீது தன் நான்கு நண்பர்களுடன் அமர்ந்தபடி சுக்ரீவன் பதற்றத்தோடு கவனித்துக் கொண்டிருந்தான். அவனுடைய சகோதரன் வாலி அவனை மிகக் கடுமையாகத் தாக்கியிருந்ததால், வாலியின் உளவாளிகள் பற்றிய பயத்துடனேயே அவன் எப்போதும் வாழ்ந்து கொண்டிருந்தான். அம்மலையைச் சுற்றிலும் பத்து மைல் தூரத்தில் நடக்கும் எந்தவொரு விஷயத்தையும் சுலபமாகப் பார்க்கும் விதத்தில் ஒரு குன்றில் ஒரு குறிப்பிட்ட இடத்தைத் தேர்ந்தெடுத்து சுக்ரீவன் அங்கு தங்கியிருந்தான். எனவே, வசீகரமான இரண்டு பேரை அந்த மலையடிவாரத்தில் கண்டவுடனேயே அவன் கவலை கொள்ளத் தொடங்கினான். தன்னைக் கொல்வதற்கு வாலி அவர்களை அனுப்பி வைத்திருந்ததாக அவன் பயந்தான். அனுமான்தான் சுக்ரீவனின் முக்கிய அமைச்சராக இருந்தான். அவன் தன் தலைவனின் பயத்தைக் களைந்து அவனுக்கு ஆறுதல் கூறத் தன்னால் இயன்ற அளவு முயன்றான். ஆனால் சுக்ரீவனால் நிம்மதியாக இருக்க முடியவில்லை.

"அனுமானே, அவர்கள் இருவரும் முனிவர்களைப்போல உடையணிந்துள்ளனர், ஆனால் அவர்களிடம் வில்களும் அம்புகளும் இருக்கின்றன. அவர்களுடைய இடைகளில் தொங்கி ஒளிவீசிக் கொண்டிருக்கும் வாள்களை என்னால் காண முடிகிறது. என்னைக் கொல்வதற்காக வாலிதான் அவர்களை அனுப்பி வைத்திருக்கிறான். நீ அவர்களிடம் சென்று, அவர்களுடைய நோக்கம் என்ன என்பதைக் கண்டுபிடித்து வா. அவர்களிடம் இனிமையாகப் பேசி, இந்தத் தனிமையான இடத்திற்கு அவர்கள் வந்திருப்பதற்கான உண்மையான காரணத்தைக் கண்டுபிடிக்க முயற்சி செய்," என்று சுக்ரீவன் கூறினான்.

வாயு பகவானின் மகனான அனுமானின் வலிமை மிகவும் புகழ்பெற்றது. அவன் கூரிய அறிவு கொண்டவனும்கூட. தன் விருப்பப்படி அவனால் எந்தவோர் உருவத்தையும் எடுக்க முடியும். எனவே, அவன் ஒரு பிரம்மச்சாரியைப்போல உருவெடுத்து,

ராமனையும் லட்சுமணனையும் அணுகினான். தன் குரலில் தேனொழுக, “நீங்கள் யார் என்று கூறுங்கள். பார்ப்பதற்கு நீங்கள் துறவிகளைப்போல இருக்கிறீர்கள், ஆனால் நீங்கள் ஆயுதங்களைச் சுமந்து கொண்டிருக்கிறீர்கள். அரண்மனைகளில் வாழ்ந்து கொண்டிருக்க வேண்டிய நீங்கள் எதற்காக இந்தத் தனிமையான மலைப்பகுதியில் சுற்றித் திரிந்து கொண்டிருக்கிறீர்கள்? நான் சிறிது நேரமாக உங்களை கவனித்துக் கொண்டுதான் இருக்கிறேன். நீங்கள் எதையோ தேடிக் கொண்டிருப்பதுபோலத் தெரிகிறது. நீங்கள் இருவரும் வசீகரமான தோற்றத்தைக் கொண்டிருந்தாலும், உங்கள் முகங்களில் வருத்தத்தின் நிழல் தெரிகிறது. நான் யாரென்று முதலில் கூறிவிடுகிறேன். என் பெயர் அனுமான். வானர அரசனான சுக்ரீவனின் அமைச்சர்களில் ஒருவன் நான். சுக்ரீவன் தன்னுடைய சகோதரன் வாலியால் தன் நாட்டிலிருந்து துரத்தப்பட்டான். அவன் இப்போது இந்த மலையில் வாழ்ந்து கொண்டிருக்கிறான். அவன் உங்களோடு நட்புக் கொள்ள விரும்புகிறான். எனவே, உங்கள் நோக்கம் என்னவென்று தெரிந்து கொள்வதற்காக அவன் என்னை இங்கே அனுப்பியுள்ளான். நான் உண்மையில் ஒரு வானரன். ஆனால் நான் விரும்புகின்ற எந்த வடிவத்தை வேண்டுமானாலும் என்னால் எடுக்க முடியும்,” என்று அவன் அவர்களிடம் கூறினான்.

அனுமானின் வார்த்தைகளைக் கேட்டபோது ராமன் உற்சாகமடைந்தான். அவன் லட்சுமணனிடம் திரும்பி, “லட்சுமணா, இவன் மிகவும் உண்மையானவனாகத் தெரிகிறான். நம் மனத்தில் என்ன திட்டம் இருக்கிறதோ, இவனும் துல்லியமாக அதே திட்டத்துடன்தான் வந்திருக்கிறான். நாம் சுக்ரீவனோடு நட்பு ஏற்படுத்திக் கொள்ள விரும்பி வந்துள்ளோம். இவனும் அதே நோக்கத்தைத்தான் கொண்டிருக்கிறான். தயவு செய்து அவனிடம் பேசி அதிகமான தகவல்களைக் கேட்டுத் தெரிந்து கொள்,” என்று கூறினான்.

லட்சுமணன் அனுமானைப் பார்த்து, “உன் தலைவனுடன் நட்புக் கொள்ளும் ஒரே நோக்கத்துடன்தான் நாங்கள் இங்கே வந்திருக்கிறோம். நீ கூறும் எதுவொன்றையும் நாங்கள் மகிழ்ச்சியாகச் செய்யக் காத்திருக்கிறோம்,” என்று கூறினான்.

இந்த பதிலைக் கேட்டு அனுமான் மனமகிழ்ந்தான். பிறகு, அவர்கள் இருவரும் இந்தத் தனிமையான மலைப் பகுதிக்கு வந்து சுக்ரீவனுடன் நட்புக் கொள்ள விரும்பியதற்கான காரணத்தை அவன் அவர்களிடம் கேட்டான்.

லட்சுமணன் முதலில் தங்களைப் பற்றிக் கூறிவிட்டு, பிறகு தாங்கள் அங்கு வந்திருந்ததற்கான காரணத்தை அனுமானிடம் தெரிவித்தான். “இவர் அயோத்தி அரசன் தசரதனின் மூத்த மகனான ராமன். அவருடைய இளைய சகோதரன் நான். என் பெயர் லட்சுமணன்.

ராமன் பதினான்கு ஆண்டுகள் காட்டில் வாழ வேண்டும் என்று அவருக்குக் கட்டளையிடப்பட்டுள்ளது. எனக்கு ராமன்தான் ஒரே கடவுள். அவருடைய விருப்பங்களுக்குக் கட்டுப்பட்டு நடப்பதுதான் என்னுடைய ஒரே மதம். எனவே, நான் அவருக்குத் துணையாக வந்திருக்கிறேன். அவருடைய மனைவி சீதையும் அவரோடு வந்தாள். ஆனால் அரக்கர்களின் அரசன் ராவணன் அவளைத் தூக்கிச் சென்றுவிட்டான். சீதையைக் கண்டுபிடிப்பதற்கு உன்னுடைய தலைவனான சுக்ரீவனால் எங்களுக்கு உதவ முடியும் என்று எங்களிடம் கூறப்பட்டதால்தான் நாங்கள் அவனைத் தேடி இங்கு வந்திருக்கிறோம். பிரச்சனையில் இருக்கும் எல்லோருக்கும் ராமன்தான் புகலிடம். ஆனால் இப்போது அவர் தன்னுடைய நோக்கத்தை நிறைவேற்றுவதற்காக இன்னொருவரின் உதவியை நாட வேண்டிய கட்டாயத்திற்கு ஆளாகியிருக்கிறார்."

அனுமான் இக்கதையை கவனமாகக் கேட்டுவிட்டு, "என் தலைவன் சுக்ரீவனுக்கும் பிரச்சனைகள் இல்லாமல் இல்லை. அவருடைய மனைவியை அவருடைய சகோதரன் வாலி தூக்கிச் சென்றுவிட்டான். பிறகு வாலியால் நாடு கடத்தப்பட்ட அவர், இப்போது இந்தத் தனிமையான மலையில் வாழ்ந்து கொண்டிருக்கிறார். நான் உங்களை அவரிடம் அழைத்துச் செல்கிறேன். அவரால் உங்களுக்கு உதவ முடியும் என்று நான் உறுதியாக நம்புகிறேன். ஆனால் இந்தக் குன்றுகள் மிகவும் செங்குத்தானவை. உங்களால் இவற்றின்மீது ஏறி வர முடியாது. எனவே நான் உங்கள் இருவரையும் என் தோள்களின்மீது சுமந்து செல்கிறேன்," என்று கூறினான்.

பிறகு அவன் அவர்கள் இருவரையும் தூக்கிக் கொண்டு சுக்ரீவனின் முன்னால் வந்து நின்றான். அவர்கள் அங்கு வந்திருந்ததற்கான காரணத்தை அவன் சுக்ரீவனுக்கு விளக்கினான். அவர்களை நண்பர்களாக ஏற்றுக் கொண்டு அவர்களுக்கு அனைத்து உதவிகளையும் செய்யுமாறு அனுமான் சுக்ரீவனுக்கு அறிவுறுத்தினான். அவ்விருவரும் வாலியால் அனுப்பப்பட்டவர்கள் அல்ல என்பதை சுக்ரீவன் தெரிந்து கொண்டபோது, தன்னால் இயன்ற அளவுக்கு அவன் அவர்களைச் சிறப்பாக வரவேற்றான்.

அவன் ராமனை நோக்கித் தன் கையை நீட்டி, "வாருங்கள், எதுவொன்றாலும் தகர்க்க முடியாத ஒரு நட்புரீதியான பிணைப்பை நமக்கிடையே நாம் உருவாக்கிக் கொள்ளலாம்," என்று கூறினான்.

ராமன் அவனுடைய கையைப் பிடித்துக் கொண்டு, அவனை மகிழ்ச்சியோடு ஆரத் தழுவினான். இதற்கிடையே, அனுமான் ஒரு சிறிய நெருப்பு மூட்டி, மலர்களைக் கொண்டு அதனை வழிபட்டான். ராமனும் சுக்ரீவனும் அந்தப் புனித நெருப்பை மூன்று முறை சுற்றி வந்து, தாங்கள் என்றென்றைக்கும் நண்பர்களாக இருக்கப் போவதாக உறுதியெடுத்துக் கொண்டனர். வாலியைக் கொன்று சுக்ரீவனுக்குத்

தன் ராஜ்யத்தை மீட்டுக் கொடுப்பதாக ராமன் சத்தியம் செய்தான். ராமன் தன் மனைவியைத் திரும்பப் பெறுவதற்குத் தான் உதவப் போவதாக சுக்ரீவன் சத்தியம் செய்தான். அனுமான் சில குச்சிகளைப் பரப்பி வைத்து ராமனையும் லட்சுமணனையும் அவற்றின்மீது அமரச் செய்தான். பிறகு சுக்ரீவன் தன்னுடைய சோகக் கதையை விவரிக்கத் தொடங்கினான்.

"என் சகோதரன் வாலி என்னுடைய மனைவியை அபகரித்துக் கொண்டு, என்னை என் ராஜ்யத்தைவிட்டுத் துரத்திவிட்டான். இந்த மலைதான் அவனால் நுழைய முடியாத ஒரே இடம் என்பதால் நான் இங்கு தப்பியோடி வந்துவிட்டேன். ஏனெனில், அவன் இங்கே நுழைய முடியாதபடி முனிவர்கள் அவனுக்கு ஒரு சாபமிட்டுள்ளனர். என் மனைவியையும் என் நாட்டையும் மீட்க எனக்கு உதவுமாறு நான் உங்களிடம் மன்றாடுகிறேன்."

சுக்ரீவனின் கதை தன்னுடைய சொந்தக் கதையைப்போலவே இருந்ததால் ராமனின் மனம் இளகியது. எனவே அவனுக்கு உதவுவதாக ராமன் வாக்குக் கொடுத்தான்.

சுக்ரீவன் தொடர்ந்தான். "உங்கள் மனைவியை மீட்பதற்கு நான் உங்களுக்கு உதவுகிறேன். இது சத்தியம். சில நாட்களுக்கு முன்பு, நாங்கள் ஐவரும் இந்தக் குன்றின்மீது அமர்ந்திருந்தபோது, ஓர் அரக்கன் ஓர் அழகான பெண்ணைத் தன் புஷ்பக விமானத்தில் தூக்கிச் சென்றதை நாங்கள் கண்டோம். அப்பெண், 'ராமா! லட்சுமணா!' என்று கத்திக் கொண்டே இருந்தாள். அவள் எங்களைப் பார்த்தபோது, தன் மேலாடையைக் கிழித்து அத்துணியில் எதையோ வைத்துக் கட்டி எங்களை நோக்கி வீசினாள். நாங்கள் அந்தத் துணி மூட்டையை பத்திரமாக வைத்திருக்கிறோம். இதுதான் அது."

அந்த மஞ்சள்நிறத் துணியைப் பார்த்தவுடன் ராமனின் முகம் வெளுத்துப் போனது. அது சீதையின் ஆடையின் ஒரு பகுதி என்பதை அவன் அடையாளம் கண்டுகொண்டான். நடுங்கிய கைகளோடு அவன் அந்த மூட்டையைத் திறந்தான். அதிலிருந்த சில அணிகலன்களைப் பார்த்ததும் அவன் கிட்டத்தட்ட மூர்ச்சையானான். அவன் அவற்றை லட்சுமணனிடம் கொடுத்து, "நான் மிகவும் சிரமப்பட்டு என் துயரத்திலிருந்து மீண்டிருந்தேன். ஆனால் இந்த அணிகலன்கள் மீண்டும் என் துயரத்தைத் தூண்டிவிட்டுள்ளன. இவை சீதைக்குச் சொந்தமானவை. தயவு செய்து இவற்றைப் பார்வையிட்டு, இவை சீதையின் நகைகள்தானா என்று உறுதிப்படுத்து. என்னால் தெளிவாகப் பார்க்க முடியவில்லை," என்று கண்கலங்கக் கூறினான்.

அதற்கு லட்சுமணன், "அண்ணா, சீதையின் முகத்தை நான் ஒருபோதும் முழுமையாகப் பார்த்ததில்லை. எனவே, இந்தக் கழுத்து அட்டிகையை என்னால் அடையாளம் காண முடியாது. ஆனால் இந்தக் கொலுசுகள் அவளுடையவைதான். அது எனக்கு உறுதியாகத்

தெரியும். ஏனெனில், தினமும் காலையில் நான் அவளுடைய ஆசீர்வாதங்களைப் பெறுவதற்காக அவளுடைய கால்களில் விழுந்து வணங்கியபோது நான் அவற்றைப் பார்த்திருக்கிறேன்," என்று கூறினான்.

ராவணன் சீதையைத் தூக்கிச் சென்ற நாளன்று சுக்ரீவன் வேறு எவற்றையெல்லாம் பார்த்திருந்தான் என்பது பற்றி ஆர்வமாக அவனிடம் கேட்ட ராமன், ராவணனைப் பற்றி அவனுக்குத் தெரிந்த எல்லாவற்றையும் தன்னிடம் கூறும்படி கேட்டுக் கொண்டான். ஆனால் ராவணனைப் பற்றித் தனக்கு எதுவும் தெரியாது என்று சுக்ரீவன் வருத்தத்தோடு கூறினான். கடும் துயரத்திற்கு ஆளாகியிருந்த ஓர் அழகான பெண்ணை மட்டும்தான் தான் பார்த்திருந்ததாகவும், அவளுடைய கூக்குரலை வைத்துப் பார்த்தபோது அவள் சிறையெடுத்துச் செல்லப்பட்டுக் கொண்டிருந்தாள் என்று தான் அனுமானித்திருந்ததாகவும் தெரிவித்த சுக்ரீவன், விரைவில் தாங்கள் அவளை மீட்டுவிடலாம் என்று ராமனுக்கு உத்தரவாதம் கொடுத்தான்.

இயல்பாகவே இருந்த பாச உணர்வு கொண்ட சுக்ரீவனால் ராமன் வேதனையில் இருந்ததைக் காணப் பொறுக்க முடியவில்லை. "ராமா, நம்பிக்கையோடும் துணிச்சலோடும் இருங்கள். தயவு செய்து வருத்தத்திற்கு இடம் கொடுத்துவிடாதீர்கள். ஓர் உண்மையான நண்பன் தன்னுடைய நண்பனின் துயரத்தைத் தன் சொந்தத் துயரமாகக் கருதுவான். நீங்கள் இவ்வளவு வருத்தப்படுவதைப் பார்த்து என் மனம் வேதனையுறுகிறது. உங்கள் மனைவியைக் கண்டுபிடிக்க நான் நிச்சயமாக உதவுவேன். இது நான் உங்களுக்குத் தரும் உத்தரவாதம்," என்று சுக்ரீவன் கூறினான்.

பிறகு, வாலி தன்னைத் தன் நாட்டைவிட்டுத் துரத்தியது பற்றிய முழு விபரங்களையும் ராமனிடம் அவன் கூறினான். "வாலி என்னுடைய மூத்த சகோதரன். என் தந்தை அவனுக்கு முடிசூட்டினார். வாலியின் கோட்டையின் பெயர் கிஷ்கிந்தை. ஒருநாள், துந்துபி என்ற ஓர் அரக்கன் ஓர் எருமை வடிவில் வந்து வாலியைச் சண்டைக்கு அழைத்து சவால்விட்டான். சண்டையிடுவதில் துந்துபி பேரானந்தம் கொண்டான். அவன் ஒருமுறை பெருங்கடலுக்கு சவால்விட்டான். ஆனால் அக்கடல் அவனைத் தன்னுடைய பேரலைகளால் சுழற்றியடித்ததில், அவன் விரைவாகப் பின்வாங்கி ஓடிவிட்டான். அடுத்து, இமயமலைக் கடவுளான இமவான் அவனுடைய அடுத்தக் குறியானான். ஆனால் இமவான் துந்துபியைத் தன் பனியால் உறையச் செய்துவிட்டான்.

"அடுத்து, அவன் கிஷ்கிந்தைக்கு வந்து வாலியை வம்புச் சண்டைகக்கு இழுத்தான். ஒரு பலத்த சண்டைக்குப் பிறகு, வாலி அவனுடைய கழுத்தை உடைத்து, அவனுடைய சடலத்தைப் பல மைல்களுக்கு அப்பால் தூக்கி எறிந்தான். அது இந்த மலையில் வந்து

விழுந்தது. அந்தச் சடலம் காற்றின் ஊடாக இந்த மலையை நோக்கிப் பறந்து வந்து கொண்டிருந்தபோது, அதிலிருந்து சொட்டிய ரத்தத் துளிகள், இங்கு தவம் செய்து கொண்டிருந்த மதங்க முனிவரின்மீது விழுந்தது. எனவே, வாலி இங்கு வந்தால் அவனுடைய தலை சுக்குநூறாகச் சிதறிவிடும் என்று அவர் சாபமிட்டார். அதனால்தான் நான் இந்த மலையில் தஞ்சம் புகுந்திருக்கிறேன்.

"துந்துபிக்கு மாயாவி என்ற ஒரு மகன் இருந்தான். வாலியைப் பழி வாங்குவதற்காக அவன் கிஷ்கிந்தைக்கு வந்து, தன்னுடன் சண்டையிடுமாறு வாலிக்கு சவால்விட்டான். வாலியும் நானும் வெளியே வந்து மாயாவியைத் துரத்தினோம். அவன் எங்கள் இருவரையும் பார்த்தபோது ஒரு குகைக்குள் சென்று ஒளிந்து கொண்டான். வெளியே காவல் நிற்குமாறு என்னிடம் கூறிவிட்டு வாலி மட்டுமே அக்குகைக்குள் சென்றான். நான் ஒரு வருடம் அவனுக்காக அந்தக் குகை வாசலில் காத்திருந்தேன். திடீரென்று ஒருநாள், அந்தக் குகைக்கு வெளியே ரத்தம் பெருக்கெடுத்து ஓடிக் கொண்டிருந்ததை நான் கண்டேன். குகைக்குள் இருந்த அரக்கனின் உறுமல்களும் எனக்குக் கேட்டன. என் அன்புச் சகோதரன் இறந்துவிட்டான் என்று உறுதியாக நம்பிய நான், அந்த அரக்கன் வெளியே வந்து என்னையும் கொன்றுவிடுவான் என்று பயந்து போய், ஒரு பெரிய பாறையை எடுத்து அந்தக் குகையின் வாசலை முழுவதுமாக அடைத்துவிட்டேன். நான் வருத்தத்தோடு கிஷ்கிந்தைக்குத் திரும்பி வந்து என் கதையைக் கூறினேன். அமைச்சர்கள் அனைவரும் நன்றாகக் கலந்து ஆலோசித்துவிட்டு, அரசனாக எனக்கு முடிசூட்டுவதென்று தீர்மானித்தனர்.

"மிக நீண்ட இடைவெளிக்குப் பிறகு ஒருநாள் வாலி திரும்பி வந்தான். நான் அரசனாக ஆக்கப்பட்டிருந்ததைக் கண்டதும் அவன் கடுங்கோபம் கொண்டான். அவன் என்னிடம் மிகக் கடுமையாகப் பேசிவிட்டு, தன்னுடைய உரிமையை நான் அவனிடமிருந்து பறித்துவிட்டிருந்ததாக என்மீது பழி சுமத்தினான். நான் அவனிடம் மிகவும் இனிமையாகப் பேசி, ஒட்டுமொத்தக் கதையையும் எடுத்துக்கூறி, அவனுக்கு உரிமையான அந்த அரசுரிமையை மீண்டும் எடுத்துக் கொள்ளுமாறு அவனிடம் மன்றாடினேன். ஆனால் நான் கூறிய எதையும் கேட்கும் மனநிலையில் அவன் இருக்கவில்லை. அவன் என்னை என் நாட்டைவிட்டுத் துரத்திவிட்டு, என் மனைவியை அபகரித்துக் கொண்டான். பல ஆண்டுகளாக நான் ஒரு பரதேசிபோல அலைந்து திரிந்தேன். இறுதியில் நான் இந்த மலையில் தஞ்சம் புகுந்தேன். ராமா, என் சகோதரனால் எனக்கு ஏற்பட்ட வேதனையையும் அவமானத்தையும் என்னால் ஒருபோதும் மறக்க முடியாது." இவ்வாறு கூறிய சுக்ரீவன் அழத் தொடங்கினான்.

ராமன் அவனுக்கு ஆறுதல் கூறிவிட்டு, வாலியைக் கொன்று அவனுடைய ராஜ்யத்தை மீட்டுக் கொடுப்பதாக அவனுக்கு வாக்குக் கொடுத்தான். சுக்ரீவன் ராமனை நம்பினாலும், ராமனால் உண்மையிலேயே வாலியை வீழ்த்த முடியுமா என்று அவனுக்கு லேசான சந்தேகம் ஏற்பட்டது. ஏனெனில், வாலி மிகவும் சக்திவாய்ந்தவன் என்பதை அவன் நன்றாக அறிந்திருந்தான்.

"ராமா, ஆயிரம் யானைகளின் பலத்தைக் கொண்டவன் வாலி. வெறும் வேடிக்கைக்காக, தான் போகும் வழியில் உள்ள மரங்களையெல்லாம் வேரோடு பிடுங்கி எறிபவன் அவன். அவனால் ஒரு மலையின் உச்சியைத் தகர்த்து, தூரத்தில் உள்ள கடலுக்குள் அதைத் தூக்கி வீச முடியும். துந்துபியின் மாபெரும் எலும்புக்கூடு இங்கிருந்து சிறிது தூரத்தில்தான் கிடக்கிறது. வாருங்கள், நான் அதை உங்களுக்குக் காட்டுகிறேன்," என்று சுக்ரீவன் கூறினான்.

பிறகு, அந்த எலும்புக்கூடு இருந்த இடத்திற்கு அவன் ராமனை அழைத்துச் சென்றான். அங்கிருந்த ஏழு மிகப் பெரிய பனைமரங்களை ராமனுக்குக் காட்டி, வாலி வேடிக்கைக்காக இந்த மரங்கள் அனைத்தையும் ஒரே நேரத்தில் ஒன்றாக உலுக்கி அவற்றின் இலைகளை முற்றிலுமாக உதிரச் செய்ததாக சுக்ரீவன் கூறினான்.

வாலியின் வலிமையைப் பற்றி சுக்ரீவன் விவரித்ததைக் கேட்க லட்சுமணனுக்கு சுவாரசியமாக இருந்தது. ராமனால் வாலியை வெல்ல முடியுமா என்ற சந்தேகம் சுக்ரீவனுக்கு ஏற்பட்டிருந்ததை அவன் உணர்ந்து கொண்டான். எனவே அவன் சுக்ரீவனைப் பார்த்து, "ராமனின் வலிமையையும் சக்தியையும் பற்றி உனக்கு சந்தேகங்கள் இருப்பதுபோல எனக்குத் தெரிகிறது. உன்னுடைய சந்தேகங்களைப் போக்கி, தன்மீது உனக்கு மீண்டும் நம்பிக்கை ஏற்படும்படி செய்தவற்கு ராமன் என்ன செய்ய வேண்டும் என்று கூறு," என்று கூறினான்.

தன்னுடைய பயங்களை லட்சுமணன் சரியாகக் கண்டுபிடித்திருந்ததை உணர்ந்து கொண்ட சுக்ரீவன் அவமானத்தில் தலை குனிந்தான். "தயவு செய்து என்னைத் தவறாகப் புரிந்து கொள்ளாதீர்கள். வாலியைக் கண்டு நான் மிகவும் பயப்படுகிறேன். எனவேதான், ராமனைப்போல அழகான, மெல்லிய உடலைக் கொண்ட ஒருவரால் வாலியை வீழ்த்த முடியும் என்பதை ஏற்றுக் கொள்ள எனக்குக கடினமாக இருக்கிறது. அங்கே இருக்கும் ஏழு மரங்களைப் பாருங்கள். ஒரே ஓர் அம்பைக் கொண்டு வாலியால் அத்தனை மரங்களையும் துளைத்துவிட முடியும். ராமனால் அவ்வாறு செய்ய முடியுமா? இங்கே கிடக்கும் துந்துபியின் எலும்புக்கூட்டைத் தன்னுடைய ஒரே ஒரு பாதத்தைக் கொண்டு மேலே தூக்கிப் பல மைல் தூரத்திற்கு அப்பால் அதை வீசி எறிய ராமனால் முடியுமா? இந்த இரண்டையும் ராமன் செய்துவிட்டால், என் மனம் நிம்மதியடைந்துவிடும்."

பிறகு அவன் ராமனிடம் திரும்பி, "நான் உங்களை சோதிக்க முயற்சித்துக் கொண்டிருப்பதாகவோ அல்லது உங்கள் திறமையை வெளிப்படுத்தும்படி கூறுவதன் மூலம் உங்களை ஏளனப்படுத்த முயற்சித்துக் கொண்டிருப்பதாகவோ தயவு செய்து தவறாக நினைத்துவிடாதீர்கள். உங்களால் வாலியை வீழ்த்த முடியும் என்ற உறுதியான நம்பிக்கை எனக்கு ஏற்படுவதற்கு முன்பாக நீங்கள் வாலியை எதிர்கொள்வதை நான் விரும்பவில்லை, அவ்வளவுதான்," என்று கூறினான்.

ராமன் அவனைப் பார்த்துப் புன்னகைத்துவிட்டு, "உன்னுடைய சந்தேகங்களை என்னால் புரிந்து கொள்ள முடிகிறது. நான் உன் சந்தேகங்களைப் போக்க முயற்சிக்கிறேன்," என்று கூறிவிட்டு, துந்துபியின் எலும்புக்கூட்டை நோக்கி நடந்து சென்று, அதைத் தன் பாதத்தால் உயர்த்திப் பல மைல் தூரத்திற்கு அப்பால் வீசி எறிந்தான். சுக்ரீவன் இதைக் கண்டு பிரமித்தான். ஆனாலும், அவனுக்கு முழுமையான நம்பிக்கை ஏற்படவில்லை.

"துந்துபியின் உடலை வாலி தூக்கி வீசியபோது, அது இப்போதைவிட அதிக கனமாக இருந்தது. ஏனெனில், அதில் ரத்தமும் சதையும் இருந்தன. இந்த மரங்களில் ஒன்றையாவது ஒரே அம்பால் உங்களால் துளையிட முடிந்தால், எனக்கு நம்பிக்கை ஏற்பட்டுவிடும்," என்று சுக்ரீவன் கூறினான்.

ராமன் மீண்டும் புன்னகைத்துவிட்டு, ஓர் அம்பை எடுத்துத் தன்னுடைய வில்லில் பூட்டி, அம்மரங்களைக் குறி பார்த்து எய்தான். அந்த அம்பு ஏழு மரங்களையும் துளைத்துவிட்டு, அம்மரங்களோடு சேர்ந்து நிலத்தின்மீது விழுந்தது. ராமனின் அம்பு அந்த மரங்கள் அனைத்தையும் இரண்டாகப் பிளந்திருந்தது.

இதைக் கண்டதும் அங்கிருந்த ஐந்து வானரர்களும் உற்சாகமடைந்து மகிழ்ச்சிக் கூத்தாடினர். சுக்ரீவனின் சந்தேகங்கள் மறைந்தன. அவன் ஓடிச் சென்று ராமனைக் கட்டிக் கொண்டு, தான் அவனை சந்தேகித்திருந்ததற்காக அவனிடம் மன்னிப்புக் கேட்டுக் கொண்டான்.

"நாம் உடனடியாகக் கிஷ்கிந்தைக்குச் சென்று வாலியைக் கொல்லலாம்," என்று சுக்ரீவன் உற்சாகமாகக் கூறினான்.

இதற்கு ஒப்புக் கொண்ட ராமன், முதலில் சுக்ரீவன் அங்கு சென்று நேருக்கு நேராகச் சண்டையிட வாலியை அழைக்க வேண்டும் என்று கூறினான். தான் மறைந்திருக்கப் போவதாகவும், வாய்ப்பு எழும்போது வாலியைத் தான் நிச்சயமாகக் கொல்வதாகவும் அவன் சத்தியம் செய்தான்.

சுக்ரீவனுடனான ஒப்பந்தம்

உள்ளுக்குள் நடுங்கிக் கொண்டிருந்தாலும், சுக்ரீவன் நேராகக் கிஷ்கிந்தைக் கோட்டைக்குச் சென்று, அதன் கதவுகளுக்கு முன்னால் நின்று பலமாக உறுமிவிட்டு, தன்னுடன் ஒற்றைக்கு ஒற்றைச் சண்டையிட வரும்படி வாலியை அழைத்தான். வாலியால் தன் காதுகளை நம்ப முடியவில்லை. சுக்ரீவனுக்குப் பைத்தியம் பிடித்திருக்க வேண்டும், இல்லையென்றால் அவன் இப்படிப்பட்ட ஒரு காரியத்தைச் செய்ய ஒருபோதும் துணிய மாட்டான் என்று அவன் நினைத்தான். சுக்ரீவனின் அழைப்பு வெறும் வேடிக்கை என்று நினைத்த அவன், பெரிதாகச் சத்தமிட்டுச் சிரித்தான. சுக்ரீவன் மீண்டும் உறுமினான். அவனுக்கு ஒரு பாடம் கற்பிக்க வேண்டிய வேளை வந்துவிட்டதாகத் தீர்மானித்த வாலி, கோபமாகக் கத்தியபடி வெளியே வந்தான். நகரக் கதவுகளைத் தாண்டி அவன் வெளியே வந்தபோது, ஒரு பெரிய மலையே நகர்ந்து வந்ததைப்போல இருந்தது. அதைக் கண்ட சுக்ரீவனின் இதயம் பயத்தில் எகிறிக் குதித்தது. ஆனால் அவன் தன்னைக் கட்டுப்படுத்திக் கொண்டு, ராமன் நிச்சயமாகத் தன் உதவிக்கு வருவான் என்ற நம்பிக்கையோடு அங்கு நின்றான். நகர வாசலிலிருந்து சிறிது தொலைவில் இருந்த ஒரு வெட்டவெளியில் வாலியும் சுக்ரீவனும் ஒருவரையொருவர் எதிர்கொண்டனர். ராமனும் லட்சுமணனும் அந்தத் திடலைச் சுற்றி இருந்த புதர்களுக்குப் பின்னால் மறைந்து நின்று கொண்டிருந்தனர். ராமன் அவ்விரு சகோதரர்களையும் உன்னிப்பாக கவனித்துக் கொண்டிருந்தான் ஆனால் உருவத்தில் அவர்கள் இருவரும் ஒரே மாதிரியாக இருந்ததால், யார் வாலி, யார் சுக்ரீவன் என்பது ராமனுக்கு உறுதியாகத் தெரியவில்லை. சுக்ரீவன் சண்டையில் சளைத்தவன் அல்ல என்றாலும், நிச்சயமாக வாலிக்கு அவன் இணையில்லை என்பது விரைவில் நிரூபணமானது. ஒருசில நிமிடங்களிலேயே வாலி அவனைத் துவைத்தெடுத்துவிட்டான். என்ன செய்வதென்று ராமனுக்குத் தெரியவில்லை. தான் எய்யும அம்பு சுக்ரீவனைத் தாக்கிவிடக்கூடாது என்று பயந்த அவன், அம்பு எய்யத் துணியவில்லை. எனவே தன் உயிரைக் காப்பாற்றிக் கொள்வதற்கு

ரிஷ்யமுக மலையை நோக்கி ஓடுவதைத் தவிர சுக்ரீவனுக்கு வேறு வழி இருக்கவில்லை. இன்னொரு முறை அவன் அந்தப் பக்கம் தலை காட்டத் துணிந்தால் தான் நிச்சயமாக அவனைக் கொன்றுவிடப் போவதாக மிரட்டிக் கொண்டே வாலி ஆக்ரோஷமாக அவனைத் துரத்தினான்.

தோல்வியைத் தழுவியிருந்த சுக்ரீவனை ராமனும் லட்சுமணனும் அனுமானும் அணுகினர். இந்த ஒட்டுமொத்த நிகழ்வு குறித்துப் பெரும் வருத்தமடைந்திருந்த அவன், ராமனைப் பார்த்து, "வாலியைக் கொல்ல உங்களுக்கு விருப்பமில்லை என்றால் என்னை ஏன் அவனுக்கு சவால்விடும்படி கட்டாயப்படுத்தினீர்கள்? துவக்கத்திலேயே நீங்கள் கூறியிருந்தால், இந்த அவமானகரமான தோல்வி எனக்கு ஏற்பட்டிருக்காது," என்று கூறினான்.

ராமன் மிகவும் வருத்தம் கொண்டான். வாலியைக் கொல்வதாக சுக்ரீவனுக்கு அவன் வாக்குக் கொடுத்திருந்தும்கூட, அவனைத் தன்னால் கொல்ல முடியாமல் போனதற்கான காரணத்தை சுக்ரீவனிடம் அவன் விளக்கினான்.

"உருவத்திலும் அளவிலும் சண்டையிடும் விதத்திலும்கூட நீங்கள் இருவரும் ஒரே மாதிரி இருந்தீர்கள். எனவே, நான் எய்யும் அம்பு உன் சகோதரனுக்கு பதிலாகத் தவறுதலாக உன்னைக் கொன்றுவிடக்கூடும் என்ற பயத்தில்தான் நான் அவ்வாறு செய்யத் துணியவில்லை. நான் மட்டும் அப்படிச் செய்திருந்தால் அது எப்பேற்பட்டச் சீரழிவாக இருந்திருக்கும்! சுக்ரீவா, உன் மனத்தைத் தளர விட்டுவிடாதே. லட்சுமணன் உன் கழுத்தில் ஒரு மலர்மாலையை அணிவிப்பான். அப்போது உங்கள் இருவரையும் என்னால் வேறுபடுத்திப் பார்க்க முடியும். தயவு செய்து உன் துணிச்சலை இழந்துவிடாதே. மீண்டும் கிஷ்கிந்தைக்குச் சென்று வாலிக்கு சவால்விடு. இம்முறை, என் அம்பு தன் குறியைத் துல்லியமாகத் தாக்கும் என்று நான் உனக்கு உத்தரவாதம் கொடுக்கிறேன்."

எல்லோரும் மீண்டும் ஒருமுறை அந்த வெட்டவெளியைச் சுற்றி இருந்த புதர்களுக்குச் சென்றனர். லட்சுமணனும் அனுமானும் புதர்களுக்குப் பின்னால் நின்று கொண்டனர். சுக்ரீவன் மீண்டும் போர்க்குரல் எழுப்பியபடி கிஷ்கிந்தையின் வாயிற்கதவுகளுக்கு முன்னால் நின்று கொண்டு வாலியை உரத்தக் குரலில் அழைத்தான். வாலி அச்சமயத்தில் தன் அந்தப்புரத்தில் இருந்தான். அவனால் தன் காதுகளை நம்ப முடியவில்லை. கடுங்கோபம் கொண்ட அவன், பெரிதாக உறுமிவிட்டு, தன்னுடைய முட்டாள் சகோதரனுக்கு இன்று ஒரேயடியாக முடிவு கட்டிவிடுவதென்று தீர்மானித்தான். சுக்ரீவன் பல ஆண்டுகளாக வாலிக்கு ஒரு தீராத பிரச்சனையாக இருந்து வந்திருந்தான். எனவே, அவனுக்கு முடிவு கட்டுவதற்கான வேளை வந்துவிட்டிருந்ததாக அவன் முடிவு செய்தான். சுக்ரீவன்

இறந்துவிட்டால், அவனுடைய மனைவி ருமையை எந்தக் குற்றவுணர்வுமின்றித் தனக்குச் சொந்தமாக்கிக் கொள்ள முடியும் என்று அவன் நினைத்தான். சட்டவிதிகளைப் பற்றி நன்றாக அறிந்திருந்த அவன், தன் தம்பியின் மனைவியை அபகரித்ததன் மூலமாகத் தான் ஒரு கண்டிக்கத்தக்க விஷயத்தைச் செய்திருந்ததை அறிந்தான். கலாச்சாரப்படி அவன் அவளைத் தன் மகளைப்போல நடத்தியிருக்க வேண்டும். ஆனால் அவன் எப்படியோ என்னென்னவோ சாக்குப்போக்குகளையெல்லாம் கூறித் தன் மனசாட்சியை சமாதானப்படுத்தி வந்திருந்தான். ஆனால் சுக்ரீவன் இறந்துவிட்டால், சட்டப்பூர்வமாக அவளைத் தன்னுடையவளாக்கிக் கொள்ள முடியும் என்பதை அவன் உணர்ந்தான். ஏனெனில், ஒருவனுடைய சகோதரன் இறந்துவிட்டால், அவனுடைய மனைவிக்குப் பாதுகாப்பு அளிக்கும் பொருட்டு அவன் அவளை மணந்து கொள்வதற்கு அறநெறி விதிப்படி அவனுக்கு அனுமதி இருந்தது. இவ்வாறு நினைத்துக் கொண்டே வாலி அந்தக் கோட்டை வாசலைத் தாண்டிச் செல்லவிருந்த நேரத்தில், அவனுடைய மனைவி தாரா அவனைத் தடுத்து நிறுத்தினாள்.

“அரசே, தயவு செய்து உங்கள் சகோதரனோடு இப்போது சண்டையிடப் போகாதீர்கள். இப்போதுதான் நீங்கள் அவனைப் புரட்டியெடுத்து அனுப்பினீர்கள். அப்படி இருக்கும்போது, உடனடியாகத் திரும்பி வந்து மீண்டும் உங்களுக்கு சவால்விடுவதற்கான துணிச்சல் அவனுக்கு எப்படி வந்தது? அவனுக்கு வேறு யாரோ உதவிக் கொண்டிருக்கக்கூடும். சில நாட்களுக்கு முன்பு நம் மகன் அங்கதன் என்னிடம் ஒரு விஷயத்தைக் கூறினான். தசரத மன்னனின் மகன்கள் ராமனும் லட்சுமணனும் இப்பகுதியில் இருப்பதாகவும், அவர்கள் சுக்ரீவனோடு நட்பு ஏற்படுத்திக் கொண்டுள்ளதாகவும், அவனுக்கு உதவ அவர்கள் ஒப்புக் கொண்டுள்ளதாகவும் அங்கதனின் ஒற்றர்கள் கண்டுபிடித்துள்ளனர். ராமன் மிகவும் உன்னதமானவன் என்றும், அவன் ஒரு மாவீரன் என்றும் நான் கேள்விப்பட்டிருக்கிறேன். அவன் உங்கள் சகோதரனுக்கு உதவிக் கொண்டிருந்தால், நீங்கள் வெற்றி பெறுவதற்கு எந்த வாய்ப்பும் இல்லை. சுக்ரீவன்மீது எந்தத் தவறும் இல்லாதபோது நீங்கள் அவனை இந்த ராஜ்யத்தைவிட்டுத் துரத்திவிட்டு அவனுடைய மனைவியை அபகரித்துக் கொண்டதன் மூலமாக அவனுக்குப் பெரும் அநீதி இழைத்திருக்கிறீர்கள் என்பதை நினைவில் கொள்ளுங்கள். தயவு செய்து இப்போது அவனோடு நட்பு ஏற்படுத்திக் கொண்டு, அவனைத் திரும்ப அழைத்து, பட்டத்து இளவரசனாக அவனுக்கு முடிசூட்டுவதற்கு ஒப்புக் கொள்ளுங்கள். என்ன இருந்தாலும் நீங்கள்தான் மூத்த சகோதரர். ஒரு முன்னுதாரணமாகத் திகழ வேண்டியது உங்கள் பொறுப்பு. நீங்கள் இவ்வாறு செய்வதன் மூலம் ராமனையும் உங்கள் நண்பனாக்கிக் கொள்வீர்கள். தயவு செய்து என்னுடைய அறிவுரையைக் கேளுங்கள்.

ராமனின் எதிரியாக ஆகிவிடாதீர்கள். எனக்கு மிகவும் பயமாக இருக்கிறது," என்று தாரா கூறினாள்.

ஆனால் அவளுடைய கோரிக்கைக்கு வாலி செவிசாய்க்கவில்லை. இம்முறை எப்படியாவது சுக்ரீவனைக் கொன்றுவிட வேண்டும் என்ற உறுதியான தீர்மானத்துடன் அவன் மீண்டும் தன் சகோதரனோடு சண்டையிடச் சென்றான்.

"அந்தக் கோழையோடு எப்படி என்னால் நட்புக் கொள்ள முடியும்? இன்று நான் அவனுக்கு ஒரு முடிவு கட்டப் போகிறேன். அவனுடைய அகங்காரத்தை இனிமேலும் என்னால் பொறுத்துக் கொள்ள முடியாது. ராமன் கௌரவமானவன் என்று நானும் கேள்விப்பட்டிருக்கிறேன். அவனுக்கும் எனக்கும் இடையே எந்தச் சச்சரவும் இல்லை. அப்படி இருக்கும்போது அவனைக் கண்டு நான் ஏன் பயப்பட வேண்டும்?" என்று வாலி கேட்டான்.

ராமன் கௌரவமானவன் மட்டுமன்றி தர்மத்தின் காவலனும்கூட என்பதையும், ஒருவன் தன் சொந்தச் சகோதரனின் மனைவியை அபகரிப்பதன் மூலம் அவனுக்குத் துரோகம் இழைப்பதை ராமன் ஒருபோதும் பொறுத்துக் கொள்ள மாட்டான் என்பதையும் வாலி மறந்துவிட்டான்.

தாரா தன் கணவனை ஆரத் தழுவி, அவன் பாதுகாப்பாகத் திரும்பி வருவதற்காகப் பிரார்த்தனை செய்தாள். ஆனால் அவள் தன் அறைக்குத் திரும்பிக் கொண்டிருந்தபோது, அவனை இனி தான் ஒருபோதும் உயிரோடு பார்க்கப் போவதில்லை என்று அவளுக்கு ஒரு முன்னுணர்வு ஏற்பட்டது.

வாலி வேகமாக வெளியே வந்து தன் சகோதரனுடன் கடுமையான சண்டையில் ஈடுபட்டான். சுக்ரீவன் தன் பலம் முழுவதையும் ஒன்றுதிரட்டி அவனை எதிர்த்துச் சண்டையிட்டான். சில சமயங்களில் வெறும் உறுமல்களும் கத்தல்களும் மட்டுமே கேட்டன. ராமன் அந்தச் சண்டையைக் கூர்ந்து கவனித்தான். வாலியை சுக்ரீவனே கொன்றுவிட்டால் நல்லது என்று அவன் நினைத்தான்போலும். ஆனால் தன் நண்பன் பலவீனமடைந்து கொண்டிருந்ததையும், உதவி தேடித் தத்தளித்துக் கொண்டிருந்ததையும் கண்ட ராமன், தான் உண்மையிலேயே செய்ய விரும்பாத ஒன்றைச் செய்வதற்கான நேரம் வந்துவிட்டிருந்ததை அறிந்தான். ஆனால் தன் நண்பனுக்குத் தான் கொடுத்திருந்த வாக்கைத் தான் காப்பாற்ற வேண்டும் என்றால், அக்காரியத்தைச் செய்வது தவிர்க்கப்பட முடியாதது என்பதை அவன் அறிந்தான். அவன் ஓர் அம்பை எடுத்துத் தன் வில்லில் பொருத்தி, பெரும் சத்தத்துடன் அதை விடுவித்தான். அது நேராகச் சென்று தன் இலக்கைத் தாக்கியதில், வாலி ஒரு முனகலுடன் கீழே சரிந்தான். ரத்த வெள்ளத்தில் மிதந்த அவன், மரணத்தில்கூட ஒரு வீரனாகக் காட்சியளித்தான். ராமனும் லட்சுமணனும் தங்கள்

மறைவிடத்திலிருந்து வெளியே வந்து, வீழ்ந்து கிடந்த வீரனை நோக்கி நடந்தனர்.

அவர்கள் தனக்கு ஓரளவு அருகில் வந்ததும், வாலி ராமனைப் பார்த்து, "ராமா, உனக்கும் எனக்கும் இடையே எந்தச் சச்சரவும் இல்லை. ஆனாலும் ஒரு மரத்திற்குப் பின்னால் ஒளிந்திருந்து நீ என்னைக் கொல்வது சரியென்று உனக்குத் தோன்றியுள்ளது. நீ ஏன் இக்காரியத்தைச் செய்தாய்? இதனால் உனக்கு என்ன லாபம்? நீ ஒரு பேரரசனின் மகன், அனைத்துச் சிறந்த பண்புநலன்களும் அமையப் பெற்றவன் நீ என்று நான் கேள்விப்பட்டிருக்கிறேன். நீ வீரமானவன், தாராள மனம் கொண்டவன், அறநெறிப்படி வாழ்பவன் என்றெல்லாம் எல்லோரும் கூறுகின்றனர். உன் வாழ்க்கை முழுவதும் நீ தர்மத்தைக் கடைபிடித்து வந்துள்ளதற்காக எல்லோராலும் புகழப்படுபவன் நீ. உன்னுடைய சொந்த விதிகள் ஏன் உனக்கு மறந்துவிட்டன? சுக்ரீவன் இரண்டாவது முறையாக என்னைச் சண்டைக்கு அழைத்தபோது, அவனுக்கு நீ உதவக்கூடும் என்று என் மனைவி தாரா என்னை எச்சரித்தாள். ஆனால் நான் அதைப் பற்றி பயப்படவில்லை. ஏனெனில், அறநெறிக்குப் புறம்பாக எதையும் செய்யும் அளவுக்கு நீ தரம் தாழ்ந்து போக மாட்டாய் என்று நான் உறுதியாக நம்பினேன். நீ இந்த நாட்டின் அரசன். ஆனால் நாங்கள் இச்சிறிய பகுதியில் வாழ்ந்து கொண்டு, அற்பமான விஷயங்களுக்காகச் சண்டையிட்டுக் கொண்டிருக்கின்ற சாதாரண வானரர்கள். நீ ஏன் எங்களுடைய உட்பூசல்களில் தலையிடுகிறாய்? ராமா, இன்று நீ என்னைக் கொன்றுவிட்டாய், ஆனால் நான் ஓர் அப்பாவி. உன்னுடைய இந்தச் செயல் குறித்து என்றென்றைக்கும் கேள்வி எழுப்பப்படும். தர்மத்தின் அனைத்து விதிகளுக்கும் புறம்பானது இது. நீ உன்னுடைய மனைவியைத் தொலைத்துள்ளாய் என்பதையும், சுக்ரீவன் உனக்கு உதவுவதாக வாக்குக் கொடுத்துள்ளான் என்பதையும் நான் அறிவேன். ஆனால் நீ முதலில் என்னை அணுகியிருந்தால், எந்தச் சிரமமும் இன்றி என்னால் உனக்கு உதவியிருக்க முடியும். ஒரே நாளில் நான் அவளை மீட்டுக் கொண்டு வந்திருப்பேன். நெடுங்காலத்திற்கு முன்பு ராவணனை நான் ஏற்கனவே ஒருமுறை தோற்கடித்துள்ளேன்," என்று கூறிவிட்டு, களைத்துப் போய் மீண்டும் கீழே சரிந்தான். அவன் வேகமாகத் தன் வலிமையை இழந்து கொண்டிருந்தான்.

ராமன் ஏன் இப்படிச் செய்தான் என்ற கேள்வி அடிக்கடி எழுப்பப்படுகிறது. நம்முடைய பண்டைய ஆகம நூல்கள் ஏன் இப்படிப்பட்ட நெருக்கடியான சூழ்நிலைகளில் இவ்வளவு ஆர்வம் கொள்கின்றன? தம்முடைய கதாநாயகர்களை இத்தகைய சர்ச்சைக்குரிய நிலைகளுக்கு உட்படுத்துவதற்கு பதிலாக இந்த ஒட்டுமொத்தப் பிரச்சனையையும் அவற்றால் தவிர்த்திருக்க முடியும். மகாபாரதத்திலும் இதே விஷயத்தை நாம் பார்க்கிறோம். தன்

சொந்தபந்தங்களை வெட்டிச் சாய்க்க வேண்டிய ஓர் இக்கட்டான சூழ்நிலைக்கு அர்ஜுனன் உட்படுத்தப்படுகிறான். ஒட்டுமொத்த பகவத் கீதையும் இந்தக் கடினமான கேள்விக்குக் கிருஷ்ண பகவான் அளிக்கும் விடைதான்.

வாழ்வில் இத்தகைய குழப்பமான சூழ்நிலைகளை நாம் அடிக்கடி எதிர்கொள்கிறோம் என்பதுதான் உண்மை. நாம் இச்சூழ்நிலைகளைப் பார்க்கும் விதம் நம்முடைய பண்புநலன்களையும், வாழ்க்கையைப் பற்றிய நம்முடைய கண்ணோட்டத்தையும், நாம் பின்பற்றுகின்ற தர்மத்தையும் சார்ந்துள்ளது. ராமன் ஏன் வாலியுடன் நேருக்கு நேராகச் சண்டையிடவில்லை என்று அடிக்கடிக் கேட்கப்படுகிறது. வலிமையில் ராமன் வாலியைவிட மிகமிக உயர்ந்தவன் என்பதை நமக்குக் காட்டுவதற்கு வால்மீகி கடும் முயற்சிகளை மேற்கொண்டுள்ளார். எனவே, ராமன் வாலியை எதிர்கொள்ளாததற்கு நிச்சயமாகத் தோல்வி குறித்த பயம் காரணமல்ல. ஆனால் அதற்குப் பலவேறு காரணங்கள் இருக்கின்றன. வாலி உண்மையில் ஓர் உன்னதமான ஆன்மா. ராமனை அவன் நேருக்கு நேர் பார்த்திருந்தால், ராமனோடு அவன் சண்டையிட்டிருக்க மாட்டான். மாறாக, ராமனைத் தன் நண்பனாக ஆக்கிக் கொள்வதற்குத் தன்னால் ஆன அனைத்தையும் அவன் செய்திருப்பான். அப்படி நேர்ந்தால், தன் நண்பன் சுக்ரீவனுக்குத் தான் கொடுத்த வாக்கை ராமனால் காப்பாற்ற முடியாமல் போயிருக்கும். நெருப்பை சாட்சியாக வைத்து ஏற்கனவே அவன் சுக்ரீவனுடன் நட்புறவை ஏற்படுத்தியிருந்தான். இந்தப் புனிதமான உடன்படிக்கையை மீறுவது இயலாத காரியம், மேலும், எந்தக் குற்றத்திற்காக ராவணனைத் தண்டிக்க ராமன் போய்க் கொண்டிருந்தானோ, வாலி துல்லியமாக அதே குற்றத்தைச் செய்திருந்தான். அவன் சுக்ரீவனின் மனைவியை அபகரித்திருந்தான். தன் சகோதரனனின் மனைவியை அபகரித்த ஒருவனுக்கு மரணம்தான் தண்டனையாக இருந்தது. தர்மத்தின் மொத்த உருவமான ராமன் அந்தத் தண்டனையை வாலிக்கு நிறைவேற்றியாக வேண்டியிருந்தது. இவற்றையெல்லாம் கருத்தில் கொண்டுதான் ராமன் வாலியைத் தன்னுடன் சண்டைக்கு அழைக்கவில்லை. ஏனெனில், வாலி உடனடியாகத் தன் பாதங்களில் விழுந்து தன்னிடம் அடைக்கலம் கோரியிருப்பான் என்பதையும், தன்னிடம் சரணடைந்தவர்களைத் தன்னால் ஒருபோதும் மன்னிக்காமல் இருக்க முடியாது என்பதையும் ராமன் நன்றாக அறிந்திருந்தான். அப்படியானால், வாலியை அவனால் ஒருபோதும் கொல்ல முடியாமல் போயிருக்கும். அப்படி நிகழ்ந்தால், சுக்ரீவனுக்கு அவன் கொடுத்த வாக்கை அவனால் நிறைவேற்ற முடியாமல் போயிருக்கும். இந்தக் காரணங்களுக்காகத்தான் வாலியுடன் சண்டையிடுவதற்கு அவன் சுக்ரீவனை அனுப்பி வைத்தான்.

வாலி தன் மனத்தில் இருந்தவற்றைக் கொட்டித் தீர்ப்பதற்காக ராமன் பொறுமையாகக் காத்திருந்தான். இச்சூழ்நிலையில் தன்னை இகழ்ந்துரைப்பதற்கான எல்லா உரிமையும் வாலிக்கு இருந்ததை அவன் அறிந்திருந்தான். வெளித் தோற்றத்திற்கு அவன் கோபம் கொண்டிருந்ததுபோலத் தோன்றினாலும், ராமன் தன் கண்களில் மனிதாபிமானம் தெறிக்க, பின்வருமாறு கூறினான்.

"வாலி, தர்மத்தைப் பற்றியும் அதர்மத்தைப் பற்றியும் உனக்கு எல்லாம் தெரியும் என்பதுபோல நீ பேசுகிறாய். ஆனால் நீ உன்னுடைய சொந்தக் குற்றங்களைக் காணத் தவறுகிறாய். நல்ல பண்புநலன்கள் நிரம்பிய உன் இளைய சகோதரனை நீ ஒரு மகன்போல நடத்தியிருக்க வேண்டும். மாறாக, நீ அவனை அவனுடைய ராஜ்யத்திலிருந்து துரத்திவிட்டு, அவனுடைய மனைவியையும் அபகரித்துக் கொண்டாய். இந்த நிலத்தின் விதிப்படி, யாரேனும் தன் மகளையோ, தன் சகோதரியையோ, அல்லது தன் சகோதரனின் மனைவியையோ காமக் கண்களுடன் பார்த்தால், அவன் தண்டிக்கப்பட்டாக வேண்டும். மரணம்தான் அதற்கான ஒரே தண்டனை. நான் இந்த விதியின்படி நடந்திருக்கிறேன். ஆனால் நான் விதியை மீறியிருப்பதாக நீ என்மீது குற்றம் சாட்டுகிறாய். லட்சுமணனைப்போல சுக்ரீவனும் என் அன்புக்குரியவன். நான் அவனுடைய நண்பனாக இருக்கப் போவதாக நான் சத்தியம் செய்திருக்கிறேன். அவனுடைய ராஜ்யத்தையும் அவனுடைய மனைவியையும் அவனுக்கு மீட்டுக் கொடுப்பதாக எல்லோர் முன்னிலையிலும் நான் வாக்குக் கொடுத்திருக்கிறேன். என்னால் எப்படி அந்த வாக்கிலிருந்து பிறழ முடியும்? கொடுத்த வாக்கை நான் காப்பாற்றியிருக்கிறேனே தவிர, நான் வேறு எதுவும் செய்யவில்லை. அப்படியிருக்கும்போது, நான் செய்தது அதர்மம் என்று நீ ஏன் என்மீது பழி சுமத்துகிறாய்? நீ என்னுடைய நிலைமையில் இருந்திருந்தால் நீயும் இதைத்தான் செய்திருப்பாய்."

ராமனின் வார்த்தைகளை வாலி தன் மனத்தில் அசைபோட்டுப் பார்த்துவிட்டு, அவன் உண்மையைத்தான் பேசியிருந்தான் என்பதை உணர்ந்தான். ராமன் கூறியதைப்போல, சுக்ரீவனைத் தன் மகனைப்போலத் தான் நடத்தியிருக்க வேண்டுமே அன்றி, அவனிடம் இவ்வளவு கொடூரமாக நடந்து கொண்டிருக்கக்கூடாது என்பதை நினைத்து அவன் வருந்தினான். தன் சகோதரனின் மனைவியைத் தான அபகரித்திருந்தது ஒரு வெறுக்கத்தக்கச் செயல் என்பதையும் அவன் அறிந்தான். இப்போது அவனுடைய கண்களிலிருந்து கண்ணீர் வழியத் தொடங்கியது. வருத்தத்தில் அவனுக்குத் தொண்டை அடைத்தது. அவன் ஒரு தழுதழுப்பான குரலில், "ராமா, நீ கூறுவது முற்றிலும் சரி. நான் தண்டிக்கப்பட வேண்டியவன்தான். நான் என்னைப் பற்றிக் கவலைப்படவில்லை. நான் செய்த குற்றங்களுக்காக நான் இறந்துதான் ஆக வேண்டும். ஆனால் என்னுடைய ஒரே மகனான

அங்கதனின் எதிர்காலம் குறித்து எனக்குக் கவலையாக இருக்கிறது. தயவு செய்து அவனை உன்னுடைய மகனைப்போல நினைத்து அவனை கவனித்துக் கொள். என் அன்பு மனைவி தாராவை சுக்ரீவன் அவமானப்படுத்த அனுமதித்துவிடாதே. அவள் எனக்கு ஒரு நல்ல மனைவியாக இருந்திருக்கிறாள். நான் உன் கைகளால் மரணம் எய்த வேண்டும் என்று எனக்கு விதிக்கப்பட்டிருக்கிறது என்பதையும், அதனால்தான் சுக்ரீவனுடன் சண்டையிடப் போக வேண்டாம் என்று அவள் என்னிடம் கெஞ்சியபோது நான் அவளுடைய பேச்சிற்குச் செவிசாய்க்கவில்லை என்பதையும் இப்போது நான் உணர்கிறேன்," என்று கூறினான்.

ராமன் வாலிக்கு ஆறுதல் கூறிவிட்டு, அங்கதனைத் தான் நல்ல விதமாகப் பார்த்துக் கொள்வதாக அவனுக்கு வாக்குக் கொடுத்தான். "அங்கதன் உனக்கு எப்படி இருந்தானோ, எனக்கும் அவன் அப்படியே இருப்பான். சுக்ரீவனுக்கும் அவன் அப்படியே இருப்பான். நீ இப்போது அமைதியாகக் கண் மூடலாம்," என்று கூறிய ராமன், இறந்து கொண்டிருந்த வாலியின் உடலை அன்பாக வருடிக் கொடுத்தான். வாலி நிம்மதியையும் அமைதியையும் உணர்ந்தான். கோபத்தில் தான் பேசியிருந்த தகாத வார்த்தைகளுக்காகத் தன்னை மன்னித்துவிடும்படி அவன் ராமனிடம் கெஞ்சினான். பிறகு அவன் தன் சுயநினைவை இழந்தான்.

தன் கணவன் கொல்லப்பட்டதைக் கேள்விப்பட்டத் தாரா தன் மகனுடன் வேகமாகத் தங்கள் கோட்டையைவிட்டு வெளியே ஓடி வந்தாள். மற்ற வானரர்கள் அவளைத் தடுத்து நிறுத்த முயன்றனர். சுக்ரீவன் அவர்களுக்கு ஏதேனும் தீங்கு விளைவிப்பதற்கு முன்பாக அவர்கள் அங்கிருந்து தப்பிவிட வேண்டும் என்று அந்த வானரர்கள் அவளிடம் கூறினர். ஆனால் அவள் வெறுப்போடு, "என் அன்புக் கணவர் அங்கே இறந்து கிடக்கிறார். ஆனால் நான் என்னைப் பாதுகாத்துக் கொள்ள வேண்டும் என்று நீங்கள் எதிர்பார்க்கிறீர்களா? அவர் போன பிறகு வாழ்க்கையால் எனக்கு என்ன பயன்? எனக்கு இந்த ராஜ்யம் வேண்டாம். என் மகனைப் பற்றிய பயம் எனக்கு இல்லை. நானும் என் கணவரோடு சேர்ந்து போக விரும்புகிறேன்," என்று கூறிவிட்டு, வாலி விழுந்து கிடந்த இடத்தை நோக்கி அவள் ஓடினாள். அங்கு அவள் அவனுடைய உடல்மீது விழுந்து புரண்டபடி, தன் இதயமே நொறுங்கிப் போகும் அளவுக்கு அழுதாள். அங்கதனும் நெஞ்சுருக அழுதான். இக்காட்சியைக் கண்டு ராமனும் லட்சுமணனும் சுக்ரீவனும் பெரும் துயரத்தை உணர்ந்தனர்.

அவள் வாலியின் உடலைப் பார்த்து, "நான் தாரா வந்திருக்கிறேன். நீங்கள் ஏன் எனக்கு பதிலளிக்க மறுக்கிறீர்கள்? இந்தக் கட்டாந்தரை உங்களுக்கு உகந்த படுக்கையல்ல. நாம் மீண்டும் நம் அரண்மனைக்குச் செல்லலாம். அங்கு உங்களுக்கு ஒரு பட்டுப் படுக்கையை நான்

அலங்கரித்திருக்கிறேன். என் இதயம் கொடியதாக இருக்க வேண்டும். இல்லையென்றால், நீங்கள் இங்கு மாண்டு கிடக்கையில் அது எப்படி இன்னும் துடித்துக் கொண்டிருக்கிறது? சண்டையிடப் போக வேண்டாம் என்று நான் எவ்வளவோ கெஞ்சியும் நீங்கள் ஏன் என் பேச்சைக் கேட்க மறுத்தீர்கள்? அங்கதா, உன் வீரமிக்கத் தந்தையைக் கடைசி முறையாகப் பார்த்துக் கொள். உன் தலைவிதி என்னவாகப் போகிறது என்று யாருக்குத் தெரியும்? ராமன் தன் நண்பனுக்குக் கொடுத்த வாக்கைக் காப்பாற்றிவிட்டான். சுக்ரீவா, இந்த ராஜ்யம் உன்னுடையது. நீ மீண்டும் உன் மனைவியோடு சேர்ந்து கொள்ளப் போகிறாய். உன் விருப்பங்கள் அனைத்தும் நிறைவேற்றப்பட்டுவிடும். இப்போது நீ மகிழ்ச்சியாக இருப்பாய் என்று நான் நம்புகிறேன்," என்று கூறிக் கதறி அழுதாள். இக்காட்சி எல்லோர் மனத்தையும் வேதனைப்படுத்தியது.

அனுமான் தாராவிடம் சென்று அவளுக்கு ஆறுதல் கூற முயன்றான். "ஒரு மனிதன் தன் செயல்களின் பலன்களை அறுவடை செய்கிறான், அவை நல்ல செயல்களோ அல்லது மோசமானவையோ. மனித உடலானது நீரின் மேற்பரப்பில் இருக்கும் ஒரு நீர்க்குமிழியைப் போன்றது. ஒருவருக்காக இன்னொருவர் துக்கம் அனுசரிக்க வேண்டியதில்லை. ஏனெனில், நாம் எல்லோருமே பரிதாபத்திற்கு உரியவர்கள்தான். எதுவுமே நிலையில்லாத இவ்வுலகில் துயரப்படுவதற்கு என்ன காரணம் இருக்க முடியும்? நீங்கள் பாதுகாக்க வேண்டிய ஒரு மகன் உங்களுக்கு இருக்கிறான். எனவே உங்கள் உயிரை மாய்த்துக் கொள்வதைப் பற்றி நீங்கள் சிந்திப்பது சரியல்ல. உங்கள் மகன் உங்களைச் சார்ந்திருக்கிறான், உங்கள் வழிகாட்டுதலை எதிர்பார்க்கிறான். உங்களுடைய குடிமக்களும் உங்களைத்தான் தங்கள் வழிகாட்டியாகப் பார்க்கின்றனர். அங்கதன் நிச்சயமாக ஒருநாள் அரசனாவான். ஆனால் இப்போது, இறந்து கொண்டிருக்கின்ற தன் தந்தைக்குரிய இறுதிச் சடங்குகளை அவன் செய்யட்டும். அது ஒரு மகன் தன் தந்தைக்கு ஆற்ற வேண்டிய கடமை. அதன் பிறகு, அங்கதன் பட்டத்து இளவரசனாக முடிசூட்டப்படுவான். நீங்கள் ஓர் அறிவார்ந்த பெண்மணி. பிறப்பும் இறப்பும் தவிர்க்கப்பட முடியாதவை என்பதையும், இந்த வாழ்க்கை நிலையற்றது என்பதையும் நீங்கள் நன்றாக அறிவீர்கள். அதனால்தான், உயிரோடு இருக்கும்போது ஒருவன் எப்போதும் தன்னால் இயன்ற அளவு நல்ல காரியங்களைச் செய்ய முயற்சிக்க வேண்டும். இப்போது உங்கள் சிந்தனை உங்கள் மகனைப் பற்றி மட்டுமே இருக்க வேண்டும்."

அப்போது வாலி தன் கண்களைத் திறந்து தன் சகோதரனைப் பார்த்துவிட்டு, "சுக்ரீவா, நான் உனக்குச் செய்துள்ள காரியத்திற்கு என்னை மன்னித்துவிடு. நாம் இருவரும் ஒருவருக்கொருவர் பாசமாக இருக்கக்கூடாது என்று நமக்கு விதிக்கப்பட்டிருந்தது.

இந்த ராஜ்யத்தை என்னிடமிருந்து ஏற்றுக் கொள். என் மகனையும் ஏற்றுக் கொள். கூடவே என்னுடைய அளப்பரிய செல்வத்தையும் பெரும் புகழையும் ஏற்றுக் கொள். என்னுடைய கடைசி ஆசையை மட்டும் காதுகொடுத்துக் கேள்: இதோ என் மகன் அங்கதன். அவன் எனக்கு என் உயிரினும் மேலானவன். அவனை உன்னுடைய சொந்த மகன்போலப் பார்த்துக் கொள். ராவணனுடனான போரில் அவன் தன் வீரத்தை நிரூபிப்பான். ராமனுக்கு நீ கொடுத்துள்ள வாக்குறுதியை மறந்துவிடாதே. அவன் தன் மனைவியைக் கண்டுபிடிக்க அவனுக்கு உதவி செய். அவன் உன் நலனுக்காக, அதாவது, தன் நண்பனுக்காகத் தன் நற்பெயருக்குக் கறையேற்படுத்திக் கொள்ளத் தயாராக இருந்தான். எனவே, அவனுக்கு உதவுவதற்கு உன்னால் முடிந்த அனைத்தையும் செய். என் மனைவி தாரா ஓர் அறிவார்ந்த பெண். நாட்டின் விவகாரங்கள் அனைத்திலும் அவளுடைய அறிவுரையை ஏற்றுக் கொள். அவ்விஷயங்கள் பற்றி அவளுடைய கருத்துக்கள் எப்போதும் சரியாகத்தான் இருக்கும். இறுதியாக, இந்தப் பொன்மாலையை எடுத்துக் கொள். இது தெய்வீகமானது. நான் இறந்தவுடன் இது தன் சக்தி முழுவதையும் இழந்துவிடும். எனவே, என் உயிர் பிரிவதற்குள் இதை என் கழுத்திலிருந்து கழற்றிவிடு. அதை நீ எடுத்துக் கொள். இனி அதனால் எனக்கு எந்தப் பயனும் இல்லை," என்று கூறினான்.

வாலியின் வார்த்தைகளைக் கேட்ட சுக்ரீவன் அழத் தொடங்கினான். தனக்குக் கிடைத்திருந்த வெற்றி குறித்து அவனுக்கு ஏற்பட்ட மகிழ்ச்சி முழுவதும் அக்கணத்தில் அவனிடமிருந்து மாயமாய் மறைந்தது.

வாலி தன் மகனைத் தன் அருகே அழைத்து, "அங்கதா, மாறியிருக்கும் இச்சூழலைப் புரிந்து கொள். எல்லா விஷயங்களிலும் சுக்ரீவனுக்குக் கீழ்ப்படிந்து நடந்து கொள். வாழ்வில் வந்து போகின்ற மகிழ்ச்சியையும் வருத்தத்தையும் சற்றும் உணர்ச்சிவசப்படாமல் ஏற்றுக் கொள். அவற்றால் மனம் நெகிழ்ந்துவிடாதே," என்று கூறினான்.

இப்போது வாலியின் முடிவு மிக வேகமாக நெருங்கிக் கொண்டிருந்தது. அவனுக்கு மூச்சுத் திணறல் ஏற்பட்டது. ஒருசில நிமிடங்களில் அவனுடைய உயிர் பிரிந்தது. தாரா தன்னைக் கட்டுப்படுத்திக் கொள்ள முடியாமல் அழுது புலம்பினாள். சுக்ரீவனும் பெரும் வருத்தம் கொண்டான். அவன் ராமனை அணுகி, "ராமா, நீங்கள் உங்கள் வார்த்தையைக் காப்பாற்றிவிட்டீர்கள். வாலியும் இறந்துவிட்டான். ஆனால் அரசனாகும் ஆசையை இப்போது நான் முற்றிலுமாக இழந்துவிட்டுள்ளேன். வாலியின் மரணம், அவனுடைய மனைவியின் துயரம், அவனுடைய மகனின் கண்களில் தென்படும் பரிதாபம் ஆகியவை, அரியணை ஏறுவது குறித்த என் ஆசையை என்னிடமிருந்து முற்றிலுமாகப் பறித்துவிட்டன. நான் வாலியுடன் பல முறை சண்டையிட்டிருக்கிறேன். அவை அனைத்திலும் அவனால்

என்னை வெகு சுலபமாகக் கொன்றிருக்க முடியும். ஆனால் அவன் எப்போதும் என்னை நன்றாக அடித்து நொறுக்கிவிட்டு என்னை உயிரோடு விட்டுவிட்டான். அவன் மரணமடைய வேண்டும் என்று நான் ஒருபோதும் விரும்பியிருக்கக்கூடாது. நான் ஒரு பாவி. ராஜ்யத்தை ஆள்வதற்கான தகுதி எனக்கு இல்லை. நான் உங்களுக்குக் கொடுத்த வாக்கை நான் ஒருபோதும் மீற மாட்டேன். அனுமான் உங்களுக்கு உதவுவான். ஆனால் என் சகோதரனின் சிதைக்குள் குதித்து அவனோடு சேர்ந்து நானும் சாக விரும்புகிறேன். அதுதான் என் ஆசை," என்று கூறினான்.

தாராவும் ராமனை அணுகி, "நீ உன் மனைவியிடமிருந்து பிரிக்கப்பட்டிருக்கிறாய். அது உனக்கு எவ்வளவு வேதனையூட்டுகிறது என்பதை நீ அறிவாய். என் கணவர் வாலியும் இப்போது அதே வேதனையை அனுபவித்துக் கொண்டிருக்கிறார் இல்லையா? தயவு செய்து எனக்கு ஓர் உபகாரம் செய். என் கணவனைக் கொல்வதற்கு நீ பயன்படுத்திய அதே அம்பை எடுத்து என்மீது எய்து என்னையும் கொன்றுவிடு. அப்போது நானும் என் கணவரோடு சேர்ந்து கொள்வேன்," என்று கூறினாள்.

இந்த வார்த்தைகளைக் கேட்டு மனம் புண்பட்ட ராமன், அவளுக்கு ஆறுதல் கூற முயன்றான். "நீங்கள் ஒரு வீரனின் மனைவி. நீங்கள் இவ்வாறு துயரப்படக்கூடாது. எல்லாமே விதிப்படிதான் இயங்கிக் கொண்டிருக்கின்றன. விதியை உங்களால் மீற முடியாது. எல்லா நிகழ்வுகளுக்கும் அதுதான் ஒரே காரணம்.அது மிகவும் சக்திவாய்ந்த காரணமும்கூட. யாராலும் அதனிடமிருந்து தப்ப முடியாது. அது யார்மீதும் பாரபட்சம் காட்டுவதில்லை. வாலி இப்போது சொர்க்கத்தை அடைந்துள்ளான். தன் வீரத்தால் அவன் அங்கு தனக்கு ஓர் இடத்தைப் பிடித்திருக்கிறான். நீங்கள் உங்களைத் தேற்றிக் கொண்டு, தன் தந்தைக்குரிய ஈமச் சடங்குகளைச் செய்யுமாறு உங்கள் மகனிடம் கூறுங்கள்."

செய்யப்பட வேண்டியவற்றைச் செய்யுமாறு லட்சுமணன் சுக்ரீவனிடம் கூறினான். மிக பிரம்மாண்டமாக அலங்கரிக்கப்பட்ட ஒரு பல்லக்கில் வாலியின் உடல் வைக்கப்பட்டு, சிதைக்குக் கொண்டுவரப்பட்டது. அங்கதன் தன் தந்தையின் சிதைக்குத் தீ மூட்டினான். இறுதிச் சடங்குகளைச் செய்து முடித்தப் பிறகு, அவர்கள் அனைவரும் ஆற்றில் குளித்துவிட்டுக் கிஷ்கிந்தைக்குத் திரும்பினர்.

சுக்ரீவன் கடுமையாக அதிர்ச்சி அடைந்திருந்ததால், வானரர்கள் அனைவரும் ராமனைச் சூழ்ந்து கொண்டு, தங்களுடைய விவகாரங்களுக்குப் பொறுப்பேற்றுக் கொள்ளுமாறு அவனிடம் மன்றாடினர். நகருக்குள் வந்து, முடிசூட்டு விழாவில் கலந்து கொள்ளுமாறு அனுமான் ராமனை அழைத்தான்.

அதற்கு ராமன், “என் தந்தைக்கு நான் கொடுத்த வாக்கின்படி, என்னுடைய பதினான்கு ஆண்டுகள் வனவாசம் நிறைவுறாமல் எந்தவொரு நகருக்குள்ளும் அல்லது கிராமத்திற்குள்ளும் என்னால் நுழைய முடியாது. சுக்ரீவனை அங்கு அழைத்துச் சென்று அவனுக்கு முடிசூட்டுங்கள்,” என்று கூறினான். பிறகு அவன் சுக்ரீவனிடம் திரும்பி, “நீ அனுமானுடன் போய் ஆட்சிப் பொறுப்பை ஏற்றுக் கொள். அங்கதனுக்குப் பட்டத்து இளவரசனாக முடிசூட்டு,” என்று கூறினான்.

பிறகு அவன் லட்சுமணனையும் மற்றவர்களையும் பார்த்து, “இது சரவண மாதம். மழைக்காலத்தின் முதல் மாதம் இது. லட்சுமணனும் நானும் இந்த மழைக்காலத்தின் நான்கு மாதங்களைக் காட்டிலுள்ள ஏதேனும் ஒரு குகையில் கழித்துக் கொள்கிறோம். கார்த்திகை மாதம் வந்து மழைக்காலமும் முடியும்போது, நீங்கள் எனக்குக் கொடுத்துள்ள வாக்குறுதியை நிறைவேற்றுவதைப் பற்றி நீங்கள் யோசிக்கலாம்,” என்று கூறினான்.

சுக்ரீவன் கிஷ்கிந்தைக்குச் சென்று முடிசூட்டிக் கொண்டான். அதன் பிறகு, அவன் அங்கதனைத் தன் வாரிசாக முடிசூட்டினான். பிறகு, அவன் தன் மனைவியோடு மீண்டும் ஒன்றுசேர்ந்தான். அடுத்த நான்கு மாதங்களை அவன் தன் மனைவியோடு மகிழ்ச்சியாகச் செலவிட்டான்.

ராமனும் லட்சுமணனும் பரசுரவனம் எனும் குன்றுக்குச் சென்று, ஒரு வசதியான, பெரிய குகையைக் கண்டுபிடித்து, மழைக்காலத்தைக் கழிப்பதற்காக அதைத் தங்கள் வசிப்பிடமாக ஆக்கிக் கொண்டனர்.

சீதையைத் தேடி

ராமனும் லட்சுமணனும் தேடிக் கண்டுபிடித்திருந்த குகை ஓர் அழகான இடத்தில் அமைந்திருந்தது. அந்த இடத்தைச் சுற்றி எல்லா இடங்களிலும் மரங்கள் நிறைந்திருந்தன. மலர்களைத் தாங்கிய கொடிகள் அம்மரங்களைச் சுற்றிப் படர்ந்து வளர்ந்து அவற்றுக்கு மேலும் அழகு சேர்த்தன. சகோதரர்கள் இருவரும் எங்கு பார்த்தாலும் அழகை மட்டுமே கண்டனர். இந்த ரம்மியமான இடம் ராமனுக்கு சீதையின் நினைவைத் தூண்டியது. இந்த அழகைக் கண்டு சீதை எவ்வளவு மகிழ்வாள் என்று நினைத்த ராமனுக்கு அவளைப் பற்றிய ஏக்கம் ஏற்பட்டது. தன் காதல் மனைவியைப் பற்றிய நினைப்பில் அவன் பல இரவுகள் தூங்கவில்லை. விரைவில் மழைக்காலம் வந்தது. வரும்போதே அது கடுஞ்சீற்றத்துடன் வந்தது. இந்திரன் தன்னுடைய அணைக்கதவுகளைத் திறந்து நீரைக் கட்டவிழ்த்துவிட்டான். இடி முழக்கங்களோடும் மின்னல்களோடும் பலத்த மழை பெய்தது. ராமனாலும் லட்சுமணனாலும் தங்கள் குகையைவிட்டு வெளியே வர முடியாத அளவுக்கு அடைமழை பெய்தது. அவர்கள் இவ்வாறு அடைபட்டுக் கிடந்தது அவர்களுக்குக் கடுமையான எரிச்சலை ஏற்படுத்தியது. சீதையின் தலைவிதியைப் பற்றி நினைத்துக் கவலைப்படுவதைத் தவிர ராமன் வேறு எதுவும் செய்யவில்லை. ஒருமுறை, மலைகளுக்கு மேலாக எழும்பிய நிலவை அவன் பார்த்தபோது, அவனால் தன்னுடைய துக்கத்தை அடக்கிக் கொள்ள முடியவில்லை. அவன் ஒரு குழந்தையைப்போல அழத் தொடங்கினான். லட்சுமணன் தன்னால் இயன்ற அளவுக்கு அவனுக்கு ஆறுதல் கூறினான்.

“அண்ணா, மனத்தின் சமநிலையை இழக்கும் எவரொருவராலும் எதையும் ஒருபோதும் சாதிக்க முடியாது என்று நீங்கள் எனக்கு அடிக்கடிக் கூறியுள்ளீர்கள். நாம் சில நாட்கள் பொறுத்திருக்க வேண்டும், அவ்வளவுதான். மழைக்காலம் முடிந்தவுடன் நாம் சீதையைத் தேடிக் கண்டுபிடித்து, ராவணனைக் கொன்றுவிட்டு அவளை மீட்டுவிடலாம். எனவே, தயவு செய்து இப்போது வருத்தப்படாதீர்கள்.”

லட்சுமணனின் இதமான பேச்சு ராமனின் இதயத்தை நெகிழச் செய்தது. "லட்சுமணா, நீ என்மீது அளப்பரிய அன்பு கொண்டிருக்கிறாய் என்பதை நான் அறிவேன். உன் பேச்சு மிகவும் அறிவார்ந்ததாக இருக்கிறது. துயரம் என்னை பலவீனப்படுத்திக் கொண்டிருக்கிறது என்பதை நான் உணர்கிறேன். நான் என் துயரத்திலிருந்து விடுபட நிச்சயமாக முயற்சிப்பேன். என் மனைவி எவ்வளவு சோகமாக இருப்பாள் என்பதை நினைத்துப் பார்க்கும்போது பொறுமையாக இருப்பது கடினமாக இருக்கிறது. ஆனாலும் நான் நிச்சயமாக என்னால் இயன்ற அளவு முயற்சிப்பேன்."

எதுவும் செய்யாமல் குகைக்குள்ளேயே அடைந்து கிடப்பது தனக்கும் எரிச்சலூட்டத்தான் செய்தது என்பதை லட்சுமணன் ஒப்புக் கொண்டான். ஆனால் அவர்கள் பொறுமையாக இருந்து, நான்கு மாதங்களை எப்படியோ ஓட்டினர். மழைக்காலம் கிட்டத்தட்ட முடிவுறும் நிலையில் இருந்தது. வானம் மீண்டும் நீலநிறத்திற்கு மாறியது.

அனுமான் எப்போதும் தன் கடமையே கண்ணாக இருந்தான். உரிய நேரம் வந்ததும் அவன் நேராக சுக்ரீவனிடம் சென்று, ராமனுக்கு அவன் கொடுத்திருந்த வாக்கைப் பற்றி அவனுக்கு நினைவுபடுத்தினான். ஆனால் பல வருடங்களாக நாடு கடத்தப்பட்டிருந்த சுக்ரீவன், தன்னுடைய புதிய ஆடம்பர வாழ்க்கை ஏற்படுத்தியிருந்த போதையில் திளைத்துக் கிடந்தான். பல வருடங்களாக நல்ல சாப்பாடும் துணைக்குப் பெண்களும் இல்லாமல் அல்லாடியிருந்த அவனால் இப்போது வேறு எதைப் பற்றியும் நினைத்துப் பார்க்க முடியவில்லை. அவன் தன்னுடைய நாட்டு விவகாரங்கள் அனைத்தையும் தன்னுடைய திறமையான அமைச்சர்களின் பொறுப்பில் விட்டுவிட்டு, தன்னுடைய நேரம் முழுவதையும் மதுவிலும் தன் அந்தப்புரத்துப் பெண்களுடனும் கழித்தான்.

அனுமான் சுக்ரீவனை அணுகி, அவனுடைய கடமையைப் பற்றி அவனுக்கு நினைவுபடுத்தினான். "அரசே, ராமனின் கருணையால்தான் உங்கள் மனைவி உங்களுக்குத் திரும்பவும் கிடைத்திருக்கிறாள். ராமனின் அன்புதான் உங்கள் ராஜ்யத்தை உங்களுக்கு மீட்டுக் கொடுத்துள்ளது. நீங்கள் அவருக்கு ஆற்ற வேண்டிய ஒரு கடமை இருக்கிறது என்பதை நீங்கள் மறந்துவிட்டீர்களா? நீங்கள் அவருக்குப் பட்டிருக்கும் கடனைத் திருப்பிச் செலுத்துவதற்கான வேளை வந்துவிட்டது. தயவு செய்து உங்களுடைய மற்ற ஆசைகளை ஒதுக்கி வைத்துவிட்டு, உங்கள் கடமைக்கு உங்களை அர்ப்பணித்துக் கொள்ளுங்கள். ராமன் உங்களுக்கு உங்கள் கடமையைப் பற்றி நினைவுபடுத்த மாட்டார். ஏனெனில், அவர் மிகவும் உன்னதமானவர். எனவே, ஆக வேண்டிய வேலையை கவனியுங்கள். ராமனின் கோபத்தைத் தூண்டிவிடாதீர்கள். நீங்கள் அப்படிச் செய்தால் யாராலும் உங்களைக் காப்பாற்ற முடியாது."

சுக்ரீவன் மதுமயக்கத்திலிருந்து தன்னை விடுவித்துக் கொண்டு, தன்னுடைய படைத்தளபதிகளில் ஒருவனான நீலனுக்கு ஆள் அனுப்பினான். தன்னுடைய ஒட்டுமொத்தப் படையையும் கிஷ்கிந்தையில் ஒன்றுதிரட்டுமாறு அவன் நீலனுக்கு ஆணையிட்டான். "இன்றிலிருந்து பதினைந்து நாட்களுக்குள் அவர்கள் இங்கு ஒன்றுகூடியாக வேண்டும். அங்கதன் என்னுடைய பிரதிநிதியாக இருந்து எல்லா ஏற்பாடுகளையும் செய்யட்டும்," என்று கூறிவிட்டு, அவன் மீண்டும் தன் அந்தப்புரத்திற்குச் சென்றுவிட்டான்.

மழைக்காலம் முடிந்து இப்போது சில காலம் ஆகியிருந்தது. ராமன் லட்சுமணனிடம், "சுக்ரீவன் இன்னும் யாரையும் நம்மிடம் அனுப்பி வைக்கவில்லை. அவன் தன் வாக்குறுதியை மறந்துவிட்டான் என்று நினைக்கிறேன். காலம் கடந்து கொண்டே இருக்கிறது. லட்சுமணா, நீ விரைவாகச் சென்று, அவன் எனக்குக் கொடுத்துள்ள வாக்குறுதியை நிறைவேற்றும்படி அவனிடம் கூறிவிட்டு வா," என்று கூறினான்.

லட்சுமணன் இயல்பாகவே ஒரு கோபக்காரன். அவன் நான்கு மாதங்களாக இந்தக் குகையில் அடைபட்டுக் கிடந்திருந்து அவனை அதிகக் கோபக்காரனாக ஆக்கியிருந்தது. அவன் தன் அம்பறாத்தூணியைத் தன் தோளில் பூட்டிக் கொண்டு, தன் வில்லைக் கையில் எடுத்துக் கொண்டு, "அண்ணா, அரசனாக இருப்பதற்கான தகுதி சுக்ரீவனுக்கு இல்லை. அதிகார போதையில் இருக்கும் அவன் உன்னதமான நடத்தை நெறிகளை மறந்துவிட்டிருக்கிறான். நான் அவனை உடனடியாக எமலோகத்திற்கு அனுப்பிவிட்டு, சீதைக்கான தேடலைத் துவக்குமாறு அங்கதனிடம் கூறிவிட்டு வருகிறேன்," என்று ஆக்ரோஷமாகக் கூறினான்.

இந்தக் கோப வார்த்தைகளைக் கேட்ட ராமன், அப்படி எதுவும் செய்துவிடாமல் இருக்கும்படி லட்சுமணனுக்கு அறிவுறுத்திவிட்டு, ஒரு சமாதான மனப்போக்குடன் சுக்ரீவனை அணுகுமாறு அவனிடம் கூறினான்.

லட்சுமணன் கிஷ்கிந்தையை நோக்கி ஒரு லட்சியத்தோடு நடந்தான். கோபத்தோடு அவன் எடுத்து வைத்த ஒவ்வோர் அடியும் பூமியை அதிர வைத்தது. கிஷ்கிந்தை நகருக்கான நுழைவாயில் ஒரு குகையின் ஊடாக அமைந்திருந்தது. வானரர்கள் அக்குகைக்குக் காவலாக நின்றனர். அனுமதியின்றி யாரும் அந்நகருககுள் நுழைந்துவிடக்கூடாது என்பதற்காக அவ்வாறு ஏற்பாடு செய்யப்பட்டிருந்தது. லட்சுமணன் அங்கு வந்து கொண்டிருந்ததைப் பார்த்த வானரர்கள், அவனைத் தடுத்து நிறுத்துவதற்காக மரங்களைக் கையிலெடுத்தனர். இதைக் கண்ட லடசுமணனின் கோபம் இரண்டு மடங்காக அதிகரித்தது. அவனுடைய கோபத்தைக் கண்ட வானரர்கள் நாலாப் பக்கங்களிலும் தலைதெறிக்க ஓட்டமெடுத்தனர். அவன் கடுங்கோபத்தோடு வந்து கொண்டிருந்ததை சுக்ரீவனுக்குத் தெரியப்படுத்துவதற்காக அவர்கள்

ஓடினர். ஆனால் சுக்ரீவன் கடுமையான மதுபோதையில் மயங்கிக் கிடந்தான். வானரர்கள் இப்போது அங்கதனிடம் ஓடி விஷயத்தை அவனுக்குத் தெரியப்படுத்தினர். அங்கதன் நேராக வாசலுக்கு விரைந்து வந்து லட்சுமணனை வரவேற்றுவிட்டு, அவனை சமாதானப்படுத்த முயன்றான். சுக்ரீவனை உடனடியாக அழைத்து வரும்படி லட்சுமணன் அவனுக்குக் கட்டளையிட்டான். அந்தப்புரத்திலிருந்து வந்து கொண்டிருந்த மென்மையான இசையும் சுக்ரீவனின் இன்பக் களியாட்டக் கத்தல்களும் லட்சுமணனின் காதுகளில் விழுந்தன. நான்கு மாதங்களாகத் தன் சகோதரன் அனுபவித்திருந்த வேதனையைப் பற்றி அவன் நினைத்தபோது, அவனால் தன்னுடைய கோபத்தைக் கட்டுப்படுத்திக் கொள்ள முடியவில்லை. பயத்தில் நடுங்கிய அங்கதன் நேராக சுக்ரீவனிடம் ஓடிச் சென்று லட்சுமணனின் வரவை அவனுக்குத் தெரியப்படுத்தினான். என்ன நிகழ்ந்து கொண்டிருந்தது என்பதை சுக்ரீவனால் புரிந்து கொள்ள முடியவில்லை. உண்மையில், அவனால் எழுந்து நிற்கக்கூட முடியவில்லை. அனுமான் அங்கு வந்து, உடனடியாக வெளியே சென்று லட்சுமணனை சமாதானப்படுத்துமாறு சுக்ரீவனிடம் கூறினான்.

போதையில் இருந்த சுக்ரீவன், "லட்சுமணன் ஏன் என்மீது கோபப்படுகிறான்? நான் என்ன குற்றம் செய்துள்ளேன்?" என்று கேட்டான்.

ராமனுக்கு சுக்ரீவன்மீது கோபமில்லை என்று சுக்ரீவனிடம் கூறிய அனுமான், "நேரம் கடந்து செல்ல நீங்கள் அனுமதித்துவிட்டீர்கள் என்பதை நீங்கள் ஒப்புக் கொண்டாக வேண்டும். இன்ப வெள்ளத்தில் மூழ்கிக் கிடந்த நீங்கள் மழைக்காலம் முடிந்து இலையுதிர்காலம் தொடங்கிவிட்டதை மறந்துவிட்டீர்கள். தன் மனைவியைத் தேடிச் செல்வதற்காக ராமன் நாட்களை எண்ணிக் கொண்டிருந்தார். இதயத்திலும் மனத்திலும் வேதனையோடு இருக்கும் அவர், லட்சுமணனை உங்களிடம் அனுப்பி வைத்துள்ளார். தயவு செய்து நீங்கள் லட்சுமணனிடம் சென்று அவரிடம் இனிமையாகப் பேசுங்கள்," என்று கூறினான்.

சுக்ரீவனுக்கு லட்சுமணனை எதிர்கொள்ளும் துணிச்சல் இருக்கவில்லை. ஒரு பெண்ணுக்கு முன்னால் லட்சுமணன் தன் கோபத்தை வெளிப்படுத்த மாட்டான் என்பதை அறிந்திருந்த சுக்ரீவன், அவனிடம் சென்று அவனை சமாதானப்படுத்துமாறு தாராவிடம் கெஞ்சினான். தாரா லட்சுமணனை அணுகி, "இளவரசே, நீங்கள் ஏன் இவ்வளவு கோபமாக இருக்கிறீர்கள்? உங்கள் கோபத்திற்கு என்ன காரணம்?" என்று கேட்டாள்.

அதற்கு லட்சுமணன், "சுக்ரீவன் தர்மத்தின் விதிகள் அனைத்தையும் மறந்துவிட்டான்போலத் தெரிகிறது. போதையில் மயங்கிக் கிடக்கும் அவன், என் சகோதரனுக்குக் கொடுத்த வாக்கை

மறந்துவிட்டிருக்கிறான். நீங்கள் அவனுக்கு ஏதேனும் நல்லது செய்ய விரும்பினால், அவனை இந்த போதையிலிருந்து விழித்தெழச் செய்து, ராமனுக்கு உதவச் செல்லும்படி அவனிடம் கூறுங்கள். நன்றி மறப்பது அழிவுக்குத்தான் இட்டுச் செல்லும். நாங்கள் நண்பனாகக் கருதிய ஒருவன் எங்களுக்கு நம்பிக்கைத் துரோகம் இழைத்திருக்கிறான்," என்று கூறினான்.

தாரா ஓர் இனிமையான, மென்மையான குரலில், "இளவரசே, சுக்ரீவன்மீது கோபம் கொள்ளாதீர்கள். தயவு செய்து அவனுடைய அக்கறையின்மைக்காக அவனை மன்னித்துவிடுங்கள். பலவீனத்தால் ஏற்பட்ட விளைவு அது. உண்மையில், அவன் தன் படைகள் இங்கு ஒன்றுகூட வேண்டும் என்று ஏற்கனவே உத்தரவிட்டுள்ளான். விரைவில், நாடு முழுவதிலும் உள்ள அனைத்து வானரர்களும் இங்கே வந்து சீதையைக் கண்டுபிடிப்பதற்கான வேலையைத் துவக்கிவிடுவர். தயவு செய்து உள்ளே வந்து சுக்ரீவனைச் சந்தியுங்கள்," என்று கூறினாள்.

அவள் அவ்வாறு கூறிவிட்டு லட்சுமணனை உள்ளே வழிநடத்திச் சென்றாள். சுக்ரீவன் ஒரு வார்த்தைகூடப் பேசாமல் கைகளைக் குவித்தபடி அமைதியாக நின்றான். லட்சுமணன் அவனை மிகவும் இகழ்ந்து பேசினான். தாரா மீண்டும் ஒருமுறை குறுக்கிட்டு, சுக்ரீவனுக்காகச் சாக்குப்போக்குகளைக் கூறினாள்.

"இளவரசே, ராமனுக்காக சுக்ரீவன் எல்லாவற்றையும் விட்டுக்கொடுப்பான். அவன் ராமனிடம் அர்ப்பணிப்புக் கொண்டுள்ளான். அவனுடைய படை எக்கணத்திலும் இங்கு குழுமிவிடும். தயவு செய்து ஆசுவாசம் கொள்ளுங்கள். எல்லாம் உங்கள் விருப்பப்படியே நடக்கும் என்பதற்கு நான் உத்தரவாதம் கொடுக்கிறேன்," என்று தாரா கூறினாள்.

இந்த உத்தரவாதம் லட்சுமணனை ஓரளவு சமாதானப்படுத்தியது. அவனுடைய கோபம் சற்றுத் தணிந்திருந்ததைக் கண்ட சுக்ரீவன், தன்னை மன்னித்துவிடுமாறு அவனிடம் பணிவாகவேண்டினான். பிறகு இருவருமாகச் சேர்ந்து ராமனைப் பார்க்கச் சென்றனர். தேடலுக்கான ஏற்பாடுகள் அனைத்தும் நடைபெற்றுக் கொண்டிருந்ததாக அவர்கள் ராமனிடம் கூறினர்.

சுக்ரீவன் ராமனைப் பணிந்து வணங்கிவிட்டு, "நீங்கள் எனக்குக் கடவுள் போன்றவர். நீங்கள் எனக்குச் செய்துள்ள உபகாரத்தை என்னால் எப்படி மறக்க முடியும்? தயவு செய்து நான் நன்றியற்றவன் என்று நினைத்துவிடாதீர்கள். விரைவில் இந்த ஒட்டுமொத்த மலைப்பகுதியும் வானரர்களால் நிரம்பிவிடும். நான் அவர்களை அனுப்பி வைத்து, சீதை இருக்குமிடத்தைக் கண்டுபிடிக்கச் செய்வேன். விரைவில் நீங்களும் சீதையும் மீண்டும் ஒன்றுசேர்ந்துவிடுவீர்கள் என்பதற்கு நான் உத்தரவாதம் கொடுக்கிறேன்," என்று கூறினான்.

சுக்ரீவன் கூறியதுபோலவே பத்து நாட்களுக்குள் அந்த மலைப்பகுதி முழுவதும் வானரர்கள் நிரம்பி வழிந்தனர். அவர்கள் லட்சக்கணக்கில் வந்தனர். இமயமலையில் தொடங்கித் தென்கடல்வரை உள்ள அனைத்துப் பகுதிகளிலிருந்தும் அவர்கள் அங்கு வந்து சேர்ந்தனர். சில வானரர்கள் பொன்னிற முடியுடன் இருந்தனர், சிலருடைய வால்கள் சிங்கத்தின் வாலைப்போல இருந்தன, சில வானரர்களின் முகங்கள் கரிய நிறத்தில் இருந்தன, சிலரின் பிட்டங்கள் செந்நிறத்தில் இருந்தன, சிலரின் உடல்கள் முழுவதும் வெண்ணிற முடியால் மூடப்பட்டிருந்தன. சுக்ரீவனின் உத்தரவுக்குக் கட்டுப்பட்டு அவர்கள் அங்கே ஒன்றுகூடி, இப்போது அவனுடைய கட்டளைக்காகக் காத்துக் கொண்டிருந்தனர். தங்கள் தலைவனான ஜாம்பவானுடன் கரடிகளும் அங்கு வந்தன. ஜாம்பவான், அறிவுக்குப் பெயர்போன ஒரு வயதான கருங்கரடி. அனைத்து வானரர்களும் அதை மதித்தனர்.

சுக்ரீவன் அனுமானிடம் திரும்பி, "நீ தனித்துவமானவன். நீ ஒரு படையை அழைத்துக் கொண்டு தெற்கு நோக்கிப் போ. சீதை இருக்குமிடத்தை அடைவதற்கான ஒரு வழியை நிச்சயமாக நீ கண்டுபிடித்துவிடுவாய்," என்று கூறினான்.

அனுமான் தென்திசைக்கு அனுப்பி வைக்கப்பட்டதைக் கண்ட ராமன் மகிழ்ச்சியடைந்தான். சூரியவம்சத்தின் சின்னத்தைத் தாங்கிய தன்னுடைய கணையாழியைத் தன் விரலிலிருந்து கழற்றி, அதை அவன் அனுமானிடம் கொடுத்தான். அனுமான் தன்னுடைய தூதுவன் என்பதை சீதைக்கு உறுதிப்படுத்துவதற்காக அதை ஓர் அடையாளமாக அவன் கொடுத்தான். பிறகு, "அனுமான், நான் முற்றிலுமாக உன்னைச் சாந்திருக்கிறேன் என்பதை நினைவில் கொள். சீதை இருக்கும் இடத்தைக் கண்டுபிடிப்பதற்குத் தேவையான எல்லா முயற்சிகளையும் செய். நீ வெற்றி பெறுவாய் என்ற நம்பிக்கை எனக்கு இருக்கிறது," என்று கூறினான்.

அனுமானின் படையினர் தெற்கிலிருந்த அனைத்துக் காடுகளையும் குகைகளையும் முழுவதுமாக வலைவீசித் தேடினர். அவர்களுக்கு ஒதுக்கப்பட்டிருந்த நேரம் முடிவுக்கு வந்து கொண்டிருந்தது. அவர்கள் வேகமாக நம்பிக்கையிழந்து கொண்டிருந்தனர். பல நாட்களாக அவர்களுக்கு உணவும் நீரும்கூடக் கிடைத்திருக்கவில்லை. திடீரென்று, ஒரு வித்தியாசமான குகையை அவர்கள் கண்டனர். அதன் வாயிலில் பறவைகள் சிறகடித்துப் பறந்து கொண்டிருந்தன. அது என்ன குகை என்று பார்த்து வருவதற்காக அனுமான் முதலில் சென்றான். அவனுடைய வாலைப் பிடித்துக் கொண்டு அங்கதன் அவனைப் பின்தொடர்ந்தான். பிறகு மற்ற அனைவரும் அவர்களுக்குப் பின்னால் சென்றனர். அவர்கள் ஒவ்வொருவரும் தங்களுக்கு முன்னால் சென்று கொண்டிருந்த வானரரின் வாலைப் பிடித்தபடி நடந்தனர். அந்தக் குகையினுள் நுழைந்தபோது அங்கிருந்த

ஒரு சரிவில் அவர்கள் வழுக்கிக் கீழே ஓர் அழகான தோட்டத்திற்குள் விழுந்தனர். அது மிகவும் வசீகரமானதாகவும் விண்ணுலகைச் சேர்ந்த ஒன்றைப்போலவும் காட்சியளித்தது. அங்கு அவர்கள் பல அழகான மாளிகைகளையும் ரத்தினக்கற்களைப்போல ஒளிவீசிய அழகான குளங்களையும் கண்டனர். கடைசியில் அவர்கள் ஒரு பெண் துறவியை எதிர்கொண்டனர். அவர்கள் அந்த இடத்தைப் பற்றி அவளிடம் விசாரித்தனர். அரக்க இனத்தைச் சேர்ந்த மாயன் என்ற திறமையான கட்டடக்கலை நிபுணன் அந்த அழகான இடத்தை வடிவமைத்திருந்ததாக அவள் தெரிவித்தாள். மாயையான தோற்றத்தை உருவாக்குவதில் வல்லவன் அவன் என்று விளக்கிய அவள், அந்த வானரர்கள் அனைவரும் இப்போது பார்த்துக் கொண்டிருந்த அந்த இடமும் ஒரு மாயைதான் என்று கூறினாள். அவள் அந்த இடத்திற்குக் காவலாக இருந்தாள். அவளுடைய பெயர் சுயம்பிரபா. அவள் வானரர்களைப் பற்றித் தெரிந்து கொள்ள விரும்பினாள். ஆனால் முதலில், அவர்களுக்குப் பழங்களையும் தேனையும் கொடுத்து அவள் உபசரித்தாள். அப்போது தங்கள் தேடல் பற்றிய ஒட்டுமொத்தக் கதையை அவளுக்கு எடுத்துரைத்த அனுமான், அந்தக் குகையிலிருந்து வெளியே செல்வதற்கான வழியைப் பற்றிக் கேட்டான். இந்தக் குகைக்குள் தவறுதலாக உள்ளே யார் நுழைந்தாலும் உதவி இல்லாமல் அவர்களால் அங்கிருந்து ஒருபோதும் வெளியேற முடியாது என்று கூறிய சுயம்பிரபா, தன்னுடைய யோகசக்திகளைக் கொண்டு அவர்களை அங்கிருந்து வெளியேற்றினாள். ஒரு புறத்தில் இருந்த கடலையும், மறுபுறத்தில் இருந்த மலய மலைகளையும் அவள் அவர்களுக்குச் சுட்டிக்காட்டி, அவ்விரண்டில் ஏதேனும் ஒரு வழியைத் தேர்ந்தெடுத்துக் கொள்ளுமாறு அவர்களிடம் கூறினாள்.

பெருங்கடலின் பிரம்மாண்டத்தைப் பார்த்தபடி வானரர்கள் அனைவரும் ஏமாற்றத்துடன் அக்கடற்கரையில் நின்றனர். மாயனின் தோட்டத்தில் அவர்கள் பல நாட்களைக் கழித்திருந்ததால் சுக்ரீவன் அவர்களுக்குக் கொடுத்திருந்த நேரம் முடிந்துவிட்டிருந்தது. வெறுங்கையுடன் திரும்பிச் சென்றால் சுக்ரீவனின் கோபத்திற்குத் தாங்கள் ஆளாக நேரிடும் என்று அவர்கள் பயந்தனர். அங்கதன் அந்த வானரர்கள் அனைவரையும் அழைத்து, "நமக்குக் கொடுக்கப்பட்ட நேரம் முடிந்துவிட்டது. ஆனால் நம்மால் திரும்பிச் செல்ல முடியாது. அப்படித் திரும்பிச் சென்றால், நிச்சயமாக சுக்ரீவனால் நாம் எல்லோரும் கொல்லப்படுவோம். அதற்கு பதிலாக, இந்தக் கடற்கரையிலேயே பட்டினி கிடந்து இறப்பது சாலச் சிறந்தது. அரசனுக்கு என்மீது எந்தப் பாசமும் கிடையாது. அவன் என்னைக் கடுமையாக தண்டிப்பான். கிஷ்கிந்தைக்குத் திரும்பிச் சென்று அவனுடைய கோபத்தை எதிர்கொள்வதற்கு பதிலாக இந்தக் கடற்கரையில் இறந்து போவதை நான் விரும்புகிறேன்," என்று கூறினான்.

தாங்கள் மீண்டும் மாயனின் குகைக்குச் செல்ல விரும்பியதாக வானரர்கள் அனைவரும் கூறினர். கிஷ்கிந்தைக்குத் திரும்பிச் சென்று தங்கள் உயிர்களைத் தியாகம் செய்வதற்கு பதிலாக அந்தக் குகைக்குத் திரும்பிச் சென்று வசதியாக வாழத் தாங்கள் விரும்பியதாக அவர்கள் அங்கதனிடம் கூறினர். இதைக் கேட்ட அங்கதனால் ஒரு தீர்மானத்திற்கு வர முடியவில்லை. அப்போது அனுமான் அவர்களுடைய உரையாடலில் குறுக்கிட்டான். குகையில் சௌகரியமாக வாழவோ அல்லது பட்டினி கிடந்து சாகவோ தான் விரும்பவில்லை என்று அவன் அவர்களிடம் கூறினான்.

“நாம் கிஷ்கிந்தைக்குத் திரும்பிச் சென்று சுக்ரீவனிடம் மன்னிப்புக் கேட்கலாம். அதுதான் நாம் செய்யக்கூடிய கௌரவமான விஷயம்,” என்று அவன் கூறினான்.

ஆனால் தன் சிற்றப்பாவை நினைத்து மிகவும் பயந்து போயிருந்த அங்கதன், இந்த யோசனையை விரும்பவில்லை. அந்தக் கடற்கரையிலேயே இருந்து உயிர் துறப்பதென்று அவன் தீர்மானித்தான். தன்னுடன் சேர்ந்து கொள்ள விரும்பியவர்கள் தன்னோடு இருக்கலாம் என்றும், மற்றவர்கள் திரும்பிப் போகலாம் என்றும் அவன் அந்த வானரர்களிடம் கூறிவிட்டு, அக்கடற்கரையின் சூடான மணலில் படுத்துக் கொண்டு சாவதற்குத் தயாரானான். மற்றவர்களும் அவனைப் பின்பற்றி அப்படியே செய்தனர்.

கழுகின் ஆலோசனை

அருகே இருந்த குகைகளில் ஒன்றில் ஜடாயுவின் சகோதரனான சம்பாதி என்ற கழுகு வாழ்ந்து வந்தது. அது ஒரு வயதான கழுகு. உணவைத் தேடிச் செல்வதற்கான வலிமையை அது முற்றிலுமாக இழந்திருந்ததால், அது நீண்ட நாட்களாகப் பட்டினி கிடந்திருந்தது. கடற்கரையில் வானரர்கள் ஏற்படுத்திக் கொண்டிருந்த சத்தம் அதன் காதுகளில் விழுந்ததால் தன் குகையைவிட்டு வெளியே வந்த அக்கழுகு, அவர்கள் அனைவரும் கடற்கரையின்மீது படுத்துக் கொண்டு தங்கள் மரணத்திற்காகக் காத்துக் கொண்டிருந்ததைக் கண்டது.

"இன்று அதிர்ஷ்டக்காற்று என் பக்கமாக வீசியுள்ளது. நான் பல நாட்களாகப் பட்டினி கிடந்துள்ளேன். இன்று எனக்கு நல்ல வேட்டைதான்," என்று கூறிவிட்டு, அது அவர்களை நோக்கிக் குதித்துச் சென்றது. அதன் வார்த்தைகளைக் கேட்ட வானரர்கள் பயந்து நடுங்கினர். சாகும்வரை பட்டினி கிடக்க அவர்கள் தயாராக இருந்தபோதிலும், தாங்கள் ஒரு கழுகால் உயிரோடு விழுங்கப்படுவதை அவர்கள் விரும்பவில்லை.

அங்கதன் தங்கள் விதியைப் பற்றி அனுமானிடம் நொந்து கொள்ளத் தொடங்கினான். "நம்முடைய விதியைப் பாருங்கள். எமனே இந்தப் பறவையின் உருவத்தில் நம்மைக் கொல்ல வந்திருப்பதுபோலத் தெரிகிறது. அனைத்துப் பறவைகளும் விலங்குகளும் ராமனை மிகவும் நேசிப்பதாகக் கூறப்படுகிறது. வயதான ஜடாயுகூட ராமனுக்காகத் தன் உயிரைவிடத் தயாராக இருந்தது."

தன் சகோதரனின் பெயர் சம்பாதியின காதுகளில் விழுந்தபோது, அது அங்கதனைப் பார்த்து, "யார் நீ? ஜடாயுவை உனக்கு எப்படித் தெரியும? அவன் எப்படி இறந்தான்? எல்லாவற்றையும் என்னிடம் கூறு," என்று கேட்டது.

வானரர்கள் முதலில் சம்பாதியை சந்தேகித்தனர். ஆனால் விரைவில் அவர்கள் அதனோடு பேசத் தொடங்கினர். பிறகு எல்லாச் செய்திகளையும் அவர்கள் அதனிடம் தெரிவித்தனர். தன் இளைய சகோதரனின் மரணம் பற்றிய செய்தியைக் கேட்டு சம்பாதி கண்ணீர்

வடித்தது. ஜடாயுவை அக்கழுகுக்கு எப்படித் தெரியும் என்று அங்கதன் அதனிடம் கேட்டான்.

“ஜடாயு என்னுடைய இளைய சகோதரன். நாங்கள் சிறு வயதினராக இருந்தபோது, நாங்கள் எங்களுக்குள் ஒரு போட்டி வைத்துக் கொண்டு நேராகச் சூரியனை நோக்கிப் பறந்தோம். வெப்பம் அதிகரிக்கத் துவங்கியபோது, என்னுடைய சிறகுகளால் ஜடாயுவை நான் பாதுகாத்தேன். எனவே, அவன் தப்பித்துக் கொண்டான். ஆனால் என்னுடைய இறக்கைகள் முற்றிலுமாக எரிந்துவிட்டன. நான் கீழே விழுந்துவிட்டேன். அதன் பிறகு நான் அவனைப் பார்க்கவே இல்லை,” என்று சம்பாதி கூறியது.

அதன் பிறகு, ராமனின் கதையையும், தாங்கள் அங்கு வந்திருந்ததற்கான காரணத்தையும் அங்கதன் அக்கழுகிடம் கூறிவிட்டு, ராவணனைப் பற்றி அதற்கு ஏதேனும் தெரியுமா என்று அதனிடம் கேட்டான்.

அதற்கு சம்பாதி, “அந்தக் கொடியவன் ராவணன் சீதையைத் தூக்கிச் சென்றதை நான் பார்த்தேன். அவன் அவளை உடும்புபோல இறுக்கமாகப் பிடித்திருந்தான். அவள் அவனுடைய பிடியிலிருந்து விடுபடக் கடினமாக முயன்றாள். ராமா என்றும், லட்சுமணா என்றும் அவள் பரிதாபமாகக் கத்திக் கொண்டே இருந்தாள். ராவணன் எங்கே வாழ்கிறான் என்பதை நான் உங்களுக்குக் கூறுகிறேன்,” என்று கூறியது.

இதைக் கேட்டபோது வானரர்கள் அனைவரின் மனங்களிலும் நம்பிக்கை துளிர்த்தது. அவர்கள் அந்த வயதான பறவையைச் சூழ்ந்து கொண்டு, அதற்குத் தெரிந்த எல்லாவற்றையும் தங்களுக்குக் கூறுமாறு அதனிடம் கேட்டனர்.

சம்பாதி தொடர்ந்தது. “ராவணன் ஓர் அரக்க அரசன். அவனுடைய தலைநகரம் இலங்கைத் தீவில் அமைந்துள்ளது. சீதை அவனுடைய அரண்மனையில் சிறை வைக்கப்பட்டிருக்கிறாள். என்னுடைய கழுகுப் பார்வையைக் கொண்டு இலங்கைவரை என்னால் தெளிவாகப் பார்க்க முடியும். உங்களில் யாரேனும் கடலைக் கடந்து செல்ல முடிந்தால், உங்களாலும் அவளைப் பார்க்க முடியும்.” அக்கழுகு இவ்வாறு கூறியபோது ஓர் அதிசயம் நிகழ்ந்தது. அக்கழுகின் இறக்கைகள் மீண்டும் முளைத்தன. ராமனின் கதையைச் செவிமடுக்கும்பொது அதன் இறக்கைகள் மீண்டும் முளைக்கும் என்று அக்கழுகு ஆசீர்வதிக்கப்பட்டிருந்தது. அது ஓர் இளம் பறவையைப்போல நேராக விண்ணை நோக்கிப் பறந்தது.

வானரர்கள் அனைவரும் இப்போது அக்கடற்கரையில் ஒன்றுதிரண்டு, அந்தப் பெருங்கடலைக் கடப்பதற்கான திட்டங்களைப் பற்றி யோசித்தனர். ஆனால் என்ன செய்ய வேண்டும் என்று அவர்களுக்குத் தெரியவில்லை. ஏதேனும் ஒரு திட்டத்தை யோசிக்குமாறு

அவர்களை ஊக்கப்படுத்திய அங்கதன், அப்பெருங்கடலைத் தாண்டிக் குதிக்க அவர்களில் யாராலேனும் முடியுமா என்று கேட்டான். அவன் இதைக் கூறியபோது வானரர்களிடையே பெரும் உற்சாகம் ஏற்பட்டது. தன்னால் பத்து மைல்கள் தாண்டிக் குதிக்க முடியும் என்று ஒரு வானரன் கூறினான். இன்னொருவன் தன்னால் இருபது மைல்கள் தாண்டிக் குதிக்க முடியும் என்று கூறினான். இப்படியே ஒவ்வொருவரும் ஒவ்வொன்றைக் கூறினர். தன்னால் இலங்கைவரை தாண்டிக் குதிக்க முடியும் என்று கூறிய அங்கதன், ஆனால் தன்னால் திரும்பி வர முடியாமல் போகக்கூடும் என்று பயந்தான்.

அவர்களுடைய குழுவில் இருந்த ஜாம்பவான் கரடி, தனியாக ஓரிடத்தில் உட்கார்ந்து ஏதோ தீவிர யோசனையில் மூழ்கியிருந்த அனுமானிடம் சென்றது.

"அனுமான், நீ ஏன் இப்படிச் சிந்தனையில் மூழ்கிப் போய் உட்கார்ந்திருக்கிறாய்? காற்றுக் கடவுளான வாயுவின் மகன் நீ. வலிமையில் நீ ராமனுக்கும் லட்சுமணனுக்கும் சுக்ரீவனுக்கும்கூட இணையானவன் என்பது உனக்குத் தெரியாமலிருக்க வாய்ப்புண்டு. உன் வாழ்க்கைக் கதையின் சில பகுதிகள் உனக்குத் தெரியாமல் இருக்கலாம். அதை நான் இப்போது உனக்குக் கூறுகிறேன்," என்று கூறிய ஜாம்பவான் மேலும் தொடர்ந்தது.

"புஞ்சிகஸ்தலை எனும் வானுலகப் பெண் ஒருத்தி இருந்தாள். பூமியில் அவள் ஒரு வானரத் தலைவனின் மகளாகப் பிறக்கும்படி சபிக்கப்பட்டாள். அவள் பெயர் அஞ்சனை. அவள் ஒரு பேரழகி. கேசரி என்ற ஒரு வானரனுக்கு அவள் மணமுடித்துக் கொடுக்கப்பட்டாள். தான் விரும்பியபோதெல்லாம் மனித வடிவம் எடுக்கும் திறன் அவளுக்கு இருந்தது. ஒருநாள் அவள் தன் மனித வடிவில் கிஷ்கிந்தை மலையைச் சுற்றித் திரிந்து கொண்டிருந்தபோது, காற்றுக் கடவுளான வாயு அந்தப் பக்கமாகச் சென்று கொண்டிருந்தான். அவன் அந்த அழகான பெண்ணைப் பார்த்து அவள்மீது காதல் கொண்டான். பிறகு அவளை அந்த மலைப்பகுதியில் வைத்து அவளுடைய விருப்பமின்றி அவளுடன் கூடினான்.

"அவள் இதற்கு எதிர்ப்புத் தெரிவித்தபோது, 'பேரழகியே, பயப்படாதே! உனக்கு ஒரு மகன் பிறப்பான். அவன் புகழ்மிக்கவனாகத் திகழ்வான். அவன் என்னைப்போல சக்தி வாய்ந்தவனாக விளங்குவான். அவன் அசாதாரணமான துணிச்சலும் வலிமையும் ஆற்றலும் அறிவும் கொண்டவனாகத் திகழ்வான்,' என்று வாயு கூறினான். அன்றே அவள் ஓர் அழகான குழந்தை ஒன்றைப் பெற்றெடுத்தாள். நீதான் அக்குழந்தை. உன் மேனி வெண்ணிற முடியால் போர்த்தப்பட்டிருந்தது. உன் முகம் செந்நிறமாகவும் கண்கள் பொன்னிறமாகவும் இருந்தன. உன் தாயார் இன்னொரு வானரனின் மனைவியாக இருந்ததால், அவள் உன்னை ஒரு குகைக்குள் விட்டுவிட்டுக் கிஷ்கிந்தைக்குத் திரும்பிவிட்டாள்.

“காலையில் உனக்குக் கடுமையாகப் பசித்தது. சூரியன் ஒரு பொன் மாம்பழத்தைப்போல வானில் தோன்றியபோது, நீ அந்தப் பொற்கோளத்தை நோக்கி விண்ணில் சாடி அதைப் பிடிக்க முயன்றாய். சூரியன் உன்னைச் சுட்டுப் பொசுக்குவதிலிருந்து உன் தந்தை வாயு உன்னைக் காப்பாற்ற முயன்றான். அப்போது கிரகண நேரம். ராகு சூரியனை விழுங்க அங்கு வந்தான். இப்போது நீ ராகுவை நோக்கிப் பாய்ந்து அவனைப் பிடிக்க முயன்றாய். இங்கு புதிதாகப் பிரச்சனை ஏற்படுத்திக் கொண்டிருந்தது யார் என்று பார்ப்பதற்காக இந்திரன் தன் யானையின்மீது அமர்ந்து அங்கு வந்தபோது, ராகு அவனிடம் உன்னைப் பற்றிக் குறைகூறினான். அந்தக் குட்டிக் குரங்கைக் கண்ட இந்திரன், தன்னுடைய வஜ்ராயுதத்தை உன்னை நோக்கி வீசினான். நீ ஒரு மலைப்பகுதியில் விழுந்ததில் உன்னுடைய இடது பக்க முகவாயில் பெரும் காயம் ஏற்பட்டது. அந்த நேரத்திலிருந்து நீ அனுமான் என்று அழைக்கப்படலானாய். உடைந்த முகவாயைக் கொண்டவன் என்று அதற்குப் பொருள். உன் தந்தையான வாயு இதைக் கண்டு கோபமுற்று, இவ்வுலகில் இனி தான் ஒருபோதும் வீசப் போவதில்லை என்று சபதமிட்டான். எனவே, பிரம்மா அவனை சாந்தப்படுத்தும் விதமாக, யுத்தத்தில் யாரும் உன்னைத் தோற்கடிக்க முடியாது என்று உனக்கு ஒரு வரமளித்தான். தான் உனக்குச் செய்திருந்த காரியத்திற்காக இந்திரனும் வருந்தினான். எனவே, நீ விரும்பினால்தான் மரணம் உன்னைத் தழுவும் என்று அவனும் உனக்கு ஒரு வரம் கொடுத்தான். பிறகு உன் தந்தை, சிவபெருமானின் உறைவிடமான கைலாய மலைக்கு உன்னை எடுத்துச் சென்று, அங்கு உனக்குப் பல விஷயங்களைக் கற்றுக் கொடுத்தான். நீ விரும்பிய வடிவத்தை எப்படி எடுப்பது என்பது பற்றிய அறிவையும் அவன் உனக்குக் கற்றுக் கொடுத்தான். வேதங்களை நந்தி உனக்குக் கற்றுக் கொடுத்தது. கூடவே அது உனக்குப் பணிவையும் கொடுத்தது. அதாவது, யாரேனும் உனக்கு நினைவுபடுத்தினாலொழிய உன்னுடைய வலிமை உனக்கு ஒருபோதும் நினைவிருக்காது. பிறகு, சுக்ரீவனின் கோரிக்கையின் பேரில் நீ கிஷ்கிந்தைக்குத் திரும்பி வந்து அவனுடைய நண்பனாக ஆனாய். நாங்கள் எல்லோரும் முற்றிலும் நம்பிக்கை இழந்து போயிருக்கிறோம். உன் ஒருவனால்தான் எங்களைக் காப்பாற்ற முடியும். உன்னுடைய சொந்த வலிமையை உணர்ந்து கொண்டு, ராவணனின் தலைநகரை நோக்கிப் பாய்ந்து சென்று, இந்த இக்கட்டான நிலைமையிலிருந்து எங்களைக் காப்பாற்று.”

ஜாம்பவானின் வார்த்தைகளைக் கேட்ட அனுமான், திடீரென்று தன் வலிமைகளை உணர்ந்து கொண்டு, முழுமையாக நிமிர்ந்து நின்றான். பிறகு அவன் தொடர்ந்து உயரமாக வளர்ந்து கொண்டே போனான். தன்னுடைய தலை விண்ணைத் தொடும் அளவுக்கு அவன் வளர்ந்தான். இந்த அதிசயத்தை மற்ற வானரர்கள் ஆச்சரியத்தோடு பார்த்தனர்.

விண்ணுயர வளர்ந்திருந்த அனுமான் அந்த வானரர்களைப் பார்த்து, “வாயு மிகவும் சக்திவாய்ந்தவர். அவர் இந்த ஒட்டுமொத்தப் பிரபஞ்சத்திலும் ஊடுருவியுள்ளார். அந்த வாயுவின் மகன் நான். என்னால் செய்ய முடியாதது எதுவுமில்லை. நான் ஒருசில கணங்களில் இந்தக் கடலைத் தாண்டிச் சென்று, ராமனின் அரசியைக் கண்டு, முடிந்தால் அவரை இங்கே கொண்டுவருவேன்,” என்று முழங்கினான்.

பிறகு அங்கிருந்த குன்றுகளின்மீது அவன் உற்சாகமாகத் தாவிக் குதித்தான். ஒரு மலையை ஒரு கூழாங்கல்லைப்போலச் சுக்குநூறாக அவன் நொறுக்கினான். அவனுடைய சக்தியைக் கண்டு மற்ற வானரர்கள் வியப்பில் வாய் பிளந்து நின்றனர். அனுமான் ஒரு மலையின் உச்சியின்மீது ஏறி நின்றான்.

சுந்தர காண்டம்

இலங்கைக்குத் தாவுதல்

அனுமான் அந்த மலையின்மீது நின்று கொண்டு தேவர்கள் அனைவரையும் வணங்கினான். பிறகும் "ராமா, ராமா, ராமா," என்ற புகழ்மிக்க மந்திரத்தை உச்சரித்தபடி ராமன்மீது தன் மனத்தை ஒருமுகப்படுத்தினான். பிறகு அவன் தன்னைச் சிலுப்பிக் கொண்டு இடியைப்போல கர்ஜித்தான். அவன் தன் நீண்ட வாலை விண்ணில் சுழற்றியடித்தபோது, படமெடுத்தாடும் ஒரு நாகத்தைப்போல அது காட்சியளித்தது. அவன் தன் கைகளை அந்தப் பாறைகளின்மீது வைத்து, தன் இடையை உள்ளிழுத்துக் கொண்டு, தன் கால்களை மடக்கினான். தன்னுடைய கழுத்தை முன்னால் நீட்டிக் கொண்டு, தன் மூச்சை அடக்கிக் கொண்டு, தன் மனத்தை ராமனின்மீது நிலைப்படுத்தியபடி, மீண்டும் ராம நாமத்தை உச்சரித்துக் கொண்டே விண்ணில் பாய்ந்தான். தன்னால் பெருங்கடலைத் தாண்டிச் சென்று சீதையைக் கண்டுபிடிக்க முடியும் என்று அவன் முழுமையாக நம்பினான். அவன் எம்பிக் குதித்த வேகத்தில் அங்கிருந்த சில மரங்கள் வேரோடு சாய்ந்தன. சில மரங்கள் தம் மலர்களைக் கடலின்மீது இறைத்தபடி அவனோடு கூடவே பறந்தன. அனுமான் ஒரு இடிமேகத்தைப்போலக் காற்றின் ஊடாக வேகமாகப் பறந்தான். மழைக் கடவுளான வருணன் அனுமானுக்கு உதவ விரும்பினான். எனவே, கடலுக்குள்ளிருந்து எழுந்து வந்து, அனுமான் ஓய்வெடுப்பதற்கு அவனுக்கு இடம் கொடுக்குமாறு மைனக மலையை அவன் அழைத்தான். கடலுக்குள் இருந்து அந்த மலை மேலெழுந்து கொண்டிருந்ததைக் கண்ட அனுமான், அது தன் வழியில் குறுக்கிட வந்திருந்ததாக நினைத்து, அதை ஒதுக்கித் தள்ள முயன்றான். ஆனால் அந்த மலை ஒரு பெண்ணின் உருவெடுத்து, அவன் ஓய்வெடுத்துக் கொள்ள இடமளிப்பதற்காகவே தான் அனுப்பி வைக்கப்பட்டிருந்ததாக அனுமானிடம் கூறியது. இதைக் கேட்டு அனுமான் மனமகிழ்ந்தான். ஆனால் தான் ஓர் அவசரக் காரியமாகப் போய்க் கொண்டிருந்ததால் தன்னால் ஓய்வெடுக்க முடியாது என்று கூறி அந்த உபசரிப்பை அவன் மறுத்துவிட்டான். இதைப பார்த்துக் கொண்டிருந்த தேவர்கள் அனுமானின் மனஉறுதியை

சோதிக்க விரும்பினர். எனவே, அவனுடைய வழியை மறிப்பதற்காக நாகங்களுக்கெல்லாம் அன்னையான சுரசா எனும் நாகத்தை அவர்கள் அனுப்பி வைத்தனர். அந்த நாகம் ஒரு பெரிய அரக்கியின் வடிவெடுத்து அவனை விழுங்க முயற்சித்தது.

அந்த அரக்கி அனுமானைப் பார்த்து, "என் வாய்க்குள் நுழையாமல் யாராலும் இவ்விடத்தைக் கடந்து செல்ல முடியாது," என்று கூறினாள். இப்போது அனுமானின் உருவம் பெரிதாகத் தொடங்கியது. அவனுடைய உருவத்திற்கு ஏற்ப அந்த அரக்கியும் தன் வாயைப் பெரிதாக்கினாள். திடீரென்று, அனுமான் தன்னை ஒரு கட்டைவிரல் அளவுக்குச் சுருக்கிக் கொண்டு, அவளுடைய பெரிய வாயினுள் நுழைந்துவிட்டு மீண்டும் வெளியே வந்துவிட்டான்.

"நீ கூறியதுபோல நான் செய்துவிட்டேன். இப்போது எனக்கு வழி விடு," என்று அவன் அவளிடம் கூறினான்.

இதைக் கண்டு மகிழ்ந்த அவள் அவன் அங்கிருந்து போக அனுமதித்தாள். சிறிது தூரத்தில் இன்னோர் அரக்கி அவனுடைய நிழலைப் பிடிக்க முயற்சித்தாள். ஆனால் அனுமான் அவளை நோக்கிப் பாய்ந்து சென்று அவளைக் கொன்றுவிட்டு, அவளையும் தன்னோடு சுமந்து சென்றான். விரைவில், நிலத்திற்கான அறிகுறிகள் அவனுக்குத் தென்பட்டன. தான் வந்து சேர வேண்டிய இடத்தைத் தான் அடைந்துவிட்டிருந்தோம் என்பதை அவன் உணர்ந்தான்.

தான் இவ்வளவு பெரிய உடலுடன் இலங்கைக்குள் சென்றால் எல்லோருடைய கண்களும் தன்மீதுதான் நிலைத்திருக்கும் என்று நினைத்த அவன், மீண்டும் தன்னை ஒரு சாதாரண வானரனாகச் சுருக்கிக் கொண்டு, ராவணனின் தலைநகருக்கு எதிரே இருந்த மலையின்மீது நின்றபடி அந்த இடத்தைப் பார்வையிட்டான். ஒரு குன்றின்மீது கட்டப்பட்டிருந்த ஒரு பிரம்மாண்டமான நகரை அவன் கண்டான். அந்நகரைச் சுற்றி ஓர் அகழி வெட்டப்பட்டிருந்தது. யாரும் உள்ளே நுழைய முடியாத அளவுக்கு அதற்கு பலத்தப் பாதுகாப்பு ஏற்பாடுகள் செய்யப்பட்டிருந்தன. மாலைநேர வெளிச்சத்தில் அந்த மாளிகைகள் பளபளத்தன. அந்தக் குன்று முழுவதும் மரங்களாலும் மலர்ச்செடிகளாலும் நிரம்பியிருந்தது. செழிப்பான பச்சைப்புல் சூழ்ந்த சுத்தமான சாலைகளையும் அவனால் பார்க்க முடிந்தது. ஒரு குன்றின்மீது அமைந்திருந்த அந்நகரம், சில மேகங்கள் அதைச் சூழ்ந்திருந்ததால் காற்றில் மிதந்து கொண்டிருந்ததைப்போலக் காட்சியளித்தது. அனுமான் ஒவ்வொரு பாறையாகத் தாவிக் குதித்து, வடக்கு வாசலைச் சென்றடைந்தான். அரக்கர்கள் அங்கு பாதுகாப்பிற்காக நின்றனர். ஒரு பெரிய படை இந்நகருக்குள் நுழைவது இயலாத காரியம் என்று அவன் ஊகித்தான். முதலில், தான் இப்போது அக்கடலைக் கடந்து வந்திருந்ததைப்போல ராமனாலும் மற்ற வானரர்களாலும் எப்படிக் கடந்து வர முடியும் என்று அவன்

யோசித்தான். அவர்கள் அப்படியே வெற்றிகரமாகக் கடலைக் கடந்து வந்துவிட்டாலும், பலத்தப் பாதுகாப்புடன்கூடிய இக்கோட்டைக்குள் அவர்களால் எப்படி நுழைய முடியும் என்று அவன் தன்னைத் தானே கேட்டுக் கொண்டான். கடற்கரையில் வந்திறங்கும் எவரொருவரையும் கண்காணிப்புக் கோபுரங்களிலிருந்து சுலபமாகப் பார்க்க முடியும். "என் தந்தையான வாயுவால்கூட யாரும் பார்க்காதபடி இந்நகருக்குள் நுழைய முடியாது," என்று அவன் நினைத்துக் கொண்டான். பிறகு அவன் உடனடியாக சீதையைத் தேடுவதற்குத் தன்னைத் தயார்படுத்திக் கொள்ளத் தொடங்கினான். மாலையில் இருள் சூழும்வரை காத்திருந்துவிட்டு, ஒரு சிறிய பூனையின் அளவுக்குத் தன் உருவத்தைச் சுருக்கிக் கொண்டு, வாசற்கதவை அணுகினான். ஏழெட்டு அடுக்குகளைக் கொண்ட மாளிகைகள் அங்கு இருந்ததை அவன் கண்டான். முத்துக்களும் பவளங்களும் பதிக்கப்பட்ட அவற்றின் தூண்கள் ஒளிவீசின. மாளிகைகளின் சுவர்களில் விலையுயர்ந்த கற்கள் பதிக்கப்பட்டிருந்தன. வாசனைப் பொருட்களின் நறுமணம் காற்றில் மிதந்து வந்தது. விண்மீன்கள் புடைசூழ ஒரு வெளிர்நிற நிலவு விண்ணில் தோன்றும்வரை அவன் காத்திருந்தான். அவனுடைய உடல் இப்போது மிகச் சிறியதாக இருந்ததால், வாசற்கதவுகளின் கம்பிகளின் ஊடாக அவனால் உள்ளே நுழைந்திருக்க முடியும். ஆனால் அவன் அவ்வாறு செய்ய முயன்றபோது, அந்த இடத்தில் காவல் நின்ற ஒரு பெரிய அரக்கி அவனை எதிர்கொண்டாள்.

"யார் நீ?" என்று ஒரு கடுமையான குரலில் அவனிடம் விசாரித்த அவள், "நீ ஒரு வானரனைப்போலக் காணப்படுகிறாய். நீ எதற்காக இங்கே வந்திருக்கிறாய்? உண்மையைச் சொல்லிவிடு. இல்லையென்றால் நான் உன்னைக் கொன்றுவிடுவேன். என் அனுமதி இல்லாமல் யாராலும் இலங்கையின் தலைநகருக்குள் நுழைய முடியாது," என்று கூறினாள்.

அனுமான் மிகுந்த அடக்கத்தோடு, "பெண்ணே, நீ யார் என்று எனக்குக் கூறு. நீ ஏன் இப்படி அச்சுறுத்தும் விதத்தில் இங்கு நின்று கொண்டிருக்கிறாய்?" என்று கேட்டான்.

அதற்கு அவள் ஒரு கர்ஜனையுடன்,"என் பெயர் லங்கினி. அரசனின் கட்டளைக்குக் கீழ்ப்படிந்து நான் இங்கே நின்று கொண்டிருக்கிறேன். காரணமின்றி உள்ளே நுழையும் எவரொருவரையும் கொல்வதற்கு எனக்கு உத்தரவிடப்பட்டிருக்கிறது. நீ இங்கு எதற்காக வந்திருக்கிறாய் என்று கூறாவிட்டால், நான் உன்னை நிச்சயமாகக் கொல்லத்தான் போகிறேன்," என்று கூறினாள்.

ஆனால் அந்த அரக்கியைக் கண்டு கலங்காத அனுமான், "அம்மா, இலங்கையின் அழகைப் பற்றி நான் கேள்விப்பட்டிருக்கிறேன். அதை நேரில் காணவே நான் இங்கு வந்திருக்கிறேன். அதன் பெருமைகளையெல்லாம் என் கண்கள் குளிரக் கண்டுவிட்டு, பிறகு

நான் இங்கிருந்து போய்விடுவேன். தங்குவதற்காக நான் இங்கு வரவில்லை," என்று கூறினான்.

அவனுடைய இனிய வார்த்தைகளுக்கு அவள் மயங்கவில்லை. "நீ ஒரு முட்டாள் குரங்கு. நீ இந்த நகருக்குள்ளே நுழைய விரும்பினால், நீ முதலில் என்னுடன் சண்டையிட வேண்டும்," என்று கூறிய அவள், அனுமானின் முகத்தின்மீது ஓங்கிக் குத்தினாள்.

ஒரு வார்த்தைகூடப் பேசாமல் அனுமான் அவளுடைய முகத்தின்மீது ஓங்கிக் குத்தினான். அவன் தன் வலிமை முழுவதையும் பயன்படுத்தியிருக்காதபோதுகூட, அந்த அரக்கி ஒரு பெரும் சத்தத்துடன் கீழே விழுந்தாள். ஒரு சிறிய குரங்கு இப்படித் தன்னைக் கீழே தள்ளியிருந்ததைக் கண்டு அவள் சற்று ஆச்சரியமடைந்தாள்.

அவள் இப்போது அனுமானைப் பார்த்து, "யாராலும் என்னை வீழ்த்த முடியாது என்று பிரம்மாவிடமிருந்து நான் ஒரு வரம் வாங்கி வந்துள்ளேன். ஆனால் ஒரு வானரன் என்னை வெற்றி கொள்வான் என்று அவர் என்னை எச்சரித்தார். அப்படி ஒன்று நிகழும்போது, அரக்கர்களின் அழிவுக்கான ஒரு முன்னறிகுறியாக அது அமையும் என்று அவர் என்னிடம் கூறினார். ராவணனின் அழிவுக்கான நேரம் வந்துவிட்டுள்ளதை நான் இப்போது பார்க்கிறேன். நீ சீதையைத் தேடி வந்திருக்கிறாய் என்று நான் நினைக்கிறேன். நீ தாராளமாக இந்நகருக்குள் நுழைந்து, உன் விருப்பம்போல எதை வேண்டுமானாலும் செய்து கொள்ளலாம்," என்று கூறிவிட்டு, அந்நகரைவிட்டு அவள் ஒரேயடியாக ஓடிவிட்டாள்.

நகரக் காவலாளியை அங்கிருந்து துரத்திய பிறகு அந்நகருக்குள் நுழைந்த அனுமான், அதன் அழகைக் கண்டு வாயடைத்து நின்றான். எங்கு பார்த்தாலும் அழகைத் தவிர அங்கு வேறு எதுவும் இருக்கவில்லை. பெண்கள் தங்கள் பாதங்களில் அணிந்திருந்த கொலுசுகளிலிருந்தும், பட்டுத் துணிகளின் உரசல்களிலிருந்தும் இனிய இசை எழுந்தது. மல்லிகை மற்றும் சந்தனத்தின் நறுமணம் காற்றை நிரப்பியது. நிலவொளியில் அரண்மனைகள் ஒளிவீசின. ராவணனின் படையினர் அந்நகர வீதிகளைச் சுற்றி வந்து கண்காணித்தனர், ஆனால் யாரும் அனுமானைப் பார்க்கவில்லை. அந்நகரில் இருந்த பல விஷயங்கள் அனுமானுக்கு பிரமிப்பூட்டின.

கடைசியில், மற்ற எல்லாவற்றையும்விட அதிக பிரம்மாண்டமாக இருந்த ஓர் அரண்மனைக்கு அவன் வந்து சேர்ந்தான். "இது ராவணனுடையதாக இருக்க வேண்டும்," என்று அவன் நினைத்துக் கொண்டான். அதன் வாசற்கதவில் அழகான வடிவங்கள் செதுக்கப்பட்டிருந்தன. விலையுயர்ந்த கற்களும் முத்துக்களும் அதில் பதிக்கப்பட்டிருந்தன. அவன் அந்த வாசல் வழியாக மெதுவாக உள்ளே நுழைந்தான். இருக்கைகளும் கட்டில்களும் தங்கத்தால் செய்யப்பட்டு விலையுயர்ந்த கற்கள் பதிக்கப்பட்டிருந்தன. இந்தத்

தங்கத்திலிருந்தும் விலையுயர்ந்த கற்களிலிருந்தும் வீசிய ஒளி அந்த அறையைப் பிரகாசமாக ஒளிரச் செய்தது. குபேரனின் செல்வம் முழுவதும் இங்கே கொட்டிக் கிடந்ததுபோலத் தோன்றியது. பருத்த உடல்களைக் கொண்ட பெண்கள் அந்த இடமெங்கும் சுற்றித் திரிந்தனர். சிலர் தலைவிரிகோலமாகத் தரையின்மீது படுத்துக் கிடந்தனர். நகைகள் அங்குமிங்கும் சிதறிக் கிடந்தன. சில பெண்கள் நடனமாடிக் கொண்டிருந்தனர். வேறு சிலர் ஏதோ பானங்களைப் பருகிக் கொண்டிருந்தனர். அவர்களுடைய காதுகளைத் தங்கக் காதணிகள் அலங்கரித்தன. மற்றவர்கள் தங்கள் உடல்களின்மீது சந்தனம் பூசிக் கொண்டிருந்தனர். சிலர் நேர்த்தியாக உடையணிந்தும் நறுமண மலர்கள் சூடியும் அழகாக இருந்தனர். அவர்களுடைய பெரிய கண்களும், நீண்ட இமைகளும், கடைக்கண் பார்வையும் ஆண்களை வசியப்படுத்துபவையாக இருந்தன. உலகின் பல்வேறு பகுதிகளிலிருந்தும் ராவணன் அழகான பெண்களை அபகரித்து இங்கே கொண்டு வந்திருந்தான். அவன் தன் புஷ்பக விமானத்தில் இவ்வுலகம் நெடுகிலும் பயணித்து, கந்தர்வர்கள், தானவர்கள், நாகர்கள், முனிவர்கள், தைத்தியர்கள் ஆகியோரின் கன்னிப் பெண்களைக் கடத்தி வந்திருந்தான். அவன் அப்பெண்களாலும் அவர்களுடைய பெற்றோர்களாலும் அடிக்கடி சபிக்கப்பட்டிருந்தான். அவர்கள் ராவணனால் சிறையெடுத்து வரப்பட்டபோது அழுது புலம்பிக் கொண்டும் போராடிக் கொண்டும் வந்திருந்தனர், தாங்கள் தற்கொலை செய்து கொள்ளப் போவதாக சபதமிட்டிருந்தனர். ஆனால் இறுதியில் அவர்கள் அவனுடைய அழகிலும் வசீகரத்திலும் மயங்கிப் போனார்கள். ராவணன் காமக் கலையில் வல்லவன் என்பது எல்லோரும் அறிந்த விஷயம். இந்த அனைத்து வசீகரங்களையும் அழகையும் கண்ட அனுமான், ராவணனுக்காக வருந்தத் தொடங்கினான். இத்தனைப் பெண்களோடு திருப்தியாக இருப்பதற்கு பதிலாக, சீதையை அபகரித்ததன் மூலமாக ராவணன் தன் மரணத்திற்கு நாள் குறித்துக் கொண்டிருந்தான். அனுமானின் கண்கள் அங்கிருந்த பெண்கள் எல்லோரையும் நோட்டமிட்டன. அவர்கள் மிகவும் அழகாக இருந்தாலும்கூட, அவர்களில் யாரும் நிச்சயமாக சீதையாக இருக்க முடியாது என்பதை அவன் அறிந்தான். ராமனின் விவரிப்பை வைத்து அவன் சீதையைப் பற்றிய ஓர் உருவத்தைத் தன் மனத்தில் உருவாக்கியிருந்தான். அந்த விவரிப்பு இப்பெண்களில் யாருக்கும் பொருந்தாததை அவன் கண்டான்.

திடீரென்று, ஒரு பிரம்மாண்டமான மேடையின்மீது, படிகங்களும் யானைத் தந்தங்களும் சந்தனக் கட்டைகளும் தங்கமும் கொண்டு செய்யப்பட்ட ஒரு பெரிய சாய்மனையை அவன் பார்த்தான். அது நம்புதற்கரிய விதத்தில் அழகாக இருந்தது. அனுமான் சிறிது நேரம் அதைப் பார்த்து பிரமித்தபடி நின்றான். அரசர்களுக்குரிய

வெண்கொற்றக் குடை அதற்கு மேலாகப் படர்ந்திருந்தது. அவன் சற்று உற்றுப் பார்த்தபோது, ராவணன் அதன்மீது படுத்து உறங்கிக் கொண்டிருந்ததை அவன் கண்டான். ராவணன் ஒரு மிகப் பெரிய உருவமும், சக்திவாய்ந்த கைகளும், ஒரு பரந்த மார்பும் கொண்டவனாகத் தெரிந்தான். வெள்ளைப் பட்டுத் துணி ஒன்று அவனுடைய மார்பை மூடியிருந்தது. அவனுக்கு அருகே இன்னொரு சாய்மனையில் ஓர் அழகான பெண் படுத்திருந்தாள். முத்துக்களும் விலையுயர்ந்த கற்களும் பதிக்கப்பட்ட அணிகலன்களை அவள் அணிந்திருந்தாள். அவளுக்கு அணிகலன்களே தேவைப்படாத அளவுக்கு அவள் மிக அழகாக இருந்தாள். அவளுடைய தோல் பொன்னிறத்தில் இருந்தது. அவளுடைய நேர்த்தியைக் கண்ட அனுமான், அவள்தான் சீதை என்று நினைத்துவிட்டான். ஆனால் ராமன் தன் பக்கத்தில் இல்லாமல் சீதையால் ஒருபோதும் இப்படித் தூங்க முடியாது என்பதை அவன் உணர்ந்தான். அவள் பட்டாடையும் பகட்டான அணிகலன்களும் அணிந்திருக்க மாட்டாள். அவள் நிச்சயமாக ராவணனின் அந்தப்புரத்தில் இருக்க மாட்டாள் என்பதில் அனுமானுக்கு எந்த சந்தேகமும் இருக்கவில்லை.

அவன் அந்த அரண்மனையில் ஒவ்வோர் அறையாகச் சென்று தேடினான். ஆனால் சீதையை அவனால் காண முடியவில்லை. மனத்தை மயக்கும் விதமாக நின்ற அந்த அழகிய பெண்களைத் தான் பார்க்க வேண்டியிருந்ததை நினைத்து அனுமான் தர்மசங்கடம் கொண்டான். ஆனால் தான் அந்தப் பேரழகிகளுக்கு நடுவே சென்று கொண்டிருந்தும்கூடத் தன் மனம் அவர்களால் தடுமாறாததை அவன் உணர்ந்தான். மற்ற வானரர்களைப் போலன்றி, அனுமான் ஒரு பிரம்மச்சாரியாக இருந்தான். அவன் ஒருபோதும் திருமணம் செய்து கொள்ளவே இல்லை.

அவன் அந்த அரண்மனையை அங்குலம் அங்குலமாகத் தேடினான். பிறகு அதன் தோட்டங்களிலும் சீதையை வலைவீசித் தேடினான். இரவு ஆக ஆக, அவனுடைய வேதனை அதிகரித்தது. ஆனால் சீதையை அவனால் எங்கும் காண முடியவில்லை. ஒருவேளை அவள் தற்கொலை செய்து கொண்டாளோ அல்லது அரக்கர்கள் அவளை விழுங்கிவிட்டிருந்தனரோ என்று அவன் நினைக்கத் தொடங்கினான்.

"சீதை இறந்துவிட்டச் செய்தி ராமனின் காதுகளில் விழுந்தால், அவரும் தன் உயிரை மாய்த்துக் கொள்வார்," என்று அனுமான் நினைத்தான். அதில் அவனுக்கு எந்த சந்தேகமும் இருக்கவில்லை. சீதை இறந்த செய்தியோ அல்லது அவள் உயிரோடு இருந்தால் அவள் எங்கே இருந்தாள் என்பது பற்றிய தகவலோ இல்லாமல் தன்னால் திரும்பிச் செல்ல முடியாது என்பதை அவன் அறிந்தான். "எந்தத் தகவலும் இல்லாமல் திரும்பிச் செல்வதைவிட நான் ஒரு சன்னியாச

வாழ்க்கையை ஏற்றுக் கொள்வது எனக்கு நல்லது," என்று அவன் தனக்குத் தானே கூறிக் கொண்டான்.

கடைசியில், அசோக மரங்கள் நிறைந்த இன்னொரு தோப்பை அவன் உளவு பார்த்தான். முன்பு அந்த இடத்தை அவன் கவனிக்கத் தவறியிருந்தான். அந்த ஒரே ஓர் இடத்தைத்தான் அவன் தேடியிருக்கவில்லை. அவன் அந்தத் தோப்பைச் சுற்றி இருந்த சுவரின்மீது தாவி ஏறிக் கீழே பார்த்தான். அந்த இடம் ராவணனுக்கு மிகவும் பிடித்த இடம் என்பது வெளிப்படையாகத் தெரிந்தது. ஏனெனில், அது நன்றாகப் பராமரிக்கப்பட்டிருந்தது. அரிய மரங்களும் மலர்களும் அங்கு அபரிமிதமாக வளர்ந்திருந்தன. அழகாகச் செதுக்கப்பட்டப் படிகள் பல அழகான குளங்களுக்கு இட்டுச் சென்றன. குளக்கரைகள் வெள்ளை மணலால் நிரப்பப்பட்டிருந்தன. இரவு கடந்து கொண்டிருந்தது, ஆனாலும் சீதையை அவன் இன்னும் கண்டுபிடித்திருக்கவில்லை. அனுமானின் தாவல்களால் தொந்தரவுக்கு ஆளான பறவைகள் கோபமாகக் கீச்சிட்டுக் கொண்டே மேகங்களை நோக்கிப் பறந்தன. எனவே, ஓர் அழகான மேடைக்கு எதிரே இருந்த ஒரு பெரிய மரத்தின் இலைகளுக்குப் பின்னால் அனுமான் ஒளிந்து கொண்டான். சீதை அங்கு வரக்கூடும் என்று அவனுக்குத் தோன்றியது.

அசோக வனம்

மலர்களும் மரங்களும் சீதைக்கு மிகவும் பிடிக்கும் என்று ராமன் அனுமானிடம் கூறியிருந்தான். எனவே, மனஅமைதி தேடி அவள் அங்கு வரக்கூடும் என்று அனுமான் நினைத்தான். அந்தத் தோட்டம் அவளுக்காகவே அமைக்கப்பட்டிருந்ததுபோலத் தோன்றியது. மலர்ச்செடிகளும் நீர்வீழ்ச்சிகளும் குளங்களும் அந்த இடத்திற்கு அழகு சேர்த்தன. அங்கு ஒரு சிறிய கோவில் இருந்ததை அனுமான் கண்டான். அதன் வெண்ணிறத் தூண்கள் நிலவொளியில் பிரகாசமாக ஒளிவீசிக் கொண்டிருந்தன. அக்கோவிலின் படிக்கட்டுகள் பவளங்களால் செய்யப்பட்டிருந்தன. அவற்றின் மேற்பகுதியின்மீது தங்க முலாம் பூசப்பட்டிருந்தது. அனுமான் அக்கோவிலை உற்றுப் பார்த்தபோது, திடீரென்று அவன் அங்கு அவளைக் கண்டான். அது சீதைதான் என்பதை சந்தேகத்திற்கு இடமின்றி அவன் அறிந்தான். அவள் ஓர் அழகான பிறை நிலவைப்போலவும் மெலிந்து போயும் காணப்பட்டாள். அவள் நீண்டகாலமாக உணவு உட்கொள்ளாமல் இருந்திருந்தாள் என்பது வெளிப்படையாகத் தெரிந்தது. அவளுடைய அழகு, புகையால் மறைக்கப்பட்ட ஒரு நெருப்பு ஜுவாலையைப்போல இருந்தது. கசங்கிப் போன மஞ்சள்நிறப் பட்டாடை ஒன்றை அவள் அணிந்திருந்தாள். அணிகலன்கள் எதுவும் அவளை அலங்கரித்திருக்கவில்லை. அவளுடைய அழகான கண்களிலிருந்து கண்ணீர் வழிந்து கொண்டிருந்தது. துயரம் அவளுடைய நிரந்தரத் துணையாக இருந்து வந்திருந்ததுபோலத் தெரிந்தது. தன்னுடைய நீண்ட கருங்கூந்தலை அவள் சாதாரணமாகப் பின்னி முடிந்திருந்தாள். அது அவளுடைய தொடைவரை நீண்டிருந்தது. அவலட்சணமான அரக்கிகள அவளைச் சூழ்ந்திருந்தனர். இவர்களுக்கு நடுவே இருந்த சீதை, ஆக்ரோஷமான வேட்டை நாய்களால் சூழப்பட்ட, பயந்து போன ஒரு மானைப்போலத் தோன்றினாள். வருத்தம் என்றால் என்னவென்றே தெரியாமல் இருந்திருந்த சீதை இப்போது வருத்தத்தை மட்டுமே அறிந்திருந்தாள்.

"நிச்சயமாக இதுதான் சீதையாக இருக்க வேண்டும். அவர்மீது அணிகலன்கள் இல்லாததோ, அவருடைய ஆடை கசங்கிக் கந்தலாக இருப்பதோ, அவரது மெலிந்த உடலோ அவருடைய அசாதாரணமான அழகை மறைத்துவிட முடியாது. ராமன் வர்ணித்திருந்ததைப்போலவே அவர் அழகாக இருக்கிறார்," என்று அனுமான் நினைத்துக் கொண்டான்.

கட்டாந்தரையில் ஒரு பெண் துறவியைப்போல சீதை அமர்ந்திருந்தாள். அவளுடைய மனம் துயரத்தால் நிரம்பியிருந்தது. அவள் முற்றிலும் நம்பிக்கை இழந்திருந்தது அவளுடைய முகத்தில் அப்பட்டமாகத் தெரிந்தது. ராமன் விவரித்திருந்த ஆபரணங்கள் அங்கிருந்த ஒரு மரத்தின் கிளைகளின்மீது தொங்கிக் கொண்டிருந்தன. அவள் ராமனிடமிருந்து கொடூரமான முறையில் பிரிக்கப்பட்டிருந்தாலும், அவளுடைய மனம் முழுக்க அவன்தான் ஆக்கிரமித்திருந்தான். அவளுடைய இதழ்கள் எப்போதும் "ராமா, ராமா," என்று முணுமுணுத்துக் கொண்டிருந்தன. ராமனின் ஏக்கத்திற்குக் காரணமான பெண் இவள்தான் என்பதை அனுமான் கண்டுகொண்டான். உளரீதியாகவும் உடல்ரீதியாகவும் ஆன்மரீதியாகவும் சீதை ராமனுக்கு மட்டுமே சொந்தமானவள் என்பதையும் அவன் உணர்ந்து கொண்டான்.

"சீதை ராமனுக்கு மட்டுமே உரியவள், ராமன் சீதைக்கு மட்டுமே உரியவன். அவர்கள் இருவரும் பரஸ்பரம் ஒருவர்மீது ஒருவர் பேரன்பு கொண்டிருப்பதால்தான் அவர்கள் தொடர்ந்து உயிரோடு இருக்கின்றனர்," என்று நினைத்துக் கொண்ட அனுமான், தன் மனத்தில் ராமனுக்கு முன்னால் நெடுஞ்சாண்கிடையாக விழுந்து, "மேன்மை பொருந்தியவரே, நான் சீதையைக் கண்டுபிடித்துவிட்டேன்," என்று கூறினான்.

இரவு கிட்டத்தட்ட முழுவதுமாகக் கடந்துவிட்டிருந்தது. பொழுது விடிந்தபோது, ராவணனை எழுப்புவதற்காக வேதங்கள் படிக்கப்பட்டச் சத்தம் அனுமானின் காதுகளில் விழுந்தது. அரக்கர்கள் மேளதாளங்களுடன் காலைப் பொழுதை வரவேற்றனர். ராவணன் கண்விழித்தபோது, சீதைதான் முதலில் அவன் மனத்தில் தோன்றினாள். அவன் தன் வாழ்வில் எந்தவொரு பெண்ணிடமிருந்தும் இவ்வளவு அதிக எதிர்ப்பைச் சந்தித்திருக்கவில்லை. அவனுக்கு எல்லா விதமான பெண்களையும் கையாண்டு ஏராளமான அனுபவம் இருந்தது. ஆனால் சீதை காட்டிய எதிர்ப்பு அவனுடைய பசியை அதிகரிக்கவே செய்தது. அவன் அதை ஒரு சவாலாகக் கருதினான். எப்படியானாலும் அவளை அடைந்தே தீருவது என்று அவன் தீர்மானித்தான். எந்தப் பெண்ணாலும் நீண்டகாலம் தன்னை எதிர்க்க முடியாது என்று அவன் உறுதியாக நம்பினான். எனவே மற்றப் பெண்களைபோல சீதையும் விரைவில் தன்னிடம் சரணடைந்துவிடுவாள் என்பதில் அவனுக்கு எந்த சந்தேகமும் இருக்கவில்லை.

ராவணன் அசோக வனத்தை நோக்கிச் சென்றான். வெண்சாமரங்களையும் பொன் விளக்குகளையும் ஏந்தியபடி நூறு அழகான பெண்கள் அவனுக்குப் பின்னால் சென்றனர். அவர்கள் ராவணன்மீது அளப்பரிய காதல் கொண்டிருந்தனர். சீதையைக் காணவும், அவளுக்கும் ராவணனுக்கும் இடையே நடக்கவிருந்த உரையாடலைக் கேட்பதற்கும் அவர்கள் மிகவும் ஆர்வமாக இருந்தனர். அனுமான் ஒரு மரத்தின் உச்சியில் உட்கார்ந்து கொண்டு ராவணனை உன்னிப்பாக கவனித்தான். தூங்கிக் கொண்டிருந்த ராவணனைத்தான் அனுமான் பார்த்திருந்தான். ஆனால் இப்போது அவன் அதிக கம்பீரமானவனாக அனுமானுக்குத் தெரிந்தான்.

ராவணனின் காலடிச் சத்தத்தைக் கேட்ட சீதை பயத்திலும் துக்கத்திலும் நடுங்கினாள். அவனைக் காணவே அவள் வெறுத்தாள். ஆனாலும் தான் துணிச்சலாக இருந்ததுபோல அவள் காட்டிக் கொள்ள முயன்றாள். மலர்கள் பூக்கின்ற ஒரு மரத்தின் வெட்டப்பட்ட ஒரு கிளைபோல அவள் அந்தக் கட்டாந்தரையில் உட்கார்ந்திருந்தாள். அவள் உடுத்தியிருந்த ஆடை அவளுடைய உடலை முழுவதுமாக மறைப்பதற்குப் போதுமானதாக இல்லாததால், ராவணனின் காமக் கண்கள் தன் மேனியின்மீது மேய்வதைத் தவிர்ப்பதற்காக அவள் தன் கைகள் இரண்டையும் தன் மார்பின் குறுக்கே கட்டிக் கொண்டு தன் உடலை மறைத்துக் கொள்ள முயன்றாள்.

தன்னை மறைத்துக் கொள்ள அவள் மேற்கொண்ட பரிதாபகரமான முயற்சிகளை ராவணன் பார்த்துவிட்டு, "உன் அழகை என் கண்களிலிருந்து மறைக்க நீ ஏன் முயற்சிக்கிறாய்? என் பார்வை எதன்மீது விழுந்தாலும் அதில் அழகைத்தான் நான் பார்க்கிறேன். இம்மூவுலகிலும் உன்னைப்போல அழகானவர்கள் வேறு யாரும் இல்லை என்பது மட்டும் நிச்சயம். என் காதலை மதித்து, என்னை உன் கணவனாக ஏற்றுக் கொள். என் செயல் அறநெறிக்குப் புறம்பானது என்று நீ கருதக்கூடும். ஆனால் அரக்கர்களுடைய வாழ்க்கை நெறியில் இன்னொருவனின் மனைவியைத் தனக்குச் சொந்தமாக்கிக் கொள்வது ஏற்றுக் கொள்ளத்தக்க ஒன்றுதான். உன்னை வலுக்கட்டாயமாக எனக்குச் சொந்தமாக்கிக் கொள்ள என்னால் முடியாது என்று நீ நினைக்கிறாயா? உன்மீது நான் கொண்டுள்ள தீவிரக் காதல்தான் என்னை அவ்வாறு செய்ய விடாமல் தடுத்துக் கொண்டிருக்கிறது. நீயாகவே மனமுவந்து என்னிடம் வர வேண்டும் என்று நான் விரும்புகிறேன். நீ ஏன் உன்னை இப்படிச் சித்தரவதை செய்து கொண்டிருக்கிறாய்? உன் அழகான தலைமுடி நீ பராமரிக்காததால் ஜடை விழுந்து போயிருக்கிறது. உன் பட்டாடை அழுக்காகவும் கசங்கிப் போயும் இருக்கிறது. நீ பாதிப் பட்டினி கிடக்கிறாய். உன் உடல் மெலிந்து போயுள்ளது. எழுந்து வந்து அழகான பட்டாடைகளை உடுத்திக் கொள். நகைகளை அணிந்து

கொண்டு வாசனைத் திரவியங்களைப் பூசிக் கொள். இந்தத் தரை உனக்குப் பொருத்தமான இடம் அல்ல. சீதா, உன் அழகில் நான் கிறங்கிப் போயிருக்கிறேன். என் பேச்சைக் கேட்டு என்னுடைய ஆசைகளை ஏன் நீ ஏற்றுக் கொள்ள மறுக்கிறாய்? இளமையும் அழகும் குறுகிய காலம்வரை மட்டுமே நிலைத்திருக்கும். அவை இரண்டையும் தேவையற்றத் துயரத்தால் வீணாக்கிவிடாதே. உன் வருத்தத்தைக் கைவிட்டுவிட்டு என் காதலை ஏற்றுக் கொள். உன்னை என் பிரதான அரசியாகவும், இவ்வுலகிலேயே மிகவும் மகிழ்ச்சியான பெண்ணாகவும் நான் ஆக்குவேன். உன் வசீகரமான வடிவத்திலிருந்து என் பார்வையை என்னால் அகற்ற முடியவில்லை. இரவுபகலாக உன் முகம் என்னை வதைத்துக் கொண்டிருக்கிறது. நான் உன்மீது எவ்வளவு தீவிரக் காதல் கொண்டுள்ளேன் என்பது உனக்குத் தெரியவில்லையா? உன்னை சந்தித்தப் பிறகு, என்னுடைய மற்ற மனைவியர் எவரையும் என்னால் ஏறெடுத்துக்கூடப் பார்க்க முடியவில்லை. உன் ஆடைகள் கிழிந்திருக்கின்றன. அணிகலன்கள் எதையும் நீ அணிய மறுக்கிறாய். ஆனாலும் நீ தொடர்ந்து என்னை மயக்கிக் கொண்டிருக்கிறாய். நீ என்னையும் என் புகழையும் கண்கூடாகப் பார்த்துள்ளாய். இதனோடு ஒப்பிடுகையில் ராமனிடம் என்ன இருக்கிறது? அவன் மரவுரி அணிந்த ஒரு சாதாரணத் துறவிதான். தனக்கென்று சொந்தமாக ஒரு ராஜ்யம்கூட அவனுக்கு இல்லை. நான் உனக்கு ஒன்றை மட்டும் கூறிக் கொள்ள விரும்புகிறேன். நீ அவனை இனி ஒருபோதும் பார்க்கப் போவதில்லை," என்று கூறினான்.

அவன் அத்தோட்டத்தில் நுழைந்த நேரத்திலிருந்து சீதையின் கண்கள் நிலத்தைப் பார்த்தபடியே இருந்தன, அவளுடைய கண்கள் அவனுடைய முகத்தை முற்றிலுமாகத் தவிர்த்தன. அவள் ராவணனைக் கண்டு பயந்தாலும், அவனுடைய காமாந்தகப் பேச்சு அவளைக் கொடுமைப்படுத்தினாலும், தன்னிடம் எஞ்சியிருந்த பெருமிதத்தை அவள் விட்டுக்கொடுக்க மறுத்தாள். அவள் தன் கண்களை உயர்த்தாமல், தரையில் கிடந்த ஒரு வைக்கோலை எடுத்துத் தன் முன்னால் வைத்துவிட்டு, ராவணனிடம் பேசுவதுபோல நினைத்து அந்த வைக்கோலிடம் பேசினாள். ராவணனுக்கு அவனைக் குறித்தும் அவனுடைய புகழைக் குறித்தும் எவ்வளவு பிரம்மாண்டமான அபிப்பிராயம் இருந்தாலும், அதைப் பற்றித் தனக்குக் கவலையில்லை, அது தனக்கு ஒரு பொருட்டே இல்லை என்பதை அவனுக்குத் தெள்ளத்தெளிவாக உணர்த்துவதற்காகவே அவள் அப்படிச் செய்தாள்.

"நான் ராமனின் மனைவி. நீ என்மீது ஆசைப்படுவது தர்ம விதிகள் அனைத்திற்கும் புறம்பானது. உன்னுடைய பாவ எண்ணங்களை விட்டுவிட்டு உன் சொந்த மனைவியரிடம் போ. அவர்களோடு திருப்திப்பட்டுக் கொள். நான் உனக்குரியவள் அல்ல," என்று கூறிய சீதை, ராவணனுக்கு முதுகு காட்டி அமர்ந்தபடி, "உன்

இனத்தை அழித்தே தீருவது என்று நீ ஏன் இப்படிப் பிடிவாதமாக இருக்கிறாய்? ஒரு நாட்டை ஆள்பவன் தன்னுடைய ஆசைகளுக்கு அடிமையாகிவிட்டால், அவனுடைய ஒட்டுமொத்த ராஜ்யமும் முற்றிலுமாக அழிக்கப்பட்டுவிடும். இலங்கை அழியப் போகிறது. உன்னுடைய தங்கத்தையும் செல்வச் செழிப்பையும் காட்டி என்னை மயக்கிவிடலாம் என்று நீ நினைக்கிறாயா? சூரிய ஒளி சூரியனுக்கு எப்படியோ, ராமன் எனக்கு அப்படி. என்னை அவரிடம் கொண்டு சேர்த்துவிட்டு என்னுடைய நன்றிக்கு உரியவனாக ஆகிவிடு. ஆனால் என் அன்பை ஒருநாளும் நீ அடைய முடியாது. ஏனெனில், அது ஏற்கனவே ராமனுக்குக் கொடுக்கப்பட்டுவிட்டது. அதை யாராலும் மாற்ற முடியாது. விரைவில் ராமனும் லட்சுமணனும் இங்கு வந்து உன்னைத் தங்களுடைய அம்புகளால் துளைத்தெடுக்கப் போகிறார்கள். அந்த அம்புகள் உன் வாழ்க்கையை முற்றிலுமாகப் பறித்துவிடும். எனவே எச்சரிக்கையாக இரு!" என்று சீதை கூறினாள்.

அதற்கு பதிலளித்த ராவணன், "நான் சந்தித்துள்ள பெண்களிலேயே நீ மிகவும் வித்தியாசமானவள். பெரும்பாலான பெண்கள் பாராட்டுக்களையும் பரிசுகளையும் கண்டு மயங்கிவிடுவர். ஆனால் நான் உனக்கு எவ்வளவு அதிகமாகக் கொடுக்கத் தயாராக இருக்கிறேனோ, நீ அவ்வளவு அதிகமாக எனக்கு எதிர்ப்புக் காட்டுகிறாய். உன்மீதான என் காதல் என் கோபத்தைக் கட்டுப்படுத்திக் கொண்டிருப்பது நீ செய்த அதிர்ஷ்டம் என்று நினைத்துக் கொள். இல்லையென்றால் உன்னை எப்போதோ நான் கொன்றிருப்பேன். ஆனால் உன்னால் என்னிடமிருந்து அவ்வளவு சுலபமாகத் தப்பிவிட முடியும் என்று கனவு காணாதே. நான் உனக்குப் பன்னிரண்டு மாதங்கள் அவகாசம் கொடுத்துள்ளேன். அவற்றில் இன்னும் இரண்டு மாதங்கள்தான் மீதமிருக்கின்றன. அதன் பிறகு நீ என்னுடன் என் படுக்கையைப் பகிர்ந்து கொள் அல்லது என் காலைநேர உணவாக ஆகிவிடு! படுக்கையா அல்லது உணவா என்பதை நீயே தீர்மானித்துக் கொள்!" என்று மிரட்டிவிட்டு சீதையை முறைத்துப் பார்த்தான். கோபம் தெறித்த அவனுடைய கண்கள் சீதை அணிந்திருந்த மெல்லிய பட்டாடையைத் துளைத்தன. அவள் கோபத்திலும் பயத்திலும் நடுங்கியபடி, கண்டிப்பான வார்த்தைகளை அவனை நோக்கி அள்ளி வீசினாள்.

"என்னிடம் இப்படிப் பேசுவதற்கு உனக்கு என்ன துணிச்சல்! நான் ஏற்கனவே உன்னை எச்சரித்துள்ளேன். உன் மரணம் நெருங்கிவிட்டது. தேவர்களை நீ தோற்கடித்ததால் நீ உன்னை ஒரு வீரன் என்று கூறிக் கொள்கிறாய். ஆனாலும் நீ என் கணவர் இல்லாத நேரத்தில் வந்து வலுக்கட்டாயமாக என்னை அவரிடமிருந்து திருடிச் சென்றாய். இதுதான் ஒரு வீரனுக்குரிய செயலா?" என்று அவள் கேட்டாள்.

ராவணனைப் பின்தொடர்ந்து வந்திருந்த பெண்களில் சிலர் சீதைக்காக வருந்தினர். ஆனால் எதையும் கூறுவதற்கான துணிச்சல் அவர்களுக்கு இருக்கவில்லை. அவர்களில் சிலர், ராவணனிடம் நல்ல பெயர் வாங்கிக் கொள்வதற்கான ஒரு வாய்ப்பாக இதைப் பயன்படுத்திக் கொண்டு, தங்களுடைய மென்மையான கைகளால் அவனுடைய கழுத்தைச் சுற்றி வளைத்து, சீதைக்கு பதிலாகத் தங்களை எடுத்துக் கொள்ளுமாறு அவனிடம் கூறினர். ஆனால் அவன் கோபத்தோடு அவர்களை உதறித் தள்ளிவிட்டு, அவளுடைய மனத்தை எப்படியாவது மாற்றுமாறு அவளுக்குக் காவலிருந்த அரக்கிகளிடம் கூறிவிட்டு, பூமி அதிரும்படி அங்கிருந்து சீற்றத்தோடு வெளியேறினான்.

அவன் அங்கிருந்து போன பிறகு, அந்த அரக்கிகள் சீதையைப் பார்த்துக் கத்தத் தொடங்கினர், அவளைப் பழித்துரைக்கத் தொடங்கினர். “அரசர்களுக்கெல்லாம் அரசனான ராவணனின் மனைவியாக இருப்பதற்கான வாய்ப்பை மறுக்க உனக்குப் பைத்தியமா பிடித்திருக்கிறது? அவர் கட்டளையிட்டால் மரங்கள் தம் மலர்களை உதிர்க்கும், மேகங்கள் மழை பொழியும். எங்கள் அரசருக்கு விருப்பமில்லை என்றால் சூரியனும் சந்திரனும்கூடத் தாங்கள் பிரகாசிப்பதை நிறுத்திவிடும். நீ ஏன் அவருடைய விருப்பத்தை ஏற்றுக் கொண்டு அவருடைய மனைவியாக ஆக மறுக்கிறாய்?” என்று ஓர் அரக்கி கேட்டாள்.

ராவணன் குறித்து சீதை தனக்குள் அடக்கி வைத்திருந்த கோப உணர்ச்சிகள் அனைத்தும் மடை திறந்த வெள்ளமாக இப்போது அவளிடமிருந்து வெளிவந்தன. நெஞ்சை உருக்கும் விதத்தில் அவள் அழுதாள். அவள் அனுமான் அமர்ந்திருந்த மரத்தின்மீது சாய்ந்தபடி, “ராமா! எங்கே இருக்கிறீர்கள்? நீங்கள் ஏன் இன்னும் இங்கு வரவில்லை? உரிய நேரம் வரும்வரை மரணம்கூட ஒருவரை நெருங்காது என்பதை இப்போது நான் உணர்கிறேன். இல்லையென்றால், உங்களைப் பிரிந்து இந்த ஒழுக்கக்கேடானவனின் அரண்மனையில் இந்தக் கொடூரமான அரக்கிகளுக்கு நடுவே என்னால் எப்படித் தொடர்ந்து வாழ்ந்து கொண்டிருக்க முடியும்?” என்று அவள் புலம்பினாள்.

சீதையின் துயரத்தைக் கண்டு அனுமான் வேதனைப்பட்டான். ஆனால் அவளிடம் போகும் துணிச்சல் அவனுக்கு இருக்கவில்லை. அப்போது, மற்ற அனைத்து அரக்கிகளைவிடவும் அதிக அறிவார்ந்தவளாக இருந்த திரிஜடை என்ற ஓர் அரக்கி, எல்லோரும் அமைதியாக இருக்கும்படியும், சீதையை வசைபாடுவதை நிறுத்தும்படியும் கூறினாள். ஏனெனில், ராமனும் சீதையும் வெள்ளை உடையணிந்து ஓர் யானையின்மீது அமர்ந்து வெற்றி ஊர்வலம் வந்து கொண்டிருந்ததுபோலவும், ராவணன் தோற்கடிக்கப்பட்டு, அவனுடைய தலைமுடி மழிக்கப்பட்டு, அவன் கருப்புநிற ஆடை

அணிந்து நின்றதுபோலவும் தான் ஒரு கனவு கண்டிருந்ததாக அவள் மற்ற அரக்கிகளிடம் கூறினாள்.

இதற்கிடையே, அழுது அழுது சீதையின் கண்ணீர் வற்றிப் போயிருந்தது. மனமொடிந்து தனிமையில் உழன்ற அவளுக்கு, இதற்கு மேல் தன்னால் தாக்குப்பிடிக்க முடியாது என்ற உணர்வு மேலிட்டதால், தன் உயிரை மாய்த்துக் கொள்வதென்று அவள் தீர்மானித்தாள். அவள் மீண்டும் அந்த மரத்தின்மீது சாய்ந்தபோது, அவளுடைய இடது கண்ணும் தோளும் துடிக்கத் தொடங்கின. பெண்களுக்கு இது ஒரு நல்ல சகுனமாகக் கருதப்பட்டது. சீதை ஆச்சரியமடைந்தாள். அந்த அரக்கி கூறியதில் உண்மை இருந்ததா என்றும், ராமன் தன்னைக் காப்பாற்ற வந்து கொண்டிருந்தானா என்றும் அவள் தன் மனத்திற்குள் கேட்டுக் கொண்டாள்.

அச்சமயத்தில், சீதைக்கு பயம் உண்டாக்காமல் அவளை எப்படி அணுகுவது என்று அனுமான் யோசித்துக் கொண்டிருந்தான். இந்தக் கொடூரமான அரக்கிகள் சூழ இருந்த அவள், யாரையும் நம்ப மாட்டாள் என்பது உறுதியாக அனுமானுக்குத் தெரிந்தது. "நான் அவளுக்கு முன்னால் குதித்தால் அவள் நிச்சயமாக அலறுவாள். அந்த அலறல் எல்லா அரக்கிகளின் கவனத்தையும் கவர்ந்துவிடும். பிறகு என் திட்டம் பாழாகிவிடும்," என்று நினைத்த அவனுக்கு ஒரு நல்ல யோசனை தோன்றியது. சீதையின் மனம் எப்போதும் ராமனைப் பற்றியே நினைத்துக் கொண்டிருந்ததால், ராமனின் புகழைப் பாடித் தன் பேச்சைத் துவக்கலாம் என்றும், அப்போது அவளுக்குத் தன்மீது நம்பிக்கை ஏற்படும் என்றும் அவன் நினைத்தான். தான் ஒளிந்திருந்த இடத்திலிருந்து வெளியே வராமல் அவன் அங்கிருந்தபடியே மென்மையாகப் பேசினான்.

மேலேயிருந்து வந்த அந்த இனிமையான வார்த்தைகள் திடீரென்று சீதைக்குக் கேட்டன. "முன்பொரு சமயத்தில் தசரதன் என்ற ஓர் அரசன் இருந்தார். தன் மாவீரத்திற்குப் பெயர் போனவர் அவர். அவருக்கு நான்கு மகன்கள் இருந்தனர். அவர்களில் ராமன்தான் மூத்தவன். ஆண்கள் அனைவரிலும் மிகவும் உன்னதமானவன் அவன். அவன் தன் மனைவியோடும் சகோதரனோடும் தண்டக வனத்திற்குச் சென்றான். ஒருநாள் அச்சகோதரர்கள் இருவரும் வெளியே சென்றிருந்தபோது, ராவணன் அவர்களுடைய ஆசிரமத்திற்குள் நுழைந்து ராமனின் மனைவி சீதையைத் திருடிச் சென்றுவிட்டான். ராமன் மனமுடைந்து போய், நாடு முழுவதும் சுற்றித் திரிந்து சீதையைத் தேடினான். கடைசியில், வானர அரசன் ஒருவனை அவன் தன் நண்பனாக்கிக் கொண்டான். சீதையைக் கண்டுபிடிப்பதற்குத் தான் உதவுவதாக அந்த வானர அரசன் ராமனுக்கு வாக்குக் கொடுத்தான். சீதையைத் தேடுவதற்காக வானரர்கள் எல்லாத் திசைகளுக்கும் அனுப்பி வைக்கப்பட்டனர். நானும் அவர்களில் ஒருவன். நான் இங்கு

வந்திருப்பதற்குக் காரணம், ராமனின் விவரிப்பிற்குப் பொருந்துகின்ற நபரை நான் இங்கு கண்டுபிடித்துள்ளதுதான்," என்று கூறிவிட்டு அனுமான் மௌனமானான்.

இதைக் கேட்டவுடன் சீதையின் மனத்தில் வியப்பும் நம்பிக்கையும் தோன்றின. தன்னுடைய அலங்கோலமான தலைமுடியை ஒதுக்கிவிட்டபடி அவள் நிமிர்ந்து மேலே பார்த்தாள். நம்பிக்கையற்றுப் போயிருந்த தன்னுடைய இதயத்திற்கு நம்பிக்கையூட்டிய இந்த வார்த்தைகளைப் பேசியது யார் என்று பார்க்க அவள் முயற்சித்தாள். ஆனால் அந்த மரத்தின் அடர்ந்த இலைகள் அனுமானை அவளுடைய பார்வையிலிருந்து மறைத்தன. அவளுடைய கண்கள் எல்லா இடங்களிலும் தேடின, ஆனால் அவளால் அவனைப் பார்க்க முடியவில்லை. இதற்கிடையே, சீதையை மசிய வைக்கத் தாங்கள் மேற்கொண்ட முயற்சிகளை அந்த அரக்கிகள் கைவிட்டிருந்தனர். சிலர் இது பற்றித் தெரிவிப்பதற்காக ராவணனிடம் சென்றிருந்தனர். மற்றவர்கள் அங்கிருந்த மரங்களுக்குக் கீழே படுத்துக் குறட்டைவிட்டுத் தூங்கிக் கொண்டிருந்தனர்.

அனுமான் ஓசைபடாமல் மெல்லக் கீழே குதித்து, இன்னொரு கிளையின்மீது வந்து அமர்ந்தான். ராமனின் தூதுவனான அவனை சீதையால் இப்போது பார்க்க முடிந்தது. தனக்கு நம்பிக்கையையும் மகிழ்ச்சியையும் கொண்டு வந்த அவனை அவள் நோட்டமிட்டாள். ஒரு சிறிய வானரன் ஒரு மரக்கிளையின்மீது அமைதியாக உட்கார்ந்திருந்ததை அவள் கண்டாள். அவன் மிகவும் அடக்கமாக அந்தக் கிளையின்மீது அமர்ந்திருந்தான். ஆனாலும் அவளுக்கு லேசான சந்தேகம் எழுந்தது. கடந்த ஒருசில மாதங்களில் பல முறை அவள் ஏமாற்றப்பட்டிருந்தாள், கடுந்தொல்லைகளுக்கு ஆளாக்கப்பட்டிருந்தாள். எனவே, எல்லாவற்றையும் எல்லோரையும் அவள் சந்தேகித்தாள். அவை ராவணன் தன்னை அடைவதற்கு வகுத்திருந்த புதிய திட்டங்களாக இருக்குமோ என்று அவள் எப்போதுமே சந்தேகம் கொண்டாள். ஆனால் இப்போது, இந்த வானரனைப் பற்றிய தன் சந்தேகம் வெறும் கற்பனையே என்று தீர்மானித்த அவள், ராமனையும் லட்சுமணனையும் மானசீகமாக அழைக்கத் தொடங்கினாள். அவளுடைய மனத்தில் என்ன ஓடிக் கொண்டிருந்தது என்பதை ஊகித்த அனுமான், அவளுக்கு முன்னால் தோன்றுவதற்கான நேரம் வந்துவிட்டிருந்ததாக முடிவு செய்தான். பிறகு அவன் தான் அமர்ந்திருந்த கிளையிலிருந்து மெதுவாகத் தரையின்மீது குதித்து, சீதைக்கு முன்னால் நெடுஞ்சாண்கிடையாக விழுந்தான். பிறகு அவளை வழிபடும் விதமாகத் தன் கைகளைத் தன் தலைக்கு மேலே உயர்த்திக் குவித்துக் கொண்டு ஒரு மென்மையான குரலில் பேசத் தொடங்கினான்.

“நீங்கள் யாரென்று கூறுங்கள். நீங்கள் அழுக்கான ஆடை அணிந்திருப்பதை நான் பார்க்கிறேன். ஆனாலும் தோற்றத்தில் நீங்கள் ஓர் இளவரசியைப்போல இருக்கிறீர்கள். ஒரு தாமரை இதழின்மீது இருக்கும் பனித்துளிகளைப்போல உங்கள் கண்களில் கண்ணீர்த் துளிகள் ஒட்டிக் கொண்டிருக்கின்றன. நீங்கள் ஏன் இங்கே தனியாக இருக்கிறீர்கள்? உங்கள் வருத்தத்திற்கு என்ன காரணம்? ராவணனால் வலுக்கட்டாயமாக இங்கு கொண்டு வரப்பட்ட, உன்னதமான ராமனின் மனைவியான சீதை நீங்கள்தான் என்றால், தயவு செய்து நான் கூறுவதை கவனமாகக் கேளுங்கள். நீங்கள் ராமனின் அரசியைப்போலத்தான் தோன்றுகிறீர்கள். என்னிடம் உண்மையைக் கூறுங்கள். நீங்கள் சீதைதானே?”

இந்த வார்த்தைகளைக் கேட்ட சீதை உற்சாகமடைந்து, “ஆமாம். நான் சீதைதான். நான் என் கணவனோடு காட்டிற்கு வந்தேன். ஆனால் ராவணன் என்னை அபகரித்து இங்கே கொண்டுவந்துவிட்டான். நான் அவனுடைய இச்சைக்கு இணங்குவதற்கு அவன் எனக்கு இரண்டு மாதங்கள் அவகாசம் கொடுத்திருக்கிறான். அதற்குள் ராமன் வராவிட்டால், நான் என் உயிரை மாய்த்துக் கொள்வேன்,” என்று கூறினாள்.

அனுமான் இந்த வார்த்தைகளை உன்னிப்பாகக் கேட்டுவிட்டு, “அம்மா, ராமன்தான் என்னை இங்கே அனுப்பி வைத்துள்ளார். நான் அவருடைய தூதுவன். உங்களிடமிருந்து பிரிந்திருப்பதில் அவர் மிகவும் மகிழ்ச்சியற்று இருக்கிறார். இரவுபகலாக அவர் உங்களுக்காக வருந்திக் கொண்டிருக்கிறார். தான் விரைவில் இங்கு வந்து ராவணனைக் கொன்றுவிட்டு உங்களை மீட்கப் போவதாக உங்களிடம் கூறும்படி அவர் என் மூலமாகச் செய்தி அனுப்பியுள்ளார்,” என்று கூறினான்.

இதைக் கேட்டவுடன் சீதை பெருமகிழ்ச்சி கொண்டாள். அவள் பல மாதங்களாக அவநம்பிக்கை எனும் இருளில் மூழ்கிக் கிடந்திருந்தாள். தான் ஒருபோதும் மீட்கப்படப் போவதில்லை என்ற முடிவுக்கு அவள் வந்திருந்தாள். அனுமானின் வார்த்தைகள் அவளுடைய மனத்தில் ஒரு புதிய நம்பிக்கையை விதைத்தன. அவள் அவனைப் பார்த்து, “ஒருவர் நம்பிக்கையோடு வாழ்ந்தால், மகிழ்ச்சி தானாகவே அவரை வந்தடையும் என்ற கூற்றை நான் கேட்டிருக்கிறேன். அது உண்மை என்பதை இப்போது நான் காண்கிறேன்,” என்று கூறினாள்.

அனுமான் அவளுக்கு மிக அருகே வந்தான். சீதையின் இதயத்தில் மீண்டும் பயம் தலைதூக்கியது. இது ராவணன் அரங்கேற்றிக் கொண்டிருந்த இன்னொரு தந்திரமாக இருக்குமோ என்று அவள் நினைத்தாள். அவளுடைய வாய் உலர்ந்து போனது, அவளுடைய கைகளும் கால்களும் பலவீனமாயின, அவள் தரையின்மீது சுருண்டு விழுந்தாள். அனுமான் மீண்டும் அவள் முன்னால் நெடுஞ்

சாண்கிடையாக விழுந்தான். ஆனால் அவள் அவனை ஏறிட்டுப் பார்க்க மறுத்தாள்.

பிறகு அவள் பயத்தோடு அவனைப் பார்த்து, "ராவணா, முன்பொரு முறை நீ ஒரு சன்னியாசிபோல மாறுவேடம் தரித்து என்னை ஏமாற்றினாய். இப்போது நீ ஒரு வானரனின் வடிவில் வந்திருக்கிறாயா? அது உண்மை என்றால், அது முற்றிலும் பயனற்றது என்பதைத் தெரிந்து கொள். தயவு செய்து இதற்கு மேல் எனக்குத் தொல்லை கொடுக்காதே," என்று கூறினாள்.

அனுமான் அமைதியாக இருந்தான். சீதை மீண்டும் பேசினாள். "நீ கூறுவதுபோல நீ ராமனின் தூதுவனாக இருக்கக்கூடும். ஏதோ ஒன்று என்னை உன்னிடம் ஈர்க்கிறது. தயவு செய்து ராமனைப் பற்றி அதிகமான விஷயங்களை எனக்குக் கூறி என்னுடைய பயங்களைப் போக்கு," என்று கூறிய அவள், சந்தேகத்திற்கும் நம்பிக்கைக்கும் இடையே அல்லாடினாள். அவளைப் பார்க்க அனுமானுக்குப் பரிதாபமாக இருந்தது.

அவன் மென்மையாகவும் இனிமையாகவும் ராமனைப் பற்றிப் பேசத் தொடங்கினான். "அம்மா! தயவு செய்து என்னை நம்புங்கள். அயோத்தி அரசனான உங்கள் கணவர்தான் என்னை இங்கு அனுப்பி வைத்துள்ளார். தோற்றத்தில் அவர் அன்பே உருவானவராக இருக்கிறார். வீரத்தில் அவர் ஒரு சிங்கத்தைப்போல இருக்கிறார். அவரைக் கண்டால் அவருடைய எதிரிகள் அஞ்சி நடுங்குகின்றனர். ஆனால், அவர் உங்களை இழந்துவிட்டத் துயரத்தில் முற்றிலும் நம்பிக்கையிழந்து நிற்கிறார். வானர அரசன் சுக்ரீவனின் அமைச்சர் நான். என் பெயர் அனுமான். நான் பல நாட்களாக உங்களைத் தேடி அலைந்துள்ளேன். நான் இந்தப் பெருங்கடலைத் தாண்டி வந்து, உங்களைப் பார்ப்பதற்காகத் துணிச்சலாக இந்நகருக்குள் நுழைந்தேன். இப்போது என் பணி முடிந்துவிட்டது. இப்போது நான் செய்ய வேண்டியதெல்லாம், இங்கிருந்து திரும்பிச் சென்று, என் வரவுக்காகக் கவலையோடு காத்துக் கொண்டிருக்கின்ற ராமனுக்கு இந்த நல்ல செய்தியைத் தெரிவிக்க வேண்டியது மட்டும்தான். விரைவில் ராமனும் லட்சுமணனும் ஒரு பெரிய படையுடன் இந்நகருக்குள் நுழைவதை நீங்கள் காண்பீர்கள். அப்போது அவர்கள் உங்களை மீட்டுச் செல்வார்கள்."

இவன் ராமனின் தூதுவன்தான் என்று சீதை ஒருவழியாக நம்பினாள். ராவணனால் தான் சிறையெடுத்துச் செல்லப்பட்டப் பிறகு ராமன் எங்கே சென்றான், அவன் இலங்கையை அடைவதற்கு இன்னும் எவ்வளவு காலம் ஆகும் போன்ற பல்வேறு விஷயங்களைப் பற்றி சீதை அவனிடம் கேட்டாள். ராமனைப் பற்றிய செய்திக்காக அவள் ஏங்கிக் கொண்டிருந்தாள். எனவே, அனுமான் ராமனைப் பற்றிக் கூறிய தகவல்கள் அனைத்தையும் அவள் ஆர்வமாகக்

கேட்டாள். தன் கடவுளான ராமனைப் பற்றிப் பேசுவதில் அனுமான் மகிழ்ச்சியடைந்தான். ரிஷ்யமுக மலையின்மீது தாங்கள் அமர்ந்திருந்தபோது அவள் வீசிய நகைகளைத் தாங்கள் எடுத்து வைத்திருந்ததைப் பற்றியும், அவளைக் கண்டுபிடிக்கும்வரை நிகழ்ந்த பல்வேறு நிகழ்வுகளைப் பற்றியும் அனுமான் சீதையிடம் நினைவுகூர்ந்தான். கடைசியில், அவன் எழுந்து நின்று, அவள் முன்னால் மரியாதையாகத் தன் கைகளைக் குவித்து வணங்கினான். சீதை மட்டற்ற மகிழ்ச்சி அடைந்தாள். ராமன் அனுப்பியிருந்த தூதுவன்தான் அவன் என்று அவள் இப்போது முழுமையாக நம்பினாள். அவளுடைய கண்களிலிருந்து ஆனந்தக் கண்ணீர் வடிந்தது. மகிழ்ச்சியில் அவள் வாயடைத்துப் போனாள்.

அனுமான் மரியாதையோடு, "அம்மா! நான் இப்போது இங்கிருந்து செல்ல எனக்கு அனுமதி கொடுங்கள். நீங்கள் தெரிந்து கொள்ள விரும்பிய அனைத்தையும் நான் உங்களிடம் கூறிவிட்டேன். விரைவில் ராமன் வந்து உங்களை மீட்டுச் செல்வார் என்று நான் உங்களுக்கு உறுதியளிக்கிறேன். சூரியவம்சத்தின் முத்திரையைத் தாங்கிய அவருடைய கணையாழி இது. என்னுடைய அடையாளத்தை உங்களுக்கு உறுதிப்படுத்துவதற்காக அவர் என்னிடம் இதைக் கொடுத்திருக்கிறார்," என்று கூறிவிட்டு, சீதை மிகவும் நேசித்த, அவளுக்கு மிகவும் பரிச்சயமான அந்தக் கணையாழியை அவன் அவளிடம் கொடுத்தான்.

விலைமதிப்பற்ற அந்தப் பொக்கிஷத்தைத் தன் கைகளில் ஏந்திக் கொண்டு, கண்ணிமைக்காமல் அவள் அதையே பார்த்தாள். அவளுடைய கன்னங்கள் வழியாகக் கண்ணீர் வழிந்தோடியது. அவளுடைய கண்கள் நன்றிப் பெருக்கால் நிரம்பியிருந்தன. தரிசாகிப் போயிருந்த தன்னுடைய இதயத்திற்குப் புதிய நம்பிக்கையைக் கொண்டு வந்திருந்த அனுமானை அவள் நன்றியோடு பார்த்தாள்.

"அனுமான்! அனைத்து உயிரினங்களிலும் நீ மிகவும் உன்னதமானவன், மிகவும் துணிச்சலானவன். பல மைல்கள் அகலம் கொண்ட இந்தப் பெருங்கடலைத் தாண்டி வந்து, எல்லாப் பக்கங்களிலும் பலமான பாதுக்காப்பு ஏற்பாடுகளைக் கொண்டிருக்கின்ற, யாருமே நுழைய பயப்படுகின்ற இந்த அரண்மனைக்குள் எப்படி உன்னால் நுழைய முடிந்தது? நிச்சயமாக உன்னிடம் அதிசய சக்திகள் இருந்தாக வேண்டும். என் அன்புக் கணவனைப் பற்றிய செய்தியையும் நீ எனக்குக் கொண்டு வந்திருக்கிறாய். என் பெற்றோரைவிடவும், இவ்வுலகில் உள்ள எவரொருவரைவிடவும் என் கணவர்தான் எனக்கு உயிர் போன்றவர். தன் நாட்டைவிட்டுத் துரத்தப்பட்ட அவர், இத்தனை ஆண்டுகளாக என்னோடு சேர்ந்து காட்டில் அலைந்து திரிந்தார். ராவணன் இந்தக் கொடுமையைச் செய்யும்வரை நாங்கள் இருவரும் மகிழ்ச்சியாக இருந்தோம். ராமன் மனம் தளர்ந்துவிடக்கூடாது,

நம்பிக்கையிழந்துவிடக்கூடாது என்று நான் வேண்டிக் கொள்கிறேன். அவரை மீண்டும் பார்ப்பேன் என்ற நம்பிக்கையில்தான் நான் என் உயிரைப் பிடித்துக் கொண்டிருக்கிறேன் என்று தயவு செய்து அவரிடம் போய்க் கூறு," என்று சீதை கூறினாள்.

"அம்மா! நீங்கள் எங்கே இருந்தீர்கள் என்பதை ராமன் அறிந்திருந்தால், எப்போதோ வந்து அவர் உங்களை மீட்டுச் சென்றிருப்பார். அவர் இப்போது ஒரு குகையில் வாழ்ந்து கொண்டிருக்கிறார். அவர் அரிதாகவே சாப்பிடுகிறார், எப்போதாவதுதான் தூங்குகிறார். களைப்பின் காரணமாக அவர் சிறிது நேரம் கண்ணயர்ந்தால்கூட, கண்விழிக்கும்போது, 'சீதா! சீதா!' என்று உங்கள் பெயரைச் சொல்லித்தான் கண்விழிக்கிறார். நீங்கள் விரும்பக்கூடிய ஏதோ ஒரு பொருளை அவர் கண்டுவிட்டால், அவர் பெருமூச்செறிந்துவிட்டு மீண்டும் துயரத்தில் மூழ்கிவிடுகிறார்."

ராமன்மீது தனக்கு எவ்வளவு காதல் இருந்ததோ, ராமனுக்கு அதே அளவு காதல் தன்மீது இருந்ததைக் கேட்டு சீதை மனமகிழ்ந்தாள். அதே சமயம், அவன் தன் ஆரோக்கியத்தை உதாசீனப்படுத்திக் கொண்டிருந்தான் என்பதை அறிந்து அவள் வேதனைப்பட்டாள். "அனுமான்! உன் வார்த்தைகள் எனக்கு மகிழ்ச்சியையும் வருத்தத்தையும் கொடுக்கின்றன. அவருடைய வருத்தத்தை நினைக்கும்போது நானும் வருந்துகிறேன். அதீத மகிழ்ச்சியும் அதீத வருத்தமும் ஒருவர் தன்னுடைய கடந்தகால வாழ்க்கையில் செய்த வினைகளின் விளைவே. உரிய காலத்தில் ராமனால் என்னை வந்தடைய முடியுமா என்ற கேள்வி என்னுள் எழுகிறது. நான் உயிர்வாழ்வதற்கு வெறும் இரண்டு மாதங்களே உள்ளன. நான் ராவணனிடம் சிறைபட்டு இப்போது பத்து மாதங்கள் ஆகிவிட்டன. நான் தன் இச்சைக்கு உடன்படுவதற்கு அந்த அரக்கன் எனக்கு ஒரு வருடம் அவகாசம் கொடுத்தான். அந்த அவகாசம் முடிந்துவிட்டால் அவன் என்னைக் கொன்றுவிடுவான்."

சீதையை இன்னும் இரண்டு மாதங்கள் தனியாக விட்டுச் செல்ல அனுமானுக்கு மனமிருக்கவில்லை. "அம்மா! ராமன் விரைவில் இங்கு வருவார் என்பதில் எந்த சந்தேகமும் இல்லை. ஆனால் நீங்கள் இங்கே தனியாக இருக்கப் போவதை நினைத்தால் அதை என்னால் தாங்கிக் கொள்ள முடியவில்லை. என்னோடு வந்துவிடுங்கள்! நான் இந்த நிமிடமே உங்களைச் சுமந்து கொண்டு இந்தப் பெருங்கடலைத் தாண்டிச் சென்று ராமனிடம் உங்களை ஒப்படைத்துவிடுவேன். எனக்கு அதற்குக் கட்டளையிடுங்கள்," என்று அனுமான் கூறினான்.

இந்த வார்த்தைகளைக் கேட்ட சீதை மனம் நெகிழ்ந்தாள். அதே சமயம், "அன்புக்குரிய வானரனே, உன்னுடைய நல்ல இயல்பின் காரணமாகத்தான் சாத்தியமற்ற ஒன்றை நீ பரிந்துரைத்திருக்கிறாய். இவ்வளவு சிறிய உருவத்தை வைத்துக் கொண்டு என்னை எப்படி உன்னால் இந்தக் கடலைத் தாண்டிக் கொண்டு செல்ல முடியும்?" என்று அவள் கேட்டாள்.

அனுமான் புன்னகைத்துவிட்டு, "அம்மா! என்னுடைய திறனை சந்தேகிக்காதீர்கள். என்னால் எந்த அளவுக்கு வேண்டுமானாலும் என் உருவத்தைப் பெரிதாக்கிக் கொள்ள முடியும்," என்று கூறிவிட்டுத் தன் உடலை விரிவுபடுத்தத் துவங்கினான். இறுதியில் அது ஒரு பெரிய மலையின் அளவுக்கு வளர்ந்தது. அவன் அசுரத்தனமாக வளர்ந்திருந்தான்.

"அம்மா! தேவைப்பட்டால் இந்த ஒட்டுமொத்த இலங்கையையும் என்னால் சுமந்து செல்ல முடியும். என் உருவத்தைப் பார்த்து பயப்பட்டுவிடாதீர்கள். என்னோடு வாருங்கள். நான் உங்களை ராமனிடம் அழைத்துச் செல்கிறேன். உங்களைக் கண்டு அவர் மிகவும் மகிழ்ச்சியடைவார்."

சீதையின் கண்கள் ஆச்சரியத்தில் விரிந்தன. "உன்னுடைய சக்தியை நான் குறைத்து மதிப்பிட்டிருப்பதை நான் உணர்கிறேன். உன்னால் என்னை இக்கடலுக்கு அப்பால் சுமந்து செல்ல முடியும் என்று நான் உறுதியாக நம்புகிறேன். ஆனால் நான் கூறுவதை நீ கவனமாகக் கேட்க வேண்டும். நீ பறந்து செல்லக்கூடிய வேகம் என் தலையைக் கிறுகிறுக்கச் செய்யக்கூடும். அதனால் நான் கடலுக்குள் விழுந்துவிடக்கூடும். இந்த அரக்கர்கள் நம்மை உளவு பார்க்கவும்கூடும். அவர்கள் நம்மைப் பின்தொடர்ந்து வந்து மீண்டும் என்னைப் பிடித்து இங்கே கொண்டுவந்துவிடக்கூடும். அப்போது என் நிலைமை இப்போது இருப்பதைவிட அதிக மோசமாக இருக்கும். அப்போது உன் நிலைமையும் ஆபத்திற்குள்ளாகிவிடும். உன்னால் ராமனிடம் திரும்பிச் செல்ல முடியாமல் போய்விடும். மேலும், நீ என்னை மீட்டுச் சென்றால், ராமனுக்கு அது எந்த விதத்திலும் பெருமை சேர்க்காது. ராமன் தானாகவே இங்கு வந்து அந்த அரக்கனைக் கொன்றுவிட்டு என்னைக் காப்பாற்றுவதுதான் முறையானதாக இருக்கும். அது மட்டுமல்லாமல், நான் ராமனுக்கு மட்டுமே சொந்தமானவள். இன்னொருவனை என் மனப்பூர்வமாகத் தொடுவது பற்றிய எண்ணமே எனக்கு வெறுப்பூட்டுவதாக இருக்கிறது. ராவணன் என்னை இங்கு கடத்தி வந்தபோது அவன் என்னைத் தன் கைகளில் பிடித்திருந்தான் என்பது உண்மைதான். ஆனால் அந்த நேரத்தில் நான் ஆதரவற்று இருந்தேன். எனக்கு வேறு வழி இருக்கவில்லை. அனுமான், தயவு செய்து விரைவாகத் திரும்பிச் சென்று, என் கணவனையும் லட்சுமணனையும் உன்னால் இயன்ற அளவுக்கு வேகமாக இங்கே கூட்டி வா. அப்போதுதான் என் வருத்தத்திற்கு ஒரு முடிவு ஏற்படும்," என்று சீதை கூறினாள்.

சீதையிடமிருந்து இந்த வார்த்தைகளைக் கேட்ட அனுமான் மனமகிழ்ந்தான். "அம்மா, உங்களைப் போன்ற ஒரு தூய ஆன்மா இப்படித்தான் பேசும். நான் உங்களைச் சுமந்து செல்வதாகப் பரிந்துரைத்ததற்குக் காரணம் ராமன்மீது நான் கொண்டுள்ள

தீவிரமான அர்ப்பணிப்பும், உங்களை மகிழ்ச்சிப்படுத்த வேண்டும் என்ற தீவிர விருப்பமும்தான். நான் உடனடியாகத் திரும்பிச் சென்று ராமனிடம் எல்லாச் செய்திகளையும் கொடுக்கிறேன். சிறப்பாக அவரிடம் நீங்கள் ஏதேனும் தெரிவிக்க விரும்புகிறீர்களா?" என்று அனுமான் கேட்டான்.

சீதையின் கண்கள் பல நினைவுகளால் நிரம்பின. அவள் அனுமானிடம், "சித்திரக்கூட மலையில் மந்தாகினி நதிக்கரையில் என் மடிமீது படுத்து ஓய்வெடுத்துக் கொண்டிருந்தது அவருக்கு நினைவிருக்கிறதா என்று கேள். நாங்கள் இருந்த இடத்திற்கு ஒரு காகம் வந்து என்னைத் தன் கூரிய அலகால் கொத்தியது. நான் அதை விரட்ட முயன்றேன், ஆனால் அது என்னை விடுவதாக இல்லை. அப்போது ராமன் கண்விழித்து என்னுடைய நிலைமையைப் பார்த்துவிட்டு என்னைக் கேலி செய்தார். பிறகு மீண்டும் என் மடியின்மீது படுத்துத் தூங்கிவிட்டார். அப்போது அந்தக் காகம் மீண்டும் திரும்பி வந்து இம்முறை என்னைக் கடுமையாகக் கொத்தியது. அதிலிருந்து வெளிவந்த ரத்தத் துளிகள் ராமனின்மீது விழுந்தன. இந்த இடையூறால் மீண்டும் அவர் கண்விழித்தபோது, நான் காயப்பட்டிருந்ததைக் கண்டு அவர் கோபம் கொண்டார். என்னைக் காயப்படுத்திய கயவன் யார் என்று அவர் சுற்றுமுற்றும் பார்த்தபோது, அந்தக் காக்கையின்மீது அவருடைய பார்வை நிலைத்தது. இந்திரனின் மகன் அவன் என்பதை உடனடியாக உணர்ந்து கொண்ட ராமன், ஒரு புல்லை எடுத்து, உயிரைப் பறிக்கக்கூடிய ஒரு மந்திரத்தைச் சொல்லி, அதை அந்தக் காக்கையை நோக்கி வீசினார். இதனால் பீதியடைந்த அந்தக் காக்கை எல்லா உலகங்களுக்கும் பறந்தது. ஆனால் ராமன் வீசிய பாணம் ஒரு நெருப்புப் பந்தைப்போல அதைத் துரத்திச் சென்றது. கடைசியில் அக்காக்கை ராமனிடம் திரும்பி வந்து அவருடைய பாதங்களில் விழுந்து அவரிடம் மன்னிப்புக் கேட்டுக் கெஞ்சியது. அதற்கு மரண தண்டனைதான் பொருத்தமானது என்றாலும்கூட, அது தன்னிடம் சரணடைந்ததால் ராமன் அதை மன்னித்துவிட்டார். ஆனாலும் மந்திர சக்தி ஏற்றப்பட்ட அந்தப் புல் வீணாக்கப்பட முடியாது என்பதால், அது அக்காக்கையின் வலது கண்ணைக் குருடாக்கியது. அனுமான், எனக்குத் தீங்கிழைக்கத் துணிந்த ஒரு காக்கையைக் கொல்வதற்காக ராமன் அந்தக் கொடிய அஸ்திரத்தைப் பயன்படுத்தினார். அப்படிப்பட்டவர், இந்தக் கொடிய அரக்கன் என்னைச் சிறையெடுத்து வந்துள்ளதற்கு ஏன் மௌனமாக இருக்கிறார் என்று கேள்," என்று கூறினாள்.

ராமன் அக்கறையற்று இருக்கவில்லை என்றும், தன் மனைவியை எங்கே தேட வேண்டும் என்பது தெரிந்த மறுகணம் அவர் அங்கே வந்துவிடுவார் என்றும் அனுமான் சீதைக்கு உத்தரவாதம் கொடுத்தான்.

அப்போது, தனக்கும் ராமனுக்கும் மட்டுமே தெரிந்த இன்னொரு நிகழ்வை சீதை அனுமானிடம் கூறினாள். "என் நெற்றியில் இருந்த குங்குமத்தைத் தவறுதலாகத் தன் கையால் அழித்தது அவருக்கு நினைவிருக்கிறதா என்று கேள். அவர் ஒரு செந்நிறக் கல்லைப் பொடியாக்கி, என் நெற்றியில் அதைப் பொட்டு வைப்பதற்கு பதிலாக என் கன்னத்தில் பொட்டு வைத்து என்னைக் கேலி செய்தார்."

பிறகு அவள் லட்சுமணனுக்குத் தன் ஆசீர்வாதங்களைத் தெரிவிக்குமாறு அனுமானிடம் கூறினாள். "நான் இல்லாத நிலையில் என் கணவனைப் பார்த்துக் கொள்ளக்கூடிய ஒருவன் உண்டென்றால், அது லட்சுமணன் மட்டும்தான். அவன் ராமனைத் தன் சொந்தத் தந்தையைப்போலவும் என்னைத் தன் தாயைப்போலவும் நேசிக்கிறான். யாராலும் அவனுடைய கோபத்தைத் தாக்குப்பிடிக்க முடியாது. அவர்கள் இருவரையும் விரைவாக இங்கே வரச் சொல். இரண்டு மாதங்கள் முடிந்த பிறகு கூடுதலாக ஒரு நாள்கூட நான் உயிரோடு இருக்க மாட்டேன்."

இவ்வாறு கூறிவிட்டு, அவள் தன் ஆடையின் முனையில் முடிந்து வைத்திருந்த முடிச்சை அவிழ்த்து, தன்னுடைய சூடாமணியை அதிலிருந்து வெளியே எடுத்தாள். அதை அவள் அனுமானிடம் கொடுத்துவிட்டு, "தயவு செய்து இதை ராமனிடம் கொடு. அவர் இதைப் பார்த்துவிட்டு, எங்கள் இருவருக்கு மட்டுமே தெரிந்த அந்த இரண்டு நிகழ்வுகளையும் உன் வாய்வழியாகக் கேட்கும்போது நீ உண்மையிலேயே என்னைச் சந்தித்துள்ளாய் என்று அவர் நம்புவார். என் உயிர் உன்னைச் சார்ந்துள்ளது. நீ உடனடியாகத் திரும்பிப் போகத்தான் வேண்டுமா? நீ இங்கு இருப்பது காயப்பட்டுள்ள என் இதயத்திற்கு இதமளிப்பதாக இருக்கிறது," என்று கூறினாள்.

பிறகு திடீரென்று அவளுக்கு இன்னொரு சந்தேகம் முளைத்தது. "ராமனாலும் அவருடைய படையினராலும் இந்தக் கடலைத் தாண்டி இங்கு வர முடியுமா?" என்று அவள் கேட்டாள்.

எல்லாமே சாத்தியம்தான் என்று அவளுக்கு உத்தரவாதம் கொடுத்த அனுமான், கவலைப்படாமல் இருக்கும்படி அவளிடம் கூறினான். அவன் தன்னால் இயன்ற அளவு அவளுக்கு ஆறுதல் கூற முயன்றான். ஆனால் இந்தப் பத்து மாதங்களில் தான் பார்த்திருந்த ஒரே தோழமையான முகம் உடனடியாக இப்போது தன்னைத் தனியாக விட்டுச் செல்லவிருந்ததை நினைத்து அவளுடைய கண்களிலிருந்து கண்ணீர் வழிந்தோடியது. ஆனால் அனுமான் தன்னோடு இருந்ததை யாரேனும் பார்த்துவிட்டால் அது அவனுக்கு ஆபத்தாக அமையும் என்பதை அறிந்திருந்த அவள், வருத்தத்தோடு அவனுக்கு விடைகொடுத்து அனுப்பினாள்.

அனுமானின் கோபம்

சீதை இவ்வளவு மோசமாக நடத்தப்பட்டுக் கொண்டிருந்ததைக் கண்டு கொதிப்படைந்த அனுமான், இலங்கையைவிட்டுப் புறப்படுவதற்கு முன்பாக ராவணனுக்குத் தன் ஆற்றலைக் காட்டுவதென்று தீர்மானித்தான். ராவணன் எத்தகைய வலிமை வாய்ந்த படையை எதிர்கொள்ளவிருந்தான் என்பதை அனுமான் அவனுக்கு உணர்த்த விரும்பினான். அந்த அரக்க அரசனின் கோபத்தைத் தூண்டுவதற்குச் சிறந்த வழி அவனுக்கு மிகவும் விருப்பமான இந்தத் தோட்டத்தை அழிப்பதுதான் என்று அவன் தீர்மானித்தான். எனவே, மிகத் திறமையாகத் திட்டமிட்டுத் தன் நாச வேலையை அவன் துவக்கினான். ஒரு கடுமையான சூறாவளியைப்போல அவன் அங்கிருந்த மரங்களை ஒவ்வொன்றாக வேரோடு பிடுங்கி, அவற்றைத் தன் பாதங்களுக்குக் கீழே போட்டுக் கூழாக்கினான், ஆங்காங்கே படர்ந்திருந்த கொடிகளைப் பிடுங்கி எறிந்தான், கோவிலை உடைத்து நொறுக்கினான், செப்பு நிறத்தில் இருந்த அசோக மரத்தின் செப்புநிற மொட்டுக்களை உலுக்கி அங்கிருந்த குளங்களில் சிதறடித்தான். ஏரிகளைக் கிளறி அவற்றின் தண்ணீரைக் கலங்கலாக்கினான். ஆங்காங்கே அழகாக வடிவமைக்கப்பட்டிருந்த சிறுசிறு மேடுகளைத் தகர்த்துத் தூளாக்கினான். ராவணனுக்குப் பிரியமான அந்தத் தோட்டத்தை ஒரு குப்பைமேடாக அவன் மாற்றினான். இவ்வளவையும் செய்துவிட்டு, அவன் அந்தத் தோட்டத்தின் வாயிலில் இருந்த வளைவு விதானத்தின்மீது அமர்ந்து கொண்டு, இனி நடக்கவிருந்த விஷயங்களை எதிர்பார்த்துக் காத்திருந்தான். அவன் நீண்ட நேரம் காத்திருக்க வேண்டியிருக்கவில்லை. அத்தோட்டத்தில் ஒரு பெரிய சலசப்பு ஏற்பட்டது. பறவைகள் பயத்தில் கீச்சிட்டன. மான்களும் மயில்களும் பெருங்குரலெடுத்துக் கத்தின.

சீதைக்குக் காவலாக இருந்த அரக்கிகள் இப்போது தங்கள் போதை தெளிந்து கண்விழித்து, என்ன நடந்து கொண்டிருந்தது என்று கோபத்தோடு சீதையிடம் கேட்டனர். அங்கு ஒரு பெரிய வானரனைப் பார்த்த அவர்கள், அவன் யாரெனத் தெரிந்து கொள்ள

விரும்பினர். அவனைப் பற்றித் தனக்கு எதுவும் தெரியாது என்று சீதை கூறினாள். இவ்விஷயத்தை ராவணனிடம் தெரிவிப்பதற்காக அவர்களில் சிலர் ஓடினர். "அரசே, நம் அசோகவனத் தோட்டத்தில் ஒரு பெரிய வானரன் உட்கார்ந்து கொண்டு, அந்த ஒட்டுமொத்தத் தோட்டத்தையும் நாசம் செய்துள்ளான். சீதை எந்த மரத்திற்கு அடியில் உட்கார்ந்திருக்கிறாளோ, அந்த ஒரே ஓர் இடத்தைத்தான் அவன் அப்படியே விட்டு வைத்திருக்கிறான். அவன் அவளிடம் பேசிக் கொண்டிருந்ததை சில அரக்கிகள் பார்த்திருந்தனர். ஆனால் தனக்கு அவனைப் பற்றி எதுவுமே தெரியாது என்று சீதை ஒரேயடியாக மறுத்துவிட்டாள்," என்று ஓர் அரக்கி கூறினாள்.

தன் மனங்கவர்ந்த தோட்டத்திற்கு நேர்ந்த கதியைப் பற்றிக் கேள்விப்பட்டவுடன் வெகுண்டெழுந்த ராவணன், அந்த வானரனைக் கொல்வதற்கு சில வலிமையான அரக்கர்களை அனுப்பி வைத்தான். தன்னுடைய வீரத்தை வெளிப்படுத்துவதற்கான ஒரு வாய்ப்பிற்காகக் காத்துக் கொண்டிருந்த அனுமான், அந்த அரக்கர்களைக் கண்டு பெருமகிழ்ச்சி அடைந்தான். அவர்கள் அவனைச் சூழ்ந்து கொண்டு அவனை அடித்து நொறுக்க முயற்சித்தனர். அவன் தன் கைகளைத் தன் தோள்களின் குறுக்கே கட்டிக் கொண்டு உருவத்தில் பெரிதாக வளர்ந்தான். பிறகு, பிறரை நடுங்கச் செய்த ஒரு குரலில், "என் பெயர் அனுமான். ராமனின் சேவகன் நான். ஆயிரம் ராவணன்களால்கூட என்னுடைய சக்திகளைத் தாக்குபிடித்து நிற்க முடியாது. இலங்கையை முற்றிலுமாக அழித்தப் பிறகுதான் நான் திரும்பிச் செல்வேன்," என்று அவன் கூறினான்.

அந்த வளைவு விதானத்தைத் தாங்கி நின்ற தூண்களில் ஒன்றைப் பிடுங்கி, தன்னை ஒடுக்க வந்த அரக்கர்கள் அனைவரையும் அவன் அடித்துத் தள்ளினான். இச்செய்தி ராவணனுக்குத் தெரிவிக்கப்பட்டபோது அவனால் அதை நம்ப முடியவில்லை. தன்னுடைய அமைச்சர்களில் ஒருவனின் மகனான ஜம்புமாலியை ஒரு பெரிய படையோடு அவன் அனுப்பி வைத்தான். இளம் வீரனான ஜம்புமாலியை அனுமான் ஒரு கணத்தில் கொன்றுவிட்டான். இது ஜம்புமாலியின் படையினரிடையே பெரும் குழப்பத்தை ஏற்படுத்தியது. அடுத்து, தன்னுடைய மற்ற அமைச்சர்களின் மகன்களைப் பெரும் படைகளுடன் ராவணன் அனுப்பினான். அவர்களையும் அனுமான் கொன்று குவித்தான். இலங்கையின் வீதிகளெங்கும் ரத்த ஆறு பெருக்கெடுத்து ஓடியது. அரக்கர்களின் துண்டிக்கப்பட்டக் கைகளும் கால்களும் உடல்களும் அரண்மனைக்கு இட்டுச் சென்ற வழி நெடுகிலும் சிதறிக் கிடந்தன. எதிர்பாராத இந்தத் திருப்பங்களால் குழப்பமும் தடுமாற்றமும் அடைந்த ராவணன், தன்னுடைய கடைசி மகனான அட்சயகுமாரனை அனுமானை அடக்குவதற்காக அனுப்பி வைத்தான். தங்கக் கவசங்களை அணிந்து கொண்டு

காலைச் சூரியனைப்போல ஒளிவீசிய அட்சயகுமாரன், அனுமானை அடக்குவதில் தான் நிச்சயமாக வெற்றி பெற்றுவிடுவோம் என்ற உறுதியான நம்பிக்கையோடு தன் ரதத்தில் ஏறிச் சென்றான். அவனுக்கும் அனுமானுக்கும் இடையே கடுமையான சண்டை நடந்தது. அவனுடைய வீரத்தைக் கண்டு பிரமித்த அனுமான் அவனைக் கொல்ல விரும்பவில்லை. ஆனால் போரில் கருணைக்கு இடமில்லை என்பதை அவன் அறிந்திருந்ததால், முதலில் அவனுடைய குதிரைகளைக் கொன்றுவிட்டுப் பிறகு அவனுடைய ரதத்தை உடைத்துச் சின்னாபின்னமாக்கினான். அட்சயகுமாரன் காற்றின் ஊடாகப் பறக்கத் துவங்கினான். அனுமான் பாய்ந்து சென்று அவனைப் பிடித்து, நிலத்தின்மீது மோதி அவனைக் கொன்றான். தன் அன்பு மகனின் மரணத்தைப் பற்றிக் கேள்விப்பட்ட ராவணன் கடுந்துயரில் மூழ்கினான். அவன் தன் மூத்த மகன் மேகநாதனை வரவழைத்தான். தேவர்களின் தலைவனான இந்திரனை மேகநாதன் ஒருமுறை ஒரு சண்டையில் தோற்கடித்திருந்ததால் இந்திரஜித் என்ற பெயரிலும் அழைக்கப்பட்டவன் அவன். இலங்கையை நாசமாக்கிக் கொண்டிருந்த அந்த வானரனிடம் ஏதோ ஓர் இனம் புரியாத விஷயம் இருந்ததாக பயந்த ராவணன், அந்த வானரனைத் தண்டித்துவிட்டு வரும்படி இந்திரஜித்துக்குக் கட்டளையிட்டான். யாராலும் வீழ்த்தப்பட முடியாத வீரனான இந்திரஜித் உற்சாகத்தோடு புறப்பட்டான்.

அவன் ஒவ்வோர் அஸ்திரமாக அனுமானை நோக்கி வீசினான். அனுமான் அவை எல்லாவற்றையும் திறமையாகத் தவிர்த்தான். அவனுடைய ஆற்றலைக் கண்டு வியந்த இந்திரஜித், அவனைக் கொல்வது இயலாத காரியம் என்பதை உணர்ந்ததால், அனுமானை முற்றிலுமாகச் செயலிழக்கச் செய்யக்கூடிய ஒரு தெய்வீக அஸ்திரத்தைப் பயன்படுத்துவதென்று தீர்மானித்தான். நாகபாசம் என்ற அந்த வானுலக அஸ்திரம் அனுமானைக் கீழே சாய்த்தது. தன்னுடைய உடல் ஏதோ ஒன்றைக் கொண்டு கட்டப்பட்டிருந்தது போன்ற ஓர் உணர்வு அனுமானுக்கு ஏற்பட்டது. அவன் உடனடியாக அந்த நிலையிலிருந்து மீண்டான், ஆனால் தான் செயலிழந்திருந்ததுபோலப் பாசாங்கு செய்தால் ராவணனிடம தான் கொண்டு செல்லப்படுவோம் என்பதை அறிந்து அவன் அவ்வாறு செய்யத் தீர்மானித்தான். இந்திரஜித்தின் படையினா தடிமனான சணல் கயிறுகளைக் கொண்டு அனுமானின் உடலைக் கட்டினர். பிறகு அவனைத் தங்கள் அரசனிடம் அவர்கள் இழுத்துச் சென்றனர். அந்தக் கயிறுகள் அனுமானின் உடலைத் தொட்டவுடன், அவன்மீது பயன்படுத்தப்பட்டிருந்த அஸ்திரத்தினால் ஏற்பட்ட பாதிப்புகள் மறைந்துவிட்டன. இதை இந்திரஜித்தும் உணர்ந்து கொண்டான். ஆனாலும் ராவணனின் அரசவைக்குத் தான் இழுத்துச் செல்லப்பட்டுக் கொண்டிருந்ததை அனுமான்

அனுமதித்ததைக் கண்டு அவன் ஆச்சரியமடைந்தான். இதனால் சற்றுக் குழப்பமடைந்த அவன், இந்த விபரத்தைத் தன் தந்தையிடம் தெரிவித்தான்.

அரக்கர்கள் அனுமானை அடித்தும் உதைத்தும் ராவணனின் அவைக்கு இழுத்து வந்தனர். ராவணனைச் சுற்றி அவனுடைய அமைச்சர்கள் அமர்ந்திருந்தனர். ராவணன் மிகவும் கம்பீரமானவனாக இருந்ததை அனுமான் தன் மனத்திற்குள் ஒப்புக் கொண்டாக வேண்டியிருந்தது. கரையில் வந்து மோதும் அலைகளின் நுரைகளைப் போன்ற மென்மையான வெண்ணிறப் பட்டாடை அணிந்து ராவணன் ஒய்யாரமாக வீற்றிருந்தான். விலையுயர்ந்த கற்கள் பதிக்கப்பட்டப் பல அற்புதமான அணிகலன்கள் அவனுடைய கழுத்தை அலங்கரித்தன. அவனுடைய வலிமையான கைகளில் கங்கணங்கள் தொங்கிக் கொண்டிருந்தன. அவனுடைய பச்சைநிறக் கண்கள் ஒளிவீசிக் கொண்டிருந்தன. அவை அனுமானைத் துளைத்துவிடுவதைப்போலப் பார்த்தன. ராவணனின் வசீகரத்தில் ஒருசில கணங்கள் தன்னைத் தொலைத்த அனுமான், பிரமிப்போடு அவனைப் பார்த்துக் கொண்டே இருந்தான். ராவணன் மட்டும் அறநெறி வழுவாத ஒருவனாக இருந்திருந்தால், தன்னுடைய புகழ்மிக்க ஆளுமையைக் கொண்டு அவனால் தேவர்களுக்கெல்லாம் அரசனாக ஆகியிருக்க முடியும் என்று அனுமான் தனக்குள் நினைத்துக் கொண்டான்.

ராவணன் அனுமானின் பழுப்புநிறக் கண்களுக்குள் ஊடுருவிப் பார்த்தான். அப்போது ஏதோ ஓர் இனம் புரியாத பயம் அவனை ஆட்கொண்டது. நெடுங்காலத்திற்கு முன்பு நிகழ்ந்த ஒரு சம்பவம் அப்போது அவனுடைய நினைவிற்கு வந்தது. ராவணனின் பிரியமான கடவுளான சிவபெருமான் அவன் முன்வைத்தக் கோரிக்கைகளுக்கு உடன்பட மறுத்தபோது, ராவணன் கடுங்கோபம் கொண்டான். அவன் தன் அகங்காரத்தில், தன்னுடைய ஒரு விரலைக் கைலாய மலையின் அடியில் வைத்து அதை ஆபத்தான முறையில் சாய்த்தான். இதைக் கண்ட பார்வதி பயந்து போனாள். அவளை அமைதிப்படுத்துவதற்காகவும் ராவணனின் அகங்காரத்தை அடக்குவதற்காகவும் சிவன் தன்னுடைய காலின் பெருவிரலைக் கொண்டு அந்த மலையை அழுத்தி ராவணனின் விரலை நசுக்கினார். சிவனின் ஆவேசத்தைத் தணிப்பதற்காக 'சிவ தாண்டவ ஸ்தோத்திரம்' என்ற ஓர் அற்புதமான பாடலை ராவணன் அப்போது உருவாக்கிப் பாடினான். ஆனால், சிவனின் வாகனமான நந்தி, தான் ஒரு வானரனின் வடிவில் வரும்போது ராவணன் வீழ்ச்சியடைவான் என்று அவனைச் சபித்தது. நந்தி முன்னறிவித்த நேரம் இதுதானோ என்று ராவணன் ஒரு கணம் நினைத்தான். ஆனால் நந்தியுடனான அந்த நிகழ்வு அவ்வளவு முக்கியமானதல்ல என்று அவன் ஒதுக்கித் தள்ளினான். பிறகு, அந்த வானரன் இலங்கைக்கு வந்ததற்கான

நோக்கம் என்னவென்று கேட்கும்படி தன் அமைச்சர் ஒருவனிடம் ராவணன் கூறினான்.

"வானரனே! நீ பயப்பட வேண்டியதில்லை. உண்மையைக் கூறினால் உனக்கு எந்தத் தீங்கும் நேராது. நீ ஒரு சாதாரண வகையான வானரன் அல்ல என்பதும், தேவர்களில் யாரோ ஒருவர் உன்னை மாறுவேடத்தில் இங்கு அனுப்பி வைத்துள்ளார் என்பதும் நன்றாகத் தெரிகிறது. நீ பொய்யுரைத்தால் நிச்சயமாக நாங்கள் உன்னைக் கொன்றுவிடுவோம்," என்று அந்த அமைச்சர் கூறினார். அந்த அமைச்சருக்கு பதிலளிப்பது தன் தகுதிக்குக் குறைவான ஒன்று என்று அனுமான் தீர்மானித்தான்.

மாறாக, அவன் ராவணனைப் பார்த்து, "கடவுளின் தூதுவன் அல்ல நான். நான் மாறுவேடத்திலும் வரவில்லை. பிறப்பில் நான் ஒரு வானரன். உன்னை நேருக்கு நேர் நான் சந்திக்க விரும்பியதால்தான் உன்னுடைய தோட்டத்தை நான் நாசப்படுத்தினேன். அரசனே! நீ யாருடைய மனைவியை இங்கு சிறையெடுத்து வந்திருக்கிறாயோ, அந்த சீதையின் கணவனான ராமனின் தூதுவனாக நான் இங்கு வந்திருக்கிறேன். ராமனுக்குத் தீங்கிழைத்த யாராலும் மரணத்திலிருந்து தப்பிக்க முடியாது. தர்மத்தின்படி நடப்பதென்று தீர்மானித்துக் கொள். அப்போது நீ பிழைத்துப் போக ராமன் அனுமதிக்கக்கூடும். உன் வாழ்க்கை தேவர்களால் ஆசீர்வதிக்கப்பட்டுள்ளது. அற்புதமானவற்றால் உன் வாழ்க்கை நிரம்பியுள்ளது. இந்தப் பெருமையெல்லாம் ஒரு பெண்ணால் ஏன் ஒரு முடிவுக்கு வர வேண்டும்? நீ அறிவார்ந்தவன். தர்ம விதிகள் உனக்கு நன்றாகத் தெரிந்திருக்கும். இன்னொருவனின் மனைவியை அவளுடைய விருப்பத்திற்கு மாறாக அபகரிப்பது சரிதானா? ராமனின் வல்லமையை எதிர்த்து நிற்கக்கூடிய எந்தவொரு சக்தியும் மூவுலகிலும் இல்லை. தர்மம் உன்னை வழிநடத்தட்டும். சீதையை முறையாக அவளுடைய கணவனிடம் ஒப்படைத்துவிடு. நான் அவளைப் பார்த்துள்ளேன். அவள் துயரத்தின் பிடியில் இருக்கிறாள். இந்த ஒட்டுமொத்த இலங்கையையும் அழிப்பதற்கு என் ஒருவனின் வல்லமையே போதுமானது. அப்படி இருக்கும்போது, ராமனும் இங்கு வந்துவிட்டால் என்ன நடக்கும் தெரியுமா? சீதை உன்னுடைய தூக்குக் கயிற்றைப் போன்றவள். நீ அதற்குள் உன தலையை நுழைத்திருக்கிறாய். ராமனின் கோபம் பயங்கரமானது. உன்னுடைய குடிமக்களையும், உறவினர்களையும், குழந்தைகளையும், மனைவியரையும், செல்வங்களையும் பாதுகாக்க வேண்டியது உன் பொறுப்பு. நான் கூறியுள்ள விஷயங்களைப் பற்றி நன்றாக யோசித்துவிட்டுப் பிறகு செயல்படு," என்று கூறினான்.

அனுமானின் ஒவ்வொரு வார்த்தையும் ராவணனை மேன்மேலும் கோபமுறச் செய்தன. அவனால தன்னைக் கட்டுப்படுத்திக் கொள்ள முடியவில்லை. துடுக்குத்தனமான அந்த வானரனை உடனே

கொல்லும்படி அவன் தன் காவலர்களைப் பார்த்து கர்ஜனை செய்தான்.

ராவணனின் அறிவார்ந்த சகோதரனான விபீஷணன் இப்போது குறுக்கிட்டு, "அரசே, இந்த வானரனுக்கு மரண தண்டனை கொடுப்பதற்கு முன்பாக சற்று நிதானமாகச் சிந்தித்துப் பாருங்கள். இவன் ஏராளமான சேதத்தை ஏற்படுத்தியிருக்கிறான் என்பதை நான் ஒப்புக் கொள்கிறேன். ஆனால் அவன் ஒரு தூதுவன். ஒரு தூதுவனைக் கொல்வது அனைத்து நடத்தை விதிகளுக்கும் புறம்பானது," என்று கூறினான்.

ராவணன் இப்படிப்பட்ட அறிவார்ந்த ஆலோசனைகளைக் கேட்கும் மனநிலையில் இருக்கவில்லை. எனவே, அனுமான் உடனடியாகக் கொல்லப்பட வேண்டும் என்று அவன் கட்டளையிட்டான்.

விபீஷணன் மீண்டும் இடைமறித்து, "நம் எதிரி நமக்கு அனுப்பியிருக்கின்ற ஒரு செய்தியைக் கூறுவதற்காகத்தான் இவன் இங்கு வந்திருக்கிறான். இவன் ஒரு குற்றவாளி அல்ல. இது குறித்த விதிகள் மிகத் தெளிவாக இருக்கின்றன. நீங்கள் அவனைக் கொடுமைப்படுத்தலாம், அவனுடைய தலையை மழிக்கலாம், அவனைச் சாட்டையால் அடிக்கலாம். ஆனால் உங்களால் அவனைக் கொல்ல முடியாது. நீங்கள் அவனைக் கொன்றுவிட்டால், உங்களுடைய பெயருக்குக் களங்கம் ஏற்பட்டுவிடும். இவனை இங்கு அனுப்பியுள்ள இளவரசர்கள்மீது தாக்குதல் நடத்துவதற்கான முயற்சிகள் மேற்கொள்ளப்பட வேண்டும். அந்த இரண்டு மனிதர்களையும் கொல்வதற்கு உங்களுடைய படையினரில் ஒரு சிறு பகுதியினரை மட்டுமே நீங்கள் அனுப்பி வைக்க வேண்டியிருக்கும். ஆனால் இந்த வானரனைக் கொல்லாதீர்கள்," என்று கூறினான்.

இதை ஏற்றுக் கொண்ட ராவணன், "விபீஷணா, ஒரு தூதுவன் கொல்லப்படக்கூடாது என்று நீ கூறுவது சரிதான். ஆனால் இவன் செய்துள்ள நாசங்களுக்காக இவன் தண்டிக்கப்பட்டாக வேண்டும். தன் வால்தான் ஒரு வானரனின் பொக்கிஷம். எனவே, இந்த வானரனின் வாலுக்கு நெருப்பு வைத்து, இலங்கையின் வீதிகள் நெடுலும் இவன் இழுத்து வரப்படட்டும். அக்காட்சி நம் குடிமக்களின் கண்களுக்கு விருந்தாக அமையட்டும்," என்று கூறினான்.

ராவணனின் உத்தரவைக் கேட்டு அரக்கர்கள் உற்சாகமடைந்தனர். அனுமான் அந்த அவைக்கு இழுத்து வரப்பட்டுக் கொண்டிருந்த நேரம் முழுவதும், "அவனைக் கொல்லுங்கள்! அவனை நெருப்பில் வாட்டுங்கள்! அவனைக் கபளீகரம் செய்யுங்கள்!" என்று அவர்கள் கோபத்தோடு கோஷமிட்டுக் கொண்டிருந்தனர். இப்போது அவர்கள் அவனுடைய வாலின்மீது விழுந்து, எண்ணெயில் நனைக்கப்பட்ட ஒரு துணியால் அதைச் சுற்றத் துவங்கினர். ஆனால் அவர்கள் எவ்வளவு

அதிகமான துணிகளைச் சுற்றினரோ, அனுமானின் வால் அவ்வளவு நீளமாக வளர்ந்தது. அவர்கள் மூட்டைமூட்டையாகத் துணிகளைக் கொண்டு வர வேண்டியிருந்தது. ஆனால் அனுமானின் வாலை முழுவதுமாக மறைத்துக் கட்டுவதற்கு அவை போதுமானவையாக இல்லை. அனுமானின் வால் மிக நீளமாக வளர்ந்து ராவணனின் தலைநகரைப் பத்து முறை சுற்றி வளைத்தது. இதனால் குழப்பமடைந்த அந்த அரக்கர்கள் நகரைச் சுற்றி ஓடிச் சென்று அவனுடைய வாலைத் துணியால் சுற்றினர். ஆனால் அது நீளமாக வளர்ந்து கொண்டே போனது. கடைசியில் அனுமான் அவர்கள்மீது இரக்கம் கொண்டு, அவர்கள் தங்கள் வேலையை முடிப்பதற்கு அனுமதித்தான். அனுமானின் வாலை எண்ணெயில் நனைக்கப்பட்டத் துணியால் சுற்றி முடித்த அரக்கர்கள், அவனுடைய வாலுக்குத் தீ வைத்தனர். அது ஒரு காட்டுத் தீயைப்போலத் தோன்றியது. இந்தக் கண்கொள்ளாக் காட்சியைக் காண்பதற்கு மக்கள் தங்கள் வீடுகளைவிட்டு வெளியே ஓடி வந்தனர். அனுமான் கடுங்கோபம் கொண்டான். அவன் தன் வாலால் அந்த அரக்கர்களை அடித்தான். அவர்கள் குவியல் குவியல்களாகக் கீழே விழுந்தனர். ஆனால் பிறகு, அவர்கள் தன்னைக் கயிறுகளால் இறுக்கிக் கட்டி அந்நகர வீதிகள் நெடுகிலும் தன்னை இழுத்துச் செல்ல அவன் அனுமதித்தான். ஏனெனில், முன்பு இரவில்தான் அவன் அந்த வீதிகளைப் பார்த்திருந்தான். தான் ஒரு பெரிய படையோடு மீண்டும் இலங்கைக்குத் திரும்பி வரும்போது, அந்நகரின் அமைப்பைப் பற்றிய அறிவு அப்போது உதவியாக இருக்கக்கூடும் என்று அவன் நினைத்தான்.

அனுமானின் வாலுக்குத் தீ வைக்கப்பட்டது பற்றிய செய்தியைச் சில அரக்கிகள் சீதையிடம் மகிழ்ச்சியாகத் தெரிவித்தனர். சீதை மீண்டும் அழத் தொடங்கினாள். சிறிது நேரத்திற்கு முன்புதான் அவளுடைய இதயத்தில் நம்பிக்கை தலைதூக்கத் துவங்கியிருந்தது. இப்போது அந்த நம்பிக்கையெல்லாம் வீண் என்பதுபோலத் தோன்றியது. அவள் நெருப்புக் கடவுளான அக்கினியைத் தன் மனதார வணங்கிவிட்டு, அனுமானைச் சுட்டெரிக்காமல் இருக்கும்படி அவனிடம் கெஞ்சினாள். அக்கினி உடனடியாக அவளுடைய விருப்பத்திற்கு இசைந்து, அனுமானின் தோலின்மீது குளிர்ச்சியாக ஆனான். இதற்கிடையே, அனுமானின் தந்தையான வாயு தன் மகனைச் சுற்றிலும் மென்மையாக வீசி அவனுக்குக் குளிர்ச்சியூட்டினான். இந்த அதிசயத்தைக் கண்டு அனுமான் ஆச்சரியமடைந்தான்.

அரக்கர்களின் அரசனான ராவணனிடம் பேசுவதிலும், அவனுடைய தலைநகரம் முழுவதையும் பார்ப்பதிலும் வெற்றி பெற்றிருந்த அனுமான், இது போதும் என்று தீர்மானித்தான். எல்லோருடைய தூற்றுதலையும் பொறுத்துக் கொள்ளக்கூடிய ஒரு சாதாரண வானரன் அல்ல அவன். ஆனால் இந்த முட்டாள்கள்

அவனைத் துன்புறுத்திக் கொண்டிருந்தனர். அனுமான் ஒரு நிமிடத்தில் தன் உடலை விறைப்பாக்கிக் கொண்டு தன் கட்டுகளிலிருந்து விடுபட்டான். ரத்தத்தை உறைய வைக்கின்ற ஓர் உறுமலுடன், அவன் அந்நகர வாயிலின் கதவுகளுக்கு மேலே தாவிக் குதித்து, அதன் தூணை ஒரு சாதாரண மரக்கட்டையைப் பிடுங்குவதைப்போல மிகச் சுபலமாகப் பிடுங்கி, அங்கிருந்த காவலாளிகளைக் கீழே தள்ளினான். கிஷ்கிந்தைக்குத் திரும்புவதற்கு முன்பாக வேறு என்னென்ன சீரழிவுகளையெல்லாம் ஏற்படுத்திவிட்டுச் செல்லலாம் என்று அவன் யோசித்தான்.

"ஆஹா! என்னைத் தண்டிப்பதற்காகப் பயன்படுத்தப்பட்ட இந்த நெருப்பிற்குத் தீனி கொடுத்தால் என்ன?" என்று தன்னைத் தானே கேட்டுக் கொண்டு, அந்நகரத்தின் மையப் பகுதிக்குத் தாவிச் சென்று, அங்கிருந்த மாளிகைகளின்மீது குதித்து அவை ஒவ்வொன்றுக்கும் தன் வாலால் தீ வைத்தான். முத்துக்களையும் விலையுயர்ந்த கற்களையும் கொட்டிச் செய்யப்பட்ட அந்த மாளிகைகளும் வீடுகளும் அந்த நெருப்பில் எரிந்து சாம்பலாகத் துவங்கின. கடைசியில் அவன் ராவணனின் மாளிகையை அடைந்து அதற்கு நெருப்பு மூட்டினான். சற்று முன் மகிழ்ச்சியாக இருந்த மக்கள் இப்போது பீதியடைந்து ஓடத் துவங்கினர். பயத்திலும் பீதியிலும் அங்குமிங்கும் ஓடிய மக்களின் அலறல்களும் அழுகைக் குரல்களும் எல்லா இடங்களிலும் எதிரொலித்தன. நெருப்பை அணைப்பதற்கும், அதிலிருந்து தங்களைப் பாதுகாத்துக் கொள்வதற்கும் அவர்கள் கடுமையாக முயற்சித்தனர். தலைநகரம் முழுவதும் கொழுந்துவிட்டு எரிந்து கொண்டிருந்தது. அது ஒரு கண்கொள்ளாக் காட்சியாக இருந்தது.

இறுதியில் அனுமானின் கோபம் தணிந்தது. அவனுடைய மனசாட்சி திடிரென்று அவனைக் குத்தியது. "நான் என்ன காரியம் செய்துவிட்டேன்! கோபத்தில், நான் யாரைக் காப்பாற்ற இங்கு வந்தேனோ அந்த நபரையும் நான் அழித்துவிட்டேனா? நான் எப்படி இப்படி என் கோபத்திற்கு அடிமையானேன்? கோபத்தில் மக்கள் சுலமாகக் குற்றம் புரிகின்றனர். மதிக்கப்பட வேண்டியவர்களைக்கூட ஒரு கோபக்கார மனிதன் கொன்றுவிடக்கூடும். தன் கோபத்தைக் கட்டுப்படுத்திக் கொள்ளக்கூடிய மனிதனே உண்மையில் மாமனிதன். நான் சீதையைக் கொன்றிருந்தால், என் எஜமானனையும் நான் கொன்றுவிட்டேன் என்று அர்த்தம்," என்று அவன் தனக்குத் தானே புலம்பினான்.

பிறகு அவன் சிறிது நேரம் சிந்தித்துவிட்டு, "இல்லை, இது சாத்தியமில்லை. நெருப்பால் என்னைச் சுட்டெரிக்க முடியாவிட்டால், நிச்சயமாக அது சீதையை எரித்திருக்காது. அவளுடைய கற்பு அவளைப் பாதுகாத்து வந்துள்ளது. அவளுடைய எளிமையின் வலிமையும் தன் கணவன்மீது அவள் கொண்டுள்ள அர்ப்பணிப்பும்

அவளை நிச்சயமாகப் பாதுகாக்கும்," என்று தனக்குத் தானே கூறிக் கொண்டான். அவன் இவ்வாறு சிந்தனையில் மூழ்கியிருந்தபோது, தான் இருந்த திசையில் சிறகடித்துப் பறந்து வந்து கொண்டிருந்த சில கந்தர்வர்கள், இந்த ஒட்டுமொத்த இலங்கையில் தீயினால் பாதிக்கப்படாத ஒரே நபர் சீதை மட்டும்தான் என்று தங்களுக்குள் பேசிக் கொண்டது அனுமானின் காதுகளில் விழுந்தது. இதைக் கேட்டபோது அவன் உற்சாகமடைந்து, சீதையிடமிருந்து விடைபெற்றுக் கொள்வதற்காக அவள் இருந்த தோப்பை நோக்கித் தாவினான். சீதை அவனைக் கண்டு மகிழ்ச்சியுற்று அவனுக்குத் தன் ஆசீர்வாதங்களைக் கொடுத்துவிட்டு, விரைவாகத் திரும்பிச் செல்லுமாறு அவனிடம் கூறினாள்.

ராமனிடம் திரும்பிச் செல்ல அனுமான் மிகவும் ஆர்வமாக இருந்தான். கடைசியாக ஒரு முறை மீண்டும் அந்நகரைப் பார்ப்பதற்காக அவன் திரும்பினான். முந்தைய நாள் மாலையில் நிலவொளியில் ஒரு முத்தைப்போல ஒளிவீசிக் கொண்டிருந்த அத்தலைநகரம் இப்போது அவனுடைய பாதங்களுக்கு அடியில் தரைமட்டமாகிக் கிடந்தது. ஒரு லேசான குற்றவுணர்வு அவனுள் தலைதூக்கியது. ஆனால் ராவணனுக்கு இது வேண்டியதுதான் என்று அவன் தன்னைத் தானே சமாதானப்படுத்திக் கொண்டான். முதலில் அவன் எந்தக் குன்றின்மீது வந்து இறங்கியிருந்தானோ, இப்போது அவன் அதே குன்றின் உச்சியை அடைந்து, அங்கிருந்து விண்ணை நோக்கிப் பாய்ந்தான். வடதிசை நோக்கிப் பறந்து கொண்டிருந்த அவன், தனக்குக் கீழே பொங்கிக் கொண்டிருந்த கடலைப் பார்த்துவிட்டு விரைவாகப் பயணிக்கலானான். கருஞ்சிவப்பு நிற மேகங்களின் ஊடாக வெகு சுலபமாக ஊடுருவிச் சென்ற அவன் ஓர் அம்பைப்போல விண்ணின் ஊடாகப் பாய்ந்தான். அவனுடைய வரவுக்காக ஆர்வத்தோடு காத்துக் கொண்டிருந்த மற்ற வானரர்கள் அவன் தங்களுக்கு நடுவே வந்து தரையிறங்கியதைக் கண்டு உற்சாகக் குரல் எழுப்பினர். அவன் அவர்களை அணுகியபோது அவர்கள் மகிழ்ச்சி ஆரவாரம் செய்தனர். அசோக வனத்தில் தான் சீதையைக் கண்டுபிடித்திருந்ததையும், ராவணனின் தலைநகருக்குத் தான் தீ வைத்திருந்ததையும், மற்ற நிகழ்வுகளையும் அவன் அவர்களுக்கு விவரித்தான். இந்த விபரங்களைக் கேட்ட அந்த வானரர்கள் களிநடனம் ஆடி, மேலும் கீழும் உற்சாகமாகத் துள்ளிக் குதித்தனர். தாங்கள் உடனடியாக அத்தீவிற்குச் சென்று ராவணனின் படையை வெற்றி கொண்டு சீதையுடன் திரும்பி வர வேண்டும் என்று பட்டத்து இளவரசனான அங்கதன் இப்போது பெருமிதத்தோடு முழங்கினான். ஆனால் ராமன் வந்து தன்னை மீட்டுச் செல்ல வேண்டும் என்று சீதை எதிர்பார்த்துக் கொண்டிருந்ததால் தாங்கள் அனைவரும் நேராகக் கிஷ்கிந்தைக்குச் செல்ல வேண்டும் என்று அனுமான் கூறினான்.

அவர்களுடைய உற்சாகம் அவர்களுடைய கால்களுக்கு வேகத்தைக் கொடுத்தது. பாதி நேரத்தில் அவர்கள் கிஷ்கிந்தையை அடைந்தனர். கிஷ்கிந்தை நகர எல்லையை அவர்கள் அடைந்தபோது, பழங்களும் மயக்கம் தருவிக்கின்ற தேனும் நிரம்பி வழிந்த மதுவனம் என்ற தோட்டத்தை அவர்கள் கண்டனர். அந்தத் தோட்டத்திற்குள் நுழைந்து அங்கிருந்த மதுவைப் பருகுவதற்குத் தங்களுக்கு அனுமதி கொடுக்குமாறு வானரர்கள் அனைவரும் ஜாம்பவானிடமும் அனுமானிடமும் கெஞ்சினர். மனமிரங்கிய அவ்விருவரும், அத்தோட்டத்திற்குள் நுழைவதற்கு அந்த வானரர்களுக்கு அனுமதி வழங்கினர். அந்த ஒட்டுமொத்தக் கூட்டமும் அத்தோட்டத்திற்குள் நுழைந்து மூச்சு முட்டக் குடித்தனர். சிலர் அளவுக்கதிகமாகக் குடித்ததால் அவர்களால் நடக்கக்கூட முடியவில்லை. சிலர் பாடிக் கொண்டும் ஆடிக் கொண்டும் இருந்தனர். சுக்ரீவனின் மாமன்தான் அத்தோட்டத்தைக் காவல் காத்தான். அந்த வானரர்களைத் தடுக்க அவன் எவ்வளவோ முயற்சித்தும் அவர்கள் அவனுடைய குரலுக்குச் செவிசாய்க்கவில்லை. மதுவின் மயக்கத்தில் இருந்த வானரர்கள் அத்தோட்டம் நெடுகிலும் பல்வேறு நிலைகளில் கிடந்தனர். இவ்விஷயத்தைப் பற்றி சுக்ரீவனிடம் தெரிவிப்பதற்காக அந்தக் காவலாளி ஓடினான். ஆனால், அவனுடைய எதிர்பார்ப்புகளுக்கு மாறாக, அந்த வானரர்களைப் பற்றிக் கவலைப்பட வேண்டாம் என்று சுக்ரீவன் அவனிடம் கூறினான். அவர்கள் நிச்சயமாக நல்ல செய்தியோடுதான் வந்திருக்க வேண்டும், இல்லையென்றால் தங்களுடைய அரசனுக்குப் பிரியமான தோட்டத்திற்குள் நுழைந்து இப்படிக் களியாட்டம் போடுவதற்கான துணிச்சல் அவர்களுக்கு இருந்திருக்காது என்று அவன் கூறினான். அவர்களை உடனடியாகத் தன் முன்னால் அழைத்து வருமாறு சுக்ரீவன் அந்தக் காவலாளியிடம் கூறினான். அந்த நேரத்தில் அவன் ராமனுடனும் லட்சுமணனுடனும் பிரஸ்ரவன மலையுச்சியின்மீது ஓய்வெடுத்துக் கொண்டிருந்தான். சுக்ரீவனின் வார்த்தைகளைக் கேட்டு உற்சாகமடைந்த அவர்கள் இருவரும் அனுமானின் வரவை ஆவலோடு எதிர்பார்த்தனர்.

அந்த வானரர் படை ஒரு பலத்த ஆரவாரத்தோடு அங்கே வந்து சேர்ந்தது. அவர்கள் ஒவ்வொருவரும் நடந்து கொண்ட விதம், சாத்தியமற்ற அந்தக் காரியத்தைத் தாங்களே சாதித்திருந்ததுபோலத் தோன்றச் செய்தது. அனுமானும் அங்கதனும் முன்னால் வந்தனர். அனுமான் ராமனுக்கு முன்னால் பணிந்து வணங்கிவிட்டு, "கண்டேன் சீதையை," என்று கூறினான். அவன் இந்த வரிசைப்படி அந்த வார்த்தைகளைக் கூறியதற்கு ஒரு காரணம் இருந்தது. ராமனின் இதயம் எதிர்பார்ப்புகளால் நிரம்பியிருந்தது என்பதையும், 'கண்டேன்' என்ற வார்த்தையைக் கேட்கும்வரை ராமனின் மனம் வேதனையில் துடித்துக் கொண்டிருக்கும் என்பதையும் அவன் அறிந்திருந்தான்.

தன்னால் முடிந்தால், அந்த ஒரு கணத்தில் ராமன் உணரக்கூடிய வலியைக் குறைக்க அனுமான் விரும்பினான். எனவேதான், "கண்டேன் சீதையை," என்று அவன் கூறினான். ராமன் அடைந்த மகிழ்ச்சியை ஒருவரால் எளிதாகக் கற்பனை செய்து கொள்ள முடியும். தன் அன்புக்குரிய மனைவி மகிழ்ச்சியற்று இருந்தாலும்கூட அவள் உயிரோடும் நலமாகவும் இருந்தாள் என்ற செய்தி ராமனுக்கு நிம்மதியளித்தது. அவன் அனுமானைக் கட்டியணைத்துத் தன் ஆசீர்வாதங்கள் அனைத்தையும் அவனுக்குக் கொடுத்தான்.

அனுமான் தங்களிடம் விவரித்திருந்த பல நிகழ்வுகளை ராமனிடம் கூறுவதற்கு மற்ற வானரர்கள் ஒருவரோடு ஒருவர் போட்டியிட்டனர். ராமன் அவர்களை அன்போடு பார்த்துவிட்டு, "நான் சீதையைப் பற்றிய அதிகமான விஷயங்களைத் தெரிந்து கொள்ள விரும்புகிறேன். அவள் என்ன கூறினாள்? அவள் எனக்கு ஏதேனும் செய்தி கொடுத்து அனுப்பியிருக்கிறாளா?" என்று கேட்டான். இதைக் கேட்டவுடன் அந்த வானரர்கள் தர்மசங்கடத்தில் நெளிந்தனர். பிறகு, அவர்கள் அனுமானிடம் திரும்பி மீதிக் கதையைத் தொடருமாறு வேண்டினர். அனுமான் ராமனை வணங்கிவிட்டு, இலங்கையைத் தான் நாசம் செய்தது, தன் கணவனைப் பிரிந்த துயரத்தில் உருக்குலைந்து போயிருந்த சீதையைத் தான் சந்தித்தது ஆகியவை பற்றிய ஒட்டுமொத்தக் கதையையும் கூறினான். சீதை தன்னிடம் கூறிய அந்தக் காக்கைக் கதையையும் நெற்றிக் குங்குமக் கதையையும் அவன் விவரித்தான். மனமொடிந்து போயிருந்த சீதை எப்படி அவற்றை விவரித்திருந்தாளோ, ஒரு வார்த்தைகூடப் பிசகாமல் அனுமான் அப்படியே அக்கதைகளைக் கூறினான். ராமன் கண்ணீர் விட்டபடியே இவற்றைச் செவிமடுத்தான். ராமனின் கணையாழியைக் கண்டு சீதை எவ்வளவு மகிழ்ச்சி கொண்டாள் என்பதை ராமனுக்குத் தெரிவித்த அனுமான், அவள் ராமனுக்காகத் தன்னிடம் கொடுத்திருந்த சூடாமணியை ராமனிடம் அவன் கொடுத்தான். ராமன் அதைப் பெற்றுக் கொண்டு தன் மார்பின்மீது வைத்து அழுத்தினான். ஏகப்பட்ட நினைவுகள் அவனுடைய மனத்தை ஆட்கொண்டன. "இந்தச் சூடாமணியை சீதையின் தந்தை ஜனகர் அவளுக்குக் கொடுத்தார். அவள் அதை எங்களுடைய திருமணத்தன்று அணிந்திருந்தாள். அவள் எவ்வளவு அழகாகக் காட்சியளித்தாள் தெரியுமா!" என்று கூறிய ராமன், தன் இளம் மனைவியின் நினைவில் மூழ்கிப் போனான்.

பிறகு ராமன் தன்னை ஆசுவாசப்படுத்திக் கொண்டு, அனுமான் மேற்கொண்ட அனைத்து முயற்சிகளுக்காகவும் அவனைப் பாராட்டினான். "யாராலும் சாதிக்க முடியாத ஒன்றை நீ சாதித்திருக்கிறாய். உன்னை முறையாக கௌரவித்து உனக்கு வெகுமதி அளிக்க முடியாத நிலையில் நான் இருக்கிறேன். அதற்காக

நான் வருந்துகிறேன். என் நன்றியைத் தெரிவிப்பதற்கு இப்போதைக்கு உன்னை அன்பாகக் கட்டித் தழுவ மட்டுமே என்னால் முடியும்," என்று கூறிவிட்டு அனுமானைத் தன் மார்போடு சேர்த்துக் கட்டித் தழுவினான். அங்கு கூடியிருந்த அனைவரும் இக்காட்சியைக் கண்டு மனம் நெகிழ்ந்தனர்.

யுத்த காண்டம்

வானரர்களின் அணிவகுப்பு

சீதை இருந்த இடம் கண்டுபிடிக்கப்பட்டிருந்த நிலையில், இலங்கையை முற்றுகையிட்டு அவளை மீட்பதற்கான சிறந்த வழி எது என்பதைக் கண்டுபிடிப்பது ராமனுடைய அடுத்தக் கவலையாக இருந்தது. இத்தகைய சிறிய பிரச்சனைகளைப் பற்றி அவன் வீணாகக் கவலைப்பட வேண்டாம் என்றும், தன் கட்டளைக்குக் கீழ்ப்படியத் தன் ஒட்டுமொத்தப் படையும் தயாராக இருந்ததாகவும் சுக்ரீவன் அவனிடம் கூறினான்.

“என் இனிய நண்பனே, வருத்தப்படுவதற்கான நேரம் இதுவல்ல. அந்தப் பெருங்கடலில் ஒரு பாலம் கட்டுவதற்கான ஒரு வழியைப் பற்றி தயவு செய்து சிந்தியுங்கள். என் வானரப் படையினர் மற்றவற்றைப் பார்த்துக் கொள்வர். நாங்கள் அனைவரும் உங்களுக்கு உதவுவதற்காகத்தான் இங்கே இருக்கிறோம். கையில் வில்லுடன் போர்க்களத்திற்குள் நீங்கள் நுழைந்துவிட்டால், உங்களை வீழ்த்தக்கூடியவன் இந்த ஒட்டுமொத்த உலகில் ஒருவன்கூட இல்லை என்பதை நினைவில் கொள்ளுங்கள். எனவே, இப்போது உங்கள் வருத்தத்தைக் கைவிட்டுவிட்டு, அதற்கு பதிலாகக் கோபத்தை அங்கே கொலுவேற்றுங்கள். பிறகு கண்ணிமைக்கும் நேரத்தில் நம் எதிரியை நாம் தோற்கடித்துவிடலாம்,” என்று சுக்ரீவன் கூறினான்.

இதைக் கேட்ட ராமன் அனுமானிடம் திரும்பி, “கடலில் பாலம் அமைப்பதற்கு உனக்கு எந்த யோசனையும் உதிக்காவிட்டால், என்னுடைய அக்கினி பாணம் அக்கடலை வற்றச் செய்து, வானரர்கள அக்கடலைக் கடப்பதற்கான ஒரு பாதையை ஏற்படுத்தும். ஆனால் முதலில் அந்நகரைப் பற்றி எனக்குக் கூறு. அந்நகரைப் பாதுகாப்பதறகு அந்த அரக்கர்கள் என்னென்ன ஏற்பாடுகளைச் செய்துள்ளனர்? அவர்களுடைய படையின் வலிமை என்ன? அந்நகர வாயில்கள் எந்த விதத்தில் பாதுகாக்கப்பட்டுள்ளன? இவையெல்லாம் தெரிந்தால் நாம் தாக்குதலை நம்மால் திட்டமிட முடியும்,” என்று கூறினான்.

அனுமான் ராமனை வணங்கிவிட்டு, அந்நகரையும் அதன் தடை அரண்களையும் பற்றிய அனைத்து விபரங்களையும் நினைவுகூர்ந்தான்.

பிறகு, “ராவணனின் தலைநகரம் மிக அழகாக வடிவமைக்கப்பட்டுள்ள ஒரு நகரம். அது ஒரு குன்றின்மீது அமைந்துள்ளது. விலையுயர்ந்த கற்கள் பதிக்கப்பட்டப் பொன்னாலான ஒரு சுவர் அதைச் சூழ்ந்துள்ளது. கீழே, முதலைகளுடன்கூடிய ஓர் அகழி இருக்கிறது. இரும்புக் கம்பிகளுடன்கூடிய மிகப் பெரிய நான்கு கதவுகள் அங்கு இருக்கின்றன. ஒவ்வொரு கதவுக்கு முன்னாலும் ஓர் இழுவைப் பாலம் உள்ளது. அந்தக் கதவுகள் ஒவ்வொன்றிலும் அரக்கர்கள் காவல் நிற்கின்றனர். அந்நகரின் பாதுகாப்பு பலமானதாக இருக்கிறது. நெருப்பைக் கக்குகின்ற இயந்திரங்களும், பெரிய பெரிய பாறைகளை வெகுதூரத்திற்கு அப்பால் தூக்கி எறியக்கூடிய கவண் இயந்திரங்களும் ராவணனிடம் இருக்கின்றன. அவன் எப்போதும் விழிப்பாகவும் எச்சரிக்கையாகவும் இருக்கிறான். அவனுடைய நகருக்குள் நுழைவது கிட்டத்தட்டச் சாத்தியமில்லாத ஒரு விஷயம். ஆனால் நீங்கள் பயப்படாதீர்கள். நம்மால் நிச்சயமாக அந்நகருக்குள் நுழைய முடியும் என்று நான் உறுதியாக நம்புகிறேன்,” என்று அனுமான் கூறினான்.

இதைக் கேட்டு மனமகிழ்ந்த ராமன், “ராவணனை நம்மால் அழிக்க முடியும் என்று நானும் உறுதியாக நம்புகிறேன். சூரியன் உச்சநிலையை எட்டியுள்ளது. அது இப்போது அபிஜித் எனும் ராசி மண்டலத்திற்குள் நுழைந்து கொண்டிருக்கிறது. இந்த நேரத்தில் துவக்கப்படும் எந்தவொரு காரியமும் வெற்றியில்தான் முடியும். சுக்ரீவா! இப்போதே அணிவகுத்துச் செல்லத் துவங்குமாறு உன் படையினருக்குக் கட்டளையிடு. நேரம் நமக்குச் சாதகமாக இருக்கிறது. நீலன் அவர்களில் ஒரு பகுதியினரை வழிநடத்திச் செல்லட்டும். பழங்களும் கிழங்குகளும் அபரிமிதமாக இருக்கின்ற ஒரு பாதை வழியாக அவன் போகட்டும். நாம் அணிவகுத்துச் செல்வதைக் கேள்விப்படும்போது அரக்கர்கள் நம் வழியில் இருக்கும் நீர்நிலைகளில் விஷம் கலக்க முயற்சிக்கக்கூடும், நமக்குப் பல விதங்களில் தொல்லை தரவும் முயற்சிக்கக்கூடும். அனுமான் என்னையும், அங்கதன் லட்சுமணனையும் தங்கள் தோள்களின்மீது சுமந்து செல்லட்டும். அப்போது நம்மால் வேகமாகப் போக முடியும். உன்னுடைய படையைப் பல பிரிவுகளாகப் பிரித்துவிடு. ஒவ்வொரு பிரிவையும் ஒரு மாபெரும் வீரன் வழிநடத்திச் செல்லட்டும்,” என்று கூறினான்.

ராமன் உத்தரவிட்டபடியே சுக்ரீவன் செய்தான். படையினர் அனைவரும் மிக வேகமாக முன்னேறிக் கொண்டிருந்தனர். வானரர்களிடையே பெரும் உற்சாகம் காணப்பட்டது. அவர்கள் மரத்திற்கு மரம் தாவிக் கொண்டும், ஆரவாரம் செய்து கொண்டும், தங்களுடைய வால்களை ஆட்டிக் கொண்டும் மகிழ்ச்சியாகச் சென்றனர். அவர்கள் மரக்கிளைகளில் தொங்கி ஊஞ்சலாடினர், மலர்களைப் பறித்து ஒருவர்மீது ஒருவர் வீசி எறிந்தனர், ஒருவரோடு

ஒருவர் விளையாட்டாகச் சண்டையிட்டனர், வழியில் கிடைத்தக் கனிகளையும் தேனையும் உட்கொண்டு களித்தனர். அவர்களிடையே உற்சாகம் கரைபுரண்டு ஓடிக் கொண்டிருந்தது. அவர்கள் ஒவ்வொரு மைல் தூரமாக மிகச் சுலபமாகக் கடந்து சென்றனர். ஓய்வு தேவைப்பட்டபோதெல்லாம் ஏரிக்கரைகளில் முகாம்கள் அமைத்துத் தங்கினர். குன்றுகளையும் காடுகளையும் கடந்து சென்று, இறுதியில் தெற்குக் கடலை அவர்கள் அடைந்தனர்.

ராமன் அங்கிருந்த மகேந்திர மலைமீது ஏறி, கீழே தெரிந்த பெருங்கடலைப் பார்வையிட்டான். அந்த மலையின் அடிவாரத்தில் இருந்த காட்டில் அன்று முகாமிட்டுத் தங்கள் தாக்குதலைத் திட்டமிடலாம் என்று அவன் தீர்மானித்தான். ஆயிரக்கணக்கான வானரர்கள் அந்தக் கடற்கரைக்கு வந்து சேர்ந்தனர். அவர்கள் அங்கு கூடியிருந்த விதம், பார்ப்பதற்கு இன்னொரு கடலைப்போலத் தோன்றியது. அலைகள் சுழன்றடித்த அந்தப் பெருங்கடலைப் பார்த்து பிரமித்த அவர்கள், அதைத் தாங்கள் எப்படித் தாண்டப் போகிறோம் என்று யோசித்தனர்.

ராமனும் லட்சுமணனும் தனியாக அமர்ந்திருந்தனர். "லட்சுமணா, இந்தக் கடலைப் பார்க்கும்போது என் இதயம் கனக்கிறது. காலம் அனைத்துத் துயரங்களையும் போக்கிவிடும் என்று கூறப்படுகிறது. ஆனால் என் விஷயத்தில் அது உண்மைபோலத் தெரியவில்லை. நேரம் கரைந்து கொண்டே இருக்கிறது. இரண்டு மாதங்களுக்கு மேல் தன்னால் உயிரோடு இருக்க முடியாது என்று அவள் நமக்குச் செய்தி அனுப்பியிருக்கிறாள். அவள் கொடுத்துள்ள காலக்கெடுவில் ஒரு மாதம் ஏற்கனவே முடிந்துவிட்டது. இப்போது நாம் என்ன செய்வது?" என்று கேட்டான்.

இதற்கிடையே, இலங்கையில், ராவணன் தன் அமைச்சரவையைக் கூட்டி, இலங்கை எரிக்கப்பட்ட நாளன்று நிகழ்ந்த சம்பவங்களைப் பற்றி விவாதித்தான். பல வருட உழைப்பினால் கட்டப்பட்டிருந்த நகரத்தை ஒருசில மணிநேரத்தில் ஒரு சாதாரண வானரன் அழித்திருந்தான் என்பதைக் கேள்விப்பட்டபோது ராவணன் பெரும் கவலை கொண்டான். வானரப் படையினர் இலங்கையை நோக்கி வந்து கொண்டிருந்தனர் என்று அவனுடைய ஒற்றர்கள் அவனிடம் தெரிவித்திருந்தனர். ராமன் வெற்றிகரமாகக் கடலைக் கடந்து வந்துவிடுவான் என்ற உணர்வு அவனுக்கு ஏற்பட்டது. எனவே, தன் அவையில் இருந்த அறிவார்ந்தவர்களின் அபிப்பிராயத்தைக் கேட்பது புத்திசாலித்தனமான காரியமாக இருக்கும் என்று அவன் நினைத்தான். துரதிர்ஷ்டவசமாக, அவனைத் துதிபாடியவர்கள் மட்டுமே அவனைச் சூழ்ந்திருந்தனர். ஏற்கனவே பெரிதாக இருந்த அவனுடைய அகங்காரத்தை மேலும் ஊதிப் பெரிதுபடுத்துவது எப்படி என்பதை மட்டுமே அவர்கள் அறிந்திருந்தனர்.

"அரசே, நீங்கள் தேவர்களையும் சிவபெருமானையும்கூடத் தோற்கடித்துள்ளீர்கள். உங்கள் பெயரைக் கேட்டாலே இந்த மூவுலகிலும் நடுங்காதோர் ஒருவர்கூட இல்லை. நீங்கள் ஏன் ராமனைக் கண்டு பயப்பட வேண்டும்? அவனுடைய வானரப் படை எப்படி உங்களுடைய படைக்கு ஈடாக முடியும்? உங்கள் மகன் இந்திரஜித் சொர்க்கலோகத்தை வென்றுள்ளான். அவனால் ராமனின் வானரப் படையைத் தனியொருவனாகவே சுலபமாக வீழ்த்திவிட முடியும்," என்று ராவணனின் வீரர்களில் சிலர் அவனிடம் கூறினர். இந்த ஆறுதல் வார்த்தைகள் ராவணனுக்கு நம்பிக்கையும் மகிழ்ச்சியும் ஊட்டின. ராவணனின் விருப்பங்களுக்கு எதிராகப் பேசியது அவனுடைய சகோதரன் விபீஷணன் ஒருவன் மட்டும்தான்.

"அரசே, ஓர் எதிரியை நாம் ஒருபோதும் குறைவாக மதிப்பிட்டுவிடக்கூடாது. ராமன் உங்களை எந்த விதத்தில் கோபப்படுத்தியிருக்கிறான்? நீங்கள்தான் அவனுடைய மனைவியைத் திருடி, அவளுடைய விருப்பத்திற்கு எதிராக அவளை இங்கே வைத்திருக்கிறீர்கள். இன்னொருவனின் மனைவியின்மீது ஆசைப்படுவது மகிழ்ச்சியின்மைக்கும் புகழ்க்கேட்டிற்கும் மட்டுமே வழி வகுக்கும். என்னுடைய அறிவுரையை ஏற்றுக் கொண்டு சீதையை ராமனிடம் ஒப்படைத்துவிடுங்கள். அவன் ஓர் ஆபத்தான எதிரி. நீங்கள் உடனடியாகச் செயல்படாவிட்டால், மாபெரும் ஆபத்து நம் எல்லோரையும் ஆட்கொள்ளும். நீங்கள் என் சகோதரராக இருப்பதாலும், நான் உங்களைப் பெரிதும் நேசிப்பதாலும்தான் உங்களுக்கு அறிவுறுத்தத் துணிந்தேன். நாம் எல்லோருமே சமாதானத்தோடும் இணக்கத்தோடும் வாழ விரும்புவதால், தயவு செய்து என் அறிவுரையை ஏற்றுக் கொள்ளுங்கள்," என்று விபீஷணன் கூறினான்.

ராவணன் ஒரு வார்த்தைகூடப் பேசாமல் தன் அவையைக் கலைத்தான். மறுநாள் காலையில் விபீஷணன் தன் சகோதரனின் அறைக்குச் சென்று அவனைப் பணிந்து வணங்கினான். விபீஷணன் ஒரு மென்மையான, உன்னதமான ஆன்மா. ஆக்ரோஷம் கொண்ட ராவணனிலிருந்து அவன் முற்றிலும் மாறுபட்டவன். அவன் மீண்டும் தன் சகோதரனுக்கு அறிவுரைகளை வழங்கி, ராவணன் தன்னுடைய தவறுகளால் ஏற்படவிருந்த பின்விளைவுகளை உணர்ந்து கொள்ளும்படி செய்தான். இலங்கை நெடுகிலும் தீய அறிகுறிகள் காணப்பட்டதாகவும், அவை தங்கள் வம்சத்தின் அழிவுக்கான தீய சகுனங்கள் என்றும் அவன் கூறினான்.

சீதையின்மீது மோகம் கொண்டிருந்த ராவணன், நல்ல நோக்கத்துடன் கூறப்பட்ட இந்த வார்த்தைகளைக் கேட்கும் மனநிலையில் இருக்கவில்லை. அவன் விபீஷணனைப் பார்த்து ஒரு கடுமையான குரலில், "யாரைக் கண்டும் நாம் பயப்பட

வேண்டியதில்லை. ராமன் அனைத்துக் கடவுளரோடும் இங்கு வந்தாலும்கூட, அவனால் என்னைத் தோற்கடிக்க முடியாது. விபீஷணா, நீ இங்கிருந்து போகலாம்! கோழைகளின் அறிவுரை எனக்குத் தேவையில்லை," என்று கோபமாகக் கூறினான்.

விபீஷணன் வருத்தத்தோடு அங்கிருந்து வெளியேறினான். ராவணன் அவனுடைய பேச்சிற்குச் செவிசாய்த்திருக்காவிட்டாலும்கூட, லேசான கவலை அவனைத் தொற்றிக் கொண்டது. அவன் மீண்டும் தன் ஆலோசனைக் குழுவைக் கூட்டினான். விபீஷணன் உட்பட அவனுடைய அனைத்து அமைச்சர்களும் ஒன்றுகூடினர்.

"உங்களுடைய அறிவுரையைக் கேட்பதற்காகத்தான் உங்கள் எல்லோரையும் நான் இங்கு வரவழைத்திருக்கிறேன். என் சகோதரன் கும்பகர்ணன் தன் நீண்ட உறக்கத்திலிருந்து கண்விழித்துத் தன்னுடைய அபிப்பிராயத்தைக் கொடுப்பதற்காக நான் காத்துக் கொண்டிருந்தேன். அவனும் இப்போது இங்கே வந்திருக்கிறான். சீதையின்மீது நான் தீவிர மோகம் கொண்டுள்ளேன் என்பதை நீங்கள் எல்லோருமே அறிவீர்கள். ஆனால் அவள் என்னை ஏறெடுத்துப் பார்க்கக்கூட மறுக்கிறாள். இப்போது கடலின் மறுகரையில் ராமன் தன் படையினருடன் முகாமிட்டிருக்கிறான் என்ற செய்தியை நான் கேள்விப்படுகிறேன். நாம் எடுக்க வேண்டிய அடுத்த நடவடிக்கை என்ன என்பதைத் தீர்மானிப்பதற்காகத்தான் அறிவார்ந்த மக்களாகிய உங்கள் அனைவரையும் நான் இங்கே கூட்டியுள்ளேன். உங்களுடைய அபிப்பிராயத்தை நான் தெரிந்து கொள்ள விரும்புகிறேன். கோசல நாட்டின் இளவரசன் கொல்லப்பட வேண்டும், வானரப் படை முற்றிலுமாக அழிக்கப்பட வேண்டும். இதை நாம் எப்படிச் செய்வது?" என்று ராவணன் கேட்டான்.

தூக்கத்தின்மீது தீராக் காதல் கொண்ட கும்பகர்ணன், இடிமுழக்கத்தைப் போன்ற ஒரு குரலில், "சீதையை அபகரித்து இங்கே கொண்டுவருவதற்கு முன்பாக அது பற்றி நீங்கள் எங்களுடன் கலந்தோலோசித்திருக்கவேண்டும். அந்த நேரத்தில் நீங்கள் உங்களுடைய ஆசைகளுக்கு மட்டுமே செவிசாய்த்தீர்கள். அதனால் இப்போது நீங்கள் பிரச்சனைக்கு உள்ளாகியிருக்கிறீர்கள். தன்னிச்சையாகச் செயல்பட்ட நீங்கள் இப்போது மட்டும் ஏன் எங்களுடன் ஆலோசனை நடத்த வேண்டும்? சீதையை நீங்கள் அபகரித்தது விஷம் கலக்கப்பட்ட உணவைப்போல ஆகியுள்ளது. ராமன் முன்னதாகவே இங்கு வந்திருக்காததைக் கண்டு நான் ஆச்சரியப்படுகிறேன். எங்கள் யாரையும் கலந்து பேசாமல் நீங்களாகவே தொடர் நிகழ்வுகளைத் துவக்கினீர்கள். இப்போது எங்கள் யாருக்கும் எந்தத் தீங்கும் நேராமல் இருப்பதை உறுதி செய்வது உங்கள் பொறுப்பு. நான் ராமனுடன் சண்டையிட்டு அவனைக் கொல்வேன் எனபது நிச்சயம். அப்போது சீதை உங்களுடையவள் ஆகிவிடுவாள். ஆனால், உங்களுடைய இந்தக்

காரியங்கள் எதிலும் எனக்கு உடன்பாடில்லை என்பதை நன்றாக நினைவில் கொள்ளுங்கள்," என்று கூறினான்.

ராவணன் அமைதியாக இருந்தான். தன் சகோதரன் இவ்வாறு வெளிப்படையாகப் பேசிய விதத்தை அவன் பொருட்படுத்தவில்லை. இன்னோர் அமைச்சர் ராவணனுடன் ஒத்துப் போகும் விதமாகப் பேசி, பயப்படுவதற்கு அவனுக்கு எந்தக் காரணமும் இல்லை என்று சுட்டிக்காட்டினான். மேலும், சீதையைத் தனக்குச் சொந்தமாக்கிக் கொள்வதுதான் ராவணனுடைய நோக்கம் என்றால், அவன் ஏன் அவளை வலுக்கட்டாயமாகத் தன் இச்சைக்கு உட்படுத்தியிருக்கவில்லை என்று அந்த அமைச்சர் கேட்டான்.

அதற்கு ராவணன், "அதற்கு ஒரு காரணம் இருக்கிறது. நெடுங்காலத்திற்கு முன்பு, தேவலோக மங்கையான ரம்பையை நான் சூறையாடினேன். அவள் ஒரு வாடிய மலரைப்போல ஆகி, என்னைப் பற்றித் தன் கணவனிடம் குறை கூறினாள். அவளுடைய கணவன் நளகுபேரன் என்மீது கடுங்கோபம் கொண்டு, 'ராவணா, இனி நீ எந்தவொரு பெண்ணோடும் அவளுடைய விருப்பமின்றிக் கூட முனைந்தால், உன் தலை ஆயிரம் துண்டுகளாகச் சிதறிவிடும்,' என்று எனக்கு ஒரு சாபமிட்டான். இந்த ஒரே காரணத்திற்காகத்தான் சீதையை வலுக்கட்டாயமாக எடுத்துக் கொள்ள நான் துணியவில்லை. ராமனுக்கோ அல்லது சீதைக்கோ இந்த விஷயம் தெரியாது. வானரர்களைக் கொண்ட ஒரு சாதாரணப் படையைக் கொண்டு ஒரு சாதாரண மனிதனால் எப்படி ஓர் அரக்க அரசனின் வலிமையை எதிர்த்து வெற்றி பெற முடியும்?" என்று முழங்கிவிட்டு உரத்தக் குரலில் சிரித்தான். விபீஷணனைத் தவிர அங்கிருந்த மற்ற அனைவரும் அவனோடு சேர்ந்து சிரித்தனர். ஆனால் பிரம்மனிடமிருந்து தான் வாங்கியிருந்த வரத்தைப் பற்றிய ஒரு முக்கியமான விஷயத்தை ராவணன் மறந்துவிட்டிருந்தான். யார் கையாலும் தன் மரணம் நிகழக்கூடாது என்று அவன் பிரம்மனிடம் வரம் கேட்டிருந்தான். ஆனால் தன் அகங்காரத்தில், மனிதர்களையும் வானரர்களையும் அவன் தன்னுடைய மதிப்புமிக்க எதிரிகளாகக் கருத மறுத்துவிட்டிருந்தான். ஆனால் இப்போது அவர்கள்தான் அவனைக் கொல்வதற்காக முன்னேறி வந்து கொண்டிருந்தனர்.

விபீஷணன் மீண்டும் ராவணனைத் தடுக்க முயன்றான். "அரசே, சீதை உங்கள் கழுத்தைச் சுற்றிய ஒரு விஷப்பாம்பைப் போன்றவள் என்பதை உங்களால் பார்க்க முடியவில்லையா? ராமனின் வல்லமையை எதிர்கொள்வதற்கான சக்தி உங்கள் வீரர்களுக்கு இல்லை. உங்களாலோ அல்லது கும்பகர்ணனாலோகூடப் போரில் அவனை எதிர்கொள்ள முடியாது," என்று கூறிய அவன் மற்ற அமைச்சர்களிடம் திரும்பி, "தன்னுடைய அரசனுக்கு அறிவார்ந்த ஆலோசனையைக் கொடுப்பதுதான் அமைச்சர்களின் கடமை. முடிந்தால், அவனுடைய

தவறினால் ஏற்படக்கூடிய பின்விளைவுகளில் இருந்து அவனைக் காப்பதும் அவர்களுடைய கடமை. ஆனால் நீங்கள் எல்லோரும் ஏன் நம் அரசரின் வீழ்ச்சியையும் நம் இனத்தின் அழிவையும் கொண்டு வருவதற்குக் கங்கணம் கட்டிக் கொண்டிருக்கிறீர்கள்?" என்று கோபத்தோடு கேட்டான்.

ராவணனின் மூத்த மகனான இந்திரஜித் இப்போது பொறுமையின்றிப் பேசினான். "அப்பா, சிற்றப்பாவிடமிருந்து இந்த வார்த்தைகள் வந்து கொண்டிருப்பது எனக்கு வியப்பளிக்கிறது! இது ஒரு கோழையின் பேச்சு. நீங்கள் அவருடைய பேச்சிற்குச் செவிசாய்த்தால் உங்கள் பெயர் மண்ணோடு மண்ணாகிவிடும். அவருடைய இயல்பு உங்கள் இயல்பிலிருந்து வேறுபட்டது. மக்கள் உங்களை எள்ளி நகையாடுவதை நீங்கள் விரும்பாவிட்டால், நீங்கள் அவருடைய பேச்சைக் கேட்காதீர்கள். யாராலும் வெற்றி கொள்ளப்பட முடியாத வீரன் என்ற பெயரை நான் சம்பாதித்திருக்கிறேன். இந்திரனின் வலிமைமிக்க யானையைக்கூட நான் தோற்கடித்திருக்கிறேன். இரண்டு மானிடப் பிறவிகளைக் கண்டவுடன் என் வீரம் குன்றிவிடும் என்று நீங்கள் ஏன் நினைக்க வேண்டும்?"

இந்திரஜித்தின் பேச்சை விபீஷணன் அமைதியாக கவனித்தான். "மகனே, சரி எது, தவறு எது என்பதை உன்னால் வேறுபடுத்திப் பார்க்க முடியாதது குறித்து நான் வருந்துகிறேன். தர்மத்தின் பாதை என்னவென்று உனக்குத் தெரியவில்லை. அதனால்தான் நீ இப்படிப்பட்ட வார்த்தைகளைக் கூறுகிறாய்," என்று கூறிய விபீஷணன், ராவணனிடம் திரும்பி, "அரசே, நான் கூறுவதை கவனமாகக் கேளுங்கள். உங்களிடம் உள்ள அரிய, விலையுயர்ந்த கற்களையும் ரத்தினங்களையும் உங்களோடு எடுத்துக் கொள்ளுங்கள். பிறகு சீதையையும் அழைத்துக் கொண்டு நேராக ராமனிடம் சென்று அவளை அவனிடம் ஒப்படைத்துவிடுங்கள். பிறகு, உங்கள் சுமையை ஒட்டுமொத்தமாக நீங்கள் உங்கள் தோள்களிலிருந்து இறக்கி வைத்துவிடலாம். தயவு செய்து என் பேச்சைக் கேட்கும்படி நான் உங்களிடம் மன்றாடுகிறேன்," என்று கூறினான்.

விதியின் பிடியில் சிக்கியிருந்த ராவணன், "விபீஷணா! மக்களின் பேச்சில் இருக்கின்ற உண்மையை இப்போது நான் உணர்கிறேன். ஒருவனால் தன் எதிரியோடும் ஒரு நாகத்தோடும்கூட இணக்கமாக வாழ்ந்துவிட முடியும், ஆனால் ஒரு நண்பன்போலப் பாசாங்கு செய்து கொண்டு, தனக்குத் தீங்கிழைப்பதற்கான ஒரு வாய்ப்பை எதிர்பார்த்துக் கொண்டிருக்கின்ற ஒருவனோடு அவனால் நிச்சயமாக வாழ முடியாது. நான் நெருப்பையும் ஆயுதங்களையும் கண்டு பயப்படவில்லை. நெருக்கமானவர்கள்தான் ஆபத்தானவர்கள். ஒரு மலரிலிருந்து கடைசித் துளித் தேனைப் பருகிய பிறகு அந்த மலரைவிட்டுப் பறந்து சென்றுவிடுகின்ற ஒரு தேனியைப்போல, ஓர்

உறவால் தனக்கு இனி எந்த லாபமும் இல்லை என்று உணரும்போது அந்த உறவைவிட்டு விலகிச் செல்கின்ற மக்கள் மதிப்பற்றவர்கள். வேறு யாரேனும் என்னிடம் இப்படிப் பேசியிருந்தால், நான் அவனைக் கழுத்தை நெறித்துக் கொன்றிருப்பேன். ஆனால் நீ என்னுடைய சகோதரனாக இருப்பதால் நான் உன்னை ஒன்றும் செய்யாமல் விட்டு வைக்கிறேன். ஆனால் நீ நம் இனத்திற்கு ஏற்பட்ட ஒரு மாபெரும் களங்கம்," என்று விபீஷணனைப் பழித்துரைத்தான்.

விபீஷணன் தன்னுடைய நண்பர்கள் நால்வருடன் எழுந்து நின்று, "அரசே, உங்கள் தவறால் ஏற்படவிருக்கின்ற பின்விளைவுகளிலிருந்து உங்களை நான் காப்பாற்ற முயன்றேன். நான் இதுவரை கூறிய எல்லாமே உங்களுடைய நன்மைக்காகத்தான் நான் கூறினேன். தேன் போன்ற இனிமையான வார்த்தைகளால் உங்களை மகிழ்விக்க முயல்கின்ற மக்களைக் கண்டுபிடிப்பது எப்போதுமே சுலபமானது. ஆனால் ஓர் அரசனிடம் உண்மையைத் துணிச்சலாகக் கூறுவதற்கான திறன் கொண்டவர்கள் வெகுசிலரே உள்ளனர். வயதில் நீங்கள் என்னைவிடப் பெரியவர். எனவே, என்னை மன்னித்துவிடும்படி நான் உங்களிடம் கேட்டுக் கொள்கிறேன். ஆனால் இனி என்னால் இங்கு இருக்க முடியாது. உங்கள் பக்கத்தில் இருந்த ஒரு முள் இப்போது உங்களைவிட்டுப் போகிறது. நான் உங்களுக்கு உதவ விரும்பினேன். ஆனால் மரணம் ஒருவனை நெருங்கிக் கொண்டிருக்கும்போது, தன்னுடைய நலனில் அக்கறை கொண்டவர்கள் கூறுகின்ற வார்த்தைகளுக்கு அவன் செவிசாய்க்க மாட்டான்," என்று கூறிய விபீஷணன், மறுகரையில் ராமனோடு சேர்ந்து கொள்வதற்காகத் தன் நண்பர்களுடன் அந்த அவையிலிருந்து வெளியேறினான்.

இலங்கைக்குப் பாலம்

விபீஷணன் ராவணனைவிட்டு விலகி மறுகரைக்குச் சென்று ராமனின் முகாமை அணுகினான். அந்த முகாமின் வாசலுக்குக் காவல் நின்ற வானரர்கள் விண்ணில் பறந்து வந்து கொண்டிருந்த அவனையும் அவனுடைய நான்கு நண்பர்களையும் கண்டனர். விபீஷணன் அணிகலன்களால் அலங்கரிக்கப்பட்டிருந்தான். அவனுடைய கையில் ஒரு பெரிய தண்டாயுதம் இருந்தது. சுக்ரீவன் அவனைக் கண்டபோது, அவனுடன் சண்டையிடத் தயாராகுமாறு தன் வானரர்களுக்குக் கட்டளையிட்டான். இதைக் கண்ட விபீஷணன், வானத்திலிருந்து உரத்தக் குரலில் பேசினான். "என் பெயர் விபீஷணன். ராவணனின் இளைய சகோதரன் நான். சீதையை ராமனிடம் ஒப்படைக்குமாறு நான் அவனுக்கு எவ்வளவோ அறிவுறுத்தினேன். ஆனால் அவன் என்னை இகழ்ந்து பேசி அவமானப்படுத்திவிட்டு என்னை அங்கிருந்து போகும்படி கூறிவிட்டான். என் குடும்பம் உட்பட என்னுடைய உடமைகள் அனைத்தையும் நான் துறந்துவிட்டு, ராமனின் பாதங்களில் அடைக்கலம் கேட்டு இங்கு வந்திருக்கிறேன். ஏனெனில், ராமன் எல்லா உயிர்களையும் கருணையோடும் நட்போடும் நடத்துவதாக நான் கேள்விப்பட்டிருக்கிறேன். நான் இங்கு வந்திருப்பதை தயவு செய்து ராமனுக்குத் தெரியப்படுத்துங்கள்."

சுக்ரீவன் ராமனிடம் ஓடிச் சென்று இவ்விஷயத்தைத் தெரிவித்துவிட்டு, "அந்த அரக்கர்கள் சூழ்ச்சிக்காரர்கள். அவர்களை ஒருபோதும் நம்பக்கூடாது. தான் ராவணனின் சகோதரன் என்று அவன் கூறுகிறான். ஆனால் அவன் ஓர் உளவாளியாக இருக்கக்கூடும். அவன் உங்கள் நம்பிக்கைக்குப் பாத்திரமானவனாக ஆகி, பிறகு உங்களுக்கு நம்பிக்கைத் துரோகம் இழைக்கக்கூடும். சரியான வாய்ப்பிற்காகக் காத்திருந்து பிறகு ஒட்டுமொத்தக் காக்கை இனத்தையும் அழிக்கின்ற ஓர் ஆந்தையைப்போல, அவன் நம்முடன் சேர்ந்து கொண்டு, பிறகு சரியான நேரத்திற்காகக் காத்திருந்து நம்மை அழித்துவிடுவான்," என்று கூறினான்.

அவன் கூறியவற்றை ராமன் உன்னிப்பாக கவனித்துவிட்டு, மற்றவர்களுடைய அபிப்பிராயங்களைக் கேட்டான். விபீஷணனை நம்பக்கூடாது என்றே எல்லோரும் கருத்துத் தெரிவித்தனர்.

கடைசியில் அனுமான் பேசினான். "என்னைக் கொல்லும்படி ராவணன் கூறியபோது, விபீஷணன் அதற்கு எதிராகப் பேசியதை நான் பார்த்தேன். உண்மையைக் கூறினால், அவனால்தான் ராவணன் என்னைக் கொல்லாமல் விட்டான். அவனுடைய தோற்றமோ அல்லது அவனுடைய நடத்தையோ எந்த விதத்திலும் சந்தேகத்திற்கு இடம் கொடுக்கவில்லை. தன் திட்டத்தைக் கைவிடுமாறு இவன் ராவணனுக்கு அறிவுறுத்த முயற்சித்திருக்கிறான், ராவணன் அதை ஏற்க மறுத்துவிட்டான் என்று எனக்குத் தோன்றுகிறது. அதனால்தான் இலங்கையைவிட்டு வெளியேறுவதென்று அவன் முடிவு செய்திருக்க வேண்டும். அதர்மத்தில் ஊறிப் போயிருக்கின்ற ஒருவனுடன் சேர்ந்து இருப்பது சரியல்ல என்று சாஸ்திரங்கள் கூறுகின்றன. மேலும், ஓர் உளவாளியாக வரும் எவனொருவனும் இவனைப்போலத் தன் வரவை அறிவிக்க மாட்டான்."

மனிதாபிமானத்தின் உறைவிடமாகத் திகழ்ந்த ராமன் அனுமானின் வார்த்தைகளைக் கேட்டு மனமகிழ்ந்தான். ஏனெனில், அனுமானின் வார்த்தைகள் ராமனின் மனத்திற்குள் ஓடிக் கொண்டிருந்த எண்ணங்களை அப்படியே துல்லியமாக எதிரொலித்தன. ராமன் அங்கிருந்தோரைப் பார்த்து, "மனம் முழுக்க அன்புடன் யார் என்னை அணுகினாலும், சம அளவு அன்புடன் நான் அவரை ஏற்றுக் கொள்வேன். என்னிடம் அடைக்கலம் கேட்டு வரும் யாரையும் நான் கைவிட மாட்டேன், அவரிடம் எவ்வளவு குறைகள் இருந்தாலும் சரி. இதுதான் என் முடிவு," என்று கூறினான்.

நுட்பமான அறிவு படைத்த சுக்ரீவன், ராமன் ஓர் அரக்கனோடு நட்புப் பாராட்டக்கூடாது என்று ராமனிடம் எடுத்துக்கூறி அவனை ஒப்புக் கொள்ள வைக்க எவ்வளவோ முயன்றான். ஏனெனில், அரக்கர்கள் நம்பிக்கைக்குரியவர்கள் அல்ல என்பதை அவன் அனுபவரீதியாக அறிந்திருந்தான்.

ஆனால் ராமன் அவனைப் பார்த்துப் புன்னகைத்துவிட்டு, "அரக்கர் குலத்தில்கூட அறநெறியைக் கடைபிடித்து வாழ்கின்ற ஒருவன் பிறப்பது சாத்தியம்தான். தன் தீய சகோதரனுடன் வாழ்வது இனியும் தனக்கு இயலாது என்று அவன் உணர்ந்ததால்தான் அவன் இங்கு என்னைத் தேடி வந்திருக்கிறான். நான் அவனை ஏற்றுக் கொள்ளப் போகிறேன்," என்று கூறினான்.

அதற்கு சுக்ரீவன், "நீங்கள் மிகவும் உன்னதமானவர். ஆனால் அவன் ஓர் உளவாளி என்று நான் உறுதியாக நம்புகிறேன். அவனைக் கொல்வதுதான் நமக்குப் பாதுகாப்பானது," என்று கூறினான்.

ராமன் மீண்டும் அவனைப் பார்த்துப் புன்னகைத்துவிட்டு, "அவன் நல்லவனா அல்லது கெட்டவனா என்பது எனக்கு முக்கியமில்லை. அடைக்கலம் தேடி வருகின்ற யாரும் கைவிடப்படக்கூடாது என்று தர்ம நெறி கூறுகிறது. என்னுடன் சேர்ந்து கொள்ள விருப்பம் தெரிவிக்கின்ற எவரொருவருக்கும் அபயம் கொடுப்பது என் வாழ்வில் நான் கடைபிடிக்கின்ற ஒரு கொள்கை. அவனுடைய நடத்தை அதற்கு ஒரு பொருட்டல்ல. ராவணன் இப்போது என்னிடம் வந்து என் பாதங்களில் விழுந்தால், அவனையும் நான் மறுக்க மாட்டேன். எனவே, அவனுடைய சகோதரனான விபீஷணனை இங்கே அழைத்து வா," என்று கூறினான்.

இந்த வார்த்தைகளைக் கேட்டு சுக்ரீவன் ஆச்சரியம் அடைந்தான். அவன் ராமனைப் பணிந்து வணங்கிவிட்டு, விபீஷணனை அழைத்து வரச் சென்றான். ராமன் தன்னை ஏற்றுக் கொண்டிருந்ததைக் கேள்விப்பட்ட விபீஷணன் பெருமகிழ்ச்சி அடைந்தான். அவன் ராமனுக்கு முன்னால் வந்து நின்று, அவனுடைய பாதங்களில் விழுந்து, அவற்றைத் தன் கைகளால் பற்றிக் கொண்டான். பிறகு அவன் எழுந்து கொண்டு, "இளவரசே, என் பெயர் விபீஷணன். ராவணனின் சகோதரன் நான். அவன் என்னை மிக மோசமாக நடத்தியுள்ளான். இலங்கையில் எனக்குச் சொந்தமான அனைத்தையும் நான் விட்டுவிட்டு வந்திருக்கிறேன். இப்போது உங்கள் பாதங்களில் நான் அடைக்கலம் பெற்றுள்ளேன். இனி நீங்கள்தான் எனக்கு எல்லாமே. என் உயிரும் நலனும் உங்கள் கைகளில்தான் இருக்கின்றன. என்னுடைய மகிழ்ச்சியையும் வருத்தத்தையும் என் ஒட்டுமொத்த வாழ்க்கையையும் நான் உங்கள் காலடியில் சமர்ப்பித்துவிட்டேன். தயவு செய்து என்னை உங்களுடைய அடிமையாக ஏற்றுக் கொள்ளுங்கள். நான் என்றென்றும் உங்களிடம் அர்ப்பணிப்போடு நடந்து கொள்வேன்," என்று வேண்டினான்.

விபீஷணனின் அர்ப்பணிப்பைக் கண்டு மனம் நெகிழ்ந்த ராமன், தன்னுடன் தங்குவதற்கு அவனுக்கு அனுமதி கொடுத்தான். பிறகு அவனைப் பார்த்துக் கனிவாகப் புன்னகைத்துவிட்டு அவனை வரவேற்றான். அதன் பிறகு, ராவணனின் வலிமைகளையும் பலவீனங்களையும் பற்றி அவனிடம் கேட்டான்.

அதற்கு விபீஷணன் இவ்வாறு பதிலளித்தான்: "ஒரு சிறப்பு வரமாக, ராவணனுக்குப் பத்துத் தலைகளை பிரம்மன் கொடுத்துள்ளான். தேவர்கள், பறவைகள், பாம்புகள், வானுலகத்தினர் ஆகிய யாராலும் அவனை எதிர்த்து வெற்றி கொள்ள முடியாது. என்னுடைய இன்னொரு சகோதரனான கும்பகர்ணன் ஒரு தனித்துவமான, அசாதாரணமான வீரன். ராவணனின் படைத்தளபதியான பிரஹஸ்தன் யாராலும் வெற்றி கொள்ளப்பட முடியாத ஒரு தலைசிறந்த வீரன். ராவணனின் மகன் இந்திரஜித்தையும் போரில் யாராலும் வெல்ல முடியாது.

அவனுடைய கவசத்தை எதுவொன்றாலும் துளைக்க முடியாது. நெருப்புக் கடவுளான அக்கினி அவனுக்கு ஏகப்பட்ட வரங்களைக் கொடுத்திருக்கிறான். தான் விரும்பும் நேரத்தில் மற்றவர்களுடைய பார்வைக்குப் படாமல் மாயமாய் மறைவதற்கான வரமும் அவற்றில் ஒன்று. ராவணனின் படையில் லட்சக்கணக்கான அரக்கர்கள் உள்ளனர். மாமிசமும் ரத்தமும்தான் அவர்களுடைய அன்றாட உணவு. தாங்கள் விரும்பும் நேரத்தில் அவர்களால் தங்கள் உருவத்தை மாற்றிக் கொள்ள முடியும். யுத்தங்களில் ராவணன் தேவர்களைக்கூடத் தோற்கடித்திருக்கிறான்."

ராமன் இந்த விபரங்கள் அனைத்தையும் உன்னிப்பாகச் செவிமடுத்துவிட்டு, பிறகு ஒரு புன்முறுவலுடன், "விபீஷணா, நீ எதற்கும் பயப்படாதே. நான் அவர்கள் எல்லோரையும் கொன்றுவிட்டு, உன்னை இலங்கையின் அரசனாக அரியணையில் அமர வைப்பேன். ராவணன் எந்த மூலைக்கு ஓடினாலும் சரி, என்னுடைய அம்புகளின் வீரியத்திலிருந்து அவனால் ஒருபோதும் தப்பிக்க முடியாது. நான் என்னுடைய இந்த லட்சியத்தை அடையும்வரை, அயோத்திக்குள் நான் அடியெடுத்து வைக்க மாட்டேன். என்னுடைய மூன்று சகோதரர்களின் பேரில் நான் இதை சத்தியம் செய்கிறேன்," என்று கூறினான்.

விபீஷணன் ராமனின் பாதங்களில் விழுந்து, "உங்களுடைய நோக்கத்தை நிறைவேற்றுவதற்கு என்னால் முடிந்த அளவு எல்லா வழிகளிலும் நான் உங்களுக்கு உதவுவேன் என்று தர்மத்தின் பேரில் நான் சத்தியம் செய்கிறேன். ஆனால் என் சொந்த மக்களை மட்டும் நான் கொல்ல மாட்டேன். இந்த ஒரு விஷயத்தை மட்டும் நான் ஒருபோதும் செய்ய மாட்டேன்," என்று கூறினான்.

ராமன் லட்சுமணனைப் பார்த்து, "லட்சுமணா, கடலிலிருந்து நீர் கொண்டு வா. விபீஷணனுக்கு நான் இங்கேயே, இக்கணமே முடிசூட்டப் போகிறேன்," என்று கூறினான். பிறகு, லட்சுமணன் கொண்டு வந்த தண்ணீரால் விபீஷணனுக்கு அபிஷேகம் செய்தான். அங்கு கூடியிருந்த வானரர்கள் அனைவரும் இதைக் கண்டு மகிழ்ச்சி ஆரவாரம் செய்தனர்.

பெருங்கடலைக் கடந்து இலங்கைக்குச் செல்வதற்கு ஒரு வழியைப் பரிந்துரைக்குமாறு சுக்ரீவனும் அனுமானும் தங்களுடைய புதிய நண்பனான விபீஷணனிடம் கேட்டனர். ராமன் கோரினால், கடல் தேவன் ராமனின் விருப்பங்களுக்கு உடன்படுவான் என்று விபீஷணன் பரிந்துரைத்தான். "இப்பெருங்கடல் இருப்பதே ராமனின் மூதாதையர்களான சாகர சகோதரர்களினால்தான். இக்கடல் அவர்களுக்குப் பெரிதும் கடன்பட்டுள்ளது. கடல் தேவனுக்கு நிச்சயமாக இது நினைவிருக்கும். ராமனுக்கு அவன் நிச்சயமாக உதவுவான்," என்று அவன் கூறினான்.

இதற்கிடையே, சுக்ரீவனைத் தன் பக்கம் இழுப்பதற்காக ராவணன் தன் வீரர்களில் ஒருவனை அவனிடம் அனுப்பி வைத்தான். ஆனால் வானரர்கள் அவனைப் பிடித்து, ஈவு இரக்கமின்றி அடித்து உதைத்தனர். அந்த வீரன் ராமனிடம் ஓடிச் சென்று, தன்னை அந்த வானரர்களிடமிருந்து காப்பாற்றுமாறு அவனிடம் கெஞ்சினான். அவனுக்குத் தொல்லை கொடுப்பதை நிறுத்திவிட்டு அவன் அங்கிருந்து போக அவனுக்கு வழிவிடும்படி ராமன் அந்த வானரர்களிடம் கூறினான். அப்போது அந்த வீரன் விண்ணளவு உயர்ந்து ராமனைப் புகழ்ந்தான். "உன்னதமானவரே! மனிதர்களிடையே நீங்கள் உண்மையிலேயே ஒரு கதாநாயகன். நான் ராவணனிடம் என்ன கூற வேண்டும் என்று தயவு செய்து எனக்குக் கூறுங்கள்," என்று அவன் கேட்டான்.

சுக்ரீவன் அதற்கு ஏளனமாக, "சுக்ரீவன் ஒருபோதும் ராவணனின் நண்பனாக ஆக மாட்டான் என்று உன் அரசனிடம் போய்க் கூறு. அவன் ராமனின் எதிரி. அவனுக்கு என் கையால் மரணம்தான் கிடைக்குமே தவிர வேறெதுவும் கிடைக்காது என்று அவனிடம் போய்ச் சொல்," என்று கூறினான்.

கடல் தேவன் தன் கோரிக்கைக்கு இணங்காவிட்டால் சாகும்வரை தான் உண்ணாவிரதம் இருக்கப் போவதாக ராமன் தீர்மானித்தான். எனவே, தர்ப்பைப் புல்லால் அமைக்கப்பட்ட ஒரு பாயின்மீது கடலுக்கு முன்னால் அமர்ந்து கொண்டு, அவன் தியானம் செய்யத் தொடங்கினான். மூன்று நாட்களும் மூன்று இரவுகளும் கழிந்தன. ஆனால் கடல் தேவனிடமிருந்து எந்த பதிலும் வரவில்லை. இறுதியில் ராமன் பொறுமையிழந்து, "லட்சுமணா, நான் முன்பே கூறியதுபோல, என்னுடைய நல்ல இயல்பைக் கண்டு மக்கள் நான் பலவீனமானவன் என்று சில சமயங்களில் தவறுதலாக நினைத்துவிடுகின்றனர். சிலரை வலுக்கட்டாயமாகத்தான் அடக்கி ஒடுக்க முடியும். கடல் தேவன் அவர்களில் ஒருவன்போலும்! என்னுடைய வில்லையும் அம்புகளையும் கொண்டு வா. நான் என் பாணங்களால் அவனை முழுவதுமாக வற்றச் செய்யப் போகிறேன். அவனிடமிருந்து எல்லா நீரையும் உறிஞ்சிவிட்டு, வெறும் மணல் நிரம்பிய ஒரு பரந்த நிலமாக அவனை நான் மாற்றப் போகிறேன். பிறகு என்னுடைய படை சுலபமாக ராவணின் எல்லையைச் சென்றடைந்துவிடும்," என்று கூறினான்.

இவ்வாறு கூறிவிட்டு, தன் சக்திவாய்ந்த வில்லிலிருந்து ஒவ்வோர் அம்பாக அவன் விடுவிக்கத் துவங்கினான். இதையடுத்து, கடல்நீர் மலையளவுக்கு உயர்ந்தெழுந்தது. பூமி அதிர்ந்தது. வானம் கரிய நிறத்திற்கு மாறியது. வான்வெளியின் குறுக்காக எரிகல்கள் மின்னல் வேகத்தில் சென்றன. பேரிடிகள் முழுங்கின. மின்னல்கள் பளிச்சிட்டன. பெருங்கடலானது வலி தாளாமல் முனகியது, ஓலமிட்டது. லட்சுமணன் ராமனின் கையைப் பிடித்துக் கொண்டு,

பொறுமை காக்கும்படி அவனிடம் மன்றாடினான். கடல் தேவனான சமுத்திரன் இப்போது பயத்தில் நடுங்கியபடி கடலுக்குள் இருந்து மேலெழுந்து வந்தான். ராமனின் கோபத்தால் ஏற்பட்டிருந்த பேரிருள் சமுத்திரனின் கழுத்தைச் சுற்றி மின்னிய அணிகலன்களின் ஒளியால் விலகியது. நீண்ட முத்து மாலைகள் அவனுடைய மார்பின்மீது ஒளிவீசின. அவனுடைய தலைமுடி கடற்பாசிகளால் மூடப்பட்டிருந்தது. அவனுடைய நீண்ட வெண்தாடியின் மேலாகத் தண்ணீர் வழிந்தது. அவன் தன் கைகளைத் தன் தலைக்கு மேலே கூப்பியபடி ஓர் அலையின் மேலாக எழுந்து, மெல்லக் கடற்கரைக்கு வந்து, ராமனின் முன்னால் பணிவாக நின்றான்.

"இளவரசே, அன்பு மற்றும் கருணையின் உறைவிடம் நீங்கள் என்பது எல்லோரும் அறிந்த விஷயம். என் இயல்பிற்கு எதிராக என்னால் செல்ல முடியாது என்பதால்தான் நான் முன்னதாக உங்கள் முன் தோன்றவில்லை. இது உங்களுக்குத் தெரியாதது அல்ல. பூமியும் நீரும் நெருப்பும் காற்றும் இயற்கை விதிகளால் கட்டுப்படுத்தப்படுகின்றன. நான் இயல்பாக ஆழமானவன், அகலமானவன், அளவிடப்பட முடியாதவன். என்னால் என் இயல்பை மாற்றிக் கொள்ள முடியாது. ஆனால் என்னைச் சுலபமாகக் கடந்து செல்வதற்கு என்னால் உங்களுக்கு ஒரு திட்டத்தைக் கொடுக்க முடியும். தேவர்களின் கட்டடக்கலை நிபுணனான விசுவகர்மா என்பவனின் மகன் நளன் உங்கள் வானரப் படையில் இருக்கிறான். பாலங்களைக் கட்டுவதில் அவன் கைதேர்ந்தவன். அவன் என்மீது ஒரு பாலத்தைக் கட்டட்டும். அந்தப் பாலம் கடலில் மூழ்கிவிடாதபடியும், அல்லது உங்கள் படை அதன்மீது நடந்து செல்லும்போது அப்பாலம் உடைந்துவிடாதபடியும் நான் பார்த்துக் கொள்கிறேன். உங்களுடைய படை இலங்கையை நோக்கிச் செல்லும்போது என்னுடைய சுறாக்களும் திமிங்கலங்களும் உங்கள் யாருக்கும் எந்த விதத்திலும் தீங்கிழைக்காது என்பதற்கு நான் உங்களுக்கு உத்தரவாதம் கொடுக்கிறேன்," என்று கூறிய சமுத்திரன், தன்னை அழைத்துச் செல்வதற்காகக் கடற்கரைக்கு வந்த ஓர் அலைக்குள் ஒன்றுகலந்தான்.

ராமன் நளனை அழைத்து, உடனடியாக ஒரு பாலம் அமைக்குமாறு கூறினான். கட்டுமானப் பணி தொடங்குவதற்கு முன்பாக, கடற்கரை மணலைக் கொண்டு அழகான சிவலிங்கம் ஒன்றை ராமன் உருவாக்கி, அதை வழிபட்டுவிட்டு, தன் முயற்சியில் தனக்கு வெற்றியைக் கொடுக்கும்படி அவரிடம் வேண்டினான். ராமன் இந்த சிவலிங்கத்தை நிறுவிய இடம்தான் ராமேசுவரம் என்று அழைக்கப்படுகிறது. இன்றுவரை வழிபாட்டிற்குப் பிரசித்தி பெற்ற ஒரு புகழ்மிக்க நகரமாக அது விளங்கி வருகிறது.

நளனின் உத்தரவின் பேரில் வானரர்கள் அனைவரும் அங்குமிங்கும் ஓடிச் சென்று, பாலம் கட்டுவதற்குத் தேவையான பொருட்களைச்

சேகரித்தனர். அவர்கள் மரங்களை வேரோடு பெயர்த்தனர், பெரிய பெரிய பாறைகளைக் கொண்டு வந்தனர். அளவில் குன்றுகளை ஒத்தப் பாறைகளை அவர்கள் அனாயாசமாகத் தங்கள் தோள்களின்மீது சுமந்து வந்தனர். அனுமானும் அவர்களோடு சேர்ந்து கொண்டான். அவன் ஒவ்வொரு கல்லையும் ஒவ்வொரு பாறையையும் தூக்கி வந்தபோது, ராமநாமத்தைத் தொடர்ந்து உச்சரித்துக் கொண்டே இருந்தான். எனவே, வேலை அதிவேகத்தோடும் உற்சாகத்தோடும் நடைபெற்றது. முதல் நாளன்று அப்பாலத்தின் ஐந்தில் ஒரு பகுதி கட்டி முடிக்கப்பட்டது. அந்த ஒட்டுமொத்தப் பாலமும் ஐந்து நாட்களில் கட்டி முடிக்கப்பட்டது. ராமனும் லட்சுமணனும் கடற்கரையில் அமர்ந்து அந்தக் கட்டுமான வேலையை கவனித்தனர். ராமனுக்கு உதவ விரும்பிய ஓர் அணில், தன் உடலைத் தண்ணீரில் நனைத்துக் கொண்டு, கடற்கரை மணலில் உருண்டு புரண்டு, பிறகு அந்தப் பாலத்திற்குச் சென்று அங்கு தன் உடலைக் குலுக்கி அந்த மண்ணைக் குவித்ததாகக் கூறப்படுகிறது. ஏனெனில், அந்த அணிலுக்கு அதுதான் முடிந்தது. வானரர்கள் அந்த அணிலைக் கேலி செய்தனர். தங்கள் பாதங்களுக்கு அடியில் மிதிபடுவதற்கு முன்பாக எங்காவது ஓடிப் போய்விடும்படி அவர்கள் அதனிடம் கூறினர். இதைக் கேட்டு பயந்த அந்த அணில், வருத்தத்தோடு அங்கிருந்து நகர்ந்து ராமனுக்குப் பக்கத்தில் போய் உட்கார்ந்து கொண்டது. ராமன் அதைத் தன் மடியின்மீது அமர்த்தி, அதன் முதுகைத் தன்னுடைய மூன்று விரல்களால் தடவிக் கொடுத்து அதற்கு ஆறுதல் கூறினான். அதனால்தான் நம்முடைய அணிலின் முதுகில் மூன்று கோடுகள் இருப்பதாக இன்றுவரை கூறப்பட்டு வருகிறது. அந்த அணிலின் பயத்தைத் தெளிவித்த ராமன், வானரர்கள் செய்த மாபெரும் சாதனைகள் தனக்கு எவ்வளவு அதிக மதிப்புவாய்ந்தவையோ, அதன் சிறு முயற்சிகளும் தனக்கு அதே அளவு மதிப்புவாய்ந்தவையே என்று அந்த அணிலிடம் கூறினான். வானரர்கள் கொண்டுவந்த பாறைகள் தனக்கு எவ்வளவு பொன்னானவையோ, அந்த அணில் சுமந்து சென்ற மணலும் தனக்கு அவ்வளவு பொன்னானவை என்று அவன் கூறினான். இவ்வாறு அச்சிறிய அணில் ராமனின் இதயத்தில் ஓரிடத்தைப் பிடித்துக் கொண்டது.

இறுதியில் அந்தப் பாலம் முழுமையாகக் கட்டி முடிக்கப்பட்டது. தேவர்கள்கூட சொர்க்கத்திலிருந்து அதைப் பார்வையிட்டனர். மேலேயிருந்து பார்த்தபோது, ஒரு பெண்ணின் தலைமுடிக்கு நடுவே இருக்கின்ற ஒரு வகிடைப்போல அது தெரிந்தது. அது மிக அழகாகவும் நேர்த்தியாகவும் இருந்தது. ராமன்தான் முதலில் அதன்மீது கால் வைத்தான். அடுத்து லட்சுமணனும், பிறகு சுக்ரீவனும் அவனைப் பின்தொடர்ந்தனர். பிறகு வானரர்கள் அனைவரும் மகிழ்ச்சியாகவும் உற்சாகமாகவும் ஆடிக் கொண்டும் பாடிக் கொண்டும் அவர்கள்

மூவருக்கும் பின்னால் சென்றனர். சில சமயங்களில், சில வானரர்கள் கடலுக்குள் குதித்துச் சிறிது நேரம் நீந்தினர். பிறகு அவர்கள் சிறிது தூரம் பாலத்தின்மீது நடந்து சென்றனர். அவர்கள் ஏற்படுத்திய சத்தம் அலைகளின் இரைச்சலையும் தாண்டி ஒலித்தது. அந்த வானரப் படை அப்பாலத்தின் வழியாகக் கடலைக் கடந்து சென்றபோது, அக்கடல் தன் மூச்சைப் பிடித்துக் கொண்டிருந்ததுபோல இருந்தது அது. கடைசியில் அவர்கள் அனைவரும் தங்கள் எதிரியின் நிலத்தின்மீது அடியெடுத்து வைத்தனர். அன்றிரவு எல்லோரும் தங்குவதற்கான ஏற்பாடுகளைச் செய்யும்படி ராமன் லட்சுமணனிடமும் சுக்ரீவனிடமும் கூறினான். மாலைச்சூரியன் மறைந்து வானில் நிலவு முளைத்திருந்தது. பாலத்தைக் கடந்து வந்த களைப்பில் ராமனின் படையினர் அனைவரும் ஓய்வெடுக்கத் தொடங்கினர். தலைநகரின் சத்தங்கள் காற்றில் மிதந்து வந்தன. வானரர்களின் உற்சாகத்தையும் அர்ப்பணிப்பையும் கண்டு ராமன் மனம் நெகிழ்ந்தான். அவர்களுடைய சூதுவாதற்ற அன்பு அவனை வெகுவாகக் கவர்ந்தது.

தங்கம் மற்றும் வெள்ளியால் ஆன சிறுசிறு கோபுரங்களுடன்கூடிய ராவணனின் தலைநகரை ஏறிட்டுப் பார்த்த ராமன், ஒரு காதல் கைதியாக ஆகியிருந்த தன் அன்பு மனைவி சீதையைப் பற்றி நினைத்துப் பார்த்தான். அவன் அந்த நகரத்தைப் பார்த்தபடி நீண்டநேரம் ஏதோ சிந்தனையில் மூழ்கிப் போனான். கடைசியில் அவன் சிந்தனை கலைந்து எழுந்து, தாங்கள் மேற்கொள்ள வேண்டிய நடவடிக்கைகளைப் பற்றித் தன் படைத்தளபதிகளிடம் பேசினான். யார் எந்தப் படைப்பிரிவுக்குத் தலைமை வகிக்க வேண்டும் என்பது போன்ற விஷயங்களும் அதில் விவாதிக்கப்பட்டன.

இலங்கையின் முற்றுகை

ராவணன் அனுப்பி வைத்திருந்த உளவாளி செய்தியுடன் திரும்பி வந்தான்: "இதுவரை ஒருபோதும் யாராலும் கடந்து வரப்பட்டிராத இக்கடலை ராமனின் படையினர் சுலபமாகக் கடந்து வந்து நம் கடற்கரையில் முகாமிட்டுள்ளனர். நீங்கள் சீதையை அவனிடம் உடனடியாக ஒப்படைக்க வேண்டும், அல்லது ஒரு பெரிய போருக்குத் தயாராக இருக்க வேண்டும்."

இந்த வார்த்தைகளைக் கேட்டு ராவணன் வெகுண்டெழுந்தான். "இந்த ஒட்டுமொத்த உலகமும் இங்கே வந்து என்னோடு சண்டையிடட்டும். ஆனாலும் சீதையை நான் ராமனிடம் திருப்பிக் கொடுக்க மாட்டேன். அவர்களால் இக்கடலைக் கடந்து வர முடியும் என்று நான் நம்பவில்லை என்பது உண்மைதான். ஆனால் அவர்கள் வந்துவிட்டனர். நீ இன்னொருவனை உன்னுடன் அழைத்துக் கொண்டு, இருவரும் வானரர்களைப்போல மாறுவேடம் புனைந்து அவர்களுடைய முகாமிற்குச் சென்று அவர்களுடைய திட்டங்களைக் கண்டறிந்து வா. உடனடியாகப் புறப்பட்டு சென்று, விரைவில் திரும்பி வா," என்று அவன் கத்தினான்.

அந்த இரண்டு அரக்கர்களும் அந்த முகாமிற்குள் நுழைந்து தங்கள் உளவு வேலையைத் தொடங்கிய சிறிது நேரத்திற்குள்ளாகவே விபீஷணன் அவர்களை அடையாளம் கண்டுகொண்டு ராமனிடம் இழுத்துச் சென்றான். அவர்கள் ராமனின் பாதங்களில் விழுந்து மன்னிப்புக் கேட்டுக் கதறினர். ராமன் அவர்களைப் பார்த்துப் புன்னகைத்துவிட்டு, "நீங்கள் உங்கள் வேலையை முடித்துவிட்டீர்களா? இல்லாவிட்டால், விபீஷணன் இந்த முகாம் முழுவதையும் உங்களுக்குச் சுற்றிக் காட்டுவதற்கு நான் ஏற்பாடு செய்கிறேன். மறைப்பதற்கு என்னிடம் எதுவுமில்லை. நீ உன் அரசனிடம் திரும்பிச் சென்று நான் இப்படிக் கூறியதாக அவனிடம் கூறு: 'நீ உன்னுடைய வல்லமையால் சீதையை என்னிடமிருந்து அபகரித்துச் செல்லத் துணிந்தாய். ஆனால் அந்த வல்லமை சோதனைக்கு உட்படுத்தப்படுவதற்கான நேரம் வந்துவிட்டது. நாளை காலையில் சூரியன் உதிக்கும்போது,

இலங்கை என்னால் அழிக்கப்படும். அப்போது ராமனின் கோபத்தை நீ காண்பாய்!' " என்று கூறிவிட்டு, விபீஷணனிடம் திரும்பி, "பரிதாபத்திற்குரிய இவ்விருவரையும் விடுவித்துவிடு. அவர்கள் என்ன தவறு செய்துள்ளார்கள்? அவர்கள் தங்கள் அரசனிடம் திரும்பிச் சென்று என்னுடைய செய்தியை அவனுக்குத் தெரிவிக்கட்டும்," என்று கூறினான்.

அந்த இரு குற்றவாளிகளும் பெரும் நிம்மதி அடைந்தனர். ராமன் தங்களை மன்னித்திருந்தது குறித்து அவனை மனதார ஆசீர்வதித்துவிட்டு, அவர்கள் இருவரும் வேகமாக இலங்கைக்குத் திரும்பிச் சென்று, ராமனின் செய்தியை ராவணனிடம் தெரிவித்தனர். ராவணன் கடுங்கோபம் கொண்டு, ராமனின் படைத்திறனைக் கணிப்பதற்காகத் தன்னுடைய அரண்மனை மதிலை நோக்கி விரைந்தான். ஒட்டுமொத்தக் கடற்கரையும், அதற்குப் பின்னால் இருந்த சோலைகளும் பல்வேறு அளவிலான, பல்வெறு வடிவிலான, பல்வேறு நிறங்களிலான வானரர்களாலும் கரடிகளாலும் நிரம்பி வழிந்தன. வெவ்வேறு படைப்பிரிவுகளின் தலைவர்கள் யாரென்று தனக்குச் சுட்டிக்காட்டுமாறு அவன் தன் உளவாளிகளிடம் கேட்டான். பிறகு அப்படைத்தலைவர்கள் ஒவ்வொருவரையும் அவன் உன்னிப்பாக கவனித்தான். தன்னுடைய உளவாளிகளால் தன்னுடைய எதிரியின் புகழைப் பாடுவதைத் தவிர வேறு எதுவும் செய்ய முடியவில்லை என்பதால் சினம் கொண்ட ராவணன், அங்கிருந்து ஓடிப் போகும்படி அவர்களைப் பார்த்துக் கத்தினான்.

அடுத்து, சீதையைச் சித்தரவதை செய்வதற்கான இன்னொரு தந்திரத்தைப் பற்றி அவன் யோசிக்கலானான். வித்யுத்ஜீவன் என்ற ஒரு மந்திரவாதியை அழைத்து, ராமனின் தலையைப் போன்ற அச்சசலனான ஒரு தலையை உருவாக்கி, அதன் நடுவே ஓர் அம்பைச் செருகித் தனக்குக் கொடுக்குமாறு அவன் அந்த மந்திரவாதியிடம் கூறினான். சீதைக்கு பயமுண்டாக்குவதற்காக அவன் அவ்வாறு செய்யத் திட்டமிட்டான். வருத்தத்தில் மூழ்கியிருந்த சீதையை நோக்கி ராவணன் வீறுநடை போட்டுச் சென்றான். மனம் முழுக்க ராமனின் நினைவுகளுடனும் தன் கண்களில் கண்ணீருடனும் சீதை நிலத்தைப் பார்த்தபடி அமர்ந்திருந்தாள்.

ராவணன் அவளிடமிருந்து ஒருசில அடிகள் தள்ளி நின்று சிறிது நேரம் அவளுடைய அழகைப் பருகிவிட்டு, பிறகு அவளை அணுகினான். "பயனற்ற உன் கணவனை நீ மறப்பதற்கான நேரம் வந்துவிட்டது. சீதா, ராமன் செத்துவிட்டான். உன்னுடைய ஆன்மீக சக்திகள் அவனைக் காப்பாற்றுவதற்குப் போதுமானவையாக இல்லை என்பது இப்போது தெரிகிறது. உன் கணவனை யாராலும் வீழ்த்த முடியாது என்று நீ மார்தட்டினாய் அல்லவா? ஆனால் அவன் என் கையால் கொல்லப்பட்டுவிட்டான். அவன் தன் படையினருடன் கடற்கரையில் முகாமிட்டிருந்தான். ஆனால் அவன்

தூங்கிக் கொண்டிருந்தபோது என்னுடைய படைத்தளபதி அங்கு சென்று அவனுடைய தலையை வெட்டி எடுத்து வந்துவிட்டான். விபீஷணனையும் நான் சிறைபிடித்துவிட்டேன். லட்சுமணனும் மற்ற வானரர்களும் தங்கள் உயிரைக் காத்துக் கொள்ள அங்கிருந்து ஓடிவிட்டனர். அனுமான் நன்றாக அடித்து உதைக்கப்பட்டு ஒரு மரத்திற்குக் கீழே கொல்லப்பட்டுக் கிடக்கிறான். ஒட்டுமொத்தக் கடற்கரையும் வானரர்களின் ரத்தத்தால் குளிப்பாட்டப்பட்டுள்ளது," என்று கூறிவிட்டு, சீதையை உற்றுப் பார்த்துவிட்டு, "நீ என்னை நம்பவில்லைபோலத் தெரிகிறது. நான் இதை எதிர்பார்த்தேன். உனக்கு நம்பிக்கை ஏற்பட வேண்டும் என்பதற்காக நான் ராமனின் தலையைக் கொண்டு வந்திருக்கிறேன்," என்று கூறினான்.

வித்யுத்ஜீவன் என்ற அந்த மந்திரவாதியை அழைத்து வரும்படி அவன் தன் அரக்கர்களில் ஒருவனுக்கு உத்தரவிட்டான். வித்யுத்ஜீவன் தான் உருவாக்கியிருந்த ராமனின் தலையை ஒரு கம்பியில் குத்தி அங்கு எடுத்து வந்தான். கொடூரமாகக் காட்சியளித்த அப்பொருளை ராவணன் சீதையின் முன்னால் வைத்தான். பிறகு அவன் ஒரு வில்லை அவளுக்கு முன்னால் எறிந்துவிட்டு, "ராமனின் புகழ்பெற்ற வில் இதோ!" என்று கூறி, அவளை நோக்கிக் குனிந்து, அவளுடைய காதுகளுக்கு மட்டுமே கேட்கும் ஒரு மெல்லிய குரலில், "இப்போது நீ என்னுடையவளாக ஆக சம்மதிப்பாயா?" என்று கேட்டான்.

ராவணன் வரவழைத்திருந்த அந்தப் பொய்த் தலையைக் கண்டவுடன், அது பொய்யென்று தெரியாத சீதை அலறினாள். "என் அன்புக் கணவரே, நீங்கள் என்னைக் கைவிட்டுவிட்டீர்களா? நானே உங்களுடைய மரணத்திற்குக் காரணமாகிவிட்டேன். நான் ஒரு பாவி," என்று கூறிவிட்டு, அவள் தன் மார்பின்மீது அடித்துக் கொண்டு கதறி அழுதாள். வருத்தத்தில் அவள் தன்னை நோக்கித் திரும்புவாள் என்று ராவணன் ஆவலோடு எதிர்பார்த்துக் காத்திருந்தான். ஆனால் அவள் அவனைக் கண்டுகொள்ளக்கூட இல்லை.

அப்போது, ஒரு முக்கியமான விஷயத்தைப் பற்றிப் பேசுவதற்காக ஆலோசனை அறையில் அவனுடைய அமைச்சர்கள் அவனுக்காகக் காத்துக் கொண்டிருந்ததாகவும், அவன் உடனடியாக அங்கு வந்தாக வேண்டும் என்றும் ராவணனுக்குச் செய்தி கொண்டுவரப்பட்டது. அது என்ன முக்கியமான விஷயமாக இருக்கும் என்ற கவலையோடு ராவணன் உடனடியாக அங்கிருந்து புறப்பட்டான். அவன் அந்த இடத்தைவிட்டுப் போன உடனேயே, அந்த மாயத் தலையும் வில்லும் மறைந்துவிட்டன. இதைக் கண்டு சீதை ஆச்சரியமடைந்தாள். சரியாக அந்த நேரத்தில், விபீஷணனின் மனைவியான சாராமா அங்கு வந்தாள். சீதையின்மீது பாசம் கொண்டிருந்த அவள், சீதையை ஏமாற்றுவதற்காக ராவணன் நிகழ்த்தியிருந்த அந்தக் கபட நாடகத்தைப் பற்றி அவளிடம் கூறினாள்.

“சீதா, நீ பயப்படாதே. ராமனை யாராலும் ஒருபோதும் கொல்ல முடியாது. உன் கணவனும் அவனுடைய சகோதரனும் ஆரோக்கியமாக இருக்கின்றனர். மலையடிவாரத்தில் அவர்கள் முகாமிட்டுள்ளனர். இலங்கையின்மீது தாக்குதல் நடத்த அவர்கள் தயாராக இருக்கின்றனர்,” என்று அவள் கூறிக் கொண்டிருந்தபோது, ஊதுகொம்புகள் முழங்கின. சண்டையிடத் தயாராகும்படி அரக்கர்களுக்கு விடுக்கப்பட்ட அழைப்பொலி அது. ஊதுகொம்பு முழங்கிய சத்தம் கேட்டு மூர்ச்சையடைந்து கீழே விழுந்த சீதைக்கு விழிப்பூட்டிய சாராமா, அவளை உற்சாகப்படுத்தினாள்.

இலங்கையை நோக்கி வந்து கொண்டிருந்த வானரப் படையினர் ஏற்படுத்திய சத்தங்கள் ராவணனுடைய படையினரின் உற்சாகத்தைக் குன்றச் செய்தன. ராவணன் அவர்களுடைய பயத்தைக் கண்டு சிரித்துவிட்டு, “நீங்கள் எல்லோரும் மாபெரும் வீரர்கள். ஆனாலும் ராமன் வெல்லப்பட முடியாதவன் என்ற வதந்தியைக் கேட்டவுடன் நீங்கள் எல்லோரும் பயத்தில் நடுங்கிப் போயிருப்பது எனக்கு ஆச்சரியமளிக்கிறது,” என்று கூறினான்.

இதைக் கேட்டவுடன், வயதில் மிகவும் மூத்த அமைச்சர் ஒருவர் ராவணனைப் பார்த்து, “மகனே, ஓர் அரசன் தன் குடிமக்களின் நலனைத்தான் எப்போதும் தன் இதயத்தில் நிலைப்படுத்தியிருக்க வேண்டும். ஒரு பெண்ணின்மீது நீ கொண்டுள்ள மோகத்தால் உன் மக்களின் நலனைத் தியாகம் செய்ய நீ தயாராகிவிட்டாய். ஓர் அரசனுக்கு இது தகுமா? இந்த ஒட்டுமொத்தப் பகையுணர்வுக்கும் தீமைக்கும் காரணம் சீதைதான். அவளை முறையாக அவளுடைய கணவனிடம் ஒப்படைத்துவிட்டு உன் நாட்டைக் காப்பாற்று. பிரம்மன் உனக்குக் கொடுத்த வரம் உனக்கு மறந்துவிட்டதா? வானுலகத்தினராலும் மற்றத் தீய சக்திகளாலும் நீ கொல்லப்படக்கூடாது என்று நீ அவனிடம் வரம் வாங்கியுள்ளாய். ஆனால் மனிதர்களையும் வானரர்களையும் நீ அந்தப் பட்டியலில் குறிப்பிடவில்லை. ஆனால் இப்போது அவர்கள்தான் உன்னுடன் சண்டையிட வந்து கொண்டிருக்கிறார்கள். சீதையின்மீது நீ கொண்டுள்ள மோகம் உனக்கும் நம்முடைய வம்சத்திற்கும் சீரழிவைக் கொண்டுவந்துவிடும். தயவு செய்து சீதையைத் திருப்பிக் கொடுத்துவிட்டு எங்களை நிம்மதியாக வாழ விடு,” என்று கூறினான்.

விமர்சனங்களை ராவணன் ஒருபோதும் பொறுத்துக் கொண்டதில்லை. மேலும், சீதையின்மீது அவன் அளப்பரிய ஆசை கொண்டிருந்ததால், அவளைத் திருப்பிக் கொடுப்பது பற்றிய எண்ணத்தை அவனால் பொறுத்துக் கொள்ள முடியவில்லை. “நீங்கள் எல்லோரும் எந்த ராமனைக் கண்டு பயப்படுகிறீர்களோ, அவன் ஒரு சாதாரண மானிடப் பிறவி. தன் சொந்தத் தந்தையால் நாடு கடத்தப்பட்டவன் அவன். அவன் இப்போது ஒருசில வானரர்களைத் தன்னுடன் அழைத்துக் கொண்டு ராவணனின் வல்லமைக்கு

எதிராகப் போரிடத் துணிந்திருக்கிறான். நான் தேவர்களைக்கூட எனக்கு அடிபணிய வைத்திருக்கிறேன். நீங்கள் எல்லோரும் ராமனை ஒரு வல்லவனாக நினைப்பது நகைப்புக்குரியதாக இருக்கிறது. நான் எவ்வளவு சிரமப்பட்டு சீதையை இங்கே கொண்டு வந்திருக்கிறேன் தெரியுமா? அப்படியிருக்கும்போது, நான் அவளை அந்தத் துறவியிடம் திருப்பிக் கொடுத்துவிடுவேன் என்று நீங்கள் நினைத்தீர்களா? நான் ஒருபோதும் அவளை ராமனுக்கு விட்டுக்கொடுக்கப் போவதில்லை. நான் இரண்டாகப் பிளக்கப்பட்டாலும், யாருக்கும் நான் தலை வணங்க மாட்டேன், யாரிடமும் நான் மன்னிப்புக் கேட்டு நிற்க மாட்டேன்," என்று கூறினான்.

பிறகு, நகர வாயில்களில் பலத்தப் பாதுகாப்பு ஏற்பாடுகளைச் செய்யும்படியும், தேவைப்பட்டால் ஒரு நீண்ட முற்றுகைக்குத் தயாராகும்படியும் அவன் தன் தளபதிகள் அனைவருக்கும் உத்தரவிட்டான்.

இதற்கிடையே, நகர வாயில்களில் காவலுக்கு நிறுத்தப்பட்டிருந்த அரக்கர்களைக் காணக்கூடிய அளவுக்கு ராமனின் படை இலங்கையை நெருங்கியிருந்தது. ராவணனின் படைகள் எங்கெல்லாம் நிறுத்தப்பட்டிருந்தன என்பது பற்றிய செய்திகளை விபீஷணனின் உளவாளிகள் அவனிடம் தெரிவித்திருந்தனர். இதைக் கேட்ட ராமன், தன்னுடைய தளபதிகளில் யார் எந்த வாயிலுக்குச் செல்ல வேண்டும் என்று தீர்மானித்தான். லட்சுமணனும் தானும் வடக்கு வாயிலுக்குச் செல்ல வேண்டும் என்று அவன் தீர்மானித்தான். ஏனெனில், அந்த வாயில் ராவணனால் பாதுகாக்கப்பட்டுக் கொண்டிருந்தது. இரவு நெருங்கிக் கொண்டிருந்தது. ராமனும் லட்சுமணனும் ஒருசிலரை அழைத்துக் கொண்டு அருகிலிருந்த ஒரு குன்றுக்குச் சென்றனர். அங்கிருந்து பார்த்தபோது ராவணனின் தலைநகரம் மிக பிரம்மாண்டமாகத் தெரிந்தது. அவர்கள் அனைவரும் வெட்டவெளியில் படுத்துத் தூங்கி அன்றிரவைக் கழித்தனர். மறுநாள் காலையில் அவர்கள் கண்விழித்தபோது, அழிவின் பிடியில் சிக்கியிருந்த அந்நகரிலிருந்து காற்றில் மிதந்து வந்த மலர்களின் நறுமணம் அவர்களுக்குக் கிறுகிறுப்பை ஏற்படுத்தியது. பறவைகள் தங்களுடைய இனிமையான இசையால் காலைச் சூரியனை வரவேற்றன. ராவணன் தன் வெண்கொற்றக் குடையின்கீழ் தன் அரண்மனை மதிலுக்குப் பின்னால் நின்று கொண்டிருந்ததை ராமன் கண்டான். ராவணனை அவன் அப்போதுதான் முதன்முதலாகப் பார்த்தான். அவனுடைய செந்நிறப் பட்டாடையின்மீது இருந்த தங்கம் சூரிய ஒளியில் தகதகத்தது ராமனுக்குப் பக்கத்தில் நின்று கொண்டிருந்த சுக்ரீவன், ராவணன் பெருமையோடு தன் மாளிகையில் நின்று கொண்டிருந்ததைக் கண்டபோது, அவனால் அதைப் பொறுத்துக் கொள்ள முடியவில்லை. கண்ணிமைக்கும் நேரத்தில் அவன்

விண்ணை நோக்கித் தாவிச் சென்று ராவணனுக்குப் பக்கத்தில் வந்து குதித்து அவன்மீது பாய்ந்தான்.

இதை எதிர்பார்க்காத ராவணன் சற்றுத் தடுமாறினான். ஆனாலும் அவன் யாரென்பதை அவன் அடையாளம் கண்டுகொண்டு, "ஓ, வானரத் தலைவனா நீ! நீ மிக விரைவில் உன்னுடைய அந்த அழகான கழுத்தை இழக்கப் போகிறாய். அதுதானே உனக்கு உன் பெயரைக் கொடுத்துள்ளது?" என்று கேட்டான்.

ராவணன் சுக்ரீவனின் கதையை அங்கேயே முடித்திருப்பான். ஆனால் சுக்ரீவன் தன் தவறை உணர்ந்து கொண்டு ராவணின் பிடியிலிருந்து தப்பி, விண்ணில் சாடி, மீண்டும் ராமனின் பக்கத்தில் வந்து குதித்தான். அவன் செய்த முட்டாள்தனமான காரியத்திற்காக ராமன் அவனை மென்மையாகக் கடிந்து கொண்டான். ஆனால் மற்ற வானரர்கள் தங்கள் தலைவனின் செயலைக் கண்டு உற்சாகமடைந்து அவனைக் குதூகலப்படுத்தினர்.

கம்புகள், கற்கள், பாறைகள், மரங்கள் ஆகியவற்றைத் தங்களுடைய ஆயுதங்களாக ஏந்திக் கொண்டு வானரர்கள் ராமனுக்குப் பின்னால் சென்றனர். அவர்கள் அந்நகரத்தை நோக்கிச் சென்று, முன்கூட்டியே தங்களுக்கு நிர்ணயிக்கப்பட்டிருந்த இடங்களில் நின்று கொண்டனர். ராமன் போரிலும் தர்ம நெறிகளைக் கடைபிடித்தான். கடைசியாக ஒரு முறை அவன் ராவணனுக்கு சமாதானத் தூது ஒன்றை அனுப்பினான். அதற்கு அவன் அங்கதனைத் தேர்ந்தெடுத்தான்.

"அங்கதா, நீ ராவணனிடம் சென்று, 'நீ என் மனைவியைத் திருடியதற்காக நான் உன்னைத் தண்டிக்க வந்திருக்கிறேன். ஆனால் இக்கணத்தில்கூட, நான் உனக்கு ஒரு வாய்ப்புத் தருகிறேன். சீதையை என்னிடம் திருப்பிக் கொடுக்க நீ ஒப்புக் கொண்டால், நான் இந்தப் போரை நிறுத்திவிடுவேன். இல்லையென்றால், அரக்க இனமே ஒட்டுமொத்தமாக அழிக்கப்படும்வரை இந்தப் போர் நீடிக்கும்' என்று நான் கூறியதாக அவனிடம் கூறு."

அங்கதன் விண்ணில் சாடி, ராவணனின் ஆலோசனை அறையைச் சென்றடைந்தான். ராவணன் அங்கு தன் அமைச்சர்களுடன் கூடியிருந்தான். அங்கதன் துணிச்சலாக உள்ளே நடந்து சென்று ராமனின் செய்தியை ராவணனுக்குக் கொடுத்தான். கோபமடைந்த ராவணன், அங்கதனைப் பிடித்து அடித்துக் கொல்லும்படி தன் அமைச்சர்களுக்குக் கட்டளையிட்டான். அவர்கள் அவனைப் பிடிப்பதற்காக ஓடி வந்தபோது, அவன் அவர்களைத் தூக்கிக் கொண்டு அங்கிருந்த மொட்டை மாடியின்மீது தாவிக் குதித்தான். பிறகு அவன் அவர்கள் அனைவரையும் அங்கிருந்து கீழே வீசிவிட்டு ராமனிடம் திரும்பிச் சென்றான். போர் இப்போது தவிர்க்கப்பட முடியாததாக ஆனது. ராவணனுக்குரிய இறுதி வாய்ப்பு அவனுக்குக் கொடுக்கப்பட்டிருந்தது. ராமனின் படைகள் ராவணனின்

தலைநகரக் கோட்டைகளை நோக்கி அணிவகுத்துச் செல்லத் துவங்கின. அந்நகரின் சுவர்களை ராமன் பார்த்தபோது அவனுடைய இதயம் சீதையிடம் பறந்து சென்றது. தன் கணவன் இங்கு வந்து தன்னை மீட்டுச் செல்வான் என்று இத்தனை மாதங்களாக அவள் கவலையோடு காத்துக் கொண்டிருந்தாள் என்பதை நினைத்தபோது ராமன் கலங்கினான். ஆனால் தீவிர நடவடிக்கை எடுப்பதற்கு அவனைத் தூண்டுவதற்கு இந்த எண்ணம் போதுமானதாக இருந்தது.

கடுமையான சண்டை

வானரப் படையினர் ரத்தத்தை உறைய வைக்கும் கூக்குரல்களுடன் நகரின் கிழக்கு வாசலை நோக்கி வேகமாகச் சென்றனர். அவர்கள் அந்த வாசலின் சுவர்கள்மீது ஏறி, மதில்களை உடைத்து நொறுக்கினர். அவர்கள் அங்குமிங்கும் தாவிக் குதித்ததும், இலங்கையை அழித்தே தீருவது என்பதில் குறியாக இருந்த அவர்கள் உற்சாகக் குரல் எழுப்பியதும் அந்த இடத்திற்கு ஒரு துடிப்பைக் கொடுத்தன. அரக்கப் படையினர் இந்த எதிர்ப்பைத் திறமையாக எதிர்கொண்டு தங்கள் கோட்டைகளைச் சிறப்பாகப் பாதுகாத்தனர். முதல் நாளன்று நடந்த போர் அன்றிரவுவரை நீடித்தது. இரவில் சுற்றித் திரிவதை வழக்கமாகக் கொண்ட அரக்கர்கள் அப்போது அதிக வலிமை கொண்டவர்களாக ஆனார்கள்.

ராவணனின் மகனான இந்திரஜித் ஒரு திறமையான வீரனாக இருந்தான். அங்கதனைக் கிட்டத்தட்டத் தோற்கடித்தப் பிறகு, அவன் விண்ணில் தாவி, மேகங்களுக்குள் சென்று மறைந்துவிட்டான். இந்த மறைவிடத்திலிருந்து, தான் ஏற்கனவே காயப்படுத்தியிருந்த ராமனையும் லட்சுமணனையும் நோக்கி அவன் தன்னுடைய பயங்கரமான நாகபாசத்தை ஏவினான். அது அவர்கள் இருவரையும் கட்டிப் போட்டது. ராமன் மயங்கிக் கீழே விழுந்தான். அதையடுத்து லட்சுமணனும் மயங்கிச் சரிந்தான். இந்திரஜித்தின் அம்புகள் தங்கள் உடல் முழுக்கத் துளையிட்டிருக்க, அவனுடைய மாயக் கயிறு அவர்களைக் கட்டிப் போட்டிருக்க, ரத்தத்தில் நனைந்திருந்த அவர்கள் தங்கள் அம்புப் படுக்கைகளமீது படுத்துக் கிடந்தனர். எப்போதாவது ஏற்பட்ட லேசான அசைவைத் தவிர, அவர்கள் உயிரோடு இருந்தனர் என்பதற்கான அறிகுறி எதுவும் தென்படவில்லை. இதைக் கண்டு வானரப் படை பீதியடைந்தது. இந்திரஜித்தைத் தேடி அவர்கள் வானத்தைப் பார்த்தனர். ஆனால் விபீஷணனைத் தவிர யாராலும் அவனைப் பார்க்க முடியவில்லை. ஆனால் நாகபாசத்திற்கு எதிராக அவனாலும் எதுவும் செய்ய முடியவில்லை. கோசல இளவரசர்களைத் தான் கொன்றுவிட்டிருந்ததாக உறுதியாக நம்பிய இந்திரஜித் வெற்றிக் களிப்பு எய்தினான். வானரப் படையில் ஒரு பெரும் அழிவை

ஏற்படுத்தியிருந்த அவன், இந்த மகிழ்ச்சியான செய்தியைத் தன் தந்தையிடம் தெரிவிப்பதற்காக அரண்மனைக்குத் திரும்பினான்.

ராமனையும் லட்சுமணனையும் இந்நிலையில் பார்த்த சுக்ரீவன் பரிதவித்தான். ஆனால் விபீஷணன் அவனுக்கு ஆறுதலளித்துவிட்டு, "அவர்கள் இறக்கவில்லை. என்னை நம்புங்கள். இது ஒரு தற்காலிகமான மயக்கம்தான். நாம் சில மந்திரங்களைக் கூறினால் அவர்கள் விழித்துவிடுவார்கள். இவர்கள் இருவருக்கும் சுயநினைவு திரும்பும்வரை நம் படையினர் மனம் தளந்துவிடாமல், உற்சாகமிழக்காமல் இருப்பதை உறுதி செய்ய வேண்டியது உன் பொறுப்பு. உன் பாசம் உன்னை பலவீனப்படுத்த நீ அனுமதிக்கக்கூடாது. அவர்களுக்கு சுயநினைவு திரும்பும்வரை அவர்கள் இருவரும் பத்திரமாகப் பாதுகாக்கப்பட வேண்டும்," என்று கூறினான்.

இதற்கிடையே, இந்திரஜித் பெருமையோடு தங்கள் தலைநகருக்குள் நுழைந்து, தங்கள் எதிரிகள் இருவரையும் தான் கொன்றுவிட்டிருந்ததாகத் தன் தந்தையிடம் மகிழ்ச்சியாகத் தெரிவித்தான். ராவணன் பெருமகிழ்ச்சி கொண்டு வீரமிக்கத் தன் மகனை ஆசீர்வதித்தான். அன்றிரவு ஒட்டுமொத்த இலங்கையும் அமைதியாகத் தூங்கியது. மறுநாள் காலையில், சீதைக்குக் காவல் இருந்த அரக்கிகளை அழைத்து, போர்க்களத்தில் ராமன் செத்துக் கிடந்தான் என்ற செய்தியை அவளிடம் கூறுமாறு ராவணன் அவர்களிடம் கூறினான். அவள் இச்செய்தியை நம்ப மாட்டாள் என்பதால், அவளைத் தன்னுடைய புஷ்பக விமானத்தில் போர்க்களத்திற்கு அழைத்துச் சென்று, மேலே இருந்தபடியே தன் கணவனின் உயிரற்ற உடலை அவள் பார்ப்பதற்கு ஏற்பாடு செய்யும்படி அவன் அவர்களிடம் கூறினான். "அவள் தன் கணவனை மறந்துவிட்டு என்னிடம் வரும்படி சீதையிடம் கூறுங்கள். என்னுடைய காதலை ஏற்றுக் கொண்டு என் மனைவியாக ஆவதைத் தவிர அவளுக்கு இப்போது வேறு எந்த வழியும் இல்லை," என்று ராவணன் கொக்கரித்தான்.

அந்த அரக்கிகள் சீதையை வலுக்கட்டாயமாக அந்தப் புஷ்பக விமானத்தில் ஏற்றி, அவளைப் போர்க்களத்திற்கு அழைத்துச் சென்றனர். வானரப் படைக்கு ஏற்பட்டிருந்த சேதத்தை அவள் தன் கண்களால் கண்டாள். அந்தக் கடற்கரை நெடுகிலும் கிடந்த உயிரற்ற உடல்களுக்கும் உயிருக்குப் போராடிக் கொண்டிருந்த வானரர்களுக்கும் நடுவே அம்புப் படுக்கைகளில் தன் கணவனும் அவனுடைய சகோதரனும் படுத்துக் கிடந்ததைத் திடீரென்று அவள் கண்டாள். அவர்களுடைய உடல்களிலிருந்து ரத்தம் வடிந்து கொண்டிருந்ததையும் அவர்கள் அசைவின்றிக் கிடந்ததையும் கண்ட அவளுடைய கண்களிலிருந்து கண்ணீர் வழிந்தோடியது. சிறிது நேரம் அதிர்ச்சியில் அவள் மௌனமாக இருந்தாள். பிறகு, தன்னுடைய தலைவிதியை நொந்துக் கொண்டு புலம்பி அழத் தொடங்கினாள்.

“ஜனஸ்தானத்தில் தனியொருவனாக அத்தனை அரக்கர்களையும் கொன்று குவித்த என் ராமனால், தீய எண்ணம் கொண்ட இந்திரஜித்தின் பயங்கரமான அஸ்திரங்களை ஏன் முறியடிக்க முடியாமல் போனது? ராமன் பல அசுவமேத யாகங்களைச் செய்வார் என்றும், ஒரு மாபெரும் அரசனாகப் புகழோடு திகழ்வார் என்றும், நான் ஒருபோதும் கைம்பெண்ணாக ஆக மாட்டேன் என்றும், வீரமிக்க மகன்களுக்கு நான் தாயாவேன் என்றும் எங்கள் குரு வசிஷ்டர் தீர்க்கதரிசனமாகக் கூறினாரே! இந்த வார்த்தைகள் எல்லாம் எப்படிப் பொய்யாகிப் போனது? நம்மால் யாரையும் நம்ப முடியாது. விதி மிகவும் சக்திவாய்ந்தது. அதனால்தான் நான் இந்தச் சீரழிவுக்கு ஆளாகியிருக்கிறேன்,” என்று அவள் அழுது புலம்பினாள்.

போர்க்களத்திற்கு அவளை அழைத்து வந்திருந்த அரக்கிகளில் சீதையின் தோழியாக ஆகியிருந்த ஓர் அரக்கி, அவளை அன்போடு பார்த்து, “அம்மா, தயவு செய்து அழாதீர்கள். உங்கள் கணவர் இறக்கவில்லை. அவர்கள் இருவருமே உயிரோடுதான் இருக்கிறார்கள். அந்த வானரர்கள் அவர்களுடைய உடல்களைப் பாதுகாத்துக் கொண்டிருக்கும் விதத்தைப் பார்த்தீர்களா? அவ்விருவருக்கும் சுயநினைவு திரும்புவதற்காக அவர்கள் காத்துக்கொண்டிருப்பதுபோலத் தெரிகிறது. நீங்கள் இந்த வாய்ப்பைப் பயன்படுத்திக் கொண்டு, நீங்கள் இவ்வளவு நீண்ட காலமாகப் பிரிந்திருக்கின்ற உங்கள் கணவருடைய முகத்தை நன்றாகப் பாருங்கள். அவர்கள் இருவரும் இறந்து போயிருந்தால், அவர்கள் முகங்களில் தென்படுகின்ற ஒரு தெய்வீகக் களை அவர்களிடம் இருக்காது. எனவே இந்தத் துன்பத்தை மறந்துவிட்டு தைரியமாக இருங்கள்,” என்று கூறினாள்.

இதைக் கேட்டு சீதை உற்சாகமடைந்தாள். ராமனையும் லட்சுமணனையும் அவள் உன்னிப்பாகப் பார்த்துவிட்டு, அந்த அன்பான அரக்கி சொன்னது உண்மைதான் என்பதை உறுதி செய்து கொண்டாள். பிறகு அவள் ராமனை நோக்கித் தன் கைகளைக் குவித்து வணங்கிவிட்டு மீண்டும் அசோக வனத்திற்குத் திரும்பினாள்.

நேரம் செல்லச் செல்ல நாகபாசத்தினால் ஏற்பட்ட விளைவு முற்றிலுமாக மறைந்து ராமனுக்கு சுயநினைவு திரும்பியது. தன் பக்கத்தில் அசைவற்றுப் படுத்துக் கிடந்த லட்சுமணனைக் கண்டபோது, அவன் இறந்து போயிருந்ததாக நினைத்து ராமன் மீண்டும் வருந்தத் துவங்கினான்.

அக்கணத்தில், சுக்ரீவனின் அரண்மனை வைத்தியன் அங்கே வந்து, “நெடுங்காலத்திற்கு முன்பு தேவர்களும் அரக்கர்களும் சண்டையிட்டுக் கொண்டிருந்தபோது, தேவர்கள் இதேபோல வீழ்த்தப்பட்டனர். ஆனால் பாற்கடலிலிருந்து எடுத்துவரப்பட்டச் சில சிறப்பு மூலிகைகளைக் கொண்டு அவர்களுடைய குரு அவர்களை மீட்டெடுத்தார். சஞ்சீவகரணி, விஷால்யகரணி ஆகியவைதான்

அந்த மூலிகைகள். ராம லட்சுமணர்களைப்போல மிக மோசமாகத் தாக்கப்பட்டுக் கிடக்கின்றவர்களை மீட்டெடுக்கும் திறன் கொண்டது சஞ்சீவகரணி. ஆயுதங்களால் ஏற்பட்டுள்ள காயங்களை முற்றிலுமாக குணப்படுத்தும் திறன் கொண்டது விஷால்யகரணி. அனுமான் போய் அவற்றைக் கொண்டுவரட்டும்," என்று கூறினான்.

அவன் பேசி முடித்த நேரத்தில், பெருங்கடலிலிருந்து ஒரு புயல்காற்று எழுந்தது. அது அலைகளை வானுயரத்திற்குத் தூக்கியடித்தது. அந்தக் காற்றின் ஆற்றலானது மலைகளைக்கூட வளைக்கும் அளவுக்கு இருந்தது. மரங்கள் குச்சிகளைப்போல ஒடிந்து விழுந்தன. விலங்குகள் பயத்தில் தலைதெறிக்க அங்குமிங்கும் ஓடின. திடீரென்று, விஷ்ணுவின் வாகனமான கருடன் விண்ணைக் கிழித்துக் கொண்டு வேகமாகப் பறந்து வந்தது. அதன் பெரிய இறக்கைகள் காற்றைக் கிளறியதால் ஏற்பட்டதுதான் அந்தக் கடுமையான புயல். பாம்புகளின் மிக மோசமான எதிரி அது. எனவே, அது அங்கு தோன்றியதுமே, கோசல இளவரசர்கள் இருவரையும் பிணைத்திருந்த நாகபாசம் அவர்கள்மீதான தன் பிடியைத் தளர்த்திக் கொள்ளத் தொடங்கியது. கருடன் அவர்களுக்கு அருகே வந்தபோது, இளவரசர்கள் இருவரும் முற்றிலுமாக விடுவிக்கப்பட்டிருந்தனர். லட்சுமணன் ஓர் உறக்கத்திலிருந்து எழுவதைப்போல லேசாக அசைந்தான். கருடன் இப்போது அவர்களுக்கு அருகே வந்து, தன் இறக்கைகளால் அவர்களுடைய முகங்களை அன்பாக வருடிக் கொடுத்தது. உடனடியாக அவர்களுடைய காயங்கள் மறைந்தன. அவர்களுடைய முகங்கள் மீண்டும் ஒளிவீசத் தொடங்கின. அவர்களுடைய சிறப்பும், கம்பீரமும், அறிவும், துணிவும் பத்து மடங்கு அதிகரித்தன. கருடன் அவர்களை இதமாகக் கட்டித் தழுவியபோது, ராமன், "நீ என்னை உன் இறக்கைகளால் வருடிக் கொடுத்தபோது, என் தந்தை என்னைத் தொட்டுக் கொண்டிருந்தது போன்ற உணர்வு எனக்கு ஏற்பட்டது. நானும் லட்சுமணனும் உன்னால் இந்த நாகபாசத்திலிருந்து விடுவிக்கப்பட்டிருக்கிறோம். உன் தோற்றம் எவ்வளவு அற்புதமாக இருக்கிறது தெரியுமா? தயவு செய்து நீ யார் என்று கூறு," என்று கூறினான். அதற்கு கருடன், "என் பெயர் கருடன். வினாதனின் மகன் நான். நான் உங்களுடைய நிரந்தரத் தோழன். நான்தான் உங்கள் வாகனம். நான் எப்போதும் உங்களைச் சுற்றி வட்டமிட்டுக் கொண்டே இருப்பேன். ஆனால் அது உங்களுக்குத் தெரியாது. இந்திரஜித் ஒரு பிரத்யேக மந்திரத்தைச் சொல்லி வீசிய நாகபாசம் அம்புகளின் வடிவில் உங்களைத் தாக்கியது. உங்களை அதனிடமிருந்து காப்பாற்றக்கூடியவன் நான் ஒருவனே. நாகங்களின் எதிரி நான். அதனால்தான் என்னைப் பார்த்ததும் அவை மறைந்துவிட்டன. ராமா, பயப்படாதீர்கள். நீங்களும் உங்கள் சகோதரரும் உங்கள் எதிரிகளை அழித்து, ஒரு புகழ்மிக்க

எதிர்காலத்தை உருவாக்கிக் கொள்ளப் போகிறீர்கள். இவ்வாறுதான் உங்களுக்கு விதிக்கப்பட்டுள்ளது. தர்மத்தை நீங்கள் கடைபிடித்து வாழ்ந்து வருவதில்தான் உங்கள் வலிமை அடங்கியுள்ளது. உங்கள் எதிரிகள் எவ்வளவு மோசக்காரர்களாக இருந்தாலும், இறுதியில் வெற்றி உங்களுக்குத்தான். இப்போது நான் இங்கிருந்து போக எனக்கு விடைகொடுங்கள். நான் உங்களுக்கு எப்போது தேவைப்பட்டாலும் வெறுமனே என்னை நினைத்துக் கொள்ளுங்கள். அப்போது நான் உங்கள்முன் தோன்றுவேன்," என்று கூறியது.

சகோதரர்கள் இருவரும் அதிசயமான முறையில் பிழைத்தெழுந்ததைக் கண்ட வானரர்கள் மகிழ்ச்சிக் கூத்தாடினர். அவர்கள் தங்கள் வால்களை நிலத்தின்மீது அடித்துக் கொண்டும், தங்கள் மத்தளங்களைக் கொட்டிக் கொண்டும் மகிழ்ச்சியில் மேலும் கீழுமாகத் துள்ளிக் குதித்தனர்.

ராவணன் இந்தச் சத்தங்களைக் கேட்டுக் குழப்பமடைந்தான். ராமன் இறந்து கிடக்கும்போது வானரர்களால் எப்படி இவ்வளவு மகிழ்ச்சியாக இருக்க முடியும் என்று அவன் நினைத்தான். உண்மையைக் கண்டறிந்து வருவதற்கு அவன் தன் ஒற்றர்களை அனுப்பி வைத்தான். ராமன் அதிசயகரமாகப் பிழைத்துவிட்டிருந்த செய்தியை அவர்கள் கூறியபோது ராவணன் வியப்படைந்தான்.

இப்போது, ராமனைக் கொல்வதற்கு தும்ரட்சகன் என்ற இன்னொரு கொடூரமான வீரனை அவனுடைய படையோடு ராவணன் அனுப்பி வைத்தான். ஆனால் அனுமான் அவனைக் கொன்றுவிட்டான். அடுத்து, வைரம் போன்ற கூரிய கோரைப் பற்களைக் கொண்ட வஜ்ரதம்ஸ்டிரன் என்ற இன்னொரு வீரனை ராவணன் அனுப்பினான். ஆனால் வாலியின் மகன் அங்கதனால் அவன் கொல்லப்பட்டான். அடுத்துச் சென்ற அகம்பனனை அனுமான் கொன்றுவிட்டான். தன்னுடைய மூன்று தலைசிறந்த வீரர்களின் மரணம் ராவணனைக் கடும் மனச்சோர்வுக்கு உள்ளாகியது.

அவன் தன் முதன்மைப் படைத்தளபதியான பிரஹஸ்தனை அழைத்து, ராமனைக் கொன்றுவிட்டு வருமாறு அவனிடம் கூறினான். "ஒரு படை என்றே கூற முடியாத ஓர் அற்பமான கூட்டத்தால் என்னுடைய தலைசிறந்த வீரர்கள் மூவரை எவ்வாறு வீழ்த்த முடிந்தது? போர்க்கலையில் எந்தப் பயிற்சியும் இல்லாத, காட்டுமிராண்டித்தனமான, அற்பமான வானரர்கள் அவர்கள். உன்னைப் போன்ற ஒரு திறமையான தளபதியால் வழிநடத்திச் செல்லப்படுகின்ற, சிறந்த ஒழுங்குடன்கூடிய ஒரு படையை அவர்களால் ஒருபோதும் எதிர்கொள்ள முடியாது," என்று அவன் பிரஹஸ்தனிடம் கூறினான்.

தன் அரசன் தன்மீது இவ்வளவு நம்பிக்கை வைத்திருந்ததைக் கண்டு மகிழ்ந்த பிரஹஸ்தன் போர்க்களத்திற்குச் சென்றான். வானரப்

படையினரிடையே அவன் பெரும் சேதங்களை ஏற்படுத்தினான். ஆனால் நீலன் அவனை எதிர்த்துச் சண்டையிட்டு, அவனுடைய தேரை அடித்து நொறுக்கி, அவனை வலுக்கட்டாயமாகக் கீழே இறங்க வைத்தான். அவர்கள் இருவரும் நேருக்கு நேர் கடுமையாகச் சண்டையிட்டனர். இறுதியில் நீலன் ஒரு பெரிய பாறாங்கல்லைக் கொண்டு பிரஹஸ்தனின் தலையை நசுக்கிச் சிதறடித்தான். இதைக் கண்டு பயந்து போன பிரஹஸ்தனின் படையினர் தங்கள் தளபதியை அந்த இடத்திலேயே விட்டுவிட்டுக் கோட்டையை நோக்கி விரைந்தனர்.

தனக்குப் பிரியமான தளபதி கொல்லப்பட்டிருந்ததை ராவணனால் நம்ப முடியவில்லை. தானே போர்முனைக்குச் செல்ல வேண்டிய நேரம் வந்துவிட்டிருந்ததாக அவன் தீர்மானித்தான். ஒரு பெரிய படை தங்களை நோக்கி முன்னேறி வந்து கொண்டிருந்ததைக் கண்ட ராமன், யார் அந்தப் படைக்குத் தலைவன் என்று விபீஷணனிடம் கேட்டான்.

"சிங்கக் கொடியைத் தாங்கி வருகின்ற ரதம் இந்திரஜித்துக்கு சொந்தமானது. வெண்கொற்றக் குடையுடன் வருகின்ற ரதம் அரசன் ராவணனுக்குரியது," என்று விபீஷணன் பதிலளித்தான்.

ராமன் ராவணனை நீண்ட நேரம் பார்த்துவிட்டு, "அவன் ஒரு புகழ்மிக்கத் தோற்றத்தைக் கொண்டிருப்பது உண்மைதான். நண்பகல் கதிரவனைப்போல அவன் ஒளிவீசுகிறான். ஒரு மாபெரும் கதாநாயகனுக்கு உரிய அனைத்துப் பண்புநலன்களும் அவனுக்கு வழங்கப்பட்டிருப்பதுபோலத் தெரிகிறது. அவன்தான் என் சீதையைத் திருடினான் என்று நான் நினைக்கும்போது, அவன்மீது எனக்குப் பரிதாபம்தான் ஏற்படுகிறது. ஏனெனில், அவன் தன்னுடைய மரணத்தை நெருங்கிக் கொண்டிருக்கிறான்," என்று கூறினான்.

ராவணன் தன் படையை எச்சரிக்கையாக ஒழுங்கமைத்துவிட்டு, பிறகு சண்டைக்குள் குதித்தான். அவனைப் பதம் பார்ப்பதற்குத் துடித்துக் கொண்டிருந்த சுக்ரீவன் பெரிய பாறைகளை அவனை நோக்கி வீசினான். ஆனால் ராவணன் சுலபமாக அவற்றைச் சுக்குநூறாக உடைத்தான். கடைசியில், ராவணனின் ஓர் அம்பு சுக்ரீவனைத் தாக்கியது. சுக்ரீவன் மயங்கிக் கீழே விழுந்தான். இதைக் கண்ட வானரர்கள் பயந்து ராமனிடம் ஓடினர். ராமன் சண்டைக்குத் தயாரானான். ஆனால் லட்சுமணன் அவனைத் தடுத்து நிறுத்தி, ராவணனுக்கு முடிவு கட்டுவது தனக்குப் பேரின்பம் தரும் என்று கூறி, சண்டைக்குத் தான் முதலில் செல்வதற்கு அனுமதி கேட்டான்.

இதற்கிடையே, அனுமான் ராவணனிடம் விரைந்து சென்று, "நீ பல வரங்களைப் பெற்றுள்ளாய். ஆனால் வானரர்களிடமிருந்து அவை எதுவும் உன்னைக் காப்பாற்றாது. என் வலது கை இப்போது உனக்கு ஒரு நல்ல பாடத்தைக் கற்றுக் கொடுக்கப் போகிறது," என்று கோபமாகக் கூறினான்.

இதைக் கேட்ட ராவணனின் உள்ளம் கொதித்தது. "என்னை ஒரே ஒரு முறை நீ தாக்கலாம். அதன் மூலம் நீ நீங்காப் புகழை அடையலாம். அதற்கு நான் உனக்கு ஒரே ஒரு வாய்ப்பைத் தருகிறேன். அதன் பிறகு நான் உன்னைக் கொல்வேன்," என்று கூறினான்.

அனுமான் ராவணனின் மார்பின்மீது ஓங்கிக் குத்தினான். அதைப் பொறுத்துக் கொள்ள முடியாத ராவணன் சுருண்டு விழுந்தான். அவன் அனுமானின் வலிமையைக் கண்டு பிரமித்தான், ஆனால் மேலும் அடி வாங்க அவன் அங்கு காத்திருக்கவில்லை. அவன் தன் ரதத்தை நீலனை நோக்கித் திருப்பினான். அவனைத் தன்னால் இயன்ற அளவு காயப்படுத்தினான். ஆனால் நீலன் அக்கினியின் மகன் என்பதால், ராவணனால் அவனைக் கொல்ல முடியவில்லை. ராவணன் தன் கோபத்தைத் தன்னை நோக்கி வந்து கொண்டிருந்த லட்சுமணன்மீது திருப்பினான். அவர்கள் இருவருக்கும் இடையே ஒரு மாபெரும் சண்டை நிகழ்ந்தது. மற்ற எல்லோரும் இதைக் கண்டனர். கடைசியில், பிரம்மன் தனக்குக் கொடுத்திருந்த 'சக்தி' எனும் ஆயுதத்தை லட்சுமணன்மீது பயன்படுத்த வேண்டிய கட்டாயத்திற்கு ராவணன் ஆளானான். அவன் அதை லட்சுமணனை நோக்கி வீசினான். அதனால் தாக்கப்பட்ட லட்சுமணன் உடனடியாகக் கீழே சரிந்தான். ராவணன் ஒரு புன்னகையோடு அவனருகே சென்று அவனைத் தூக்க முயற்சித்தான், ஆனால் லட்சுமணனை அவனால் தூக்க முடியவில்லை. கைலாய மலையைத் தூக்கியிருந்த தன்னால் ராமனின் சகோதரனைத் தூக்க முடியாமல் போனதைக் கண்டு ராவணன் வியந்தான். அப்போது அனுமான் வந்து ராவணனை அவனுடைய தேரிலிருந்து கீழே தள்ளினான். ராவணன் அந்த அதிர்ச்சியிலிருந்து மீள்வதற்கு முன்பாக, அனுமான் லட்சுமணனை ராமனிடம் சுமந்து சென்றான். அவர்கள் ராமனை அடைந்தவுடன், 'சக்தி' ஆயுதம் லட்சுமணனைவிட்டு விலகி மீண்டும் ராவணனிடம் திரும்பியது. லட்சுமணன் மீண்டும் தன் இயல்பு நிலைக்குத் திரும்பினான்.

வானரப் படைக்குக் கடும் சேதத்தை ஏற்படுத்துவதில் ராவணன் குறியாக இருந்தான். போர்க்களத்திற்குள் தான் நுழைவதற்கான நேரம் வந்துவிட்டிருந்ததாக ராமன் தீர்மானித்தான். ராவணன் மீண்டும் தன் தேரிலிருந்து சண்டையிட்டுக் கொண்டிருந்தான். ஆனால் ராமன் கீழேயிருந்து சண்டையிட வேண்டியிருக்கும் என்பதால், தன் தோளை ஒரு வாகனமாகப் பயன்படுத்திக் கொள்ளுமாறு அனுமான் அவனிடம் கெஞ்சினான். ராமன் அதை ஏற்றுக் கொண்டு, அனுமானின் தோளின்மீது அமர்ந்து போர்க்களத்திற்குச் சென்றான்.

கடைசியில் ராமனும் ராவணனும் ஒருவரையொருவர் நேருக்கு நேர் எதிர்கொண்டனர். ராமன் ராவணனைக் கண்டு பிரமித்தான், ராவணன் ராமனைக் கண்டு பிரமித்தான். ஆனாலும் ராமன், "நீ ஒரு வீரன் என்று நீ நினைத்துக் கொண்டிருக்கிறாய். ஆனால் எந்தவொரு

வீரனும் உன்னைப்போல நடந்து கொண்டிருக்க மாட்டான். மரணத்தைத் தவிர வேறு எதற்கும் நீ தகுதியானவன் அல்ல. அது உனக்குக் கிடைப்பதை நான் உறுதி செய்வேன்," என்று கூறினான்.

ராவணன் பதிலேதும் கூறாமல் தன் வில்லை எடுத்து அனுமானை நோக்கி ஓர் அம்பைக் எய்தான். அது அவனைத் துல்லியமாகத் தாக்கியதில், ஒரு மாமரத்திலிருந்து ஓர் இலை விழுவதைப்போல அனுமான் கீழே சரிந்தான். ராவணன் அனுமானைத் தாக்கியதைக் கண்டு வெகுண்ட ராமன், ராவணனின் தேரை உடைத்து, அவனுடைய குதிரைகளையும் அவனுடைய தேரோட்டியையும் காயப்படுத்தினான். அவன் எய்த இன்னோர் அம்பு ராவணனின் மார்பைத் தாக்கியது. இன்னொன்று அவனுடைய தங்க மணிமுடியைக் கீழே சாய்த்தது. அது மண்ணில் விழுந்து உருண்டது. அரக்கர்களின் அரசனான ராவணன் இப்போது தன் மணிமுடியும் வில்லும் தன் தேரும் இன்றி நின்றான். தன்னுடைய உடமைகளை இழந்த ராவணன், தன் மகிமையில் பாதியைத் தொலைத்திருந்ததுபோலக் காணப்பட்டான்.

ராமன் அவன்மீது பரிதாபம் கொண்டு, "மன்னிக்க முடியாத ஒரு விதத்தில் நீ செயல்பட்டிருக்கிறாய். ஆனால் நீ மிகவும் களைத்துப் போயிருப்பதை நான் காண்கிறேன். எனவே, நான் இப்போது உன்னைக் கொல்லாமல் விட்டுவிடுகிறேன். இன்று போய், நாளை வா. அப்போது நான் யார் என்பதை உனக்குக் காட்டுகிறேன்," என்று கூறினான்.

ராவணன் அவமானத்தோடும் வருத்தத்தோடும் தன் தலைநகருக்குத் திரும்பினான். அவனுடைய கர்வம் முற்றிலுமாக ஒடுக்கப்பட்டிருந்தது.

உதவிக்கு வந்த அனுமான்

தன்னை உயிரோடு விட்டதற்காக ராமனை மெச்சுவதற்கு பதிலாக, தான் அவமானப்படுத்தப்பட்டிருந்ததாக உணர்ந்த ராவணன், ராமனைப் பழி வாங்குவது பற்றிய எண்ணங்களால் ஆட்கொள்ளப்பட்டான். தன் வாழ்வில் தான் பலரை ஏளனப்படுத்தியும் அவமானப்படுத்தியும் இருந்ததையும், அவர்கள் தன்னைச் சபித்திருந்ததையும் அவன் நினைவுகூரத் தொடங்கினான். பிறகு அவன் இந்த வேதனையான எண்ணங்களிலிருந்து தன்னை விடுவித்துக் கொண்டு, கும்பகர்ணனை அவனது தூக்கத்திலிருந்து எழுப்பும்படி உத்தரவிட்டான். ஒன்பது நாட்களுக்கு முன்பு ஆலோசனைக் கூட்டத்தில் கலந்து கொண்டிருந்த கும்பகர்ணன் மீண்டும் தூங்கப் போய்விட்டிருந்தான்.

"போய் அவனை எழுப்புங்கள்," என்று கத்திய ராவணன், "இல்லையென்றால் இன்னும் ஆறு மாதகாலம் அவன் தூங்கிக் கொண்டுதான் இருப்பான். கோசல இளவரசர்கள் இருவரின் கதையையும் விரைவில் முடிக்கக்கூடியவன் அவன்தான்," என்று கூறினான்.

கும்பகர்ணனின் வாய், கொட்டாவி விட்டுக் கொண்டிருந்த ஒரு குகையைப்போல இருந்தது. அவனுடைய குறட்டைகள் அங்கிருந்த மரவிட்டங்களை வேகமாக உலுக்கி அவற்றை அதிர வைத்தன. அவனுடைய சுவாசத்தில் மதுவாடையும் ரத்த வாடையும் கலந்திருந்தன. ஏனெனில், ஒன்பது நாட்களுக்கு முன்பு ஆழ்ந்த உறக்கத்தில் மூழ்குவதற்கு முன்பாக அவன் ஏராளமாகக் குடித்திருந்தான், வயிறு புடைக்க மாமிசம் உட்கொண்டிருந்தான். அவனை எழுப்புவதற்காகச் சென்ற அரக்கர்கள், பல வண்டிகள் நிறைய பன்றிக் கறியையும் எருமைக் கறியையும் சுமந்து சென்றனர். கூடவே, பல வாளிகள் நிறைய ரத்தத்தையும் எலும்புத் துண்டுகளையும் எடுத்துச் சென்றனர். அவன் பருகுவதற்குப் பீப்பாய்கள் நிறைய மதுவையும் கொண்டு செனறனர். அவனுடைய கரடுமுரடான உடல் முழுவதும் சந்தனத்தையும் வாசனைத் திரவியங்களையும் அவர்கள் பூசினர். பிறகு அவனுக்குப் பல மலர்மாலைகளை அணிவித்தனர்.

சிலர் அவனை எழுப்புவதற்காக பயங்கரச் சத்தங்களை ஏற்படுத்தினர். மற்றவர்கள் சங்குகளையும் ஊதுகொம்புகளையும் சத்தமாக ஊதினர். இன்னும் பலர் மேளங்களைக் கொட்டினர். சிலர் அவனைக் குச்சிகளாலும் கனத்தக் கம்பிகளாலும் குத்தி எழுப்ப முயன்றனர். ஆனால் அவன் மகிழ்ச்சியாகக் குறட்டைவிட்டபடி தொடர்ந்து தூங்கிக் கொண்டிருந்தான். சிலர் அவனுடைய மார்பின்மீது ஏறி மேலும் கீழும் குதித்தனர். ஆனாலும் எந்தப் பயனும் ஏற்படவில்லை. பிறகு அவர்கள் அவனுடைய காதுகளைக் கடித்தனர், தலைமுடியைப் பிய்த்தெறிந்தனர், வயிற்றின்மீது ஓங்கிக் குத்தினர். கடைசியில் கும்பர்கணனிடம் லேசான அசைவு காணப்பட்டது. அவன் பெரிதாக வாய் பிளந்து கொட்டாவி விட்டதில், அவனுடைய தாடியைப் பிடித்திருந்தவர்கள் அவனுடைய குகை போன்ற வாய்க்குள் விழுந்துவிட்டனர். அவன் தன் வாயை மூடுவதற்குள் மற்றவர்கள் அவர்களை வெளியே இழுக்க வேண்டியிருந்தது. தான் வெறும் ஒன்பது நாட்கள் மட்டுமே தூங்கியிருந்த நிலையில் தன்னை எழுப்பியவர்கள்மீது அவன் கோபம் கொண்டு கத்தினான். அவன் சிலரைப் பிடித்துச் சாப்பிடத் தொடங்கியதைக் கண்ட மற்றவர்கள் பீதியடைந்து அங்கிருந்து ஓட்டமெடுத்தனர். தன்னைச் சுற்றிலும் மலைபோலக் குவிக்கப்பட்டிருந்த சாப்பாட்டைக் கண்ட கும்பகர்ணன், அதைக் கபளீகரம் செய்யத் தொடங்கினான். கடைசியில் அவன் ஓரளவுக்கு அமைதியடைந்தான். அவனைக் கண்டு பயந்து ஓடிப் போயிருந்த அரக்கர்கள் இப்போது மெல்ல அவனிடம் வந்து, ராவணன் உடனடியாக அவனை அழைத்திருந்ததாக அவனிடம் தெரிவித்தனர். தனக்குக் கொண்டுவரப்பட்ட உணவையும் அந்த வண்டிகளை இழுத்து வந்த எருமைகளையும் சாப்பிட்டு முடித்தக் கும்பகர்ணன், எழுந்து உடை மாற்றிக் கொண்டு ராவணனைச் சந்திப்பதற்காக ஆலோசனை மன்றத்திற்குச் சென்றான்.

கும்பகர்ணனைப் பார்த்த ராவணன் மகிழ்ச்சியடைந்தான். அவன் தூங்கிக் கொண்டிருந்த சமயத்தில் இலங்கையில் நிகழ்ந்திருந்த முக்கியமான சம்பவங்களை ராவணன் அவனிடம் தெரிவித்தான். வானரர்களின் படையை ராவணன் விவரித்த விதத்தைக் கண்டு சிரித்தக் கும்பகர்ணன், "அண்ணா, பத்து நாட்களுக்கு முன்பு நடைபெற்ற ஆலோசனைக் கூட்டத்தில், அந்தப் பெண்ணின்மீது நீங்கள் கொண்டுள்ள மோகத்தால் ஏற்படக்கூடிய பின்விளைவுகள் குறித்து நான் ஏற்கனவே உங்களை எச்சரித்தேன் அல்லவா? ஆனால் நீங்கள் என் பேச்சைக் கேட்கவில்லை. தர்மத்தின் விதிகளைக் கடைபிடித்து, அறிவார்ந்தவர்களின் வார்த்தைகளைக் கேட்டு நடக்கின்ற ஓர் அரசன் தன் நற்காரியங்களினால் கிடைக்கக்கூடிய வெகுமதிகளை அறுவடை செய்வான். ஆனால் அந்த அறிவார்ந்த வார்த்தைகளை உதாசீனப்படுத்திவிட்டு, தன் மனம் போன போக்கில்

நடந்து கொள்கின்றவன் தன் நடவடிக்கைகளால் ஏற்படக்கூடிய பின்விளைவுகளைப் பொறுத்துக் கொள்ளத்தான் வேண்டும். நானும் விபீஷணனும் முன்பு ஒருமுறை உங்களுக்கு அறிவுறுத்தினோம், ஆனால் நீங்கள் எங்கள் பேச்சைக் கேட்க மறுத்துவிட்டீர்கள். இப்போதும் ஒன்றும் தாமதமாகிவிடவில்லை. இந்தப் பைத்தியக்காரத்தனமான போரைத் தவிர்த்துவிட்டு ராமனுடன் நட்புக் கொள்ள முயற்சி செய்யுங்கள். நீங்கள் ஏற்கனவே உங்களுடைய சிறந்த தளபதிகளை இழந்துவிட்டீர்கள் என்றும், எல்லோர் முன்னிலையிலும் நீங்கள் அவமானப்படுத்தப்பட்டிருக்கிறீர்கள் என்றும் நான் கேள்விப்பட்டேன். உங்கள் தலை உங்கள் தோள்களிலிருந்து துண்டிக்கப்படுவதற்கு முன்பாக நீங்கள் இந்த வீணான போரை நிறுத்தக்கூடாதா?" என்று கும்பகர்ணன் கேட்டான்.

ராவணனின் உதடுகள் கோபத்தில் துடித்தன. அவனுடைய கண்கள் செங்கனல்களைப்போல ஒளிவீசிக் கொண்டு நெருப்பைக் கக்கிக் கொண்டிருந்தன. அவன் கும்பகர்ணனைப் பார்த்துக் கத்தினான். "ஒரு மூத்த சகோதரன் ஒரு தந்தையைப்போல மதிக்கப்பட வேண்டும். எனக்கு அறிவுரை கூறுவதற்கு உனக்கு என்ன துணிச்சல்? என்ன நிகழ்ந்துள்ளதோ, அது நிகழ்ந்துவிட்டது. நான் செய்துள்ள எதையும் மாற்றியமைக்க நான் தயாராக இல்லை. நீ என்னை எப்போதேனும் மதித்திருந்தால், என்மீது எப்போதேனும் அன்பு செலுத்தியிருந்தால், நான் இப்போது என்ன செய்ய வேண்டும் என்று எனக்குக் கூறு. என்னுடைய கடந்தகாலத் தவறுகளுக்காக என்னைக் குறைகூறுவதை நிறுத்திவிட்டு, அவற்றின் விளைவைச் சரி செய்ய முயற்சி செய்."

தன்னுடைய வார்த்தைகள் ராவணனுக்கு மேலும் அதிகக் கோபத்தை மட்டுமே ஏற்படுத்தும் என்பதை உணர்ந்த கும்பகர்ணன், அவனிடம் இனிமையாகப் பேசி அவனை சமாதானப்படுத்தினான். "அண்ணா, கவலைப்படாதீர்கள். நான் அந்த வானரர்களுக்கு நடுவே நடந்து சென்றாலே அவர்கள் அனைவரையும் என்னால் தவிடுபொடி ஆக்கிவிட முடியும். நான் அந்த இரண்டு இளவரசர்களையும் என் கைகளாலேயே நசுக்கிக் கொன்றுவிடுவேன். எனக்கு ஆயுதங்கள் எதுவும் தேவையில்லை. நீங்கள் உங்கள் கவலைகளை விட்டுவிட்டு, உங்கள் அந்தப்புரத்திற்குச் சென்று உங்களுடைய பெண்களோடு உல்லாசமாக இருங்கள். ராமன் இறந்தபின் சீதை உங்களுக்குச் சொந்தமாகிவிடுவாள்."

ராவணன் இதைக் கேட்டு மகிழ்ந்து, தன்னுடைய சகோதரனின் பெரிய கழுத்தைச் சுற்றிப் பல விலையுயர்ந்த அட்டிகைகளை அணிவித்தான். பிறகு அவன் கும்பகர்ணனை ஆசீர்வதித்து அவனுக்கு விடைகொடுத்து அனுப்பினான்.

கும்பகர்ணன் தன்னுடைய வெண்கல மார்புக் கவசத்தையும் தங்கத் தலைக் கவசத்தையும் அணிந்து கொண்டான். அவன் தன் இடுப்பில்

அணிந்திருந்த பட்டி, ஒரு தூக்குப் பாலத்தின் சங்கிலியைப்போலப் பெரிதாக இருந்தது. வலிமைக்காக இரண்டாயிரம் பீப்பாய்கள் மதுவையும் சில ஆயிரம் பீப்பாய்கள் எருமை ரத்தத்தையும் குடித்து முடித்திருந்த அவன், தன்னுடைய இரும்பு ஈட்டியைத்தூக்கிப் பிடித்தபடி உற்சாகமாகப் போர்க்களத்திற்குள் நுழைந்தான். அவனுடைய ஈட்டி முனை நெருப்பைக் கக்கிக் கொண்டிருந்தது. மரணச் சக்கரம் பொறிக்கப்பட்டக் கருப்பு நிறக் கொடி ஒன்றைச் சுமந்தபடி ஒருவன் அவனுக்கு முன்னால் நடந்து சென்றான். அவனுக்குப் பின்னால் ஏகப்பட்ட அரக்கர்கள் உற்சாகமாகக் கத்திக் கொண்டே சென்றனர். அவர்கள் தங்கள் கைகளில் திரிசூலங்களையும் ஈட்டிகளையும் தண்டாயுதங்களையும் தாங்கிச் சென்றனர். கும்பகர்ணன் ஒரு மிகப் பெரிய, கருநிற இடிமேகம்போலக் காட்சியளித்தான். அவனைக் கண்ட வானரர்கள் அஞ்சி நடுங்கி அங்கிருந்து ஓட்டமெடுத்தனர்.

இதற்கிடையே, கும்பகர்ணனின் கதையையும், அவன் ஏன் பல மாதங்கள் தொடர்ந்து தூங்கும்படி சபிக்கப்பட்டிருந்தான் என்பதையும் விபீஷணன் ராமனிடம் கூறினான். அவன் குழந்தையாக இருந்த காலத்திலேயே எல்லா விதமான உயிரினங்களையும் தன் காலை உணவாக உட்கொள்ளும் வழக்கம் அவனுக்கு இருந்தது. மதியத்திலும் இரவிலும்கூட அவன் அதே அளவு உட்கொண்டான். இடையிடையே நொறுக்குத் தீனியும் அவனுக்குக் கிடைத்தது. கடைசியில், எல்லா உயிரினங்களும் உதவி கேட்டு பிரம்மாவிடம் ஓடின. கும்பகர்ணனைக் கண்ட பிரம்மா அதிர்ச்சியடைந்தார். அவன் தன் எஞ்சிய வாழ்நாள் முழுவதும் தூங்கியே கழிக்க வேண்டும் என்று அவர் அவனைச் சபித்தார். தன் சகோதரனுக்காக ராவணன் பிரம்மாவிடம் வாதாடினான். பிரம்மா தன் சாபத்தைச் சற்று மாற்றியமைத்தார். கும்பகர்ணன் தொடர்ந்து ஆறு மாதங்கள் தூங்குவான் என்றும், பிறகு ஒருநாள் விழித்தெழுந்து தன் வயிறு புடைக்கத் தின்றுவிட்டு, மீண்டும் இன்னோர் ஆறு மாதங்கள் தூங்குவான் என்றும் பிரம்மா சாபமிட்டார்.

“நம்முடைய ஒட்டுமொத்தப் படையையும் ஒரு நொடியில் அவனால் கபளீகரம் செய்துவிட முடியும். அவன் மட்டும் பிரம்மனின் சாபத்திற்கு ஆளாகாமல் இருந்திருந்தால், இந்த ஒட்டுமொத்த பூமியையும் அவன் என்றோ விழுங்கியிருப்பான்,” என்று விபீஷணன் கூறினான்.

தன்னுடைய விழிகளைத் தேர்ச்சக்கரங்கள்போல உருட்டியபடி, கும்பகர்ணன் அங்கிருந்த தடுப்புச் சுவரின்மீது ஏறி ராமனின் படையினரை நோக்கி முன்னேறி வந்தான். அவன் நடந்து வந்த விதம் ஒரு பெரிய மலையே அங்கு நகர்ந்து வந்து கொண்டிருந்ததைப்போல இருந்தது. வானரர்கள் பீதியடைந்து தலைதெறிக்க ஓடி ஒளிந்தனர். ஆனால் சண்டையிடுவதற்குப் பயிற்றுவிக்கப்பட்டிருந்த வெறும்

இயந்திரம்தான் அவன் என்றும், அவனைத் தங்களால் சுலபமாக வெற்றி கொள்ள முடியும் என்றும் கூறி அங்கதன் தன் வீரர்களை உற்சாகப்படுத்த முயன்றான். வானரர்கள் கும்பகர்ணன்மீது பாறைகளையும் மரங்களையும் எறிந்தனர். ஆனால் ஒரு பாறையின்மீது பட்டுத் தெறிக்கும் இறகுகளைப்போல அவை கும்பகர்ணனின்மீது பட்டுத் தெறித்தன. வானரர்கள் அவன்மீது தாவிக் குதித்து அவனைக் கடிக்க முயன்றனர். ஆனால் அவர் ஈக்களை விரட்டுவதைப்போல அவர்களை உதறித் தள்ளினான். உண்மையில், அவன் அவர்களைக் கண்டுகொள்ளாமல் ஆயிரக்கணக்கானோரைத் தன் பாதங்களுக்குக் கீழே நசுக்கிக் கொன்றபடி தொடர்ந்து நடந்து சென்றான். அவன் திடீரென்று சுக்ரீவன்மீது பாய்ந்து, அவனைத் தன் கையால் தூக்கிப் பிடித்தான். சுக்ரீவன் அவனுடைய கையில் ஒரு பாம்பைப்போல நெளிந்தான். பிறகு அவன் கும்பகர்ணனின் காதுகளைத் தன் கூரிய நகங்களால் கீறினான், அவனுடைய மூக்கைக் கடித்தான், தன் நகங்களால் அவனுடைய தொடையைக் கிழித்தான். கும்பகர்ணன் அவனை மோசமாகத் திட்டியபடி, அவனை நிலத்தின்மீது தூக்கி வீசினான். சுக்ரீவன் ராமனை நோக்கி ஓடினான்.

இப்போது லட்சுமணன் கும்பகர்ணனை எதிர்கொண்டான். லட்சுமணனின் வீரத்தை கும்பகர்ணன் மெச்சினாலும், அவனை உதாசீனப்படுத்திவிட்டு, "நான் உன் சகோதரன் ராமனை சந்திக்க ஆவலாக இருக்கிறேன். எனவே எனக்கு வழி விடு," என்று கூறினான்.

கும்பகர்ணன் தன்னைக் கடந்து போக லட்சுமணன் அனுமதி கொடுக்க மறுத்தான். பிறகு, கும்பகர்ணனின் கையிலிருந்த தண்டாயுதம் கீழே விழும்வரை லட்சுமணன் அவன்மீது அம்பு மழை பொழிந்தான். ஆனாலும் கும்பகர்ணன் தொடர்ந்து முன்னேறிச் சென்றான். கடைசியில் அவன் ராமனை நேருக்கு நேர் சந்தித்தான். அப்போது, ரத்தத்தை உறைய வைக்கும்படி அவன் உறுமியதில் அங்கிருந்த வானரர்கள் அனைவரும் உணர்விழந்து கீழே சரிந்தனர். கும்பகர்ணன் ஒரு பெரிய பாறையை எடுத்து ராமனின்மீது வீசினான், ஆனால் ஏழு அம்புகளைக் கொண்டு ராமன் அதைத் தடுத்து நிறுத்தினான். கும்பகர்ணன் இன்னும் அதிகமான சேதத்தை விளைவிப்பதற்கு முன்பாக அவனுடைய கதையை விரைவாக முடிக்குமாறு லட்சுமணன் ராமனிடம் கூறினான். ராமன் கும்பகர்ணனுக்கு முன்னால் நின்று, "துணிச்சல் மிக்க அரக்கனே! தசரதனின் மகன் ராமன் நான். நீ தேடிக் கொண்டிருக்கின்றவன் நான்தான். என்னை ஒரு முறை நன்றாகப் பார்த்துக் கொள். ஏனென்றால், விரைவில் உன் கண்களால் பார்க்கவே முடியாமல் போகப் போகிறது," என்று கூறினான்.

கும்பகர்ணன் இதைக் கேட்டுச் சிரித்துவிட்டு, "நான் விரதனோ அல்லது கபந்தனோ இல்லை. உன்னால என்னைக் கொல்ல முடியாது," என்று கூறினான்.

ராமன் இதைக் கண்டு கலங்கவில்லை. காற்றுக் கடவுளைத் தன் மனத்தில் நினைத்தபடி கும்பகர்ணன்மீது அவன் ஏவிய ஓர் அம்பு அவனுடைய ஒரு கையைத் துண்டித்தது. கும்பகர்ணன் தன்னுடைய மற்றொரு கையால் ஒரு மரத்தைப் பிடுங்கி அதை ராமன்மீது எறிந்தான். ஆனால் ராமன் அவனுடைய மற்றொரு கையையும் துண்டித்தான். ஆனாலும் கும்பகர்ணன் ஏதேதோ சபித்தபடி தொடர்ந்து முன்னேறி வந்தான். ராமன் இன்னும் இரண்டு அம்புகளை எய்து அவனுடைய இரண்டு கால்களையும் துண்டித்தான். இறுதியில், தன் ஐந்தாவது அம்பால் அவனுடைய தலையைக் கொய்தான். கவசத்துடன்கூடிய அந்தத் தலை பூமி அதிரும்படி கீழே விழுந்து உருண்டது. இந்த அதிர்வுச் சத்தம் தூரத்தில் தலைநகரத்தில் ராவணனுக்குக் கேட்டது. இது அவனுடைய மனத்தில் ஒரு பெரும் கிலியை உருவாக்கியது. கும்பகர்ணனின் ராட்சஸத் தலை அங்கிருந்த ஒரு குன்றின் வழியாக உருண்டோடிக் கடலுக்குள் விழுந்து ஒரு ரத்தக் குளத்தை உருவாக்கியது. இதனால் விண்ணுயர அலைகள் எழுந்தன. உலகையே நடுங்க வைத்தக் கும்பகர்ணன், ராவணனின் ஒரே நம்பிக்கையாகத் திகழ்ந்த கும்பகர்ணன், இப்போது ரத்த வெள்ளத்தில் செத்துக் கிடந்தான்.

தன் அன்புச் சகோதரனின் மரணம் பற்றி ராவணன் கேள்விப்பட்டபோது, அவன் மூர்ச்சையாகிக் கீழே விழுந்தான். அவனுக்கு மீண்டும் சுயநினைவு திரும்பியபோது, அவன் தன் கைகளால் தன் தலையைப் பிடித்துக் கொண்டு, தன் இழப்பை நினைத்து வருந்திப் புலம்பினான். தன் சகோதரனைப் போன்ற ஒரு மாபெரும் வீரனை எப்படி ஒரு சாதாரண மனிதனால் கொல்ல முடியும் என்பதை அவனால் புரிந்து கொள்ள முடியவில்லை. தன் தந்தை மனம் தளர்ந்து போயிருந்ததைக் கண்ட அவனுடைய இளைய மகன்கள், அவனை உற்சாகப்படுத்த முயன்றனர். தாங்கள் அனைவருமாகச் சேர்ந்து போர்முனைக்குச் சென்று ராமனை எதிர்த்து ஒரு குழுவாகச் சண்டையிட விரும்பியதாக அவர்கள் ராவணனிடம் வற்புறுத்தினர். ராவணன் அவர்களைக் கட்டித் தழுவி, போருக்குச் செல்ல அவர்களுக்கு அனுமதி கொடுத்தான். அந்த இளவரசர்கள் வீரமிக்கவர்களாக இருந்தாலும், அவர்கள் ஒவ்வொருவராகக் கொல்லப்பட்டனர். இச்செய்தி ராவணனிடம் எடுத்துச் செல்லப்பட்டது. காலையில் உற்சாகமாகப் போருக்குப் புறப்பட்டுச் சென்றிருந்த அந்த இளம் வீரர்கள் இப்போது போர்க்களத்தில் மரங்களைப்போல வீழ்ந்து கிடந்தனர். ராவணனால் அதைத் தாங்கிக் கொள்ள முடியவில்லை. தான் என்ன செய்ய வேண்டும் என்பதும் அவனுக்குத் தெரியவில்லை. ராமன் உண்மையிலேயே நாராயணனின் அவதாரம் என்றும், தன்னைக் கொல்வதற்காகத்தான் அவன் ஒரு மனிதனாகப் பிறப்பெடுத்திருந்தான் என்றும் ராமனைப் பற்றித் தான்

கேள்விப்பட்டிருந்த விஷயத்தில் ஏதேனும் உண்மை இருக்குமோ என்று ராவணன் யோசிக்கத் தொடங்கினான்.

ராவணன் நிம்மதியும் நம்பிக்கையும் இழந்து தன் கைகளால் தன் தலையைப் பிடித்துக் கொண்டு அமர்ந்திருந்தபோது, அவனுடைய மூத்த மகன் இந்திரஜித்தும், ராவணனின் பிரியமான மனைவி மண்டோதரியும் அங்கு வந்து அவனை உற்சாகப்படுத்த முயன்றனர். “அன்புத் தந்தையே, உங்களுக்கு உதவுவதற்கு நான் இங்கு இருக்கும்போது நீங்கள் ஏன் கவலைப்பட வேண்டும்? நான் இக்கணமே போர்க்களத்திற்குச் சென்று உங்கள் எதிரிகளைத் தண்டித்துவிட்டு வருகிறேன். மாலையில் சூரியன் மறைவதற்குள் சீதை உங்கள் சொத்தாகிவிடுவாள்,” என்று இந்திரஜித் கூறினான்.

ராவணன் தன் மகனை ஏறிட்டுப் பார்த்தான். இந்திரஜித்தின் வார்த்தைகள் அவனுக்கு மகிழ்ச்சியூட்டின. “மகனே, வெற்றியோடு திரும்பி வா,” என்று அவன் தன் மகனை வாழ்த்தினான்.

இந்திரஜித் தன் தந்தையைப் பணிந்து வணங்கிவிட்டுத் தன் மாயத் தேரில் ஏறி உடனடியாக அங்கிருந்து புறப்பட்டான். அவனுக்குப் பின்னால் ஒரு பெரிய படையும் புறப்பட்டுச் சென்றது. போர்முனையை அடைவதற்கு முன்பாக, அவன் தன் தேரைவிட்டுக் கீழே இறங்கி, அங்கு ஒரு நெருப்பு மூட்டி, தன் பிரியமான கடவுளான அக்கினியை அவன் வழிபட்டான். பிறகு அவன் வானில் மாயமாய் மறைந்துவிட்டான். அவன் அங்கிருந்து வானரர்கள்மீது அம்பு மழை பொழியத் தொடங்கினான். ஆயிரக்கணக்கான வானரர்கள் தாக்கப்பட்டனர். இறந்து போன வானரர்கள், இறந்து கொண்டிருந்த வானரர்கள் ஆகியோரின் உடல்கள் அந்தக் கடற்கரை நெடுகிலும் சிதறிக் கிடந்தன. இந்திரஜித் எங்கே இருந்தான் என்பதைப் பெரும்பாலான சமயங்களில் அவர்களால் பார்க்க முடியவில்லை. ஏனெனில், மாயமாய்ப் போர் புரியும் கலையில் அவன் வல்லவனாகத் திகழ்ந்தான். கண்ணுக்குத் தெரியாத ஓர் எதிரியுடன் அவர்களால் எப்படிச் சண்டையிட முடியும்? கருநிற மாய மேகங்களின் ஊடாக அவனுடைய தேரின் சத்தமும் அவனுடைய வில்லின் நாண் சத்தமும் அவர்களுக்குக் கேட்டன. சில சமயங்களில் அவனுடைய தங்கக் கவசமும் அவனுடைய தங்க ஈட்டியும் அவர்களுக்குத் தெரிந்தன, ஆனால் அவனை அவர்களால் பார்க்க முடியவில்லை. அனுமானையும் ஜாம்பவானையும் தவிர அனைத்து மாபெரும் வானர வீரர்களும் ஒவ்வொருவராகக் கொல்லப்பட்டனர். கடைசியில், ராமனும் லட்சுமணனும் இந்திரஜித்தின் அம்புகளுக்கு பலியாயினர்.

இந்திரஜித் மகிழ்ச்சியோடு தங்கள் தலைநகருக்குத் திரும்பினான். நீண்ட நேரத்திற்குப் பிறகு, விபீஷணனுக்கு சுயநினைவு திரும்பியது. அவன் மிகுந்த வலியோடு ஜாம்பவானிடம் சென்று, தாங்கள் இப்போது என்ன செய்ய வேண்டும் என்று அவனிடம் கேட்டான்.

ஜாம்பவானும் மிகவும் காயப்பட்டிருந்தான். ஆனால் அவனுடைய முதல் கேள்வி அனுமானைப் பற்றித்தான் இருந்தது.

அனுமானுக்கு எந்தத் தீங்கும் நேரவில்லை என்பதை அவன் கேள்விப்பட்டபோது, "அப்படியானால் கவலைப்படுவதற்கு எதுவுமில்லை," என்று கூறிவிட்டு, அனுமானை அழைத்து, "கோசல இளவரசர்களின் உயிரையும் அனைத்து வானரர்களின் உயிரையும் உன் ஒருவனால்தான் காப்பாற்ற முடியும். எனவே, உடனடியாக இமயமலைக்குச் சென்று, நான்கு மாயாஜால மூலிகைகளைக் கொண்டு வா. மூலிகைகள் செழிப்பாக வளர்கின்ற மலை அது. மிருதசஞ் சீவி என்ற மூலிகை இறந்தவர்களின் உயிரை மீட்டுக் கொடுக்கும். விஷால்யகரணி என்ற மூலிகை அனைத்துக் காயங்களையும் குணமாக்கும். மற்ற இரண்டும் உடைந்த எலும்புகளைச் சீரமைத்துத் தோலுக்கு ஒரு பளபளப்பைக் கொடுக்கும்," என்று கூறினான்.

அனுமான் தன் உருவத்தைப் பெரிதாக்கிக் கொண்டு, விண்ணை நோக்கிப் பாய்ந்து வடதிசையை நோக்கிப் பறந்தான். விரைவில் அவன் ஜாம்பவான் கூறிய இடத்தை வந்தடைந்தான். ஆனால் அந்தக் குறிப்பிட்ட மூலிகைகளை அவனால் கண்டுபிடிக்க முடியவில்லை. அவை அவனிடம் கண்ணாமூச்சி விளையாட்டு விளையாடிக் கொண்டிருந்ததுபோலத் தோன்றியது. அனுமான் பொறுமையிழந்து அந்த ஒட்டுமொத்த மலையையும் தூக்கிச் செல்வதென்று முடிவு செய்தான். அவன் அந்த மலையை வேரோடு பிடுங்கி, அதைத் தன் கைகளில் ஏந்தியபடி வானில் பறந்து சென்று விரைவில் இலங்கையை அடைந்தான். ஆனால் அந்த மலையைக் கீழே இறக்கி வைப்பதற்கு அங்கு எந்த இடமும் இருக்கவில்லை. எனவே, போர்க்களத்திற்கு வெகு அருகே அவன் பறந்தான். அந்த மாய மூலிகைகளின் நறுமணம் காற்றோடு கலந்தது. ராமனும் லட்சுமணனும் ஏதோ உறக்கத்திலிருந்து கண்விழிப்பதுபோல விழித்தெழுந்தனர். இந்திரஜித்தின் மாயாஜால ஆயுதங்களுக்கு பலியாகியிருந்த மற்ற வானரர்களும் மருத்துவ குணம் வாய்ந்த அந்த மூலிகைகளின் வாசனையை முகர்ந்தபடி விழித்தெழுந்தனர். வீழ்வதற்கு முன்பு இருந்ததைவிட இப்போது அவர்கள் அனைவரும் சிறந்த நிலையில் இருந்தனர். அனுமான் மீண்டும் இமயமலைக்கு அந்தக் குன்றை எடுத்துச் சென்று அதற்குரிய இடத்தில் வைத்துவிட்டு மீண்டும் ராமனிடம் வந்தான்.

ஆனால் இறந்து போன அரக்கர்கள் யாரும் ஏன் உயிர்த்தெழவில்லை என்ற கேள்வி ஒருவருக்கு எழக்கூடும். ஏனெனில், இறந்து போன அரக்கர்களைக் கடலுக்குள் தூக்கிப் போடும்படி ராவணன் கட்டளையிட்டிருந்தான்.

அன்றிரவு, உற்சாகமடைந்திருந்த வானரர்கள் இலங்கைக்கு இரண்டாவது முறையாக நெருப்பு வைத்தனர். குடிமக்கள் அனைவரும் அலறியடித்துக் கொண்டு வெளியே ஓடி வந்தனர்,

பீதியில் பெருங்குரலெடுத்து அழுதனர். ராமனின் மரணச் செய்தியைத் தன் மகனிடமிருந்து தெரிந்து கொண்ட பிறகு நிம்மதியாகத் தூங்கிக் கொண்டிருந்த ராவணன், இந்தச் சத்தம் கேட்டுக் கண்விழித்தான். ராமன் இல்லாமல் அந்த வானரர்கள் போரைத் தொடர்ந்து கொண்டிருந்தனர் என்பதை அவனால் நம்ப முடியவில்லை. ஆனால் ராமன் உயிர் பெற்றுவிட்டான் என்ற செய்தியைத் தன் ஒற்றர்களிடமிருந்து ராவணன் கேள்விப்பட்டபோது, அவன் பெரும் குழப்பமடைந்தான்.

கும்பகர்ணனின் மகன்களான கும்பனையும் நிகும்பனையும் அவன் ஆணையிட்டு வரவழைத்து, தங்கள் தந்தையின் மரணத்திற்குப் பழி தீர்த்துவிட்டு வருமாறு அவர்களிடம் கூறினான். இருவருமே ஆக்ரோஷமாகச் சண்டையிடக்கூடியவர்களாக இருந்தனர். அவர்கள் ஓர் உறுதியான மனத்துடன் போர்க்களத்திற்குச் சென்றனர். இளம் வானரர்கள் அவர்களுக்கு எதிராகத் துணிச்சலோடு சண்டையிட்டபோதிலும், அவர்கள் அவ்விருவரிடமும் தோற்றுப் போயினர். அங்கதன்கூட மூர்ச்சையடைந்து கீழே சரிந்தான். இச்செய்தி ராமனுக்குத் தெரிவிக்கப்பட்டது. எனவே, சுக்ரீவன் போர்முனைக்குச் செல்ல முடிவு செய்தான்.

முதலில் கும்பனை எதிர்கொண்ட அவன், கும்பனைப் பார்த்து, "வில்லை நீ கையாளும் விதத்தைப் பார்த்து நான் உண்மையிலேயே பிரமிக்கிறேன். நீ உன் தந்தையின் திறமையும் உன் சிற்றப்பனின் திண்மையும் ஒருங்கே அமையப் பெற்றிருக்கிறாய் என்பது கண்கூடாகத் தெரிகிறது. உன் இனத்தில் நீ தனித்துவமானவன் என்பதால் உன்னைக் கொல்ல எனக்கு மனமில்லை. ஆனால் நாம் இருவரும் எதிரெதிர் அணிகளில் இருப்பதால் எனக்கு வேறு வழியில்லை. எனவே இறுதிவரை நாம் சண்டையிடலாம்," என்று கூறினான்.

சுக்ரீவன் தன்னை மெச்சியதைக் கேட்டுக் கும்பன் மனம் மகிழ்ந்தபோதிலும், தான்தான் உயர்ந்தவன் என்ற தொனியில் சுக்ரீவன் பேசியது அவனுக்குப் பிடிக்கவில்லை. அவன் உரக்கச் சத்தமிட்டுக் கொண்டே சுக்ரீவனை நோக்கி விரைந்தான். இருவரும் ஒருவரோடு ஒருவர் கட்டிப் புரண்டு மல்யுத்தம் செய்தனர். அவர்கள் சண்டையிட்ட வேகத்தில் பூமி அதிர்ந்தது, மரங்களிலிருந்து இலைகள் அனைத்தும் உதிர்ந்தன. கடைசியில், சுக்ரீவன் பலமாக ஒரு குத்துக் குத்தி, கும்பனைக் கீழே தள்ளிக் கொன்றான். தன் சகோதரன் கொல்லப்பட்டதைக் கண்ட நிகும்பன், வானரர்களை நோக்கி வேகமாக ஓடிச் சென்று அவர்களில் நூற்றுக்கணக்கானோரைக் கொன்றான். வானரர்களின் நிலைமையைக் கண்ட அனுமான், அங்கு வந்து நிகும்பனின் மார்பின்மீது ஓங்கிக் குத்தினான். அப்போது நிகும்பன் ஓர் இரும்பு உலக்கையை எடுத்து அனுமானின்மீது வீசினான். அனுமான் கீழே விழுந்துவிடுவான் என்று எல்லோரும்

எதிர்பார்த்தனர். ஆனால் அதற்கு மாறாக, அந்த ஆயுதம் அனுமானின் திண்மையான மார்பின்மீது பட்டுச் சுக்குநூறாக உடைந்தது. சிறிது நேரச் சண்டைக்குப் பிறகு, அனுமான் நிகும்பனை நிலத்தின்மீது வீசி, அவனுடைய மார்பின்மீது அமர்ந்து, அவனுக்கு மூச்சுத் திணறலை ஏற்படுத்தி அவனைக் கொன்றான்.

வானரர்கள் உற்சாகக் கூச்சலிட்டனர். வெறும் கம்புகளையும் கற்களையும் மட்டுமே கொண்டு சண்டையிட்ட வானரர்களுக்கு முன்னால் தங்களுடைய அளப்பரிய வலிமையும் நவீன ஆயுதங்களும் பயனற்றுப் போனதைக் கண்ட அரக்கர்கள் வியப்படைந்தனர். அந்த வானரர்களில் ஒருவனுக்குக்கூட ஒரு வாளையோ அல்லது ஒரு வில்லையோ பயன்படுத்துவதற்கான திறன் இல்லை என்றபோதிலும், போரில் அவர்களுடைய கை எப்படி உயர்ந்திருந்தது என்று அந்த அரக்கர்கள் அதிசயித்தனர்.

என்ன செய்வதென்று தெரியாமல் ராவணன் பரிதவித்தான். இந்திரஜித் எந்தத் தோப்பில் அமர்ந்து தன் மாயாஜால சம்பிரதாயங்களைச் செய்து கொண்டிருந்தானோ, ராவணன் அங்கு சென்று, ராமனைக் கொல்லும்படி அவனிடம் கெஞ்சினான்.

"அப்பா, உங்களுக்காக நான் அவனை ஒரு முறை கொன்றேன். ஆனால் இந்த ஒட்டுமொத்த இயற்கையும் ராமனை ஆதரித்துக் கொண்டிருப்பதுபோலத் தெரிகிறது. இல்லையென்றால் அவனால் எப்படி உயிரோடு இருக்க முடியும்? நீங்கள் இளைஞனாக இருந்தபோது தர்மத்தைக் கடைபிடித்து இவ்வுலகை ஆட்சி செய்தீர்கள். ஆனால் இப்போது உங்கள் ஆட்சியில் அதர்மம் மட்டுமே இருக்கிறது. உங்கள் பெயரைக் கேட்டாலே தேவர்கள் நடுங்குகின்றனர். நீங்கள் கொன்றுள்ள துறவிகளின் சாபங்கள் இப்போது இந்தப் போரின் வடிவை எடுத்துள்ளன. இப்போர்தான் உங்களுக்கு முடிவு கட்டப் போகிறது. நீங்கள் உங்கள் அநீதிகளால் ஒட்டுமொத்தப் படைப்பும் துன்புறும்படி செய்துள்ளீர்கள். ஆனால் ராமன் தர்மத்தின் உருவமாக இருப்பதால் இயற்கை அவனை ஆதரிக்கிறது. ஆனாலும் நான் உங்களுக்காகப் போரிடுவேன். நான் உங்களுக்கு வாக்குக் கொடுத்திருப்பதுபோல, கோசல இளவரசர்கள் இருவரையும் நான் தோற்கடிப்பேன்," என்று இந்திரஜித் கூறினான்.

வழக்கம்போல அவன் ஒரு யாகம் வளர்த்து அக்கினியை வழிபட்டான். பிறகு அவன் தன்னுடைய தேரின்மீது ஏறிப் புறப்பட்டான். அவனுடைய தேரின் தங்கக் கோபுரமும் அவனுடைய தங்கக் கொடியும் பிரகாசமாக மின்னின. விருப்பம்போலத் தோன்றி மறைவதற்கான திறன் அத்தேருக்கு இருந்தது. இந்திரஜித் திடீரென்று போர்க்களத்திற்கு நடுவே தோன்றி, எல்லோர்மீதும் அம்புகளை வீசத் துவங்கினான். பிறகு அவன் வானத்திற்குள் மறைந்து கொண்டு ராமனையும் லட்சுமணனையும் ஈவு இரக்கமின்றித் தாக்கத் துவங்கினான்.

அவர்கள் இருவரும் மேல்நோக்கி அம்புகளை எய்து எதிர்த்தாக்குதல் நடத்தினர். அப்போது இந்திரஜித் ஓர் அடர்த்தியான பனிமூட்டத்தை ஏற்படுத்தி அந்த ஒட்டுமொத்தப் போர்க்களத்தையும் மூடினான். இப்போது யாராலும் அவனைப் பார்க்க முடியவில்லை. அவனுடைய தங்கக் கவசத்தின் மினுமினுப்பை மட்டுமே அவர்களால் பார்க்க முடிந்தது. அவனுடைய வில்லின் நாணொலியையும் அவர்களால் கேட்க முடிந்தது. இந்திரஜித் எய்திருந்த பயங்கரமான அம்புகள் ராமனைத் தாக்கியிருந்ததில் அவனுடைய உடல் பல இடங்களில் கடுமையாக வலித்தது. இந்திரஜித் வானத்தில் வேகமாக வட்டமிட்டுக் கொண்டு ராம லட்சுமணர்களைத் துன்புறுத்திக் கொண்டிருந்தான். அவ்விரு இளவரசர்களால் அரிதாகவே அம்பு எய்ய முடிந்தது. ஏனெனில், இந்திரஜித் துல்லியமாக எங்கு இருந்தான் என்பதைக் கண்டுபிடிப்பது அவர்களுக்குச் சிரமமாக இருந்தது. வானரர்களின் பரிதாப நிலைமையைக் கண்ட லட்சுமணன், பிரம்மாஸ்திரத்தை அனுப்பத் தயாரானான். ஆனால் ராமன் அவனைத் தடுத்து, "இந்த பிரம்மாஸ்திரம் அளப்பரிய அழிவையும் சேதத்தையும் ஏற்படுத்தும். மிகவும் தேவையான ஒரு நேரத்தில் மட்டுமே இது பயன்படுத்தப்பட வேண்டும். ஆனால் அந்த அஸ்திரத்திற்கான நேரம் இதுவல்ல. நான் சில வலிமையான மந்திரங்களை முடுக்கிவிட்டு அவனுக்கு ஒரு முடிவு கட்டுகிறேன்," என்று கூறினான்.

ராமனின் எண்ணங்களை உணர்ந்து கொண்ட இந்திரஜித் அந்தப் போர்க்களத்திலிருந்து புறப்பட்டுச் சென்று, ஒரு புதிய சூழ்ச்சித் திட்டத்தோடு திரும்புவதென்று தீர்மானித்தான். அவன் தன் மந்திர சக்திகளைப் பயன்படுத்தி சீதையைப் போன்ற ஓர் உருவத்தை உருவாக்கி, அதைத் தன் தேரில் அமர்த்தித் தன்னோடு போர்க்களத்திற்கு அழைத்து வந்தான். அனுமான் அவளுடைய அழுக்கான மஞ் சள்நிறப் புடவையை அடையாளம் கண்டுகொண்டான். அவள் மகிழ்ச்சியற்றும் நம்பிக்கையிழந்தும் இருந்ததைக் கண்ட அனுமான் வேதனையடைந்தான். வருத்தம் தோய்ந்த அவளுடைய முகத்தின்மீது இருந்து அனுமானால் தன் பார்வையை அகற்ற முடியவில்லை. அங்கு என்ன நிகழ்ந்து கொண்டிருந்தது என்பது அவனுக்குத் தெரியவில்லை. அவன் இந்திரஜித்தின்மீது பாய்ந்து, அவனை அடித்துத் துன்புறுத்தத் தொடங்கினான். இந்திரஜித் சீதையின் நீண்ட கூந்தல்முடியைப் பிடித்து, அவளைத் தன்னுடைய வாளால் துன்புறுத்தத் தொடங்கினான். அவள் ராமனின் பெயரை உரத்தக் குரலில் சொல்லி அவனை அழைத்தாள். சீதை இவ்வளவு மோசமாக இழிவுபடுத்தப்பட்டுக் கொண்டிருந்ததை அனுமானால் பொறுத்துக் கொள்ள முடியவில்லை. அவன் இந்திரஜித்தை மோசமான வார்த்தைகளால் வசை பாடினான். பதிலுக்கு இந்திரஜித்தும் அனுமானைப் பலவாறு இகழ்ந்தான். கடைசியில், இத்தனை அழிவுக்கும் காரணமான சீதையைத்

தான் கொல்லவிருந்ததால் சற்று எச்சரிக்கையாக இருக்கும்படி அனுமானிடம் கூறிவிட்டு, அவன் தன் வாளால் சீதையின் மார்பின் குறுக்காக வெட்டி அவளைக் கொன்றுவிட்டான். இது இந்திரஜித்தின் மந்திரத்தால் உருவாக்கப்பட்ட சீதைதான் என்பதை அறியாத அனுமான் அழுதான். இனி சண்டையைத் தொடர்வதில் எந்த அர்த்தமும் இல்லை என்பதால் இதோடு சண்டையை நிறுத்திக் கொள்வதென்று அவன் தீர்மானித்தான்.

சீதை இறந்த செய்தியைக் கேட்டு ராமன் மூர்ச்சையானான். லட்சுமணன் அவனைத் தன் கைகளில் ஏந்திக் கொண்டு, ஒரு குழந்தையை சமாதானப்படுத்துவதுபோல அவனுக்கு ஆறுதல் கூற முயற்சித்தான்.

“அண்ணா, நீங்கள் எப்போதும் தர்மத்தின் பாதையைப் பின்பற்றி வந்திருக்கிறீர்கள். ஆனால் இப்போது நமக்கு என்ன நிகழ்ந்திருக்கிறது என்று பாருங்கள். தர்மத்தால் நமக்கு வெற்றியைப் பெற்றுக் கொடுக்க முடியும் என்றால், ராவணன் எப்போதோ கொல்லப்பட்டிருக்க வேண்டும். நீங்களும் இவ்வளவு மோசமான துன்பங்களை அனுபவித்திருக்கக்கூடாது. அண்ணா, நடவடிக்கை எடுப்பதற்கான வேளை வந்துவிட்டது. உங்களுக்கு இழைக்கப்பட்டுள்ள அனைத்துக் கொடுமைகளுக்கும் நான் பழி தீர்க்கப் போகிறேன்,” என்று அவன் ஆவேசமாகக் கூறினான்.

அப்போது விபீஷணன் அங்கு வந்து, ராமன் மூர்ச்சையடைந்ததற்கான காரணத்தைக் கேட்டான். அனுமானின் கண்களுக்கு முன்னால் சீதை கொல்லப்பட்டிருந்தாள் என்பதை அவன் கேட்டபோது, “நீங்கள் எப்படி இப்படிப்பட்ட ஒரு விஷயத்தை நம்பினீர்கள்? ராவணன் அவள்மீது எவ்வளவு தூரம் மோகம் கொண்டிருக்கிறான் என்று உங்களுக்குத் தெரியாதா? தன் மகன் அவளைக் கொல்ல அவன் அனுமதிப்பான் என்று நீங்கள் நினைக்கிறீர்களா? அவளை உங்களிடம் ஒப்படைத்துவிட்டு உங்களோடு சமாதானமாகப் போகுமாறு நான் அவனிடம் எத்தனை முறை கெஞ்சியிருக்கிறேன் என்று உங்களுக்குத் தெரியுமா? ஆனால் அவன் ஒருபோதும் அதற்கு சம்மதிக்கவில்லை. தன் தந்தைக்கு மிகவும் வேண்டிய ஒரு பெண்ணை அவனுடைய மகன் கொல்லத் துணிவான் என்று நீங்கள் எப்படி நினைத்தீர்கள்? இந்த ஒட்டுமொத்த விஷயமும் இந்திரஜித்தின் சூழ்ச்சித் திட்டம் என்று நான் உறுதியாக நம்புகிறேன். ஏனெனில், மந்திர வித்தைகளில் கைதேர்ந்தவன் அவன். அவன் இந்த நாடகத்தை அரங்கேற்றியதற்குக் காரணம், ஒரு யாகத்தை வளர்த்து, யாராலும் வீழ்த்தப்பட முடியாதவனாக ஆவதை உறுதி செய்வதற்குத்தான். இப்போதுகூட, நாம் எல்லோரும் இங்கே உட்கார்ந்து புலம்பிக் கொண்டிருக்கும்போது, அவன் தன் யாகத்தை நடத்தி முடிப்பதில் மும்முரமாக இருப்பான். எனவே, நேரத்தை

வீணாக்காமல், அவன் யாகம் வளர்த்துக் கொண்டிருக்கின்ற இடத்திற்குச் சென்று, அந்த யாகம் வெற்றிகரமாக நிறைவடையாமல் நாம் தடுக்க வேண்டும். லட்சுமணன் என்னோடு வரட்டும். மேலும் இழப்பதற்கு நமக்கு நேரமில்லை. இந்திரஜித் மட்டும் அந்த யாகத்தை முழுமையாக நடத்தி முடித்துவிட்டால், அவன் யாராலும் வெற்றி கொள்ளப்பட முடியாதவனாக ஆகிவிடுவான். ஏற்கனவே அவனிடம் பிரம்மனின் அஸ்திரம் இருக்கிறது. அதைக் கொண்டு நம்மில் ஒருசிலரை அவனால் கொல்ல முடியும். அவனுடைய யாகத்திற்கு ஊறு விளைவிக்க முடிகின்ற ஒருவனால் மட்டுமே அவனைக் கொல்ல முடியும் என்று பிரம்மன் அவனை எச்சரித்திருக்கிறான்," என்று கூறினான்.

உடனடியாகச் சென்று இந்திரஜித்தின் யாகத்திற்கு ஒரு முடிவு கட்டுமாறு ராமன் லட்சுமணனிடம் கூறினான்.

இந்திரஜித்

லட்சுமணன் தன்னுடைய ஆயுதங்களை எடுத்துக் கொண்டு, ராமனிடம் ஆசீர்வாதம் பெற்றுக் கொண்டு அங்கிருந்து புறப்பட்டான். விபீஷணனும் ஜாம்பவானும் அவனோடு சேர்ந்து கொண்டனர். ஜாம்பவானின் கரடிப் படையும் அவர்களோடு சென்றது.

விபீஷணன் அவர்களிடம், "வேகமாக வாருங்கள்! யாகம் வளர்க்கப்பட்டுக் கொண்டிருக்கின்ற தோப்புக்கு நான் உங்களை அழைத்துச் செல்கிறேன். யாகம் வெற்றிகரமாக முடிந்துவிட்டால், புலிகளால் இழுக்கப்படுகின்ற மாயத் தேரை அக்கினி தேவன் அவனுக்குக் கொடுத்துவிடுவான். இது இந்திரஜித்தை சர்வ வல்லமை படைத்தவனாக ஆக்கிவிடும். அரக்கர்களால் மட்டுமே அவனுடைய மறைவிடத்தைக் காண முடியும்," என்று கூறினான்.

லட்சுமணனை அவன் அந்த ரகசியத் தோப்பிற்குக் கூட்டிச் சென்றான். பிறகு அவன் லட்சுமணனைத் தொட்டான். இந்திரஜித் ஒரு யாக நெருப்பிற்கு முன்னால் மண்டியிட்டு அமர்ந்திருந்ததை லட்சுமணனால் இப்போது காண முடிந்தது. இந்திரஜித் ஒரு கரண்டியால் நெய்யை எடுத்து அந்த யாக நெருப்பிற்குள் ஊற்றி, ஏதோ சில மந்திரங்களை உச்சரித்தான். அந்த யாகத்தில் பலி கொடுக்கப்படவிருந்த கருப்பு ஆடு அருகே ஒரு கம்பத்தில் கட்டப்பட்டிருந்தது. அது பரிதாபமாகக் கத்திக் கொண்டிருந்தது. கருஞ்சிவப்பு நிற ஆடை அணிந்து, அலங்கோலமான தலைமுடியுடன் இந்திரஜித் தன் ஈட்டியைக் கொண்டு பூமியின்மீது பலமாக அடித்தான். பூமிக்கு உள்ளேயிருந்த ஆயிரக்கணக்கான நாகங்கள் வெளியே வந்து, யாக மேடைக்குப் பக்கத்தில் குவித்து வைக்கப்பட்டிருந்த இந்திரஜித்தின் அம்புகளோடு அவை தம்மைச் சுற்றிக் கொண்டன. அப்போது இந்திரஜித்தின் கோடாலி அந்த ஆட்டின் கழுத்தின்மீது விழுந்து அதைத் துல்லியமாகத் துண்டித்தது. அந்த ஆட்டின் தலை ஒரு ரத்தக் குளத்தில் விழுநதது. இந்திரஜித் தன் கரண்டியைத் தன் தலைக்கு மேலே உயர்த்திப் பிடித்து, கடைசிக் கட்ட வழிபாட்டிற்குத் தயாரானான். யாக நெருப்பு மேலே மேலே உயர்ந்தெழும்பியது.

அப்போது, ஒரு தேரோடு பூட்டப்பட்டிருந்த பழுப்புநிறப் புலிகள் அந்தத் தேரை இழுத்துக் கொண்டு அந்த யாக நெருப்பிற்குள் இருந்து வெளியே பாய்வதற்காக உறுமலோடும் ஆக்ரோஷத்தோடும் காத்துக் கொண்டிருந்தன. விபீஷணன் லட்சுமணனை அழுத்தினான். அப்போது லட்சுமணன் ஓர் அம்பை எடுத்து, இந்திரஜித் தன் தலைக்கு மேலே உயர்த்திப் பிடித்திருந்த கரண்டியை நோக்கி அதை எய்தான். கடைசிக் காணிக்கைக்காக இந்திரஜித் அந்தக் கரண்டியைத் தாழ்த்தவிருந்த சமயத்தில், அக்கரண்டி இரண்டாக உடைந்தது.

இதைக் கண்டு அந்த நாகங்கள் சீறிவிட்டு, மீண்டும் பாதாள உலகத்திற்குள் புகுந்து கொண்டன. தன் யாகத்தைத் தடுத்தது யாரென்று பார்ப்பதற்காக இந்திரஜித் கோபத்தோடு திரும்பியபோது, விபீஷணனையும் லட்சுமணனையும் அங்கு கண்டவுடன் வெகுண்டான். அவன் விபீஷணனைப் பார்த்து, "நம்பிக்கைத் துரோகியே! நீ எனக்குத் துரோகம் இழைத்துவிட்டாய். நீ உன்னை என் சிற்றப்பன் என்று கூறிக் கொள்கிறாய். ஆனாலும் நீ என்னுடைய ரகசியங்களை இன்னொருவனுக்குத் தெரியப்படுத்தியுள்ளாய். நீ மட்டும் அப்படிச் செய்திருக்காவிட்டால், என் ரகசிய வழிபாட்டு இடத்தை இவனால் ஒருபோதும் கண்டுபிடித்திருக்க முடியாது. நீ என் தந்தையின் உப்பைத் தின்றுவிட்டு, உன் எதிரிக்கு எங்களைக் காட்டிக் கொடுத்திருக்கிறாய். வெட்கக்கேடு! ஒருவன் தன் எதிரியின் காலணிகளை நக்கிக் கொண்டு அவனுடைய நண்பனான இருப்பதைவிடத் தன் சொந்த நாட்டில் ஓர் அடிமையாக இருப்பது மேல். தன் சொந்த மக்களைக் கைவிட்டுவிட்டுத் தன் எதிரியின் பக்கம் சேர்ந்து கொள்கின்றவன் ஒரு நம்பிக்கைத் துரோகி. நான் லட்சுமணனைக் கொல்வதற்கு முன்பாக முதலில் உன்னைக் கொல்ல வேண்டும்," என்று கூறினான்.

அதற்கு விபீஷணன் இவ்வாறு பதிலளித்தான். "கெடுநோக்குக் கொண்ட என் சகோதரனின் கெடுநோக்குக் கொண்ட மகன் நீ. உங்கள் இருவருக்கும் எனக்கும் இனி எந்தத் தொடர்பும் இல்லை. இத்தனை வருடங்களாக என் சகோதரன் பாவ காரியங்களில் திளைத்து வந்துள்ளான். அவனுடைய கோபமும் அகங்காரமும் மூவுகிலும் பிரசித்தி பெற்றவை. இத்தனை வருடங்களாக நான் அவனுடைய செயல்களைப் பொறுத்து வந்துள்ளதற்குக் காரணம், என்னால் அது குறித்து எதுவும் செய்ய முடியவில்லை என்பதுதான். நான் அரக்கர் குலத்தில் பிறந்திருந்தாலும், எனக்கு எப்போதும் மனிதர்களுக்குரிய உள்ளுணர்வுகள்தான் இருந்து வந்துள்ளன. நான் உங்கள் அனைவரையும் இப்போது கைவிட்டிருக்கிறேன் என்றால், அதற்குக் காரணம், ஒரு பாவ வாழ்க்கையை வாழ்ந்து எனக்குச் சலித்துவிட்டது என்பதுதான். ஓர் உன்னதமான பாதையைப் பின்பற்றி வாழவே நான் விரும்புகிறேன். நீ ஒரு முட்டாள். அகங்காரம் உன்

கண்களை மறைத்துக் கொண்டிருக்கிறது. எச்சரிக்கையாக இரு! நீயும் உன் தந்தையும் அழியப் போகிறீர்கள். இந்த அழகான இலங்கையும் முற்றிலுமாக அழியப் போகிறது."

இப்போது ஜாம்பவான் தன் கரடிப் படையினரோடு இந்திரஜித்தின் படையின்மீது தாக்குதல் மேற்கொள்ளத் தொடங்கியது. அங்கு ஒரு மிகப் பெரிய குழப்பம் உருவானதால், தன் சிற்றப்பனுடனான வாய்ச்சண்டையை நிறுத்திவிட்டு, ரகசியக் மலைக்குகை வழியாகத் திறந்த காட்டிற்குள் வர வேண்டிய கட்டாயம் இந்திரஜித்துக்கு ஏற்பட்டது. யாராலும் வெல்லப்பட முடியாத ஒருவனாக ஆவதற்குத் தான் மேற்கொண்டிருந்த வழிபாடு நிறைவுறாமல் போன கோபத்தில் இருந்த இந்திரஜித், மரணதேவனைப் போன்ற தோற்றத்துடன் வெளியே வந்தான். அனுமான் ஒரு மரத்தைத் தன் கையில் தாங்கிப் பிடித்து அவன் தொடர்ந்து முன்னேறி வர முடியாதபடி அவனைத் தடுத்தான்.

இந்திரஜித்தை எதிர்ப்பதற்கு அனுமானுக்கு உதவப் போகும்படி விபீஷணன் லட்சுமணனிடம் கூறினான். லட்சுமணன் தன் வில்லின் நாணைச் சுண்டினான். இதைக் கண்டு கோபமுற்ற இந்திரஜித், அவனை நோக்கி வேகமாக வந்தான். வெள்ளித் தலைக்கவசம், வெள்ளி வாள், வெள்ளி அம்புகள் என்று உச்சந்தலையிலிருந்து உள்ளங்கால்வரை வெள்ளியால் மூடப்பட்டிருந்த இந்திரஜித், தன் வில்லை எடுத்துக் கொண்டு, லட்சுமணனுக்கு நேராகத் தன் தேரில் நின்றான். அனுமான் உடனடியாக லட்சுமணனைத் தன் தோள்களின்மீது தூக்கிக் கொண்டான்.

"லட்சுமணா, கடந்த முறை நம் இருவருக்கும் இடையே நடந்த சண்டை உனக்கு மறந்துவிட்டதா? நான் உன்னையும் உன் சகோதரனையும் நிலத்தில் கிடத்தியது உனக்கு நினைவில்லையா? இம்முறை நான் உன்னை அவ்வளவு சுலமாகப் போகவிட மாட்டேன். மாறாக, நான் உன்னை விரைவாக எமலோகத்திற்கு அனுப்பி வைக்கப் போகிறேன்," என்று இந்திரஜித் கூறினான்.

அவர்கள் இருவருக்கும் இடையே பயங்கரச் சண்டை நிகழ்ந்தது. அம்புகள் துல்லியமாகத் தம் இலக்குகளைத் தாக்கின. லட்சுமணன் இந்திரஜித்தின் கவசத்தைத் தகர்த்தான். பதிலுக்கு அவன் லட்சுமணனின் கவசத்தை உடைத்தான். தங்களைச் சுற்றி இருந்த உலகத்தை அவர்கள் முற்றிலுமாக மறந்துவிட்டிருந்தனர். மந்திரங்கள் ஏற்றப்பட்ட அவர்களுடைய அம்புகள் விண்ணில் எறிகல்கள் பாய்ந்து செல்வதைப்போலப் பறந்து சென்று, நடுவானில் ஒன்றையொன்று மோதி பூமியை அதிர வைத்தன. விலங்குகளும் பறவைகளும் பயந்து அங்குமிங்கும் ஓடின. காற்றும்கூட பயத்தில் மூச்சுவிட மறந்து நின்றதைப்போலத் தோன்றியது. விபீஷணனும் அந்தச் சண்டையில் பங்கு கொண்டான், ஆனால் இந்திரஜித்தை

எதிர்த்துப் போரிடுவதை அவன் தவிர்த்தான். லட்சுமணன் எய்த எஃகு முனைகளைக் கொண்ட நான்கு அம்புகள் இந்திரஜித்தின் தேரை இழுத்து வந்த நான்கு அழகான குதிரைகளைக் கொன்றன. இதனால் அத்தேர் நிலைகுலைந்து தடுமாறியபோது, பிறைவடிவம் கொண்ட இன்னோர் அம்பு இந்திரஜித்தின் தேரோட்டியின் தலையை அவனுடைய தோள்களிலிருந்து துண்டித்தது. ஒரு நிமிடம் தடுமாறிய இந்திரஜித், பிடிவாதமாகத் தன் வில்லை எடுத்து லட்சுமணனின் படையினரை நோக்கி ஆயிரக்கணக்கான அம்புகளை எய்தான். வானரர்கள் ஓடிச் சென்று விரைவில் லட்சுமணனுக்குப் பின்னால் தஞ்சம் புகுந்தனர். இந்திரஜித் தன் தலைநகருக்கு ஓடிச் சென்று இன்னொரு தேருடன் திரும்பி வந்தான். அவன் திரும்பி வந்த வேகத்தைக் கண்டு ஆச்சரியமடைந்த லட்சுமணன், அந்தத் தேரையும் உடைத்து நொறுக்கினான். இந்திரஜித் தன் வாளைத் தன் தலைக்கு மேலே உயர்த்திப் பிடித்து வேகமாகச் சுழற்றிக் கொண்டே இருந்தான். பிறகு அவன் அதை விடுவிக்கவிருந்த நேரத்தில் லட்சுமணன் எய்த நூற்றுக்கணக்கான அம்புகள் அதைத் தகர்த்தெறிந்தன.

சண்டை பயங்கரமாகத் தொடர்ந்தது. கடைசியில், அகத்திய முனிவர் தனக்குக் கொடுத்திருந்த அஸ்திரத்தை லட்சுமணன் வெளியே எடுத்தான். இந்திரனின் சக்தியை அந்த அஸ்திரத்தின்மீது ஏற்றி, அதனிடம் பிரார்த்தனை செய்தான். "தசரதனின் மகன் ராமன் உண்மையிலேயே ஒரு தர்மாத்மா என்றால், அவன் எப்போதுமே உண்மையாகவும் விசுவாசமாகவும் நடந்து வந்துள்ளான் என்பது உண்மையானால், சண்டையில் அவனுக்கு இணை யாரும் இல்லை என்பது மெய்யென்றால், இந்த அம்பு ராவணனின் மகன் இந்திரஜித்தைக் கொல்லட்டும்," என்று கூறியபடியே லட்சுமணன் அந்த அம்பைத் தன் வில்லிலிருந்து விடுவித்தான். அந்த அம்பை முறியடிப்பதற்கு இந்திரஜித் இன்னோர் அம்பை எய்வதற்கு முன்பாக அது மின்னல் வேகத்தில் சென்று அவனுடைய தலையைக் கொய்து நிலத்தில் உருட்டியது. நிலத்தில் அது ஒரு தங்கத் தாமரையைப்போலக் காட்சியளித்தது. குன்றுகளுக்குப் பின்னால் மறைந்து கொண்டிருந்த மாலைச் சூரியனைப்போல ராவணனின் புகழ்மிக்க மைந்தன் நிலத்தின்மீது கிடந்தான். வானரப் படையினர் ஏற்படுத்திய வெற்றி முழக்கம் ராவணனுக்குக் கேட்டது. முகாமில் இருந்த சுக்ரீவனுக்கும் அது கேட்டது. இந்திரஜித்தின் படையில் இருந்த அரக்கர்கள் அனைவரும் தங்கள் ஆயுதங்களை அப்படியே போட்டுவிட்டுத் தங்கள் நகரத்தை நோக்கி ஓடினர்.

லட்சுமணனின் சாதனையைக் கண்டு விபீஷணனும் அனுமானும் ஜாம்பவானும் மகிழ்ச்சி அடைந்தனர். அனுமான் அவனைத் தன் தோள்களின்மீது அமர்த்திக் கொண்டு முகாமிற்குக் கொண்டு சென்றான். ராமன் அவர்கள் அனைவரையும் ஆனந்தமாக

வரவேற்றான். அவன் தன் சகோதரனைத் தன் மார்போடு சேர்த்து அணைத்துக் கொண்டான். பிறகு வைத்தியரை வரவழைத்து அவனுடைய காயங்களுக்குச் சிகிச்சையளிக்கச் செய்தான். ஒட்டுமொத்த வானரப் படையும் குதூகல வெள்ளத்தில் மிதந்தது. தன் மகனின் மரணச் செய்தியைக் கேட்டப் பிறகு மறுநாள் ராவணன் தானே நேரில் சண்டையிட வருவான் என்று ராமன் எதிர்பார்த்தான்.

இந்திரஜித்தின் மரணம் பற்றிய செய்தியைக் கேட்டவுடன் ராவணன் மூர்ச்சையானான். முன்பு ஒரு முறை, தேவர்களின் அரசனான இந்திரனைச் சிறைபிடித்து, அவனைச் சங்கிலிகளால் பிணைத்து, தன் தந்தை ராவணனிடம் கூட்டி வந்திருந்த இந்திரஜித், இப்போது இந்திரனின் சக்தி ஏற்றப்பட்டிருந்த ஓர் அம்பால் கொல்லப்பட்டுக் கிடந்தான். ராவணன் தன் மகனைப் பற்றி நினைத்துப் புலம்பத் தொடங்கினான். "என் அன்பு மகனே! இந்த ஒட்டுமொத்த உலகில் உன்னைப் போன்ற ஒருவன் யாரும் இல்லை. நீ எதிர்கொண்ட ஒவ்வோர் எதிரியையும் உன்னால் வீழ்த்த முடிந்தது, ஆனாலும் ஒரு சாதாரண மனிதனால் நீ கொல்லப்பட்டுள்ளாய். இது எப்படிச் சாத்தியமானது? நீ இல்லாமல் இந்த ஒட்டுமொத்த பூமியும் ஒரு வெற்று இடமாகத்தான் இருக்கும். வாழ்க்கை எனக்கு இப்போது சலித்துவிட்டது. நீ இல்லாத ஒரு வாழ்க்கை ஒரு வாழ்க்கையா? மகனே, என்னையும் உன் தாயையும் உன் அன்பு மனைவியையும் விட்டுவிட்டு நீ எங்கே போய்விட்டாய்? நீ ஏன் இறந்து போனாய்?" என்று ராவணன் அழுது அரற்றினான்.

தன் மகன்கள் அனைவரின் அழிவுக்கும் தான் ஒருவன் மட்டுமே காரணம் என்பதை அவன் மறந்துவிட்டான். வழக்கம்போல அவனுடைய வருத்தம் கோபமாக மாறியது. தன் மகன் வெறுமனே சீதையின் மாய உருவத்தைக் கொன்றதைப் போலன்றி, ராவணன் உண்மையிலேயே சீதையைக் கொல்வதென்று முடிவு செய்தான். அவள்தான் இவற்றுக்கெல்லாம் காரணம் என்று அவன் தனக்குத் தானே கூறிக் கொண்டான். ஆனால் தான்தான் இங்கு குற்றவாளி என்பது அவனுக்கு நினைவில்லைபோலும். விபீஷணன் தீர்க்கதரிசனமாகக் கூறியிருந்ததுபோல, ராவணன் செய்த கொடூரமான, அநியாயமான காரியமதான் அவனுடைய ஒட்டுமொத்த இனத்திற்கும் பேரழிவைக் கொண்டுவந்திருந்தது. அவனுடைய கண்களிலிருந்து கண்ணீர் வழிந்தோடியது. இன்னும் ராமன்மீது அர்ப்பணிப்புக் கொண்டிருந்த சீதையைக் கொன்றே தீருவது என்ற தீர்மானத்துடன், அவன் தன் வாளை எடுத்துக் கொண்டு தன் அரண்மனையைவிட்டு வேகமாக வெளியேறினான். அவனுடைய அமைச்சர்களும் மனைவியரும அவனுக்குப் பின்னால் விரைந்தனர் முன்பு அவன் கோபப்பட்டுப் பல முறை அவர்கள் பார்த்திருந்தனர். ஆனால் இப்போது அவனுக்கு ஏற்பட்டிருந்த கோபம் இதுவரை அவர்கள் கண்டிராத அளவுக்குக்

கடுமையாக இருந்தது. சுக்கிரக் கிரகத்தை நோக்கி வருகின்ற ஒரு மோசமான வால் நட்சத்திரத்தைப்போல, தன் வாளை உயர்த்திப் பிடித்தபடி அவன் சீதையை நோக்கி வேகமாகச் சென்றான். கையில் வாளுடன் தன்னை நோக்கி வந்து கொண்டிருந்த ராவணனைக் கண்ட சீதை, இம்முறை காதல் வார்த்தைகளோடு அன்றி, பகைமை எனும் வாள் தாங்கி அவன் தன்னை நெருங்கிக் கொண்டிருந்தான் என்பதையும், இன்று அவன் நிச்சய்மாகத் தன்னைக் கொன்றுவிடுவான் என்பதையும் உணர்ந்தாள். தீயவர்களின் மனங்கள் எவ்வளவு சுலபமாக நிலைமாறுகின்றன என்று அவள் நினைத்தாள். ஒருநாள் அவை காதலை வெளிப்படுத்துகின்றன, இன்னொரு நாள் அது பகையாக மாறிவிடுகிறது. ராமன் இறந்துவிட்டிருந்தான் என்று அவள் உறுதியாக நம்பினாள். எனவே, சாவதற்கு அவளும் தயாராக இருந்தாள்.

அதிர்ஷ்டவசமாக, ராவணனின் அமைச்சர்களில் ஒருவன் ராவணனை அணுகினான். மற்றவர்களைவிட அதிக அறிவு படைத்தவனாக இருந்த அவன், ராவணனிடம், "அரசே! இப்படிப்பட்ட ஒரு பாவச் செயலைச் செய்வது குறித்த எண்ணம் உங்கள் மனத்தில் எப்படித் தோன்றியது? நீங்கள் அவளை அபகரித்து வந்ததே மோசமான விஷயம். வேறு வழியின்றி உங்கள் தயவில் வாழ்கின்ற அவளைக் கொல்வதைப் பற்றி எப்படி உங்களால் சிந்திக்க முடிந்தது? எந்தப் பாதுகாப்பும் இல்லாத இந்தப் பரிதாப ஜீவனை விட்டுவிடுங்கள். உங்கள் கோபத்தை அவளுடைய கணவன்மீதும் அவனுடைய சகோதரன்மீதும் காட்டுங்கள். உங்கள் மகனைக் கொன்றது அவர்கள்தான். நாளைக்கு அமாவாசை. நம்மைப் போன்ற இரவுப் பிரியர்களுக்கு அது மிக மங்கலமான நாள். ராமனுக்கு எதிராகப் போரிடுவதற்கான நேரம் இதுதான். அவனைக் கொன்ற பிறகு வெற்றிகரமாகத் திரும்பி வந்து சீதையை உங்களுக்குச் சொந்தமாக்கிக் கொள்ளுங்கள்," என்று கூறினான்.

இந்த அறிவுரை சுவையானதாக இருந்ததாக ராவணன் கருதினான். அவன் ஒரு கணம் ஏதோ சிந்தனையில் மூழ்கினான். பிறகு, ஒரு வார்த்தைகூடப் பேசாமல் அங்கிருந்து திரும்பித் தன் அரசவையை நோக்கி நடந்தான்.

மறுநாள், அவன் பல தலைசிறந்த வீரர்களைத் தேர்ந்தெடுத்து, ஒரு குழுவாக அவர்களைப் போர்க்களத்திற்கு அனுப்பி வைத்தான். கோசல இளவரசர்களைக் கொல்லும்வரை அவர்கள் திரும்பி வரக்கூடாது என்று அவன் அவர்களுக்குக் கட்டளையிட்டான். பொழுது விடிந்ததும், சிறந்த ஆயுதங்களைச் சுமந்து கொண்டு அவர்கள் போர்முனைக்குப் புறப்பட்டுச் சென்றனர். வானரர்களும் அரக்கர்களும் கடுமையாகச் சண்டையிட்டனர். அங்கு ரத்த ஆறு பெருக்கெடுத்து ஓடியது. ஜனஸ்தானத்தில் ராமன் தனியொருவனாக அவர்களைக் கையாண்டிருந்தான். ஆனால் இப்போது அவர்கள்

அம்புகளால் சூழப்பட்டிருந்ததால் அவர்களை ராமனால் பார்க்க முடியவில்லை. கடைசியில், காந்தர்வம் எனும் ஆயுதத்தை ராமன் தன் கையிலெடுத்தான். இது ஏற்படுத்திய மாயையின் காரணமாக, நூற்றுக்கணக்கான ராமன்கள் எல்லாப் பக்கங்களிலும் காணப்பட்டனர். ஒரு மணி நேரத்திற்குள் ராவணனின் ஒட்டுமொத்தப் படையையும் அவன் துவம்சம் செய்திருந்தான்.

இறந்து போன அரக்கர்களின் மனைவியர் அனைவரும் ஒன்றுகூடி ஒப்பாரி வைத்தனர். சூர்ப்பனகைதான் தங்களுடைய அனைத்துப் பிரச்சனைகளுக்கும் காரணம் என்று அவர்கள் அவள்மீது குறை கூறினர். இலங்கையில் ஒவ்வொரு வீடும் துயரத்தில் மூழ்கியிருந்தது. ஒரு சமயத்தில் இசைச் சத்தமும் மகிழ்ச்சிக் குரலும் மட்டுமே கேட்ட வீடுகளில் இப்போது அழுகைக் குரல் கேட்டது. ராவணன் தன் படுக்கையறைக்குள் நுழைந்தபோது, மண்டோதரி அவனை அணுகி, அவனுடைய கழுத்தைச் சுற்றித் தன் கைகளைப் போட்டுக் கொண்டு, மிக மென்மையான ஒரு குரலில், "அரசே, நாளைக்கு நீங்கள் போருக்குப் போய்த்தான் ஆக வேண்டுமா? நீங்கள் உங்கள் மனத்தை மாற்றிக் கொள்ள மாட்டீர்களா?" என்று கேட்டாள்.

அவன் அவளைத் தன்னிடமிருந்து மென்மையாக விலக்கிக் கொண்டு, "அன்பே, நான் போயாகத்தான் வேண்டும் என்று உனக்குத் தெரியும். ஆனால் தயவு செய்து என்னை நம்பு. நான் ஒருபோதும் உனக்கு ஏமாற்றத்தை ஏற்படுத்த மாட்டேன்," என்று கூறினான்.

"நீங்கள் ஒருபோதும் எனக்கு ஏமாற்றத்தை ஏற்படுத்தியதில்லை. நீங்கள் என்னைத் திருமணம் செய்து கொண்ட நாளிலிருந்து மகிழ்ச்சியைத் தவிர வேறு எதையும் நீங்கள் எனக்குக் கொடுத்ததில்லை. அதை எப்படி என்னால் மறக்க முடியும்?" என்று மண்டோதரி நயமாகப் பேசினாள்.

ராவணன் கடைசியாக ஒரு முறை தன் கோட்டை மதிலுக்குச் சென்று சாமவேதப் பாடல்களைப் பாடினான். அவன் அப்பாடல்களில் ஒரு நிபுணன். முன்பொரு முறை அப்பாடல்களைப் பாடி சிவபெருமானை அவன் மகிழ்வித்திருந்தான். காற்றும், அலைகளும், மரங்களும் அசைந்தாடி ஏற்படுத்திய ஒலிகள் அவனுடைய பாடல்களுக்குப் பக்கவாத்தியங்கள்போலக் கேட்டன. ராமனும் கீழேயிருந்து அப்பாடல்களைக் கேட்டான். ராவணனின் மாபெரும் உருவம் அவனுடைய பாடல்களுக்கு ஏற்ப அசைந்தாடியதை ராமன் பிரமிப்போடு பார்த்தான்.

நள்ளிரவு நெருங்கியபோது வானில் நிலவு முற்றிலுமாக மறைந்து அமாவாசை பிறந்தது. காற்று வீசுவது நின்றது, அலைகள் அமைதியடைந்தன. ராவணன் தன் கடைசி யுத்தத்திற்குப் புறப்பட்டான்.

தன்னிடம் எஞ்சியிருந்த தளபதிகளிடம் யுத்தத்திற்குத் தயாராகும்படி அவன் கூறியபோது, முதன்முறையாக ராவணின் குரலில் ஒரு லேசான பயம் தெரிந்தது. ஏனெனில், தன் அன்புக்குரியவர்களின் மரணத்திற்குப் பழி தீர்த்துக் கொள்வதற்காக அவன் தானே போரிடச் செல்வதென்று தீர்மானித்திருந்தான். அவனுடைய தெய்வீகத் தேர் பல வகையான அணிகலன்களால் அலங்கரிக்கப்பட்டிருந்தது. அவனுடைய தங்கக் கொடி அதில் ஒளிவீசிப் பறந்தது. நவீன ஆயுதங்கள் அனைத்தும் அதில் ஏற்றப்பட்டிருந்தன. ராவணன் ஒரு புலியைப்போல அதனுள் பாய்ந்து, அதன் கடிவாளங்களைத் தன் கைகளில் எடுத்துக் கொண்டான். ஐந்தாவது வாசற்கதவான மாயக் கதவை அவன் தேர்ந்தெடுத்து, ஒரு கருநிற அன்னத்தைப்போல விண்ணில் உயர்ந்தான்.

ராவணனின் முடிவு

வானரர்கள் நான்கு கதவுகளையும் கவனமாகப் பார்த்துக் கொண்டிருந்தனர். ஆனால் ராவணன் மாயக் கதவின் வாயிலாக விண்ணில் எழுந்து, ஒரு பலத்தச் சத்தத்துடன் அவர்களுக்கு நடுவே வந்து இறங்கினான். அவன் அக்கதவின் வழியாக வெளியே வந்தபோது, மேகங்கள் ரத்தத் துளிகளைச் சிந்தின, குதிரைகள் கால் இடறிக் கீழே விழுந்தன. ராவணனின் முகம் தன் வழக்கமான ஒளியை இழந்திருந்தது. அவனுடைய குரலும் கரகரப்பாக ஆகியிருந்தது. அவனுடைய இடது கையும் இடது கண்ணும் துடிக்கத் தொடங்கின. இவை அனைத்துமே மரணத்திற்கான முன்னறிவிப்புகள்தான்.

ஆனால் ராவணன் இவை எதையும் பொருட்படுத்தாமல், எஞ்சியிருந்த தன்னுடைய விசுவாசமான தளபதிகள் மூவருடன் வானரர்களுக்கு இடையே தன் தேரில் வேகமாகச் சென்றான். ஏதோ ஒன்றால் ஆட்கொள்ளப்பட்டிருந்தவன்போல வானரர்களுடன் அவன் சண்டையிட்டான். எந்தவொரு வானரனாலும் ராவணனின் ஆக்ரோஷமான தாக்குதலை எதிர்த்துச் சமாளிக்க முடியவில்லை. சுக்ரீவன் ராவணனின் தளபதிகளில் ஒருவனான விருபக்ஷனுடன் சண்டையிட்டான். கடைசியில், சுக்ரீவன் தன் உள்ளங்கையால் அவனை ஓங்கிக் குத்திக் கொன்றான். கோடைக்காலம் வரும்போது ஓர் ஏரி வற்றுவதைபோல, இருதரப்புப் படைகளும் எண்ணிக்கையில் குறைந்து கொண்டே வந்தன. வீரர்கள் அதிக அளவில் செத்துக் கொண்டிருந்தனர். விதி ராமனுக்குச் சாதகமாக இருந்தது மெல்ல மெல்ல ராவணனுக்குப் புரியத் தொடங்கியது. இல்லையென்றால், மூவுலகிலும் யாராலும் வெற்றி கொள்ளப்பட முடியாதவனாகக் கருதப்படுகின்ற தனக்கு இது எப்படி நிகழ்ந்திருக்கும் என்று ராவணன் யோசித்தான். தன்னுடைய வீரமிக்கத் தளபதி விருபக்ஷனை ஒரு வானரன் தன் உள்ளங்கையால் ஓங்கிக் குத்திக் கொன்றுவிட்டான் என்ற செய்தியை அவனால் நம்ப முடியவில்லை. விருபக்ஷனின் இடத்தில் சண்டையிடுவதற்கு ராவணன் மகோதரனை அனுப்பி வைத்தான். ஆனால் கீழே விழுந்து கிடந்த ஒரு வாளை எடுத்து, ஒரு

மரத்திலிருந்து ஒரு பழுத்தக் கனியை வெட்டுவதைப்போல சுக்ரீவன் அவனுடைய தலையைக் கொய்துவிட்டான். ராவணனின் மூன்று தளபதிகளில் இப்போது மிஞ்சியிருந்தது மகாபரஸ்வரன் மட்டும்தான். வானரர்களின் பட்டத்து இளவரசனான அங்கதன் அவனைக் கொன்றுவிட்டான்.

தனக்குப் பிரியமான மூன்று தளபதிகளும் இறந்துவிட்டதைக் கண்டதும், தன்னை நேராக ராமனிடம் அழைத்துச் செல்லுமாறு ராவணன் தன் தேரோட்டிக்குக் கட்டளையிட்டான். அவன் இப்போது மீண்டும் ராமனை நேருக்கு நேர் சந்தித்தான். முதல் சந்திப்பில் ராமன் பெருந்தன்மையோடு தன்னை நடத்தியிருந்ததை ராவணன் மறக்க விரும்பினான். ராமன் தன்னுடைய புகழ்பெற்றக் கோதண்ட வில்லின்மீது சாய்ந்து இருந்ததையும், அவனுக்குப் பக்கத்தில் லட்சுமணன் இருந்ததையும் ராவணன் பார்த்தான்.

அவன் லட்சுமணனைக் கடந்து சென்று ராமனுடன் நேருக்கு நேர் நின்றான். இதற்காகவே பல நாட்கள் ஆவலோடு காத்திருந்த ராமன், இந்தச் சந்திப்பை மகிழ்ச்சியாக வரவேற்றான். அவர்களுக்கிடையே ஒரு மிகப் பெரிய சண்டை நிகழ்ந்தது. தேவர்கள்கூட அதைப் பார்க்க வந்ததாகக் கூறப்படுகிறது. இருவருமே போர்க்கலையில் வல்லவர்களாகத் திகழ்ந்தனர். வானரர்களும் அரக்கர்களும் தங்களுக்கிடையே சண்டையிடுவதை நிறுத்திவிட்டு, ராமனுக்கும் ராவணனுக்கும் இடையே நிகழ்ந்து கொண்டிருந்த அற்புதமான சண்டையைப் பார்க்க வந்துவிட்டனர். அவ்விருவர் எய்த அம்புகளால் விண்ணும் மண்ணும் பிரகாசமாக ஒளிவீசின. ராமன் கீழேயிருந்து போர் புரிந்தான், ஆனால் ராவணன் தன் தேரிலிருந்து போர் புரிந்தான். அந்த விதத்தில் பார்த்தால் இது ஒரு நியாயமற்றச் சண்டை.

இப்போது லட்சுமணன் அச்சண்டைக்குள் புகுந்தான். ராவணனுடன் சண்டையிடுவதற்கு அவன் வெகுநாட்களாகத் துடித்துக் கொண்டிருந்தான். தாங்கள் பஞ்சவடியில் இருந்தபோது ராமனைத் தேடிச் செல்லுமாறு சீதை தன்னிடம் கெஞ்சிய காட்சியையும், அவளுடைய பரிதாபகரமான முகத்தையும் லட்சுமணனால் ஒருபோதும் மறக்க முடியவில்லை. காற்றில் படபடத்துக் கொண்டிருந்த ராவணனின் கொடியை அவன் ஒரே அம்பால் வெட்டிச் சாய்த்தான். பிறகு, அவனுடைய தேரோட்டியையும் கொன்றுவிட்டு, அவனுடைய வில்லை உடைத்தான். அப்போது விபீஷணன் வேகமாக வந்து ராவணனின் குதிரைகளைக் கொன்றான். இது ராவணனை வெகுண்டெழச் செய்தது. அவன் தன் தேரிலிருந்து கீழே குதித்து, பிரபலமான 'சக்தி' ஆயுதத்தைத் தன் சகோதரனை நோக்கி வீசினான். லட்சுமணன் குறுக்கிட்டு விபீஷணனைக் காப்பாற்றினான்.

நோஞ்சானான லட்சுமணனுக்கு ஒரு முடிவு கட்டுவதற்கான நேரம் வந்துவிட்டதென்று ராவணன் தீர்மானித்தான். அவனுடைய பச்சைநிறக் கண்களில் கோபக்கனல் தெறித்தது. அவன் கோபமாக உறுமியபடி, தன்னுடைய மாமனாரான மாயன் உருவாக்கிக் கொடுத்திருந்த, மந்திர சக்திகள் ஊட்டப்பட்ட ஓர் ஈட்டியை ராவணன் வீசியெறிந்தான். அது பயங்கரமாகச் சத்தமிட்டுக் கொண்டே காற்றின் ஊடாக வேகமாகப் பாய்ந்து சென்றது. தன் இலக்கை நோக்கிச் சென்ற ஓர் எரிகல்லைப்போல அது தோன்றியது. ராமன் விரைவாக ஏதோ ஒரு மந்திரத்தை உச்சரித்து அந்த ஆயுதத்தை முற்றிலுமாக வலுவிழக்கச் செய்தான். கொல்வதற்கான சக்தியை அது இழந்துவிட்டபோதிலும், லட்சுமணனைக் கீழே தள்ளி அவனை நினைவிழக்கச் செய்யும் அளவுக்கு அது சக்திவாய்ந்ததாக இருந்தது. தன் சகோதரனுக்கு ஏற்பட்டிருந்த காயங்களிலிருந்து ரத்தம் பெருக்கெடுத்து வழிந்து கொண்டிருந்ததைக் கண்ட ராமன் பெரும் கவலைக்கு உள்ளானான். ஆனால் அழுவதற்கான நேரம் இதுவல்ல என்பதை உணர்ந்து கொண்ட அவன், ராவணனுடனான சண்டையைத் தொடர்ந்தான். இதற்கிடையே, லட்சுமணனை அங்கிருந்து கொண்டு செல்லுமாறு சுக்ரீவனையும் அனுமானையும் பார்த்து ராமன் கத்தினான். அவர்கள் இருவரும் லட்சுமணனை கவனமாகத் தூக்கிச் சென்றனர். இதற்கிடையே, ராவணனின் அம்புகள் தன் உடல் முழுவதையும் துளைத்துக் கொண்டிருந்ததைப் பற்றி ராமன் கவலைப்படவே இல்லை.

தன்னுடைய அன்புச் சகோதரனைச் சிகிச்சைக்கு அனுப்பி வைத்தப் பிறகு, ராமன் தன் ஆற்றல் முழுவதையும் ராவணன்மீது குவித்தான். அவன் தன் நண்பர்களிடம் திரும்பி, “இவ்வுலகில் நாங்கள் இருவரும் உயிரோடு இருக்க முடியாது என்பது வெளிப்படை. ஒன்று அவன் சாக வேண்டும், அல்லது நான் சாக வேண்டும். நீங்கள் எல்லோரும் அந்தக் குன்றின்மீது நின்று கொண்டு இந்தச் சண்டையை கவனமாகப் பாருங்கள். ஏனெனில், இவ்வுலகம் உள்ளவரையிலும், இவ்வுலகில் உயிரினங்கள் வாழும்வரையிலும் இந்தச் சண்டையைப் பற்றி நெடுங்காலம் பேசப்படும்!” என்று ராமன் முழங்கினான். கடந்த பதினொரு மாதங்களாக ராவணனைக் குறித்து அவன் தன்னுள் அடக்கி வைத்திருந்த கோபம் இப்போது உயிர்பெற்று இருந்தது. ராமன் ஒரு மதம் பிடித்த யானையைப்போலச் சண்டையிட்டான்.

அரக்கர்கள் இரவில் சுற்றித் திரியும் இயல்பு கொண்டவர்கள். இரவு நெருங்க நெருங்க அவர்கள் அதிக சக்திவாய்ந்தவர்களாக ஆயினர். ஆனால் காலைப் பொழுது நெருங்க நெருங்க ராவணன் மேன்மேலும் பலவீனமானான். ராமனுடனான இந்தச் சண்டை, முந்தைய சண்டையைவிட அதிக ஆக்ரோஷமானதாக இருந்தது. வில்களின் நாண்கள் சுண்டியிழுக்கப்பட்டச் சத்தத்தை மட்டுமே

அங்கிருந்தவர்களால் கேட்க முடிந்தது. ராமனையும் ராவணனையும் அவர்களால் பார்க்க முடியவில்லை. ராவணனின் அம்புகள் சிங்கங்கள், புலிகள், ஓநாய்கள் ஆகியவற்றின் முகங்களைக் கொண்டிருந்தன. ராமனின் அம்புகள் மின்னல்கள் மற்றும் எரிகல்களைப்போலத் தோற்றமளித்தன. கடைசியில், தங்க முனைகளைக் கொண்ட ஏராளமான அம்புகளால் துளைக்கப்பட்ட ராவணன், ஓய்வெடுப்பதற்காகக் களத்தைவிட்டு வெளியேறினான். ராமன் சுயநினைவற்றுக் கிடந்த லட்சுமணனை கவனிக்க விரைந்தான். ஏதேனும் செய்து லட்சுமணனை குணப்படுத்தும்படி சுக்ரீவனின் அரண்மனை வைத்தியரிடம் ராமன் கெஞ்சினான்.

"என் சகோதரன் இறந்துவிட்டால், நான் இந்தப் போரில் வெற்றி பெறுகிறேனா அல்லது தோற்றுப் போகிறேனா என்பது பற்றி எனக்குக் கவலையில்லை. எனக்கு என் ராஜாங்கமோ அல்லது என் வாழ்க்கையோகூடத் தேவையில்லை. சீதையை மீட்பதற்கான ஆசையைக்கூட நான் இழந்துவிட்டேன். அவளைப் போன்ற ஒரு மனைவியைக் கண்டுபிடித்துவிட முடியும், ஆனால் லட்சுமணனைப் போன்ற ஒருவனை என்னால் ஒருபோதும் கண்டுபிடிக்க முடியாது. அவன் என்னுடன் பிறந்து, என் சொந்த நிழல்போல இருந்தான். இந்த மோசமான காலகட்டங்களில் அவன்தான் என்னுடைய ஒரே ஆதரவாக இருந்து வந்துள்ளான்," என்று கூறிவிட்டு, லட்சுமணனின் உடலைப் பார்த்து ராமன் அழுது புலம்பினான்.

சுக்ரீவனின் அரண்மனை மருத்துவர் ராமனைப் பார்த்து, "இளவரசே, லட்சுமணனின் முகம் இன்னும் களையிழக்கவில்லை. எனவே, அவன் உயிரோடுதான் இருக்கிறான் என்று நான் நம்புகிறேன். அவனுடைய தோலும் கருப்பாகவில்லை. அவனுடைய உள்ளங்கைகள் இன்னும் இளஞ்சிவப்பாகவும் மென்மையாகவும் இருக்கின்றன. மேலும், அவன் நீண்டகாலம் வாழ்வதற்குரிய மங்கலமான அறிகுறிகள் அவனிடம் இருக்கின்றன. எனவே, தயவு செய்து வருத்தப்படாதீர்கள்," என்று கூறினான்.

பிறகு அவன் அனுமானிடம் திரும்பி, மீண்டும் இமயமலைக்குச் சென்று விஷால்யகரணி மூலிகையைக் கொண்டு வருமாறு அவனிடம் கூறினான். அவன் இதைக் கூறி முடிப்பதற்கு முன்பாகவே அனுமான் வடக்கு நோக்கிப் பறந்தான். வழக்கம்போல அவனால் அந்த மூலிகையை அடையாளம் காண முடியாததால், அந்த ஒட்டுமொத்தக் குன்றையும் அரண்மனை வைத்தியனிடம் கொண்டு வந்தான். அந்த வைத்தியன் அந்தக் குறிப்பிட்ட மூலிகையை எடுத்து லட்சுமணனின் மூக்கின் அருகே வைத்தான். லட்சுமணன் அந்த மூலிகையின் நறுமணத்தை முகர்ந்தபோது, தூக்கத்திலிருந்து விழிப்பதுபோலக் கண்விழித்து எழுந்தான். அவனுக்கு எந்தவிதமான ஆற்றல் இழப்பும் ஏற்படவில்லை, களைப்பிற்கான எந்த அறிகுறியும் அவனிடம்

தென்படவில்லை. ராமனும் லட்சுமணனும் அனுமானுக்குத் தங்கள் ஆழ்ந்த நன்றியைத் தெரிவித்தனர்.

ஆனந்தக் கண்ணீர் வடித்த ராமன், தன் அன்புச் சகோதரனைத் தன் கைகளால் அணைத்துக் கொண்டு, "லட்சுமணா, நீ இறந்திருந்தால் வாழ்க்கையில் எனக்கு எந்த அர்த்தமும் இருந்திருக்காது. சீதையோ அல்லது அரசுரிமையோகூட எனக்கு எந்த விதத்திலும் அர்த்தம் வாய்ந்ததாக இருந்திருக்காது," என்று கூறினான்.

ராமனின் வார்த்தைகளால் தர்மசங்கடமாக உணர்ந்த லட்சுமணன், "அண்ணா, ராவணனை இன்று கொல்வதென்று நீங்கள் மேற்கொண்ட உறுதிமொழியை நிறைவேற்றுங்கள். தயவு செய்து என்னைப் பற்றிக் கவலைப்படாதீர்கள். அவனுடன் சண்டையிட்டு, மாலையில் சூரியன் மறைவதற்குள் அவனைக் கொன்றுவிடுங்கள்," என்று கூறினான்.

தன் சகோதரன் உண்மையைப் பேசினான் என்பதை ராமன் அறிந்திருந்தான். ஆனாலும், தன்னால் ராவணனைத் தோற்கடிக்க முடியாமல் போய்விடுமோ என்ற ஓர் உணர்வு ஒரு கணம் அவனுள் தலைதூக்கியது. ராமன் முற்றிலுமாகக் களைத்துப் போயிருந்ததையும், ஆழ்ந்த சிந்தனையில் மூழ்கியிருந்ததையும் கண்ட அகத்திய முனிவர், அவனிடம் வந்து, 'ஆதித்ய ஹிருதயம்' என்ற ஒரு மாபெரும் மந்திரத்தை அவனுக்குக் கொடுத்தார்.

அகத்திய முனிவர் ராமனைப் பார்த்து, "சூரியவம்சத்து இளவரசனே, இந்த மந்திரத்தை கவனமாகக் கேட்டுக் கொள். போரில் உன்னுடைய எதிரிகள் அனைவரையும் இந்த மந்திரத்தைக் கொண்டு உன்னால் வெல்ல முடியும். சூரியக் கடவுளுக்குரிய பாடல் இது. இதை சிரத்தையோடு பாடினால், அது உன் எதிரிகளை அழித்து, உனக்கு வெற்றியையும் நிரந்தர மகிழ்ச்சியையும் கொண்டு வரும். எல்லாப் பாவங்களையும் அழிக்க வல்லது அது, அனைத்துக் கவலைகளையும் தணிக்க வல்லது அது. எனவே இந்தப் பாடலைப் பாடி சூரிய பகவானை வழிபடு. ஏனெனில், அனைத்து வானுலக உயிர்களின் ஒட்டுமொத்தப் பிரதிநிதி அவர்தான்," என்று கூறினார்.

ராமன் நாராயணனின் அவதாரம் என்பதை அகத்தியர் அறிந்திருந்தபோதிலும், ராமனுக்குத் தன் தெய்வீகத்தைப் பற்றிய விழிப்புணர்வு இல்லை என்பதையும் அவா அறிந்திருந்ததால், அந்த ரகசிய மந்திரத்தை அவர் அவனுடைய காதில் ஓதினார். இந்த மந்திரத்தை மனதார உச்சரிப்பதன் மூலம் பௌதீகத் தடைகள் அகற்றப்படுவதோடு மட்டுமல்லாமல், நிரந்தர உண்மை குறித்தத் தேடலில் ஈடுபட்டுள்ளவர்களின் பாதையில் எதிர்ப்படும் தடைகளும் அகற்றப்பட்டுவிடும். சூரியனைப் பார்த்து இந்த மந்திரத்தைத் தொடர்ந்து கூறுமாறு அகத்தியர் ராமனுக்கு அறிவுறுத்தினார். அவன் அப்படிச் செய்தால், போரில் வெற்றி அவனுக்கு நிச்சயமாகிவிடும்

என்று அவர் கூறினார். இதைக் கேட்டு உற்சாகமடைந்த ராமன், உதயமாகிக் கொண்டிருந்த சூரியனைப் பார்த்து, மனதார அந்த மந்திரத்தை உச்சரிக்கத் தொடங்கினான்.

பிறகு ராமன் ராவணனுடன் சண்டைக்குச் சென்றான். துல்லியமாக அக்கணத்தில் சூரியன் ஒளிமயமாக உதயமானான். ராமனின் தீர்மானத்தைப் பாரட்டுவதுபோலவும், கையிலுள்ள காரியத்தை விரைவாக நிறைவேற்றி முடிக்கும்படி அவனைத் தூண்டுவதுபோலவும் இருந்தது அது.

வெளியே வந்து சண்டையிடுமாறு ராமன் ராவணனுக்குச் சத்தமாகக் குரல் கொடுத்தான். ராவணன் இன்னொரு பிரம்மாண்டமான தேரில் அமர்ந்து வேகமாகப் போர்க்களத்திற்குள் நுழைந்தான். இருவருக்கும் இடையே ஒரு கடுமையான சண்டை தொடங்கியது. அச்சண்டையைப் பார்த்துக் கொண்டிருந்த தேவர்கள், இது சமமான போட்டியல்ல என்று இந்திரனிடம் கூறினர். ராமன் கீழேயிருந்தும், ராவணன் ஒரு தேரில் நின்றும் சண்டையிட்டுக் கொண்டிருந்ததால் அவர்கள் அப்படிக் கூறினர். இந்திரன் தன்னுடைய சொந்தத் தேரோட்டி மாதலியை அழைத்து, தன்னுடைய தேரை ராமனுக்கு எடுத்துச் செல்லுமாறு அவனிடம் கூறினான். அதோடு, இந்திரன் தன்னுடைய தெய்வீக ஆயுதங்களையும் கவசங்களையும் ராமனின் உதவிக்காக உடன் அனுப்பி வைத்தான். பத்துக் குதிரைகள் பூட்டப்பட்ட ஓர் ஒளிமயமான தங்க ரதம் பல்வேறு ஆயுதங்களுடன் தன் முன்னால் வந்து மென்மையாகத் தரையிறங்கியதை ராமன் பார்த்தான்.

மாதலி கீழே இறங்கி வந்து ராமனை வணங்கிவிட்டு, "சூரியகுலத்து அரசே! தேவர்களின் அரசனான இந்திரனின் ஆணையின் பேரில் நான் இங்கு வந்திருக்கிறேன். தயவு செய்து இத்தேரில் ஏறிக் கொள்ளுங்கள். நாம் சண்டையைத் துவக்கலாம்," என்று கூறினான். ராமன் லட்சுமணனை நோக்கி ஓர் அர்த்தம் கலந்த பார்வையை வீசினான். தாங்கள் சரபங்க முனிவரின் ஆசிரமத்திற்குச் சென்றிருந்தபோது, அந்த ஆசிரமத்தின் வாசலில் நிறுத்தப்பட்டிருந்த அதே ரதம்தான் இது என்பதை ராமனும் லட்சுமணனும் உணர்ந்து கொண்டனர். பின்னர் அவர்கள் அகத்திய முனிவரைக் காட்டில் சந்தித்தபோது, தேவை எழும்போது இந்திரன் தன்னுடைய தேரை ராமனுக்கு அனுப்பி வைப்பான் என்று அவர் ராமனிடம் கூறியிருந்தார். ஆனால் அதற்கு என்ன பொருள் என்று ராமனுக்கு அப்போது தெரிந்திருக்கவில்லை. ராமன் அந்த தெய்வீகத் தேரில் ஏறி ராவணனை நேருக்கு நேர் எதிர்கொண்டான். இரண்டு தேரோட்டிகளும் மிகத் திறமையாகத் தங்கள் தேர்களைச் செலுத்தினர். ராமனும் ராவணனும் ஆற்றல்மிக்க மந்திரங்கள் ஏற்றப்பட்ட பயங்கரமான அம்புகளைப் பயன்படுத்தினர். ராவணனின் நாகாஸ்திரங்கள், தம்முடைய அகன்ற

வாய்களின் வழியாக விஷத்தைக் கக்கிக் கொண்டே ராமனை நோக்கித் துல்லியமாகப் பாய்ந்தன. ராமன் எய்த கழுகு அஸ்திரங்கள் அந்த நாகாஸ்திரங்களை முறியடித்தன. கழுகுகள் பாம்புகளின் பரம எதிரிகள். இடிமுழக்கம் போன்ற பெரும் சத்தத்துடன் அம்புகள் ஒன்றையொன்று முறியடித்தன. வானம் அம்புமயமாக இருந்தது. ராமனின் கோபத்தைக் கண்டு உலகம் நடுநடுங்கியது. சூரியன் தன் ஒளியை இழந்தான், கடலில் பேரலைகள் எழுந்தன. ராமனின் முகத்தில் தெரிந்த கோபம் ராவணனைக்கூட கதிகலங்கச் செய்தது. பறவைகளும் விலங்குகளும் பீதியில் கத்திக் கொண்டே அங்குமிங்கும் ஓடின. கடலை எப்படிக் கடலோடு மட்டுமே ஒப்பிட முடியுமோ, வானத்தை எப்படி வானத்தோடு மட்டுமே ஒப்பிட முடியுமோ, அதுபோல, ராமனுக்கும் ராவணனுக்கும் இடையே நடந்த சண்டையை ராமனுக்கும் ராவணனுக்கும் நடந்த சண்டையோடு மட்டுமே ஒப்பிட முடியும் என்று வால்மீகி கூறியுள்ளார்.

கடைசியில், ராமனை ஒரேயடியாக ஒழித்துக்கட்டிவிட வேண்டும் என்ற தீர்மானத்துடன் ராவணன் ஒரு பெரிய ஈட்டியைத் தன் கையில் எடுத்தான். அந்த ஆயுதம் அதன் முனைகளில் புகைந்து கொண்டிருந்தது, சீறல் ஒலியை எழுப்பிக் கொண்டிருந்தது. ராமனின் இதயத்தைப் பதம் பார்க்க அது துடித்துக் கொண்டிருந்ததுபோலத் தோன்றியது. “ராமா, இப்போது உன் கதை முடியப் போகிறது,” என்று கத்தியபடி ராவணன் தன் கையிலிருந்த ஈட்டியை ராமனை நோக்கி எறிந்தான். ராமன் அந்த ஈட்டியை முறியடிப்பதற்கு ஏகப்பட்ட அம்புகளை எய்தான். அவை அந்த ஈட்டியை எரித்துப் பொசுக்கியிருக்க வேண்டும். ஆனால் அதற்கு பதிலாக, ராவணனின் ஆயுதம் அந்த அம்புகளை எரித்துச் சாம்பலாக்கியது. இதைக் கண்டு கோபமடைந்த ராமன், இந்திரன் தனக்கு அனுப்பி வைத்திருந்த ‘சக்தி’ ஆயுதத்தை எடுத்து, தன் ஆற்றல் முழுவதையும் ஒன்றுதிரட்டி, தன்னை நோக்கி வந்து கொண்டிருந்த ஈட்டியைக் குறி பார்த்து வீசினான். அந்த ஈட்டியும் சக்தியும் நடுவானில் ஒன்றோடொன்று மோதியதில், அந்த ஈட்டி ஆயிரம் துண்டுகளாக உடைந்து பூமியில் விழுந்தது. அதன் ஆற்றல் முழுவதும் வற்றிப் போயிருந்தது.

இப்போது ராமன் பேசினான். “சீதை தனியாக இருந்தபோது அவளை அபகரித்துச் சென்ற பிறகும்கூட நீ உன்னை ஒரு வீரன் என்று அழைத்துக் கொள்கிறாய். உன்னுடைய முரட்டுத்தனமான ஆற்றலுக்கு முன்னால் அவளால் என்ன செய்திருக்க முடியும்? நீ ஒரு திருடன், பெண்களைச் சீரழிப்பவன், ஒரு கோழை. ஆனால் உன் தலை, பசியோடு இருக்கும் பிணந்தின்னிக் கழுகுகளுக்கு நல்ல விருந்தாக அமையப் போகிறது. இன்றைய நாள் முடிவதற்குள் உன் ரத்தம் முழுவதும் ஓநாய்களால் உறிஞ்சப்படும்.”

ராமனின் உற்சாகத்தையும் அவனிடமிருந்து வந்த அம்புகளையும் கண்டு ராவணன் வலிமையிழக்கத் தொடங்கினான். அவன் தற்காலிகமாக மூர்ச்சையானான். ராவணனின் நிலைமையைப் பார்த்த அவனுடைய தேரோட்டி, தங்கள் தேரை ராமனிடமிருந்து விலக்கி வேறு இடத்திற்குத் திறமையாக ஓட்டிச் சென்றான். ராவணனுக்கு நினைவு திரும்பியபோது, அவன் தன் தேரோட்டியைத் திட்டிவிட்டு, போர்க்களத்திற்கு நடுவே தேரைக் கொண்டு போகுமாறு அவனுக்குக் கட்டளையிட்டான். "ராவணன் தன் எதிரிகளிடம் ஒருபோதும் புறமுதுகு காட்டுவதில்லை. அவன் தன் எதிரிகள் அனைவரையும் அழித்து முடிக்கும்வரை பின்வாங்க மாட்டான்," என்று ராவணன் கத்தினான்.

"அரசே, தன் எஜமானனைப் பாதுகாப்பது ஒரு தேரோட்டியின் கடமை. நம் குதிரைகள் களைப்படைந்திருந்தன. நீங்கள் களைப்பில் மூர்ச்சையாகிவிட்டீர்கள். தீய அறிகுறிகளைத் தவிர என் கண்களுக்கு எதுவும் தெரியவில்லை. எனவே, அச்சூழ்நிலையிலிருந்து உங்களை வெளியே கொண்டு வருவதுதான் சிறந்ததாக இருக்கும் என்று எனக்குத் தோன்றியதால் நான் அவ்வாறு செய்தேன்," என்று அந்தத் தேரோட்டி கூறினான்.

தன் தேரோட்டியின் அர்ப்பணிப்பைக் கண்டு மகிழ்ந்த ராவணன், தன் கையில் அணிந்திருந்த ஒரு காப்பைக் கழற்றி அவனுக்குப் பரிசளித்தான். தன் எஜமானன் கூறியபடியே அத்தேரோட்டி தன் குதிரைகளைச் சாட்டையால் அடித்து, மீண்டும் ராமனுக்கு முன்னால் தேரைக் கொண்டு வந்து நிறுத்தினான். தனக்குச் சாதகமான ஓர் இடத்திற்குத் தேரை ஓட்டிச் செல்லுமாறு ராமன் மாதலியிடம் கேட்டுக் கொண்டான். விரைவில், ராவணனின் தேர் முழுவதும் இந்திரனின் தேர் எழுப்பிய புழுதியால் மூடப்பட்டது. வானரர்களும் அரக்கர்களும் இக்காட்சியை மெய்மறந்து பார்த்துக் கொண்டிருந்தனர். ராவணன் இந்திரனின் கொடியை இழுத்துக் கீழே சாய்க்க முயன்றான், ஆனால் அவனால் முடியவில்லை. இதற்கிடையே ராமனின் அம்பு ஒன்று ராவணனின் கொடியைக் கீழே சாய்த்தது. ராவணன் தன் உதடுகளைக் கடித்துக் கொண்டு, ராமனை நோக்கிக் கோபப் பார்வை ஒன்றை வீசினான். தன்னுடைய அம்புகளில் ஒன்றுகூட ராமனைக் காயப்படுத்தவில்லை என்பதை அப்போது அவன் உணர்ந்தான். ஆனால் ராமனின் அம்புகள் தம் இலக்குகளைத் துல்லியமாகத் தாக்கின. ராமன் ஒரு புன்முறுவலுடன் இன்னோர் அம்பை எடுத்து ராவணனின் தலையை நோக்கி எய்தான். ஒரு கொடிய பாம்பைப் போன்ற தோற்றத்தைக் கொண்ட அந்த அம்பு, ராவணனின் தலையைக் கொய்தது. ஆனால் அதனிடத்தில் இன்னொரு தலை முளைத்ததைக் கண்டு அங்கு நின்ற அனைவரும் ஆச்சரியமடைந்தனர். அந்தத் தலையும் கொய்யப்பட்டபோது

அதனிடத்தில் இன்னொரு தலை முளைத்தது. மீண்டும் மீண்டும் ஒரு புதிய தலை முளைத்துக் கொண்டே இருந்தது.

ராவணனின் பத்துத் தலைகளும் அவனுடைய மட்டுமீறிய அகங்காரத்தைச் சுட்டிக்காட்டுகின்றன. ஒரே ஒரு தலையைக் கொண்ட நம்முடைய அகங்காரமே கட்டுப்படுத்த இயலாததாக இருக்கும்போது, பத்துத் தலைகளைக் கொண்ட ஒருவனுக்கு எவ்வளவு அகங்காரம் இருக்கும் என்று நினைத்துப் பாருங்கள்! ராவணனின் ஒவ்வொரு தலையாக வெட்டப்பட்டபோது, இன்னொன்று அங்கு முளைத்தெழுந்தது. நம் விஷயத்திலும் இதுதான் நடக்கிறது. நம் அகங்காரம் ஓரிடத்தில் ஒடுக்கப்படும்போது, நம்மை முக்கியமானவர்களாகக் காட்டிக் கொள்வதற்காக உடனடியாக நாம் வேறொரு வழியைத் தேடிக் கொள்கிறோம்.

ராமன் கவலைப்படத் தொடங்கினான். ஆனால் அவனுடைய முகம் அமைதியாக இருந்தது. அவன் தொடர்ந்து அம்புகளை எய்து கொண்டிருந்தான். இவ்வாறு அன்று பகலிலும் இரவிலும் ஓய்வின்றி அவர்கள் சண்டையிட்டனர். கடைசியில், இந்திரனின் தேரோட்டியான மாதலி, கோசல இளவரசனான ராமனைப் பார்த்து, “அரசே! நீங்கள் யார் என்பதை நினைவுபடுத்திக் கொள்ளுங்கள். ராவணன் இறக்க வேண்டிய நேரம் வந்துவிட்டது. பிரம்மாஸ்திரத்தை எய்து அவனைக் கொல்லுங்கள். அவனுடைய தலைக்குக் குறி வைக்காமல் அவனுடைய மார்புக்குக் குறி வையுங்கள்,” என்று கூறினான்.

ராமன் ராவணனின் இதயத்தைப் பார்த்தபோது, அதற்குள் சீதை இருந்ததையும், அவளுடைய இதயத்திற்குள் தான் கோவில் கொண்டிருந்ததையும் அவன் கண்டான். இப்போது அவனுக்கு ஓர் இக்கட்டான் சூழ்நிலை ஏற்பட்டது. இப்போது என்ன செய்வது என்று அவன் யோசித்தான். ராமனின்மீது இருந்த கோபத்தால் ராவணன் ஒரு கணம் சீதையை மறந்தான். துல்லியமாக அந்த நேரத்திற்காகக் காத்திருந்த ராமன், அகத்தியர் தனக்குக் கொடுத்திருந்த பிரம்மாஸ்திரத்தை எடுத்து அதற்குரிய மந்திரத்தைச் சொல்லி அதை ராவணனின் இதயத்தை நோக்கி எய்தான். மூவுலகிலும் மிகவும் சக்திவாய்ந்த ஆயுதம் அதுதான். வெகுசில மனிதர்களுக்கே இந்த ஆயுதத்தின் மர்மங்கள் வெளிப்படுத்தப்பட்டன. ஏனெனில், தன்னைக் கட்டுப்படுத்திக் கொள்ளக் கற்றுக் கொண்டிராத ஒருவனால் அந்த ஆயுதத்தைப் பயன்படுத்த முடியாது என்ற அளவுக்கு அது அவ்வளவு சக்திவாய்ந்ததாக இருந்தது. அந்த அஸ்திரம் ஐம்பூதங்களின் அம்சங்களையும் உள்ளடக்கியதாக இருந்தது. பிரபஞ்சத்தை அழிக்கக்கூடிய நெருப்புபோலத் தகதகத்துக் கொண்டு, ராமனின் வில்லிலிருந்து விடுபட்டு அது ராவணனின் இதயத்தைத் துளைத்துச் சென்று, பூமிக்குள் இறங்கிவிட்டு, மீண்டும் வெளியே வந்து ராமனின் அம்பறாத்தூணிக்குள் தஞ்சம் புகுந்து கொண்டது. பிரம்மாஸ்திரம்

தாக்கியவுடன் ராவணனின் கையிலிருந்த வில் எகிறியது. அவனுடைய கம்பீரமான உடல் அவனுடைய தேரிலிருந்து கீழே சரிந்தது.

அப்போது வானிலிருந்து பூ மழை பொழிந்தது. சூரியன் மேகங்களுக்குப் பின்னால் இருந்து வெளியே வந்தான். ராவணனின் உயிர் வேகமாகப் பிரிந்து கொண்டிருந்தது. தன் கைகளின் வல்லமையால் மட்டுமே இந்த ஒட்டுமொத்த உலகத்தையும் ஆண்டு வந்திருந்த அந்த மாபெரும் அரக்க அரசன், இப்போது நரிகளுக்கும் பிணந்தின்னிக் கழுகுகளுக்கும் இரையாகப் போர்க்களத்தில் வீழ்ந்து கிடந்தான். வல்லமையிலும் வீரத்திலும் அவனுக்கு இணையாக யாரும் இருந்ததில்லை. சாமவேதத்தைப் பாடி சிவபெருமானைக்கூட மகிழ்வித்திருந்தவன் அவன். அப்படிப்பட்டவன் இப்போது ஒரு சாதாரண மனிதனால் கொல்லப்பட்டிருந்தான். அவன் ஒரு மாபெரும் வீரனாக இருந்திருந்தும்கூட, ஒரு பெண்ணின்மீது கொண்ட ஆசையால் இப்போது செத்துக் கிடந்தான். மரணத்தில்கூட அவன் தன் கம்பீரத்தை இழந்திருக்கவில்லை. வீழ்ந்து கிடந்த ஒரு சூரியனைப்போல அவன் இன்னும் மின்னிக் கொண்டிருந்தான்.

ராவணனின் படையில் இருந்த மற்ற அனைவரும் உயிருக்கு பயந்து அங்கிருந்து ஓடிவிட்டனர். வானரர்கள் வெற்றிக் குரல் எழுப்பியபடி அவர்களைத் துரத்திச் சென்றனர். லட்சுமணனும் சுக்ரீவனும் விபீஷணனும் மற்றவர்களும் ராமனைச் சூழ்ந்து கொண்டு அவனைப் பாராட்டினார். விபீஷணன் திடீரென்று கழிவிரக்கம் கொண்டு, தன் சகோதரனுக்கு ஏற்பட்ட முடிவை நினைத்து அழுதான். ராவணன் ஓர் உண்மையான வீரனைப்போல மரணம் எய்தியிருந்தான் என்று கூறி ராமன் அவனுக்கு ஆறுதல் கூறினான்.

“பண்டைய வீரர்கள் பின்பற்றுகின்ற பாதை இதுதான். ஒரு சத்திரியனுக்கு, வாழ்வதற்கும் மரணமடைவதற்கும் ஒரு சரியான வழி இருக்கிறது. ராவணன் போர்க்களத்தில் அந்தச் சரியான வழியைத் தேர்ந்தெடுத்திருக்கிறான். விபீஷணா, மரணத்தோடு அனைத்துப் பகைமையும் முடிவுக்கு வந்துவிடுகிறது. உன் சகோதரனுக்குச் செய்யப்பட வேண்டிய சடங்குகளைச் செய்வதற்கான ஏற்பாடுகளைச் செய். இப்போது அவனுக்கு அவற்றைச் செய்வதற்கு உன்னைத் தவிர வேறு யாரும் இல்லை,” என்று ராமன் கூறினான்.

ராவணனின் மரணச் செய்தி இலங்கை நெடுகிலும் காட்டுத்தீயைப்போலப் பரவியது. அவனுடைய அந்தப்புரத்திலிருந்து ஆயிரக்கணக்கான அழகான பெண்கள் வீதிகளுக்கு ஓடி வந்தனர். இதுநாள்வரை வீதிகளுக்கு வருவதற்கு அவர்களுக்கு அனுமதி இல்லாதிருந்ததால், சூரியன்கூட அவர்களைப் பார்த்திருக்கவில்லை. இப்போது அவர்கள் அனைவரும் போர்க்களத்திற்கு ஓடிச் சென்று, ராவணனின் உடல்மீது கிடந்து ஒப்பாரி வைத்தனர்.

ராவணனின் பட்டத்து அரசியும் இந்திரஜித்தின் தாயுமான மண்டோதரி இப்போது போர்க்களத்திற்குள் ஓடி வந்தாள். அவளுடைய தலை கலைந்திருந்தது. அவளுடைய முகம் கண்ணீரில் குளித்திருந்தது. அவள் தன் கணவனின் உடல்மீது தன்னைக் கிடத்திக் கொண்டு அவனைக் குறித்துப் புலம்பி அழுதாள்.

"அரசே, இப்படிப்பட்ட ஒரு சீரழிவு உங்களுக்கு ஏன் வந்தது? ஒரு சாதாரண மனிதனால் எப்படி உங்களைக் கொல்ல முடிந்தது? இந்த ராமன் தெய்வீகமானவனாக இருக்க வேண்டும். கரனையும் தூஷணனையும் அவன் தனியொருவனாகக் கொன்றான் என்ற உண்மை அவன் ஒரு சாதாரண மானிடப் பிறவி அல்ல என்பதை உங்களுக்கு உணர்த்தியிருக்க வேண்டும். கடலின் குறுக்கே அவன் ஒரு பாலம் கட்டியிருந்தான் என்ற செய்தியை நான் கேள்விப்பட்டபோது, அவன் ஒரு சாதாரணப் பிறவி அல்ல என்பதை நான் அறிந்தேன். ராமன் யார் என்பது இப்போது எனக்குத் தெரிகிறது. பகவான் நாராயணன்தான் அவன். உலகைக் காப்பதற்காக அவன் ஒரு சாதாரண மனிதனாகப் பிறவி எடுத்திருக்கிறான். தேவர்கள்தான் இந்த வானரர்களாக வந்துள்ளனர். அரசே, உங்களைக் கொன்றது ஒரு சாமனியமான மனிதன் அல்ல. நாராயணன்தான் உங்களைக் கொன்றிருக்கிறான். முன்பொரு காலத்தில், உங்கள் புலன்கள் அனைத்தும் உங்கள் கட்டுப்பாட்டில் இருந்தபோது நீங்கள் பல தவங்களைச் செய்துள்ளீர்கள். ஆனால் இப்போது அந்தப் புலன்கள், தறிகெட்டக் குதிரைகளைப்போல உங்களை உங்கள் மரணத்திற்கு இழுத்து வந்துள்ளன. சீதை ஓர் உன்னதமான பெண். தன் கணவனிடம் மிகுந்த அர்ப்பணிப்புக் கொண்டவள் அவள். நீங்கள் அவளை கௌரவப்படுத்தியிருக்க வேண்டும், மாறாக நீங்கள் அவளை இகழ்ந்தீர்கள். அவமானமும் வருத்தமும் கொண்ட அவளுடைய கண்ணீர்தான் உங்களைக் கொன்றதே தவிர ராமனின் அம்புகள் அல்ல. என்னிடம் இல்லாத எது அவளிடம் இருக்கிறது? நானும் ஓர் உயர்குலத்தில் பிறந்தவள்தான். அழகில் அவள் என்னைவிட மேன்மையானவள் அல்ல. ஆனாலும், உங்களுடைய ஆசை உங்கள் கண்களை மறைத்துவிட்டது. நீங்களே உங்களுக்கு இந்தக் கொடூரமான முடிவைத் தேடிக் கொண்டீர்கள். சீதையை நீங்கள் இலங்கைக்குக் கூட்டி வந்த நாளன்று நீங்கள் உங்கள் மரணத்தையும் உங்களோடு அழைத்து வந்துவிட்டீர்கள். அவள் இப்போது அவளுடைய கணவனுடன் மகிழ்ச்சியாக இணைந்து கொள்வாள். ஆனால் நான் நீங்களின்றித் தனியாக வருத்தத்தில் மூழ்கிக் கிடப்பேன். அரசே, உங்கள் புன்னகை எங்கே? உங்கள் காதல் பார்வை எங்கே? நான் ஓர் அதிர்ஷ்டக்காரி என்று நான் எவ்வளவு பெருமையாக இருந்தேன் தெரியுமா? என் கணவர் அரக்கர்களின் அரசர்; என் மகன் இவ்வுலகிலேயே மிகப் பெரிய வீரன். மரணம் வந்து இந்த அனைத்துப் பொக்கிஷங்களையும்

ஒரே அடியில் என்னிடமிருந்து பறித்துக் கொள்ளும் என்று நான் கற்பனைகூடச் செய்ததில்லையே!" என்று புலம்பிய மண்டோதரி, ராவணனின் உடலின்மீது மயங்கி விழுந்தாள். மற்றப் பெண்கள் அவளை அங்கிருந்து தூக்கிச் சென்றனர். ஆனால் தன் கணவனின் அன்பு முகத்தைக் கடைசியாக ஒரே ஒரு முறை பார்ப்பதற்காக அவள் மீண்டும் மீண்டும் அவனிடம் ஓடினாள்.

ராவணனைத் தகனம் செய்வதற்கு ஏற்பாடு செய்யும்படி ராமன் விபீஷணனிடம் கூறினான். சந்தனக் கட்டைகள், இன்னும் பல்வேறு வகையான நறுமண மரங்களின் கட்டைகள், மூலிகைகள் ஆகியவற்றால் ஒரு சிதை உருவாக்கப்பட்டது. விபீஷணன் மிகுந்த மரியாதையோடு தன் சகோதரனின் உடலை ஒரு தீப்பந்தத்தால் தொட்டு, அவனுடைய உடலுக்குத் தீ மூட்டினான். ஈமச் சடங்கிற்குரிய அனைத்தையும் செய்து முடித்த விபீஷணன், ராவணனின் ஆன்மாவிற்குப் படையல் வைத்தான். பிறகு அவன் ராமனிடம் சென்று அவனை வணங்கிவிட்டு, ராமனின் விருப்பத்திற்கு ஏற்ப எல்லாம் செய்து முடிக்கப்பட்டிருந்ததாக அவனிடம் கூறினான்.

ராமன் இந்திரனின் தேருக்கு முன்னால் நெடுஞ்சாண்கிடையாக விழுந்து வணங்கிவிட்டு, மாதலிக்கு நன்றி கூறி அந்தத் தேரைத் திருப்பி அனுப்பினான். பிறகு, அவன் லட்சுமணனையும் சுக்ரீவனையும் அழைத்து, விபீஷணனை அவனுடைய தலைநகருக்கு அழைத்துச் சென்று அரசனாக அவனுக்கு முடிசூட்டும்படி அவர்களிடம் கூறினான். தன்னுடைய பதினான்கு ஆண்டுகால வனவாசம் இன்னும் முடிந்திருக்காததால் ராமன் அந்த விழாவிற்குப் போகவில்லை. லட்சுமணன் விபீஷணனைத் தலைநகருக்கு அழைத்துச் சென்று, அவனை அரியணைமீது அமர வைத்து, அவனை இலங்கையின் மன்னனாக ஆக்கினான்.

அக்கினிப் பரீட்சை

ராமன் அனுமானிடம் திரும்பி, அசோகவனத்திற்குச் சென்று சீதையிடம் இந்த மகிழ்ச்சியான செய்தியைத் தெரிவித்துவிட்டு வரும்படி அவனிடம் கூறினான். ராமன் தன் மனைவியைப் பார்ப்பதற்குத் தீவிர ஆர்வத்துடன் இருந்தபோதிலும், ராவணனுக்குத் தான் செய்ய வேண்டிய கடமைகளை அவன் முதலில் செய்தான் என்பது இங்கு கவனிக்கப்பட வேண்டும். அவன் தன் மனைவியைக் காண விரைந்திருப்பான், ஆனால் முதலில் தன் எதிரிக்கு ஈமச் சடங்குகளைச் செய்துவிட்டு, விபீஷணனை அரசனாக நியமித்துவிட்டு, பிறகுதான் தன் மனைவியைக் காண்பது குறித்த விருப்பத்தின்மீது அவன் கவனம் செலுத்தினான்.

அனுமான் அசோகவனத்திற்குள் நுழைந்தபோது, சீதையை முதன்முதலில் எந்தக் கோலத்தில் பார்த்திருந்தானோ, அவள் அப்போதும் அதே கோலத்தில் இருந்ததை அவன் கண்டான். அவள் வருத்தத்தில் மூழ்கியிருந்தாள். போர்க்களத்தில் நிகழ்ந்திருந்தவற்றை யாரும் அவளிடம் கூறியிருக்கவில்லை.

அனுமான் தன் கைகளைக் குவித்தபடி நின்று கொண்டு, "அம்மா, நான் மகிழ்ச்சியான செய்தியோடு வந்திருக்கிறேன். ராமன் ராவணனைக் கொன்றுவிட்டார். விபீஷணன் இலங்கையின் அரசனாக முடிசூட்டப்பட்டிருக்கிறான். இந்த நல்ல செய்தியை உங்களிடம் தெரிவிப்பதற்காக ராமன் என்னை இங்கு அனுப்பியுள்ளார்," என்று கூறினான்

சீதை மகிழ்ச்சியில் வாயடைத்துப் போனாள். அவளுடைய கண்களிலிருந்து ஆனந்தக் கண்ணீர் வழிந்தது.

அனுமான மரியாதையோடு, "அம்மா, உங்களுடைய பரிதாப நிலையைப் பற்றி நினைத்து நான் பல நாட்களாகத் தூங்கியிருக்கவில்லை. ஆனால் இந்த மகிழ்ச்சியான செய்தியை உங்களுக்குத் தெரிவிப்பதற்கு ராமன் என்னைத் தேர்ந்தெடுத்துள்ளதற்கு நான் புண்ணியம் செய்திருக்கிறேன். இன்னும் ஒரே ஒரு விஷயத்தைச் செய்வதற்கு நீங்கள் எனக்கு அனுமதி கொடுக்க வேண்டும். இத்தனைக் காலமாக

உங்களைத் துன்புறுத்தி வந்துள்ள இந்த அரக்கிகளைக் கொல்ல எனக்கு அனுமதி கொடுங்கள்," என்று கூறினான்.

சீதை புன்னகைத்துவிட்டு, "அன்பு கொண்ட அனுமானே, இவர்கள் வெறும் சேவகர்கள். தங்கள் எஜமானனுக்குக் கட்டுப்பட்டு நடக்க வேண்டியது இவர்களுடைய கடமை. நீ ஏன் அவர்களைக் கொல்ல வேண்டும்? கடந்தகாலத்தில் செய்த விஷயங்களுக்கான பலன்களை எல்லோரும் அறுவடை செய்துதான் ஆக வேண்டும். நான் இந்த தண்டனையை அனுபவிப்பதற்கு என் முந்தைய பிறவியில் நான் ஏதோ செய்திருக்க வேண்டும். பாவிகளிடம்கூட இரக்கத்துடனும் மனிதாபிமானத்துடனும் நடந்து கொள்வதுதான் என் கொள்கை. தவறு செய்யாதவர்கள் யாருமில்லை. தவறு செய்வது மனித இயல்பு. நான் என் கணவரின் வரவை ஆவலோடு எதிர்பார்த்துக் கொண்டிருப்பதாக விரைவாக அவரிடம் சென்று கூறு," என்று கூறினாள்.

அனுமான் அவளை வணங்கிவிட்டு அங்கிருந்து புறப்பட்டுச் சென்றான். சீதையுடனான தன் சந்திப்பைப் பற்றியும், அவள் தன் கணவனின் வரவை ஆவலோடு எதிர்பார்த்துக் காத்துக் கொண்டிருந்ததாகவும் அனுமான் ராமனிடம் கூறினான். இதைக் கேட்டவுடன் ராமனின் கண்களிலிருந்து கண்ணீர் வழிந்தது. ஆனால் அவன் ஏதோ சிந்தனையில் மூழ்கினான். கடைசியில், புனித நீராடிவிட்டு அழகான ஆடைகளை அணிந்து கொண்டு தன்னை வந்து சந்திக்கும்படி சீதையிடம் கூறுமாறு ராமன் விபீஷணனிடம் கூறினான். ராமனின் செய்தியை விபீஷணன் சீதையிடம் தெரிவித்தபோது, "நான் இப்போது எப்படி இருக்கிறேனோ அப்படியே அவர் என்னைப் பார்க்க வேண்டும் என்று நான் விரும்புகிறேன்," என்று கூறினாள்.

ஆனால் ராமனின் கட்டளைகளுக்குக் கீழ்ப்படிந்து நடப்பது தன் கடமை என்று பதிலளித்த விபீஷணன், இந்தக் கோலத்தில் அவளைத் தன்னுடன் அழைத்துச் செல்ல முடியாது என்று அவளிடம் கூறினான். எனவே சீதை பட்டாடைகளும் அணிகலன்களும் அணிந்து கொண்டு, ராமன் தனக்காக அனுப்பியிருந்த பல்லக்கில் ஏறி ராமனிடம் வந்தாள். ராமன் ஏதோ சிந்தித்தபடி நிலத்தைப் பார்த்து அமர்ந்திருந்தான். வானரர்கள் சீதையைப் பார்க்க ஆவலாக அங்கு கூடினர். யாருக்காக அவர்கள் இவ்வளவு கஷ்டங்களையும் அனுபவித்திருந்தார்களோ, யாருக்காக அவர்கள் இந்த ஒட்டுமொத்த அரக்க இனத்தை அழித்திருந்தார்களோ, அந்த நபரைப் பார்க்க அவர்கள் எல்லோரும் மிகவும் ஆவலாக இருந்தனர். ராமன் சீதையைத் தனியாகப் பார்க்க விரும்பக்கூடும் என்பதால் விபீஷணன் அவர்கள் எல்லோரையும் அங்கிருந்து போகும்படி கூறினான்.

ராமன் விபீஷணனைக் கடிந்து கொண்டு, "ஒரு பெண்ணுக்குப் பாதுக்காப்பு அவளுடைய தூய்மையும் கற்பும்தானே அன்றி, ஒரு

சுவரோ அல்லது ஒரு திரையோ அல்ல. அவர்கள் விரும்பினால் எல்லோரும் இங்கேயே இருந்து அவளைப் பார்க்கட்டும். சீதையின் அழகை அவர்கள் எவ்வளவு நேரம் வேண்டுமானாலும் பார்த்து ரசிக்கட்டும். மேலும், தனக்காகச் சண்டையிட்டவர்கள் என்னைச் சூழ்ந்திருப்பதை அவளும் பார்க்கட்டும். அதுதான் முறை," என்று கூறினான்.

ராமனின் வினோதமான நடத்தையைக் கண்டு லட்சுமணன் குழப்பமடைந்தான். தன் சகோதரனின் மனத்தை ஏதோ அரித்துக் கொண்டிருந்தது என்று அவன் உறுதியாக நம்பினான். ராமன் காத்துக் கொண்டிருந்த இடத்திற்கு விபீஷணன் சீதையை அழைத்து வந்தான். ராமனைக் கண்டதும் சீதையின் கால்கள் நடுங்கின. தான் கீழே விழுந்துவிடுவோமோ என்று அவள் பயந்தாள். அவள் தன் முகத்தைத் தன் மேலாடையால் மூடிக் கொண்டு அவனுக்கு அருகே வந்து, "அரசே!" என்று மென்மையாக அழைத்தாள். அவளுக்குள் எழுந்த அழுகையால் அவளுடைய தொண்டை அடைத்தது. அவளால் அதற்கு மேல் ஒரு வார்த்தைகூடப் பேச முடியவில்லை.

ராமன் சீதையைப் பார்ப்பதைத் தவிர்த்துவிட்டு, வழக்கத்திற்கு மாறாக ஒரு கடுமையான குரலில் பேசினான். "நான் எதைச் செய்யப் புறப்பட்டு வந்தேனோ அதை நான் சாதித்துவிட்டேன். நான் என் கௌரவத்தை மீட்டெடுத்துவிட்டேன். சூரியவம்சத்தின் மதிப்பை நான் நிலை நிறுத்திவிட்டேன். எனக்கு ஏற்பட்ட அவமானத்தை நான் துடைத்தெறிந்துவிட்டு, உன்னைச் சிறையெடுத்துச் சென்றவனை நான் கொன்றுவிட்டேன். பெருங்கடலைத் தாண்டி வந்து இலங்கையை அழித்த அனுமானுக்கு வெகுமதி அளிக்கப்பட்டுவிட்டது. தன் சகோதரனை விட்டுவிட்டு என்னிடம் அடைக்கலம் கேட்டு வந்த விபீஷணனும் தனக்குரிய வெகுமதியைப் பெற்றுவிட்டான்."

தன் கணவன் தன்னை வந்து மீட்டவுடன் தன்னைத் தன் கைகளில் தாங்கிப் பிடித்து அரவணைத்துக் கொண்டு தனக்கு ஆறுதல் கூறுவான், தான் அனுபவித்திருந்த துன்பங்களைத் தான் மறந்து போகும்படி செய்வான் என்ற கனவுடன் சீதை இக்கணத்திற்காக ஓராண்டுகாலமாகக் காத்திருந்தாள். ஆனால், தன்னிடம் ஒருபோதும் கடுமையாகப் பேசியிருக்காத ராமன் இப்போது ஏன் இந்தக் கடுமையான தொனியில் தன்னிடம் பேசினான் என்பதை அவளால் புரிந்து கொள்ள முடியவில்லை. அவள் தன் மான் போன்ற கண்களால் ராமனைப் பார்த்தாள். அவளுடைய கண்களில் மெல்ல மெல்லக் கண்ணீர் நிரம்பிக் கொண்டிருந்தது. ராமனின் இதயம் பச்சாதாபத்தாலும் அன்பாலும் அலைக்கழிக்கப்பட்டுக் கொண்டிருந்தது. ஆனால் சீதையின் மதிப்பு மீட்டெடுக்கப்பட வேண்டும் என்பதை அவன் அறிந்திருந்தான்.

“சீதா, நான் இந்தச் சண்டையை உனக்காக நடத்தினேன் என்று நினைத்துக் கொள்ளாதே. என்னுடைய பெயரையும் கௌரவத்தையும் பாதுகாப்பதற்காகவே நான் சண்டையிட்டேன். நீ ராவணனின் நகரத்தில் பதினோரு மாதங்கள் வாழ்ந்துள்ளதால், உன் நடத்தையின்மீது ஒரு மிகப் பெரிய கறை ஏற்பட்டுள்ளது. அந்தக் கயவன் உன்னைத் தன் கண்களால் சுவைத்து, உன்னைத் தன் கைகளில் ஏந்திச் சென்றான். உன்னைப் பற்றி ஏகப்பட்ட வதந்திகள் நிலவுகின்றன. உன்னை என்னால் திரும்ப ஏற்றுக் கொள்ள முடியாது. நீ உன் விருப்பம்போல எங்கு வேண்டுமானாலும் போகலாம். உன்னை இனி என்னால் ஏறெடுத்துப் பார்க்க முடியாது. நீ என் கண்களை உறுத்துகிறாய். நான் உன்னை மீட்டெடுத்து என் கடமையை நிறைவேற்றிவிட்டேன். இனி நான் உனக்கு எந்த விதத்திலும் கடன்பட்டிருக்கவில்லை. நான் ஓர் உன்னதமான குடும்பத்தைச் சேர்ந்தவன். உன்னை மீண்டும் சேர்த்துக் கொள்வது பொருத்தமானதாக இருக்காது. ராவணனைப் போன்ற ஒரு காமாந்தகனின் வீட்டில் பதினோரு மாதங்கள் வாழ்ந்துள்ள பேரழகியான உன்னை அவன் தொடாமல் விட்டு வைத்தான் என்று நான் நம்புவேன் என்று நீ எதிர்பார்க்கிறாயா?” என்று ராமன் கண்டபடி பேசினான்.

அன்பான வார்த்தைகளைத் தவிர வேறு எதையும் தன் கணவனிடமிருந்து கேட்டிராத சீதை, ராமனின் வாயிலிருந்து வந்த இந்தக் கொடுமையான வார்த்தைகளைக் கேட்டு, தன் கம்பத்திலிருந்து பிரிக்கப்பட்ட ஒரு கொடியைப்போலத் தடுமாறினாள். அவளால் தன் அழுகையைக் கட்டுப்படுத்த முடியவில்லை. வாடிக் கொண்டிருந்த ஒரு மலரைப்போல அவள் காணப்பட்டாள். போதாக் குறைக்கு, இந்த வேதனையான காட்சியைப் பார்த்துக் கொண்டிருந்தவர்களில் சிலருக்கு இது சுவாரசியமாக இருந்தது, சிலர் சீதையின்மீது பரிதாபம் கொண்டனர். ராவணன் தன்னைச் சிறையெடுத்துச் சென்றபோது தன் இதயம் நொறுங்கிவிட்டிருந்ததாக சீதை நினைத்தாள். ஆனால் இந்தச் சோதனையோடு ஒப்பிடுகையில் அது ஒன்றுமே இல்லை என்று இப்போது அவளுக்குத் தோன்றியது.

கடைசியில் அவள் ஒரு தடுமாற்றமான குரலில் பேசினாள். “நீங்கள் ஏன் இத்தகைய கடுமையான வார்த்தைகளை என்னிடம் பேசுகிறீர்கள்? தெருவில் வசிக்கின்ற ஒரு சாதாரண ஆண்மகன் தன் மனைவியிடம் பேசும் பேச்சு இது. நீங்கள் ஒரு சாதாரண ஆண் அல்ல, நானும் தெருவில் வசிக்கும் ஒரு பெண் அல்ல. நீங்கள் என்னை சந்தேகித்திருந்தால், என்னைத் தேடுவதற்காக அனுமானை ஏன் அனுப்பி வைத்தீர்கள்? என்னால் இனி உங்களுக்கு எந்தப் பயனும் இல்லை என்று நீங்கள் ஏன் அவனிடம் கூறவில்லை? நீங்கள் ஏன் இவ்வளவு கஷ்டப்பட்டுக் கடல் கடந்து வந்து, ராவணனோடு சண்டையிட்டு அவனைக் கொல்ல வேண்டும்? இங்கே வந்ததன்

மூலம் நீங்கள் உங்கள் உயிரைப் பணயம் வைத்ததோடு, உங்களுடைய நண்பர்களின் உயிர்களையும் பணயம் வைத்தீர்கள். நீங்கள் இந்தத் துன்பங்கள் எதற்கும் ஆளாகாமல் இருந்திருக்கலாமே. நானும் என் உயிரை அப்போதே முடித்துக் கொண்டிருப்பேன். இப்படிப்பட்டக் கொடூரமான வார்த்தைகளை உங்களிடமிருந்து நான் கேட்க வேண்டியிருந்திருக்காது. அந்தக் கயவன் என்னைத் தூக்கிச் சென்றபோது என்னைத் தொட்டிருந்தான் என்றால், அதற்குக் காரணம் நான் பலவீனமாகவும் ஆதரவற்றும் இருந்தேன் என்பதுதான். அதற்காக என்னை எப்படி உங்களால் குறைகூற முடியும்? என்னுடன் இத்தனை ஆண்டுகாலம் வாழ்ந்த பிறகும் நீங்கள் என்னைப் பற்றி முழுமையாக அறிந்திருக்கவில்லை என்றுதான் தோன்றுகிறது. என் எண்ணங்களும் அன்பும் ஒருபோதும் உங்களைவிட்டு விலகியதே இல்லை. ஜனகனின் மகளான என்னை ஜானகி என்று பலர் அழைக்கக்கூடும். ஆனால் உண்மையில், நான் சீதை. பூமித் தாயின் மகள் நான். என்மீது இப்படிப் பழி சுமத்துவதற்கு முன்பு என்னுடைய உயர்ந்த பிறப்பைப் பற்றி நீங்கள் நினைத்துப் பார்த்தீர்களா? உங்களைப் பொருத்தவரை என் அன்பிற்கும் கற்புக்கும் எந்த அர்த்தமும் இல்லையா? அப்படியானால் நீங்கள் ஏன் இங்கே வந்தீர்கள்?"

இவ்வாறு பேசிய சீதை லட்சுமணனிடம் திரும்பி, "லட்சுமணா, எனக்காக ஒரு சிதையைத் தயார் செய். தீயைவிட அதிகமாக என்னைச் சுட்டெரித்துக் கொண்டிருக்கின்ற இந்தத் துயரத்திலிருந்து விடுபடுவதற்கான ஒரே வழி அதுதான். என்மீது பொய்யாகப் பழியுரைக்கப்பட்டுள்ளது. நான் இதற்கு மேல் உயிர்வாழ விரும்பவில்லை. என் கணவர் எல்லோர் முன்னிலையிலும் என்னை அவமானப்படுத்திவிட்டார். என் விருப்பம்போல நான் எங்கு வேண்டுமானாலும் போகலாம் என்று அவர் கூறிவிட்டார். நான் போகக்கூடிய இடம் ஒன்றே ஒன்றுதான் உள்ளது. நெருப்புதான் அது," என்று கூறினாள்.

லட்சுமணன் கோபத்தோடு ராமனைப் பார்த்தான். ராமன் தலை குனிந்து ஒரு சிலைபோல அமர்ந்திருந்தான். சீதைக்காக ஒரு சிதையைத் தயாரிப்பதற்கு லட்சுமணன் சென்றபோது ராமன் அவனைத் தடுக்கவில்லை. சீதை ராமனை ஒரு முறை சுற்றி வந்து, கொழுந்துவிட்டு எரிந்து கொண்டிருந்த நெருப்பை நோக்கிச் சென்றாள். அவள் அந்த நெருப்பின் முன்னால் தன் கைகளைக் கூப்பி நின்று கொண்டு, "என் எண்ணங்கள் ராமனோடுதான் இருந்தன, வேறெங்கும் போகவில்லை என்பது உண்மையானால் என்னைக் காப்பாற்று. நான் களங்கப்பட்டுள்ளதாக என கணவர் நினைக்கிறார். நான் உணமையிலேயே அப்பாவி என்றால், அக்கினிக் கடவுள் என்னைக் காப்பாற்றட்டும். எண்ணத்திலும் சொல்லிலும் செயலிலும் நான் ஒருபோதும் ராமனுக்கு நம்பிக்கைத் துரோகம்

இழைக்கவில்லை என்பது உண்மை என்றால், அக்கினி தேவன் என்னைக் காப்பாற்றட்டும். நான் தூய்மையானவள் என்று இந்த பூமியும் வானமும் தேவர்களும் நம்புகின்றனர் என்றால், அக்கினி தேவன் என்னைக் காப்பாற்றட்டும்," என்று கூறினாள்.

இவ்வாறு கூறிய அவள் அந்த நெருப்பை ஒரு முறை வலம் வந்துவிட்டு அதற்குள் குதித்தாள். அங்கு கூடியிருந்த அரக்கிகள் அனைவரும் உரத்தக் குரலில் ஓலமிட்டு இதற்கு எதிர்ப்புத் தெரிவித்தனர். தங்க நகைகளும் மஞ்சள்நிறப் பட்டும் அணிந்திருந்த சீதை, அந்நெருப்பின் நடுவே உருக்கிய பொன்போல ஒளிவீசினாள். ராமன் கல்லில் வடிக்கப்பட்ட ஒரு சிலைபோலச் சலனமின்றி நின்றான். அவனுடைய கண்கள் நிலத்தின்மீது பதிந்திருந்தன. அவனுடைய இதயம் சுக்குநூறாக நொறுங்கிக் கொண்டிருந்தது. ஆனாலும் தன் உயிரினும் மேலான சீதையைக் காப்பாற்ற அவன் எதுவும் செய்யவில்லை. அக்கணத்தில் வானுலகினர் கீழே வந்து ராமனிடம் பேசினர். "சீதை நெருப்பில் தன்னை எரித்துக் கொள்வதை உன்னால் எப்படிக் காண முடிகிறது? நீ நாராயணன் என்பதும் சீதை உன்னுடைய மனைவி லட்சுமி என்பதும் உனக்குத் தெரியாதா? நீ விஷ்ணு. ராவணனை அழிப்பதற்காகப் பிறந்தவன் நீ. இப்போது உன் வேலை முடிந்துவிட்டது. தர்மம் காக்கப்பட்டுவிட்டது," என்று பிரம்மா கூறினார்.

பிரம்மா பேசி முடித்தவுடன், நெருப்புக் கடவுளான அக்கினி தேவன் சீதையைத் தன் கைகளில் ஏந்தியபடி அந்நெருப்புக்குள் இருந்து வெளியே வந்தான். சீதை செந்நிற ஆடை அணிந்திருந்தாள். அவள் தன் தலையில் சூடியிருந்த மலர்கள்கூடக் கருகியிருக்கவில்லை. "இதோ உன் மனைவி சீதை. அவள் மாசு மருவற்றவள். எண்ணத்திலோ, வார்த்தையிலோ, அல்லது செயலிலோ அவள் ஒருபோதும் உனக்குத் துரோகம் இழைக்கவில்லை. என்னை நம்பு. பெண்களில் மாணிக்கமான இவளை ஏற்றுக் கொள்," என்று அக்கினி தேவன் கூறினான்.

ராமனின் கண்களிலிருந்து தாரைதாரையாகக் கண்ணீர் வழிந்தது. "என் மனைவி தூய்மையானவள், கற்புத் தவறாதவள் என்பது எனக்குத் தெரியும். ஒரு கணம்கூட நான் அவள்மீது சந்தேகம் கொள்ளவில்லை. ஆனால் அவள் இந்த அக்கினிப் பரீட்சைக்கு உட்பட்டிருக்காவிட்டால், மக்கள் அவளைப் பற்றியும் என்னைப் பற்றியும் அவதூறாகப் பேசுவார்கள். தசரதனின் மகன் தன் மனைவியின்மீது கொண்ட கண்மூடித்தனமான காதலால் அவள் நெடுங்காலம் இன்னொருவனின் வீட்டில் வாழ்ந்திருந்தும் அவளை ஏற்றுக் கொண்டான் என்று அவர்கள் என்னைத் தூற்றுவர். சீதையை அவளுடைய கற்பு முழுமையாகப் பாதுகாத்திருக்கும் என்பதை நான் நன்றாகவே அறிவேன். ராவணனால் ஒருபோதும் அவளைத் தீண்டியிருக்க முடியாது. ஒரு நல்லவனால் தன் நற்பெயரை எப்படிக்

கைவிட முடியாதோ, அதேபோல என்னால் ஒருபோதும் சீதையைக் கைவிட முடியாது. நான் அவளிடம் கடுமையாகப் பேசியதும், அவள் நெருப்பிற்குள் நுழையும்போது நான் உணர்ச்சிவசப்படாமல் இருந்ததும், அவளுடைய நற்பெயரை எல்லோருக்கும் நிரூபிப்பதற்குத்தான்," என்று ராமன் கூறினான்.

ராமன் இவ்வாறு கூறிக் கொண்டே சீதையை அணுகி அவளுடைய கண்களை ஊடுருவிப் பார்த்தான். தாமரை போன்ற தன் கண்ணீர்க் கண்களால் சீதை ராமனைப் பார்த்தாள். அவளுடைய கண்கள் அவனைக் குற்றம் சாட்டியதுபோலத் தெரிந்தன. வேறு யாருக்கும் கேட்காத ஒரு மென்மையான குரலில் ராமன் அவளிடம் இவ்வாறு கூறினான்: "பூமியின் மகளே! என் அழகு சீதையே! நான் உன்னை சந்தேகித்தேன் என்று எப்படி உன்னால் சிந்திக்க முடிந்தது? மனத்தை மயக்கும் உன் முகத்தைப் பார்க்க நான் தவியாய்த் தவித்துக் கொண்டிருந்தேன். இந்தக் காடுமேடெல்லாம் சுற்றித் திரிந்து நான் ஏன் உன்னைத் தேடி வந்தேன் என்று நினைக்கிறாய்? உன்மீது எனக்கு ஏக்கம் இருக்காவிட்டால், அரக்கர்களின் அரசனை எதிர்கொண்டு அவனுடைய கோபத்திற்கு ஆளானதன் மூலம் என் உயிரைப் பணயம் வைத்திருப்பேனா? உன்மீது யாரும் குறை கூறிவிடக்கூடாது என்பதற்காகவே நான் உன்னிடம் அவ்வாறு பேசினேன்." இந்த விளக்கத்தைக் கேட்ட சீதை சமாதானமடைந்து, தன் மனம் நிறைய அன்புடன் ராமனைப் பார்த்தாள். அவர்கள் தங்களைச் சுற்றி இருந்தவர்களை மறந்துவிட்டு, நீண்டநேரம் ஒருவரையொருவர் பார்த்தபடி நின்றனர். இதைக் கண்ட அனைவரும் மகிழ்ச்சியடைந்தனர்.

ராமன் சீதையுடன் கை கோர்த்து நின்றபோது, அவன் பார்ப்பதற்காக அவனுடைய தந்தை தசரதனை தேவர்கள் அங்கு கூட்டி வந்தனர். அவர்கள் மூவருக்கும் இடையே ஒரு மகிழ்ச்சியான ஒன்றுகூடல் நிகழ்ந்தது. பதினான்கு வருடங்கள் விரைவில் முடிவுக்கு வரவிருந்ததால் உடனே அயோத்திக்குத் திரும்பிச் செல்லுமாறும், ராமனின் வரவுக்காக பரதன் கவலையோடு காத்துக் கொண்டிருந்தான் என்றும தேவர்கள் ராமனிடம் கூறினர்

நாடு திரும்புதல்

மறுநாள் காலையில் விபீஷணன் ராமனிடம் வந்து, “உங்கள் முடிசூட்டு விழாவிற்காகப் பன்னீரையும் சந்தனத்தையும் பட்டாடைகளையும் நான் கொண்டு வந்திருக்கிறேன். தயவு செய்து இவற்றை ஏற்றுக் கொண்டு என்னை மகிழ்ச்சிப்படுத்துங்கள்,” என்று கூறினான்.

ராமன் புன்னகைத்துவிட்டு, “இந்தப பொக்கிஷங்களையெல்லாம் சுக்ரீவனுக்குக் கொடுத்துவிடு. ஏனெனில், என் மனம் முழுவதும் இப்போது பரதன்தான் நிரம்பியுள்ளான். அயோத்திக்குத் திரும்பிச் செல்வதற்கான பாதை மிக நீளமானது, மிகவும் கடினமானது. பதினான்கு ஆண்டுகள் முடிவடையவிருக்கின்றன. குறித்த நேரத்திற்குள் நான் அயோத்திக்குத் திரும்பாவிட்டால் தன் உயிரை மாய்த்துக் கொள்ளப் போவதாக பரதன் சத்தியம் செய்திருக்கிறான்,” என்று கூறினான்.

அதற்கு விபீஷணன், “அரசே, நீங்கள் ஒரே நாளில் அயோத்தியைச் சென்றடைய நான் உங்களுக்கு உதவுகிறேன். என் சகோதரன் ராவணன் என்னுடைய இன்னொரு சகோதரன் குபேரனிடமிருந்து அவனுடைய புஷ்பக விமானத்தை அபகரித்திருந்தான். ராவணன் அதைப் பொக்கிஷமாகப் பாதுகாத்தான். இன்னும் ஒருசில நாட்கள் என்னோடு தங்கியிருந்துவிட்டு, பிறகு அந்தப் புஷ்பக விமானத்தில் நீங்கள் அயோத்திக்குப் புறப்பட்டுச் செல்லலாம்,” என்று கூறினான்.

விபீஷணனின் அர்ப்பணிப்பைக கண்டு ராமன் மனம் நெகிழ்ந்தான். “விபீஷணா, நீ என்மீது கொண்டிருக்கும் அன்பை நான் அறிவேன். ஆனால் அயோத்திக்குத் திரும்பிச் சென்று என் சகோதரர்களையும் என் அன்னையரையும் கோசல நாட்டு மக்களையும காண என் இதயம் ஏங்கிக் கொண்டிருக்கிறது. அவர்கள் எல்லோரும் என் வரவை எதிர்பார்த்துக் கவலையோடு காத்துக் கொண்டிருப்பார்கள். தயவு செய்து இப்போதே அந்தப் புஷ்பக விமானத்தைக் கொண்டு வரச் சொல். நாங்கள் இங்கிருந்து உடனடியாகப் புறப்பட வேண்டும்,” என்று ராமன் கூறினான்.

அழகான மலர்களால் அலங்கரிப்பட்டு, அன்னப் பறவைகள் பூட்டப்பட்டப் புஷ்பக விமானம் புறப்படுவதற்குத் தயார் நிலையில் அங்கு கொண்டு வரப்பட்டது. ராமனும் சீதையும் லட்சுமணனும் அதனுள் ஏறினர். புஷ்பக விமானம் ஓர் அரண்மனை அளவுக்குப் பெரிதாக இருந்தபோதிலும், ராமன் சீதையைத் தன் மடிமீது அமர்த்திக் கொண்டான். சீதைக்கு இது மிகுந்த மகிழ்ச்சியை ஏற்படுத்தியது. லட்சுமணன் ராமனுக்குப் பக்கத்தில் உட்கார்ந்து கொண்டான்.

ராமன் விபீஷணனையும் சுக்ரீவனையும் மற்ற வானரர்களையும் பார்த்து, "நீங்கள் எல்லோரும் என்னுடைய உண்மையான நண்பர்களாக இருந்து வந்திருக்கிறீர்கள். நீங்கள் என்மீது காட்டிய அன்பிற்கும் அர்ப்பணிப்பிற்கும் எந்த வழியில் நான் உங்களுக்குக் கைமாறு செய்யப் போகிறேன் என்று எனக்குத் தெரியவில்லை. சுக்ரீவா, தயவு செய்து உன் படையினருடன் கிஷ்கிந்தைக்குத் திரும்பிச் செல். என் ஆசீர்வாதங்கள் எப்போதும் உன்னுடன் இருக்கும். என் அருமைக் குழந்தை அங்கதா, உன்னுடைய வீரத்தை என்னால் ஒருபோதும் மறக்க முடியாது. என் அன்புக்குரிய அனுமானே, எங்கள் வாழ்நாள் முழுவதும் நாங்கள் உனக்குக் கடமைப்பட்டிருக்கிறோம். இப்போது நாங்கள் எங்கள் சொந்த ஊருக்குத் திரும்பிச் செல்ல நீங்கள் எல்லோரும் எங்களுக்கு விடைகொடுங்கள். நான் நீண்டகாலம் என் நாட்டிலிருந்து வெளியே இருந்துவிட்டேன். எனவே அயோத்திக்குத் திரும்பிச் செல்ல என் இதயம் துடித்துக் கொண்டிருக்கிறது," என்று கூறினான்.

சுக்ரீவன் ராமனை வணங்கிவிட்டு, "நாங்களும் உங்களுடன் அயோத்திக்கு வர எங்களுக்கு அனுமதி கொடுங்கள். நாங்கள் எந்த அழிவுப்பூர்வமான நடவடிக்கைகளிலும் ஈடுபட மாட்டோம். உங்கள் முடிசூட்டு விழா முடிந்தவுடன் நாங்கள் உடனடியாகக் கிஷ்கிந்தைக்குத் திரும்பிவிடுவோம். இது சத்தியம்," என்று கூறினான்.

தன்னோடு வருவதற்கு அவர்கள் கொண்டிருந்த ஆவலைக் கண்டு புன்முறுவல் பூத்த ராமன், "எனக்கு உதவியவர்களுடன் சேர்ந்து நான் என் பூர்விக நகரத்திற்குள் நுழையப் போகிறேன் என்ற எண்ணம் எனக்குப் பெருமகிழ்ச்சி அளிக்கிறது. சுக்ரீவா, உன் படையினருடன் இந்தப் புஷ்பக விமானத்தில் ஏறிக் கொள்," என்று கூறினான்.

இப்போது விபீஷணனும் தன் பங்குக்கு ஒரு கோரிக்கையை முன்வைத்தான். தானும் தன்னுடைய நண்பர்களும் உடன் வருவதற்கு ராமனிடம் அவன் அனுமதி கேட்டான். ராமன் மகிழ்ச்சியாக இதற்குத் தன் சம்மதத்தைக் கொடுத்தான். ஒட்டுமொத்தப் பட்டாளமும் அந்தப் புஷ்பக விமானத்திற்குள் நுழைந்தது. இன்னும் ஒரு பெரிய படை அமர்வதற்குப் போதுமான இடம் அதில் இருந்தது.

அந்த தெய்வீக ரதம் அனாயாசமாக விண்ணுக்குள் எழுந்தது. அது மேலே எழுந்தபோது வானிலிருந்து பூ மழை பொழிந்தது.

வானரர்கள் மகிழ்ச்சியில் கத்தினர், தங்கள் விமானத்திலிருந்து கீழே எட்டி பார்த்துப் பூரித்தனர். விமானம் மிக வேகமாக உயர்ந்து கொண்டிருந்தது.

சீதையைத் தேடிய காலத்தில் தானும் லட்சுமணனும் அலைந்து திரிந்த இடங்களையெல்லாம் ராமன் சீதைக்குச் சுட்டிக்காட்டினான். சீதையின் முகம் மகிழ்ச்சியாலும் அழகாலும் ஒளிர்ந்தது. பாலத்தின் மறுபக்கத்தில் தான் உருவாக்கியிருந்த சிவலிங்கத்தை வழிபடுவதற்காக ராமன் தன் புஷ்பக விமானத்தை அதற்குப் பக்கத்தில் தரையிறக்கினான். தான் சீதையுடன் திரும்பி வரும்போது இங்கு வந்து வழிபடுவதாக சீதையைத் தேடி இலங்கைக்குச் செல்வதற்கு முன்பாக ராமன் சிவபெருமானுக்கு சத்தியம் செய்து கொடுத்திருந்தான். சிவனை வழிபட்டப் பிறகு, அந்த அற்புதமான பாலத்தை ராமன் சீதைக்குச் சுட்டிக்காட்டினான். சீதை அதைக் கண்டு வியந்தாள்.

"நாம் இப்போது சுக்ரீவனின் கோட்டையான கிஷ்கிந்தைக்கு மேலே பறந்து கொண்டிருக்கிறோம்," என்று அவன் கூறினான். புஷ்பக விமானத்தை அங்கு தரையிறக்கும்படி சீதை ராமனிடம் வேண்டினாள். சுக்ரீவனின் மனைவியான ருமையையும், வாலியின் மனைவியான தாராவையும், மற்ற வானரத் தலைவர்களின் மனைவியரையும் தன்னோடு அயோத்திக்குக் கூட்டிச் செல்ல அவள் விரும்பினாள்.

எனவே அந்தப் புஷ்பக விமானம் கிஷ்கிந்தையில் இறங்கியது. வானரப் பெண்கள் மகிழ்ச்சியாக அந்தப் பட்டாளத்துடன் சேர்ந்து கொண்டனர். பிறகு ரிஷ்யமுக மலையை ராமன் சீதைக்குச் சுட்டிக்காட்டி, அங்குதான் அனுமானைத் தான் முதன்முதலில் சந்தித்திருந்ததாகக் கூறினான். "தாமரை மலர்கள் நிறைந்த பம்பை ஏரி அது. இங்கு உன் நினைவால் நான் பெரிதும் ஏங்கினேன். இங்குதான் சபரி என்ற முதிய பெண் துறவியை நாங்கள் சந்தித்தோம்," என்று அவன் கூறினான்.

"சீதா, நம்முடைய பஞ்சவடி ஆசிரமத்தைப் பார். நீ இல்லாமல் என்னால் ஒரு கணம்கூட அங்கே இருக்க முடியவில்லை. எனவே நாங்கள அந்த ஆசிரமத்தைவிட்டு உடனடியாக வெளியேறிவிட்டோம்," என்று கூறிய ராமன் ஒருசில நிமிடங்கள் மௌனமாக இருந்தான். வேதனைகரமான கடந்தகால நிகழ்வுகள் அவனுடைய நினைவுக்கு வந்தன. சீதை அவனுடைய தோளில் தன் முகத்தைப் புதைத்துக் கொண்டு அழுதாள்.

பிறகு அவர்களுடைய புஷ்பக விமானம் சித்திரக்கூட மலையைக் கடந்து, இறுதியில் பரத்வாஜ முனிவரின் ஆசிரமத்திற்கு முன்னால் தரையிறங்கியது. அன்று முழுவதும் தன்னோடு தங்கிவிட்டு மறுநாள் காலையில் புறப்பட்டுச் செல்லுமாறு பரத்வாஜ முனிவர் ராமனிடம் வேண்டினார். எனவே ராமன் அனுமானைப் பார்த்து, "முனிவரின்

வார்த்தையை என்னால் தட்ட முடியாது. எனவே, நீ நந்திகிராமத்திற்குச் சென்று பரதனிடம் எல்லாத் தகவல்களையும் கூறு. நான் திரும்பி வந்தது குறித்து ஏமாற்றமும், கோசல நாட்டு ராஜ்யத்தைத் தான் வைத்துக் கொள்ள வெண்டும் என்ற விருப்பமும் அவனுடைய முகத்தில் தென்பட்டால், தயவு செய்து திரும்பி வந்து என்னிடம் கூறு. நான் அவனுடைய வழியில் குறுக்கிட மாட்டேன். சில சமயங்களில் மிகச் சிறந்த மனிதர்களைக்கூடப் பணம் சபலப்படுத்தக்கூடும்," என்று கூறினான்.

அனுமான் ஒரு சாதாரண மனிதனின் வடிவெடுத்து நந்திகிராமத்திற்குப் பறந்து சென்றான். பரதன் ஜடாமுடியுடனும் நீண்ட தாடியுடனும் மரவுரி அணிந்தும் மெலிந்து போயும் இருந்ததை மேலேயிருந்து அனுமான் பார்த்தான். பரதன் பதினான்கு ஆண்டுகளாகத் தன் உடலின்மீது கவனம் செலுத்தியிருக்கவே இல்லை. தன் சகோதரன் திரும்பி வரும்வரை ராஜ்யத்திற்குத் தான் காவலிருக்கப் போவதாக அவன் உறுதிமொழி எடுத்திருந்தான். அந்த ஒரே நோக்கத்திற்காகத்தான் அவன் உயிர்வாழ்ந்து கொண்டிருந்ததுபோலத் தோன்றியது. ஆழ்ந்த தியானத்தில் மூழ்கியிருந்த அவன் ஒரு பிரம்மரிஷியைப்போலத் தோன்றினான். தன் ஐம்புலன்களையும் வெற்றி கொண்டிருந்த, உலக ஆசைகள் அனைத்தையும் துறந்திருந்த, உண்மையிலேயே மேன்மையான மனிதன் பரதன் என்பதை உணர்ந்து கொண்ட அனுமான், மிகுந்த பணிவோடு அவனை அணுகினான்.

அவன் பரதனிடம், "இளவரசே! நான் உங்களுடைய சகோதரன் ராமனைப் பற்றிய செய்தியுடன் வந்திருக்கிறேன். லட்சுமணனையும் சீதையையும் அழைத்துக் கொண்டு விரைவில் தான் இங்கு வரவிருப்பதை முன்கூட்டியே உங்களிடம் கூறுவதற்காக அவர் என்னை இங்கே அனுப்பி வைத்துள்ளார்," என்று கூறினான்.

பரதன் இக்கணத்திற்காகத்தான் பதினான்கு ஆண்டுகளாகக் காத்துக் கொண்டிருந்தான். ராமன் திரும்பி வருவதைப் பற்றிய செய்தியை அவன் கேட்டவுடன், மகிழ்ச்சியில் ஒருசில கணங்கள் அவன் தன்னினைவிழந்தான். பிறகு அவன் அனுமானைக் கட்டித் தழுவிக் கொண்டு, "நீ யாரென்று எனக்குத் தெரியாது. ஆனால் மிகமிக நல்ல செய்தியை நீ எனக்குக் கொண்டு வந்திருக்கிறாய். பலப்பல ஆண்டுகளுக்கு முன்பு என் அன்புச் சகோதரர் வனவாசம் சென்றுவிட்டார். அவர் திரும்பி வருவதற்காகத்தான் நான் இத்தனைக் காலமாகக் காத்துக் கொண்டிருந்தேன். உனக்கு நான் எப்படி வெகுமதி அளிக்க வேண்டும் என்று கூறு," என்று கூறினான்.

பரதனின் அர்ப்பணிப்பைக் கண்ட அனுமானின் கண்கள் கலங்கின. வேறு எவரொருவரைவிடவும் தான்தான் ராமனை அதிகமாக நேசித்ததாக அனுமான் நினைத்திருந்தான். ஆனால் ராமன்மீது மட்டற்ற அன்பு கொண்டவர்கள் ஏராளமானோர்

இருந்ததை அவன் இப்போது உணர்ந்து கொண்டான். அனுமான் கீழே உட்கார்ந்து கொண்டு, ராமன் அயோத்தியைவிட்டுச் சென்றதிலிருந்து நடந்த அனைத்து விஷயங்களைப் பற்றியும் பரதனுக்கு விபரமாக எடுத்துரைத்தான். கடைசியில், "ராமன் பரத்வாஜ முனிவரின் ஆசிரமத்திற்கு வந்திருக்கிறார். நாளைக்கு அவர் இங்கே வருவார்," என்று கூறினான்.

பரதனும் சத்ருக்கனனும் ராமனின் வரவுக்கான ஏற்பாடுகளைத் தடபுடலாகச் செய்தனர். இத்தனை ஆண்டுகளாகக் களையிழந்து போயிருந்த அயோத்தி நகரம் திடீரென்று உயிர் பெற்றது. கோட்டைகளில் மீண்டும் கொடிகள் பட்டொளி வீசிப் பறந்தன. இத்தனைக் காலமாகத் தாங்கள் தொடாமல் இருந்த வீணைகளை எடுத்துக் கலைஞர்கள் இசைத்தனர். தெருக்களில் பன்னீரும் அட்சதையும் தூவப்பட்டன. மங்களகரமான பொருட்களால் வீதிகள் அலங்கரிக்கப்பட்டன. நீரூற்றுக்கள் மீண்டும் ஊற்றெடுத்துப் பாய்ந்தன. அயோத்தி மக்கள் சிறப்பாக உடையலங்காரம் செய்து கொண்டனர். அரியணையின் சரியான உரிமையாளனுக்காக அந்த ஒட்டுமொத்த நகரமும் ஆவலோடு காத்திருந்தது. நந்திகிராமத்திலிருந்து அயோத்திக்கு இட்டுச் சென்ற பாதை நெடுகிலும் அழகாக அலங்கரிக்கப்பட்டு மங்களகரமான பொருட்கள் தூவப்பட்டன. வெண்கொற்றக் குடையைத் தாங்கிய ஒரு வெள்ளை யானையின்மீது ராமனின் பாதரட்சைகள் வைக்கப்பட்டிருந்தன. பரதனும் சக்ருக்கனனும் அந்த யானையைப் பின்தொடர்ந்து சென்றனர். அவர்களைத் தொடர்ந்து ஆயிரக்கணக்கான மக்கள் சென்றனர். அப்போது ராமனின் புஷ்பக விமானம் நந்திகிராமத்தை அடைந்து சிறிது நேரம் மேலேயே சுற்றிக் கொண்டிருந்தது. கீழே இருந்த பல அழகான இடங்களை உற்சாகமடைந்திருந்த வானரர்களுக்கு ராமன் சுட்டிக்காட்டினான்.

"அதுதான் அயோத்தி. என் தந்தை அரசாண்ட நகரம் அது. தூரத்தில் தெரிவது சூரியவம்சத்து அரசர்களின் அரண்மனை. அது சரயு நதி. மேலே பார்த்தபடி எனக்கு வணக்கம் தெரிவித்துக் கொண்டிருப்பது என் சகோதரன் பரதன்."

அந்தப் புஷ்பக விமானம் மென்மையாகத் தரையிறங்கியது. சகோதரர்கள் ஒருவரையொருவர் நோக்கி வேகமாக ஓடினர். அவர்கள் பதினான்கு ஆண்டுகளாகப் பிரிந்திருந்தனர். இப்போது அவர்கள் மிண்டும் ஒன்றுகூடியிருந்த காட்சியைக் கண்டு வானரர்களின் கண்கள் கலங்கின. பரதன் ராமனின் பாதரட்சைகளை எடுத்து அவற்றை ராமனின் புனிதப் பாதங்களுக்கு முன்னால் வைத்துவிட்டு, நெடுஞ்சாண்கிடையாக விழுந்து ராமனை வணங்கிவிட்டு, "அண்ணா, பாதுகாப்பாக வைத்திருப்பதற்காக என்னிடம் ஒப்படைக்கப்பட்டிருந்த ராஜ்யத்தை நான் உங்களுக்குத் திருப்பிக் கொடுக்கிறேன். அது எனக்கு ஒரு மிகப் பெரிய சுமையாக இருந்தது. ஆனால் நான் அதை

எச்சரிக்கையாகப் பாதுகாத்து வந்துள்ளேன். இன்று என் தாயின் பெயரில் இருந்த களங்கமும் துடைக்கப்பட்டுவிட்டது. அவர் செய்த பாவங்களுக்கு நான் பிராயச்சித்தம் செய்துள்ளேன். பதினான்கு ஆண்டுகளுக்கு முன்பு நடைபெற்றிருக்க வேண்டிய முடிசூட்டு விழாவை இப்போது நாங்கள் உங்களுக்குச் செய்வதற்கு தயவு செய்து எங்களுக்கு அனுமதி கொடுங்கள்," என்று கூறினான்.

ராமன் தன் ஒப்புதலைக் கொடுத்தான். சகோதரர்கள் அனைவரும் தங்களுடைய ஜடாமுடியை மழித்துவிட்டுப் புனித நீராடினர். பிறகு இளவரசர்களுக்குரிய ஆடைகளையும் அணிகலன்களையும் அவர்கள் அணிந்து கொண்டனர். கோசலையும் சுமித்திரையும் கைகேயியும் சீதையை அழகாக அலங்கரித்தனர். வானரர்களின் மனைவியருக்கும் கோசலை அன்போடு சிகையலங்காரம் செய்தாள். தங்களுக்குக் கொடுக்கப்பட்டுக் கொண்டிருந்த இந்த ராஜ உபசாரத்தைக் கண்டு அப்பெண்கள் பெரும் மகிழ்ச்சி கொண்டனர்.

சுமந்திரன் ராமனுக்குரிய தேரைக் கொண்டு வந்தான். ராமனும் மற்றவர்களும் அதில் ஏறி நகரை நோக்கி விரைந்தனர். ராமனைக் கண்டதும் குடிமக்கள் தலைகால் புரியாமல் மகிழ்ச்சிக் கூத்தாடினர். ராமன் சுக்ரீவனையும் அவனுடைய மனைவியையும் தாராவையும் தன் அரண்மனைக்குள் அழைத்துச் சென்றான். ராமனுக்கு முடிசூட்டப்படுவதற்காகக் கடலிலிருந்தும் ஆறுகளிலிருந்தும் பொற்கலயங்கள் நிறைய நீர் கொண்டுவரும்படி கூறி சுக்ரீவன் தன் படையினரை அனுப்பி வைத்தான். விழாவிற்கான பொறுப்பை அனைத்து அமைச்சர்களும் வசிஷ்டரிடம் ஒப்படைத்தனர்.

வசிஷ்டர் ராமனையும் சீதையையும் அரியணையின்மீது அமரச் செய்தார். வேத மந்திரங்கள் இசைக்க, முனிவர்கள் அனைவரும் ராமனின் தலைமீது கலச நீரை ஊற்றினர். சத்ருக்கனன் வெண்கொற்றக் குடையை ராமனின் தலைக்கு மேலே தாங்கிப் பிடித்தான். சுக்ரீவனும் விபீஷணனும் ராமனுக்கு இருபுறமும் நின்று கொண்டு வெண்சாமரம் வீசினர். எல்லா இடங்களிலும் அழகும் மகிழ்ச்சியும் அபரிமிதமாக இருந்தது. ராமன் சுக்ரீவனுக்கு ஒரு தங்க அட்டிகையைக் கொடுத்துவிட்டு, அங்கதனின் வலிமையான கைகளைத் தங்கக் காப்புகளால் அலங்கரித்தான். இந்திரன் அனுப்பி வைத்திருந்த முத்துமாலையை ராமன் சீதைக்கு அணிவித்தான். வானரர்கள் அனைவருக்கும் ஏராளமான பரிசுப் பொருட்களை அவன் அள்ளி வழங்கினான். அனுமான் மட்டும் இதில் தனித்து விடப்பட்டான். பின் ராமன் சீதையிடம் திரும்பி, "நம்பகத்தன்மை, உண்மை, திறமை, பணிவு, முன்னோக்கு, வலிமை, நுண்ணிய அறிவு ஆகிய அனைத்தும் ஒரு மாபெரும் வீரனிடம் இருக்க வேண்டிய பண்புநலன்கள் என்று நீ கருதுகிறாய். இவை அனைத்தும் இருக்கின்ற அனுமானுக்கு என்ன பரிசு கொடுக்கலாம்? உன் கழுத்துச் சங்கிலிகளில் ஒன்றை அவனுக்குக் கொடுக்கலாமா?" என்று கேட்டான்.

சீதை ஒரு கணம்கூட யோசிக்காமல், ராமன் தனக்குக் கொடுத்திருந்த முத்துமாலையைக் கழற்றி அனுமானிடம் கொடுத்தாள். அனுமான் அதைக் கூர்ந்து பார்த்துவிட்டு, அதை முகர்ந்துவிட்டு, பிறகு அதை லேசாகக் கடித்துவிட்டு, லேசாக உரசிப் பார்த்துவிட்டு, அது ஒரு மதிப்பற்றப் பொருள் என்பதுபோல அதைத் தூக்கி எறிந்துவிட்டான். தன் அன்புக்குரிய அனுமான் இவ்வாறு வினோதமாக நடந்து கொண்டதைக் கண்ட சீதை வியப்படைந்தாள். அவனுடைய நடத்தைக்கான காரணத்தைக் கூறும்படி அவள் அவனிடம் கேட்டபோது, "தாயே, என்னைப் பொருத்தவரை, ராமனின் பெயர் மட்டுமே மிகவும் மதிப்பானது. எந்தவொரு பொருளின்மீது அவருடைய பெயர் இல்லையோ, அந்தப் பொருள் மதிப்பற்றது என்பது என் கருத்து. நீங்கள் கொடுத்த முத்துமாலையில் ராமனின் பெயர் எங்காவது எழுதப்பட்டிருந்ததா என்று தெரிந்து கொள்வதற்காக நான் அதை உன்னிப்பாகப் பார்த்தேன். அவருடைய வாசனை அதில் இருந்ததா என்று தெரிந்து கொள்வதற்காக அதை முகர்ந்து பார்த்தேன். அவருடைய ஏதேனும் அதற்குள் இருந்ததா என்று கண்டுபிடிப்பதற்காக நான் அதைக் கடித்துப் பார்த்தேன். ஆனால் அங்கு எதுவும் இல்லை. இது ஒரு சாதாரண முத்துமாலை. இப்படிப்பட்ட ஒரு மாலையால் ஒரு வானரனுக்கு என்ன பயன்? தாயே, உங்கள் கையால் பரிசு பெறத் தகுதியான ஒருவனாக நீங்கள் என்னைத் தேர்ந்தெடுத்தது குறித்து நான் பெருமிதம் கொள்கிறேன். ஆனால் அதை நான் என் கழுத்தில் அணியாமல் இருப்பதற்காக தயவு செய்து என்னை மன்னித்துவிடுங்கள்," என்று அவன் பதிலளித்தான்.

அனுமானின் பதிலைக் கேட்ட அனைவரும் ஆச்சரியமடைந்து, "அனுமான்! உன் உடலில் எங்கேனும் ராமனுக்குச் சொந்தமான எதுவும் இருக்கிறதா?" என்று கேட்டனர்.

எனவே, தன் மார்பின்மீது காதை வைக்கும்படி சுக்ரீவனிடம் அனுமான் கேட்டுக் கொண்டான். "ராமா, ராமா," என்று அது தொடர்ந்து ஒலித்துக் கொண்டிருந்ததைக் கேட்டு சுக்ரீவன் வியந்தான். இந்தச் சர்ச்சைக்கு ஒரு முற்றுப்புள்ளி வைக்கும் விதமாக, ராமனின் மாபெரும் பக்தனான அனுமான் தன் இதயத்தைப் பிளந்து காட்டியபோது, அங்கு ராமன் கொலுவீற்றிருந்ததாகக் கூறப்படுகிறது. ராமன் அனுமானை அன்போடு அணைத்துக் கொண்டு தன் கைகளை அவனுடைய இதயத்தின்மீது வைத்தான். ராமன் தொட்டவுடன் அனுமானின் காயம் அதிசயமான விதத்தில் குணமாகியது.

ராமன் மற்றும் சீதையின் கதையில் ராமனின் முடிசூட்டு விழாதான் புகழ்மிக்க உச்சகட்டம். அயோத்தியில் இருந்த ஒவ்வொருவருக்கும் ஏதேனும் ஒரு பரிசு கொடுக்கப்பட்டிருந்தது. மந்தரைக்குக்கூட ராமன் ஒரு பரிசு கொடுத்திருந்தான். அன்று முழுவதும் மக்களும் வானரர்களும் தங்கள் வயிறு புடைக்க உண்டனர்,

மதுவருந்திக் களித்திருந்தனர். அன்றிரவு, பதினான்கு ஆண்டுகளில் முதன்முறையாக, லட்சுமணன் தன் அன்பு மனைவி ஊர்மிளையின் கைகளில் படுத்து உறங்கினான்.

அயோத்தியில் ஒரு மாதம் தங்கியிருந்த பிறகு, சுக்ரீவனும் மற்றவர்களும் கிஷ்கிந்தைக்குத் திரும்பினர். விபீஷணன் இலங்கைக்குத் திரும்பிச் சென்றான். ஆனால் ராமனைப் பிரிந்திருக்க மனமில்லாத அனுமான் ராமனோடு தங்குவதைத் தேர்ந்தெடுத்தான். ராமன் லட்சுமணனுக்குப் பட்டத்து இளவரசனாக முடிசூட்ட விரும்பினான். ஆனால் லட்சுமணன் அதற்கு மறுப்புத் தெரிவித்ததால், பரதனுக்கு அவன் முடிசூட்டினான்.

ராமனின் ஆட்சி ஒரு பொற்காலம் என்று உலகம் நெடுகிலும் புகழப்படுகிறது. அங்கு எந்தவிதமான நோயோ அல்லது வருத்தமோ இருக்கவில்லை. யாரும் அகால மரணம் அடையவில்லை. காட்டு விலங்குகள் மனிதர்களுக்குத் தொல்லை கொடுக்கவில்லை. எல்லோருக்கும் எல்லாம் அபரிமிதமாக இருந்தது. மக்கள் ராமனைக் கடவுளின் அவதாரமாகக் கருதி வழிபட்டனர். எல்லோருக்கும் தாங்கள் விரும்பிய அனைத்தும் கிடைத்ததால் அங்கு பேராசையோ அல்லது பொறாமையோ இருக்கவில்லை. நாடு செழித்தது. மக்கள் மகிழ்ச்சியாக இருந்தனர்.

நாகலட்சுமி சண்முகம்

மொழிபெயர்ப்பாளர்

நாகலட்சுமி மிகச் சிறந்த ஊக்குவிப்புப் பேச்சாளர். மக்களிடம் பரிபூரண மாற்றம் கொண்டுவரும் கருத்தரங்குகளை அவர் நடத்தி வருகிறார். அவர் முழுநேரப் பேச்சாளராக ஆவதற்கு முன்பு, பத்து வருடங்கள் கணினித் துறையில் தலைமைப் பொறுப்பு உட்படப் பல பதவிகளை வகித்தார்.

தமிழ் நாடகத் துறையின் முன்னோடி மேதைகளான டி.கே.எஸ் சகோதரர்களில் ஒருவரான திரு.முத்துசாமி அவர்களின் பேத்தியான நாகலட்சுமியிடம் இருக்கும் இயல்பான தமிழ் ஆர்வம், தமிழ் மொழிபெயர்ப்புத் துறைக்கு அவரை இழுத்து வந்துள்ளது.

அவருடைய மொழிபெயர்ப்பு நூல்களில், ரோன்டா பைர்ன், டாக்டர் ஜோசப் மர்ஃபி, ஜான் மேக்ஸ்வெல், டாக்டர் ஸ்பென்சர் ஜான்சன், நார்மன் வின்சென்ட் பீல், ஜான் கிரே, கேரி சேப்மேன், ஜாக் கேன்ஃபீல்டு, மார்க் விக்டர் ஹான்சன், பிரையன் டிரேசி, ஸ்டீபன் ஆர். கவி, ராபர்ட் கியோஸாகி, டேல் கார்னகி போன்ற, சர்வதேச அளவில் கொண்டாடப்படுகின்ற தலைசிறந்த நூலாசிரியர்களின் நூல்களும் அடங்கும்.

இவருடைய மொழிபெயர்ப்புகளுக்குக் கிடைத்த அங்கீகாரங்களில், 2014 பிப்ரவரியில் திருப்பூர் தமிழ்ச் சங்கம் அளித்த 'தமிழ் மொழிபெயர்ப்புத் துறைக்கான சிறப்பு விருதும்,' அவர் மொழிபெயர்த்த 'இறுதிச் சொற்பொழிவு' நூலுக்கு 2014 ஆகஸ்டில் வழங்கப்பட்ட 'நல்லி திசை எட்டும் மொழியாக்க விருதும்' அடங்கும்.

நாகலட்சுமி தன் கணவருடனும் தன் குழந்தைகள் இருவருடனும் தற்போது மும்பையில் வசித்து வருகிறார்.

தேவி வனமாலி

நூலாசிரியர்

தீவிர கிருஷ்ண பக்தையான தேவி வனமாலி அவர்கள் கேரளாவிலுள்ள குருவாயூரில் பிறந்தவர். அவர் சென்னைப் பல்கலைக்கழகத்தில் தத்துவவியலில் முதுகலைப் பட்டம் பெற்றார். பின்னர் பத்தாண்டுகள் திருச்சூரில் மகரிஷி மகேஷ் யோகியின் தியானத்தை அவர் பலருக்கும் கற்பித்து வந்தார். அக்காலகட்டத்தில் திருச்சூர் சிறைச்சாலையில் இருந்த கைதிகளுக்கு அவர் தியானம் கற்றுக் கொடுத்தார். அதன் மூலம் அவர்களுடைய புனர்நிர்மாணத்திற்கு அவர் வெகுவாக உதவினார்.

ஆனால் இமயமலை அவரை வசீகரித்தது. அவர் இமயமலையின் பல பகுதிகளிலும் சுற்றித் திரிந்துவிட்டு, ரிஷிகேஷில் கங்கை நதிக் கரையில் இயற்கை எழில் கொஞ்சும் ஓரிடத்தில் 'வனமாலி கீதா யோகாசிரமம்' என்ற ஓர் ஆசிரமத்தை நிறுவினார். அவர் தற்போது அங்குதான் வசித்து வருகிறார். வனமாலி கீதா யோகாசிரமம் அப்பகுதியிலுள்ள கிராமத்துச் சிறுவர் சிறுமியருக்குப் பல வழிகளில் உதவி வருகிறது. கடந்த வருடம் அந்த ஆசிரமம் அப்பகுதியிலுள்ள ஒரு கிராமத்தைத் தத்தெடுத்துக் கொண்டது.

தனக்கு ஒரு குரு வேண்டும் என்ற அவரது தணியாத விருப்பம், ஒருமுறை காஞ்சி காமகோடி சங்கராச்சாரியார் ஸ்ரீ ஜெயேந்திர சரஸ்வதி அவர்கள் ரிஷிகேஷ் வந்தபோது நிறைவேறியது. காஞ்சி சங்கராச்சாரியார் அவர்கள் தேவி வனமாலியைத் தன் சிஷ்யையாக ஏற்றுக் கொண்டார்.

வனமாலி கீதா யோகாசிரமத்திற்கு வருகை தந்த அமெரிக்கரான அரவிந்த் பார்கர், அந்த ஆசிரமத்தால் பெரிதும் கவரப்பட்டு, சர்வதேச யோகா இதழ் ஒன்றில் அதைப் பற்றி வெகுவாகப் புகழ்ந்து எழுதினார். வெகு விரைவில் உலகெங்கிலும் இருந்து பலர் அந்த ஆசிரமத்தை நோக்கிப் படையெடுத்தனர். 1995ம் ஆண்டிலிருந்து தேவி வனமாலி அவர்கள் ஜெர்மனி, பிரான்ஸ், சுவீடன், இஸ்ரேல், இங்கிலாந்து, சிங்கப்பூர், மலேசியா, பிரேசில், மற்றும் அமெரிக்கா உட்படப் பல நாடுகளுக்கும் சென்று ஆன்மீகச் சொற்பொழிவாற்றத் துவங்கினார். அவர் இதுவரை ஒன்பது ஆன்மீகப் புத்தகங்களை எழுதியுள்ளார்.